AF766222

ഗ്രീൻ ബുക്സ്

ഹൃദയമർമ്മരങ്ങൾ

ഗീതാ ജോഷി

1967-ൽ തൃശ്ശൂർ ജില്ലയിലെ കടവല്ലൂരിൽ ജനനം.
അച്ഛൻ : വാസുദേവൻ നായർ. അമ്മ : ലീല ശ്രീറാണി.
തൃശൂർ ഗവൺമെന്റ് എൻജിനീയറിങ്ങ് കോളേജിൽ
നിന്ന് ഇലക്ട്രിക്കൽ എഞ്ചിനീയറിങ്ങിൽ ബിരുദം.
കാനറാ ബാങ്കിൽ ഡിവിഷണൽ മാനേജർ
ആയിരിക്കെ 2019ൽ ജോലി രാജി വെച്ചു.
ഭർത്താവ്: ജോഷി കെ.എ. (റിട്ട. ചീഫ് എഞ്ചിനീയർ)
മകൾ : അനു. മരുമകൻ : ഫണി കിരൺ
Email: gitajoshy@gmail. com

ഓർമ്മ

ഹൃദയമർമ്മരങ്ങൾ

ഗീതാ ജോഷി

ഗ്രീൻബുക്സ്

green books private limited
gb building, civil lane road, ayyanthole,
thrissur- 680 003, kerala, ph: +91 487-2381066, 2381039
website: www.greenbooksindia.com
e-mail: info@greenbooksindia.com

malayalam
hrudayamarmarangal
memoirs
by
geetha joshy

published december 2022

cover image : baby varghese
illustrations : rema sajeevan
cover design : rajesh chalode

printed in india
repro india ltd

branches:
thrissur 0487-2422515
thiruvananthapuram 0471-2335301
calicut 0495 4854662

isbn : 978-93-95878-28-9

₹ 390.00
GBPL/1269/2022

സമർപ്പണം

എന്റെ സഹയാത്രികന്...
ഇതിലെ കഥാപാത്രങ്ങൾക്ക്...

ഉള്ളടക്കം

ആമുഖം

ഈ എഴുത്തിന് ആദ്യം നന്ദി പറയേണ്ടത് കൊറോണ ക്കാലത്തോടാണ്. സന്ദിഗ്ദ്ധാവസ്ഥ ജീവനെ പൊതിഞ്ഞു നിൽക്കുകയും ജീവിതം ഒരു കൂട്ടിലേക്ക് ഉൾവലിയുകയും ചെയ്ത ആ കെട്ടകാലത്ത് മനുഷ്യർക്ക് കൂട്ടുണ്ടായിരുന്നത് പോയ നല്ലകാലത്തിന്റെ ഓർമ്മകളാണ്. ആ ഓർമ്മകളാണ് ഈ പുസ്തകം.

ഈ കുറിപ്പുകൾ എഴുതാൻ എന്നെ പ്രോത്സാഹിപ്പി ക്കയും അതൊരു പുസ്തകം ആയി കാണുവാൻ ഏറെ ആഗ്രഹിക്കുകയും ചെയ്ത എന്റെ കുടുംബത്തിനും കൂട്ടുകാർക്കും പുസ്തകം പ്രസിദ്ധീകരിക്കാൻ തയ്യാറായ ഗ്രീൻ ബുക്സിനും ഇതിന്റെ പിന്നിൽ പ്രവർത്തിച്ച സക ലർക്കും എന്റെ ഹൃദയം നിറഞ്ഞ നന്ദി.

കുട്ടിക്കാലത്ത് എനിക്കൊരു ശീലമുണ്ടായിരുന്നു. ആലില ദിവസങ്ങളോളം വെള്ളത്തിലിട്ടു വെയ്ക്കുക. കുറേ നാള ങ്ങനെ വെള്ളത്തിൽ കിടക്കുമ്പോൾ ഇലയുടെ പച്ചനിറ മെല്ലാം വെള്ളത്തിലലിയും. ഇലയുടെ ഞരമ്പുകൾ മാത്രം ബാക്കിയാവും. ഇലയ്ക്ക് ആകൃതിയും പ്രകൃതിയും കൊടുക്കുന്ന ഞരമ്പുകൾ. തീരെ നേരിയവ മുതൽ ഉറച്ചു ശക്തമായവവരെ ഉണ്ടാവുമതിൽ. അവയെല്ലാം കൂടി സുതാര്യമായ ഒരു അസ്തിത്വവും അതിനു കൊടുക്കും. ഞരമ്പായിത്തീരുന്ന ആ ഇലകൾ ഞാൻ പുസ്തകത്താളു കൾക്കുള്ളിൽ പൂഴ്ത്തി വയ്ക്കും. ദിവസങ്ങൾ കഴിയുമ്പോൾ അക്ഷരങ്ങളുമായി സമരസപ്പെട്ട് അത് മിനുസമുള്ളതായി തീരും. ഒരിലയുടെ ഓർമ്മ മാത്രം നിലനിർത്തിക്കൊണ്ട് അത് പൂർണ്ണമായും രൂപാന്തരപ്പെട്ടിരിക്കും അപ്പോൾ. തികച്ചും വേറൊരു അസ്തിത്വം!

എനിക്ക് വളരെ ഇഷ്ടമായിരുന്നു ഓർമ്മകളായി മാറുന്ന ആ ഇലകൾ! ആ ഇലകളെപ്പോലെ എന്റെ അസ്തിത്വത്തിന്റെ ഓർമ്മകൾ തേടുകയാണ് ഞാൻ ഈ പുസ്തകത്തിൽ. ഹരിതാഭമായിരുന്ന എന്റെ ഭൂതകാലത്തെ...

എന്റെ മകൾ എന്നോട് പറയാറുണ്ട്. ഒരു ആത്മകഥ ഒരിക്കലും പൂർണ്ണമായി, സത്യസന്ധമായി എഴുതാൻ കഴിയുകയില്ല എന്ന്! ആത്മകഥയും സത്യസന്ധതയും. അവർ അടുത്ത കൂട്ടുകാരാണ്. എന്നാൽ രണ്ട് സമാന്തര പാതകളുമാണ്. ഒരിക്കലും കൂട്ടിമുട്ടാത്ത റെയിൽ പാളങ്ങൾ പോലെ. തമ്മിൽ അകലവും അടുപ്പവുമുണ്ട്. കാണാം. കുശലം പറയാം. എങ്ങുമെത്താത്ത ഒരു യാത്രയിൽ പരസ്പരം കൂട്ടായുമിരിക്കാം. എന്നാൽ ചിലപ്പോഴെങ്കിലും പരസ്പരം കൈനീട്ടി ഒന്ന് തൊടാനാവില്ല. സത്യമല്ലേ?

അതുകൊണ്ട്,

അപ്രിയമായ സത്യങ്ങൾ പറയാതിരിക്കാം. ആരും കാണാത്ത മനസ്സിന്റെ മൂലകൾ ഇരുട്ട് കൊണ്ട് അടച്ചു തന്നെ വയ്ക്കാം...

എങ്കിലും,

പ്രിയരേ, നമുക്കൊന്നിച്ചു തന്നെ ഈ യാത്ര പോകാം.

സ്നേഹപൂർവ്വം

ഗീതാ ജോഷി

അവതാരിക

വി.എം. ഗിരിജ

ഓർമ്മ ഒരു നിധികുംഭമാണ്. പക്ഷേ അത് അടുത്ത തലമുറയ്ക്ക്, മറ്റുള്ളവർക്ക്, കൈമാറാൻ പലർക്കും കഴിയില്ല. സ്വപ്നാത്മകവും അതേസമയം യഥാർത്ഥവുമായ നമ്മുടെ ഭൂതകാലം മറ്റൊരാളിലേക്ക് പകരാൻ ഭാഷയുടെ വരം കിട്ടാത്തവരാണ് മിക്കവരും. പഴയകാല നാട്ടിൻപുറങ്ങളിലെ സംഭാഷണപ്രിയരുടെ തലമുറ വായ്മൊഴിയിലൂടെ അത് ചെയ്തിരുന്നു. എന്നാൽ ഒരേ നാട്ടിൽ തലമുറകളായി ജീവിക്കുന്ന വീട്ടുകാരും ദൈവങ്ങളും യക്ഷികളും ഒടിയന്മാരും കഥകളുമാണ് അങ്ങനെ തലമുറകളായി കൈമാറ്റം ചെയ്യപ്പെട്ടിരുന്നത്. ആ വാമൊഴി പാരമ്പര്യം നിലച്ചു. യുക്തിവാദം കഥാരസം ചോർത്തിക്കളഞ്ഞു. അത് എഴുതാനുള്ള ജീവനുള്ള ഭാഷ പൊയ്പ്പോയി. അതാണ് ഇന്നത്തെ അവസ്ഥ.

മാത്രമല്ല, കഥയ്ക്ക് ആധാരമായ വീടുകൾ, തൊടികൾ, മാവുകൾ, പ്ലാവുകൾ, പാമ്പിൻ കാവുകൾ, കൃഷിരീതികൾ, രുചികൾ ഒക്കെ മാറിപ്പോയി. പാടങ്ങൾ വിറ്റുപോയി. കൂട്ടുകുടുംബങ്ങൾ പൊളിഞ്ഞു. കുളക്കടവുകളും അമ്പലനടകളും കഥകൾ പ്രക്ഷേപണം ചെയ്യാതായി. അന്നത്തെ രുചികളും മണങ്ങളും പലഹാരങ്ങളും വിശപ്പുകളും ഇന്ന് കൊണ്ടുവരാൻ വളരെ വിഷമം. മാധവിക്കുട്ടിയെപ്പോലുള്ള എഴുത്തുകാരുടെ ഓർമ്മകളും കവിതകളും കഥകളും എല്ലാം അത്തരം ഇന്ദ്രിയാനുഭവങ്ങളിലാണ് തിളങ്ങിയത്.

അതിന്റെ ഒരു തുടർച്ചയാണ് ഗീതയുടെ ഈ പുസ്തകം. ഇതിലെ ചില കുറിപ്പുകൾ എന്റെ നാടിനെ, ഷൊർണ്ണൂരിനെക്കുറിച്ചാണ്. ഈ ഓർമ്മക്കുറിപ്പുകൾ ഒറ്റയിരുപ്പിന് വായിക്കാൻ കഴിഞ്ഞത് അലിവുള്ള, ജീവനുള്ള ഭാഷ കാരണമാണ്. ഇന്നില്ലാത്ത ഒരു കേരളത്തെ പുനർനിർമ്മിക്കുന്നതിനാൽ ഇത് ചരിത്രം കൂടിയാണ്. വളരെ തെളിമയുള്ള ഓർമ്മകളും അതിനെ പകർത്താൻ, ശക്തിയുള്ള നർമ്മവും പ്രസാദാത്മകതയും അൽപ്പം വിഷാദവുമുള്ള ഭാഷയും ആരെയും വശീകരിക്കും.

ആത്മകഥയും സത്യസന്ധതയും കൂട്ടുകാരാണെങ്കിലും സമാന്തര പാതകളിലൂടെയാണ് അവരുടെ സഞ്ചാരം. പരസ്പരം വിരൽത്തുമ്പുകൾപോലും തൊടാൻ വിഷമം. ഈ വലിയ ഉൾക്കാഴ്ചയാണ് ഗീതയുടെ എഴുത്തിന്റെ കരുത്ത്. ജീവിതത്തിലും ഗീത പുലർത്തുന്നത് സത്യസന്ധതയുടെ നിഴലായ ധൈര്യമാണ്. അതായത് ആത്മകഥാപരമായ കുറിപ്പുകളിൽ, നമ്മൾ എത്രയൊക്കെ ശ്രമിച്ചാലും സ്വയം ന്യായീകരിക്കാനും ഞാൻ തെറ്റ് ചെയ്തില്ല എന്നു വരുത്താനും നമുക്ക് ഒരു പ്രവണത ഉണ്ടാകും. പ്രത്യക്ഷമല്ല അത്. അത് അതിസൂക്ഷ്മമാണ്. സത്യം പറഞ്ഞാൽ, സത്യം പറയാൻ വേണ്ടിയാണ് എഴുത്തു മുതൽക്കുള്ള എല്ലാ ആവിഷ്കാരങ്ങളും കലകളും ഉണ്ടായത്. അത് മനസ്സിലാക്കിയാൽ നമ്മുടെ നോട്ടങ്ങളിലും വാക്കുകളിലും വിനയവും 'നോ' പറയാനുള്ള കഴിവും ഒരേ പോലെ കടന്നു വരും. അതായത് അലിവും ഉറപ്പും ഒന്നു തന്നെ എന്നു മനസ്സിലാക്കാൻ പറ്റും. ഗീത അത് മനസ്സിലാക്കി എന്നത് കുറിപ്പുകൾ കാണിച്ചു തരുന്നു. പരമാവധി സുതാര്യവും, വേദനിപ്പിക്കാൻ, കണക്കുതീർക്കാൻ, ശ്രമിക്കാത്തതുമായ കുറിപ്പുകൾ!

ബാങ്ക് ജോലിക്ക് ഇത്രയധികം കഥകൾ സൂക്ഷിക്കാൻ പറ്റുമെന്ന് ഇപ്പോൾ മനസ്സിലായി. ഏത് മേഖല എന്നതല്ല കഥകളുടെ കാര്യം. മറിച്ച്, കാണാനുള്ള കണ്ണും അനുഭൂതികൾ ഓർമ്മയിൽ സൂക്ഷിക്കാനും എഴുതുവാനുമുള്ള കഴിവുമാണ്.

ഗീതയുടെ കുറിപ്പുകളിൽ മരങ്ങളെയും പൂക്കളെയും പാർക്കുകളെയും എല്ലാം വർണ്ണിക്കുന്നത് എന്നെ ഒരുപാട് ആനന്ദിപ്പിച്ചു. പ്രകൃതിയെ ഭയക്കുന്നതാണ് പുതിയ രീതി. നഗരഗ്രാമ വ്യത്യാസമില്ലാതെ പ്രയോജനം മാത്രം മുൻ നിറുത്തി ചെടികളേയും മണ്ണിനേയും കാണുന്നു. 'കായിൻ പേരിൽ പൂ മതിക്കുവോർ' എന്ന് വൈലോപ്പിള്ളി മുൻപ് എഴുതിയത് നാം പ്രാവർത്തികമാക്കുന്നു. ഗീത, പൂമര ങ്ങളെ, പഴയ തൊടികളിലെ പാഴ്മരങ്ങളെ, പഴയ വീട്ടിലെ പച്ചപ്പിന്റെ തണുപ്പിനെപ്പറ്റിയെല്ലാം എഴുതുന്നത് എന്നെ വളരെ സന്തോഷിപ്പിക്കുന്നു.

അതെ, 'മഴയത്ത് ഉദിക്കുന്ന വെയിൽ' പോലെ തന്നെ യാണ് ഈ പുസ്തകത്തിലെ ഓർമ്മകൾ. വ്യക്തിപരമായ ഓർമ്മകളോടൊപ്പം കേരളത്തിന്റെ നാടൻ ജീവിതത്തിന്റെ ആലേഖനം കൂടിയായതിനാൽ എല്ലാ തലമുറയും ഇത് വായിക്കണം എന്നു ഞാൻ സ്നേഹപൂർവ്വം അപേക്ഷി ക്കുന്നു.

എഴുത്തുകാരിക്ക് അഭിനന്ദനം, സ്നേഹം! ■

കഥ കഥ കസ്തൂരി

ഒരു കഥ പറയൂ ചേച്ചി...

അനിയൻ മുഖത്തു നോക്കി ഇരുപ്പാണ്. അവന്റെ കുഞ്ഞിക്കണ്ണുകൾ രണ്ടു മിന്നാമിനുങ്ങുകൾ പോലെ. വർഷകാലരാത്രികളിൽ മഴ തിമർത്തു പെയ്യുമ്പോൾ, തട്ടിട്ട മുറിയിൽ കോസടിയിൽ പുതപ്പ് കൊണ്ട് കുട്ടിപ്പുര വെച്ചും 'കോട്ടത്തിലാമ്പേ വെള്ളം കോരിയോ കുട്ട്യോളെ കുളിപ്പിച്ചോ' എന്ന കളി കളിച്ചും പ്രേതകഥ കേട്ട് പേടിച്ചു വിറച്ചും കടന്നു പോയ കുട്ടിക്കാലത്തെ ഓർമ്മിപ്പിച്ചു കൊണ്ട് അവൻ വീണ്ടും ചോദിക്കുന്നു. ചേച്ചി ഒരു കഥ പറയൂ.

കഥയില്ലായ്മയുടെ വലിയ ഒരു കാലം കഴിഞ്ഞ്, ഒരറിവും കേട്ടറിവും ഇല്ലാത്ത പുതിയ കഥയിലേക്ക് കാലും നീട്ടി ഇരുന്നു കൊണ്ട് ഓർമ്മയിൽ ഞാൻ തപ്പി തിരയുന്നു. കഥ! അവന്റെ കുഞ്ഞിക്കൈകൾ പിടിച്ചു നടന്നു തീർത്ത വഴികൾ, പിന്നെ പിടി വിടുവിച്ചു ഞങ്ങൾ തനിച്ചു നടന്ന ഇടവഴികൾ. ആ വഴിവക്കുകളിൽ ഒക്കെയും പൂത്തുലഞ്ഞു നിൽക്കുന്ന പലതരം കഥാകുതൂഹലങ്ങൾ. അതിലൊന്ന് പറിച്ച് നിന്റെ കൈകളിൽ വെച്ചുതന്ന് പകരം കവിളത്തു ഒരുമ്മയും വാങ്ങി നടന്നു പോവാൻ ആഗ്രഹം ഇല്ലാഞ്ഞല്ല.

പക്ഷേ അനിയാ.

ആ കഥകളൊക്കെയും കൈയെത്താ ദൂരത്തോളം വളർന്നു പോയല്ലോ.

■

ചാണകത്തിന്റെ രുചി

മധ്യവേനൽ അവധി അവസാനിക്കാറായ ഒരു കാലവർഷക്കാല ദിനത്തിലെ മദ്ധ്യാഹ്നത്തിലാണ് രണ്ട് പെൺകിടാങ്ങൾക്ക് ഒരു പൂതി തോന്നിയത്. മഴയത്ത് അമ്പലക്കുളത്തിൽ ഒന്ന് നീന്തിത്തുടിക്കണം. അമ്പലക്കുളം ഗ്രാമത്തിലെ പ്രധാന കളിസ്ഥലമാണ്. രാവിലെയും വൈകീട്ടും കുളംകലക്കലും കൂപ്പിൽ നിന്ന് ചാടലും നീന്തി അക്കരെ പിടിക്കലും ഒക്കെയായി കുളം വികൃതിപ്പിള്ളേർ കയ്യടക്കും. ഉച്ച യ്ക്കാവുമ്പോൾ ആ ശല്യമില്ല. ആരുമുണ്ടാവില്ല കുളത്തിൽ. കുളത്തി ലേക്ക് ചാഞ്ഞ് നിൽക്കുന്ന മൂസിന്റെ പറമ്പിലെ ഉർണിമാവിന്റെ കൊമ്പിൽ ചിലച്ചു നടക്കുന്ന അണ്ണാറക്കണ്ണന്മാരും ചെമ്പോത്തുമല്ലാതെ ഒരീച്ച പോലും ഉണ്ടാവില്ല പരിസരത്ത്.

കുറച്ചു നേരത്തെ ആലോചനയ്ക്കു ശേഷം തീരുമാനമായി. പോവുക തന്നെ. അമ്മയോടും അമ്മൂമ്മയോടും ചോദിച്ചാൽ സമ്മതി ക്കില്ല. നേരല്ലാത്ത നേരത്ത്, നട്ടുച്ചയ്ക്ക്, പ്രായം തികഞ്ഞ പെൺ കുട്ട്യോള് കുളത്തിൽ പോവ്വേ! മാടനും മറുതയും 'റോന്ത്' ചുറ്റാൻ ഇറങ്ങണ നേരാണ്. പോരാത്തതിന് അമ്പലത്തിന്റെ പരിസരവും. അവിടെ ഈ പറഞ്ഞവർക്ക് പുറമെ രക്ഷസ്സ്, ഗന്ധർവ്വൻ തുടങ്ങിയ കൂട്ടരും സർക്കീട്ടിന് ഇറങ്ങും. അതുകൊണ്ട് വീട്ടിൽ നിന്ന് അനു വാദം കിട്ടിയിട്ട് പോക്ക് നടക്കില്ല. പോവുക തന്നെ. അങ്ങനെ, ഉച്ചയ്ക്ക്, മുതിർന്നവർ എല്ലാരും ഉറക്കത്തിലായി എന്ന് ഉറപ്പ് വരുത്തി അവർ വെച്ചു പിടിച്ചു. അമ്പലക്കുളത്തിലേക്ക്.

(ഇവിടെ, കഥയ്ക്കിടയിൽ ഞാൻ ഒന്ന് ഇടപെടുകയാണ്. രണ്ടു പെൺകിടാങ്ങളിൽ ഒരാൾ മറ്റേ ആളുടെ ചെറിയമ്മയാണ്. സമ പ്രായക്കാർ. ആത്മസഖികൾ. ചെറിയമ്മ ഗ്രാമത്തിന്റെ പുത്രി, ധൈര്യ ശാലി. ഉണ്ണിയാർച്ച. അനന്തിരവൾ നഗരവാസി. പേടിത്തൊണ്ടി.)

അങ്ങനെ അവർ കുളത്തിലെത്തി. ഉച്ചനേരമല്ലേ? കുളത്തിൽ ആരുമില്ല. സർവ്വം ശാന്തം. ചന്നംപിന്നം മഴ. കുളത്തിൽ കുമിളകളു ണ്ടാക്കി മഴത്തുള്ളികൾ മണികൾ പോലെ വന്നു വീഴുന്നു. മുഖത്തും

മേലും ചെറിയ ചരലുകൾ പോലെ അവ വന്നു പതിക്കുമ്പോൾ കണ്ണടച്ചു പിടിക്കണം. ആരോ കണ്ണുകൾക്ക് മേലെ പതിയെ ഉമ്മ വയ്ക്കും പോലെ തോന്നും. കാറ്റത്ത് ചെരിഞ്ഞു വീഴുന്ന മഴനൂലുകൾ ആകാശത്തേക്കെത്തുന്ന പോലെ. മൊത്തത്തിൽ സ്വർഗ്ഗീയമായ ഒരനുഭവം തന്നെ. വെള്ളത്തിന് സുഖമുള്ള തണുപ്പ്. മേഘം നിറഞ്ഞ കറുത്ത ആകാശം. മലർന്നു കിടന്നു നീന്താൻ എന്താ രസം. സത്യം പറയട്ടെ. മഴയത്ത് കുളത്തിൽ മലർന്നുകിടന്നു നീന്തുന്ന സുഖം ഈ ഭൂമിമലയാളത്തിൽ വേറൊന്നിനും ഇല്ല. അതനുഭവിച്ചു തന്നെ അറിയേണ്ടതാണ്.

സമയം കടന്നു പോയി. മഴ കനത്തു തുടങ്ങി. അകമ്പടിക്ക് ഇടിയും മിന്നലും. കുളത്തിന് വക്കത്തെ ഉർണിമാവിന്റെ ചില്ലകൾ കാറ്റത്ത് മുടിയഴിച്ചിട്ട് ആടുന്നു. പഴുത്ത മാങ്ങകൾ ശബ്ദത്തോടെ വെള്ളത്തിൽ വന്നു വീഴുന്നു. കാറ്റ് ഹുങ്കാരത്തോടെ വീശിത്തുടങ്ങി. ആകെ ഇരുട്ടുമൂടിയ പോലെ. രംഗം പന്തിയല്ല. മടങ്ങുക തന്നെ. അങ്ങനെ മഴയത്ത് ആടിക്കുഴഞ്ഞ് രസിച്ച് അവർ വീട്ടിലേക്ക് തിരിച്ചു നടന്നു തുടങ്ങി.

ഏകദേശം പത്ത് മിനിറ്റ് വഴിയുണ്ട് വീട്ടിലേക്ക്. അമ്പലവും കച്ചേരിയും കടന്ന്, മൂസിന്റെ പടിക്കൽക്കൂടി ഒരിടവഴിയും താണ്ടി വേണം വീട്ടിലെത്താൻ. ഇടവഴിയിലേക്ക് കടന്നതേയുള്ളൂ. പെട്ടെന്നാണ് ഊക്കനൊരു ഇടി വെട്ടിയത്. അതോടൊപ്പം മുകളിൽ കൂടി പോവുന്ന ഇലക്ട്രിക് ലൈനിൽ നിന്ന് പടക്കം പൊട്ടുന്ന പോലെ വേറൊരു ശബ്ദവും; കൂട്ടത്തിൽ പൂത്തിരി കത്തിച്ച പോലെ ഒരു മിന്നലും. എന്താണ് സംഭവിച്ചത് എന്ന് മനസ്സിലാവും മുൻപ് ഉണ്ണിയാർച്ച അലറി. ''ഓടിക്കോ മോളെ... ലൈൻ പൊട്ടി വീണതാ...''

മരണപ്പാച്ചിലിൽ ഞാൻ ഓടിക്കയറിയത് ഇട്ടിമാത്തുവിന്റെ വീട്ടുപറമ്പിലേക്കാണ്. (പണ്ടേ ഞാൻ ഓട്ടത്തിന് മിടുക്കിയാണ്. പിന്നെയല്ലേ പേടിച്ചോടുമ്പോൾ!!) പിന്നാലെ ചെറിയമ്മയും. ''മോളെ ചാണാക്കുഴി'' എന്നവൾ പറഞ്ഞു തീരുന്നതിനു മുൻപ് ഞാൻ കുഴിയിൽ വീണു കഴിഞ്ഞിരുന്നു. പരദേശിയായ എനിക്കുണ്ടോ ഇട്ടിമാത്തുവിന്റെ ചാണകക്കുഴി തിട്ടമുള്ളൂ!! ചാണകക്കുഴിയുടെ അഗാധതയിൽ നിന്നും ചെറിയമ്മ എങ്ങനെയോ എന്നെ വലിച്ചു കയറ്റി. ആ പ്രയത്നത്തിൽ അവളും ചാണകത്തിൽ മുങ്ങി. സർവത്ര ചാണകം. സുഗന്ധപൂരിതം! ചാണകത്തിൽ സർവ്വാഭിഷേകം നടന്നുവെങ്കിലും എനിക്ക് മറ്റ് കേടുപാടുകൾ ഒന്നും തന്നെ പറ്റിയില്ല. ഭാഗ്യം!

വീട്ടിൽ എത്തി, കുളിച്ചു ഡ്രസ്സ് മാറുന്നതുവരെ അമ്മയും അമ്മൂമ്മയും തല്ലാൻ ക്ഷമയോടെ കാത്തു നിന്നു. അടിയുടെ പൂരം. (ചാണകം

അക്കാലത്ത് ഒരു പുണ്യഭക്ഷ്യവസ്തു ആയി പ്രഖ്യാപിച്ചിട്ടില്ലായിരുന്നതുകൊണ്ട് അടിയിൽ ആ ആനുകൂല്യവും ഉണ്ടായില്ല!) ചാണകത്തിന് ചവർപ്പായിരുന്നു എന്നാണോർമ്മ. പിൽക്കാലത്ത് സിനിമകളിൽ ചാണകക്കുഴിയിൽ വീഴുന്ന സീൻ വരുമ്പോഴൊക്കെ ഞാൻ ഈ സംഭവം ഓർക്കും. അവർ അഭിനയിക്കയല്ലേ? യഥാർത്ഥമായി അനുഭവിച്ചത് ഞാനല്ലേ?

പിന്നീട് ഇലക്ട്രിക്കൽ എഞ്ചിനീയറിംഗ് ഒക്കെ പഠിച്ചപ്പോഴാണ് അന്നുണ്ടായത് കൊറോണ ഇഫക്ട് (വില്ലൻ കൊറോണ അല്ല!) ആണ് എന്നും ട്രാൻസ്മിഷൻ ലൈൻ പൊട്ടിയതല്ല എന്നുമൊക്കെ മനസ്സിലായത്. എങ്കിലും അന്നത്തെ മഴയും കുളവും ഓട്ടവും ഇട്ടി മാത്തുവിന്റെ ചാണകക്കുഴിയും അതിന്റെ ആഴങ്ങളിലേക്ക് പൂണ്ടു പോയ ഞാനും എല്ലാം എല്ലാം ഇന്നലെ കഴിഞ്ഞപോലെ തോന്നുന്നു. കാലത്തിന്റെ ഒരു സ്ക്രീൻ ഷോട്ട് പോലെ! ■

അനുരാഗക്കരിക്കിൻ വെള്ളവും ഒരു മഞ്ഞ വസ്ത്രക്കാരനും

പ്രണയം സുഖമുള്ള ഒരനുഭവം ആണെന്നതിൽ തർക്കമില്ല. എന്നാൽ പ്രണയങ്ങളിൽ ഏറ്റവും മനോഹരം ഏതാണ്? അത് കൗമാരപ്രണയം തന്നെ. മാമ്പൂ പോലെ വിരിയുകയും അതേ വേഗത്തിൽ പൊഴിയുകയും ചെയ്യുന്ന, ഇംഗ്ലീഷിൽ ക്രഷ്, ഇൻഫേക്ച്യുവേഷൻ എന്നൊക്കെ വിളിക്കുന്ന ചെറുമന്ദഹാസപ്രണയങ്ങൾ! യാതൊരു സ്വാർത്ഥതാത്പര്യങ്ങളോ മനോവിചാരങ്ങളോ ഇല്ലാത്ത നിഷ്കളങ്കമായ, എന്നാൽ തികച്ചും ആത്മാർത്ഥമായ കൗമാരകുതൂഹലങ്ങൾ! അത്തരം ഒരു കൗമാരപ്രണയകഥയാണ് ഇത്! തീർത്തും വൺവേ!

കഥയുടെ 'ലൊക്കേഷൻ' പതിവുപോലെ വെക്കേഷൻ കാലത്തെ നാട്ടിൻപുറം തന്നെ. അക്കാലങ്ങളിൽ ഗ്രാമങ്ങൾ സ്വാതന്ത്ര്യം ആഘോഷിക്കുകയും നഗരങ്ങൾ വീടുകളിലേക്ക് ചുരുങ്ങി ഒതുങ്ങി ശുഷ്ക്കിച്ചു പോവുകയും ചെയ്തിരുന്നു. കഥയിലെ നായിക, അല്ല, നായികമാർ എട്ടാം ക്ലാസ്സ് കഴിഞ്ഞു നിൽക്കുന്ന രണ്ട് കൗമാരക്കാരികൾ ആണ്. എല്ലാത്തിലും കൗതുകം കണ്ടിരുന്ന രണ്ട് നിഷ്കളങ്കമാനസർ! ഒരു ചെറിയമ്മയും അനന്തിരവളും! ചെറിയമ്മ വെണ്ണയുടെ നിറവും ചുരുണ്ടു നീണ്ട മുടിയും ഉള്ള ഒരു സുന്ദരിക്കുട്ടി! അവൾക്ക് ഗ്രാമത്തിൽ കുറേ ആരാധകർ അന്നേയുണ്ട്. അനന്തിരവൾ ആവട്ടെ, പ്രായത്തിൽ കവിഞ്ഞ പൊക്കവും മെലിഞ്ഞ ദേഹപ്രകൃതിയും ഉള്ള ഒരു നീളംകോലിയും. പൊക്കക്കൂടുതൽ സൗന്ദര്യത്തിന്റെ അളവ് കോലായി കണക്കാക്കാത്ത ഒരു കാലമായിരുന്നു അത്. മറിച്ച് സൗന്ദര്യമില്ലായ്മയായി കണക്കാക്കിയിരുന്നുതാനും! (സത്യം പറയണമല്ലോ, പിൽക്കാലത്ത് ഈ പൊക്കക്കൂടുതൽ തന്ന ആത്മവിശ്വാസം ചില്ലറയല്ല. ആ പൊക്കം കൂടിയ ആൾ എന്നത് എന്റെ 'തിരിച്ചറിയൽ കാർഡ്' ആയി മാറി, എന്നും)

അന്നത്തെക്കാലത്തെ ഗ്രാമജീവിതത്തിൽ അമ്പലം അല്ലെങ്കിൽ ആരാധനാലയങ്ങൾ വഹിച്ചിരുന്ന പങ്ക് ചില്ലറയല്ല. പല പ്രണയങ്ങളും

മൊട്ടിടുകയും വിടരുകയും കൊഴിയുകയും ഒക്കെ ചെയ്തിരുന്നത് ഇവിടങ്ങളിലാണ്. വൈകുന്നേരം നന്നായി ചമഞ്ഞൊരുങ്ങി അമ്പലത്തിൽ പോവുക, വെറുതെ പ്രദക്ഷിണം വയ്ക്കുക, വല്ല പായസമോ അവലോ പഴമോ കിട്ടിയാൽ കഴിക്കുക, ആറ് ആറര മണിയോടെ ദീപാരാധന തൊഴുത് തിരികെ വീട്ടിലെത്തുക. ഇതായിരുന്നു അന്നത്തെ തരുണീമണികളുടേയും യുവകോമളന്മാരുടെയും ദിനചര്യ. വേനൽ അവധിക്കാലമാണെങ്കിൽ പറയുകയും വേണ്ട! വൈകിട്ട് അഞ്ചരയ്ക്ക് അമ്പലത്തിൽ 'പാട്ട്' വെയ്ക്കുന്നതോടെ തുടങ്ങുന്ന ഈ പ്രദക്ഷിണ പരിപാടി ദീപാരാധന കഴിയുംവരെ നീളും. നിശ്ശബ്ദപ്രണയങ്ങളുടെ ആവാസസ്ഥലമായിരുന്ന ഈ പ്രദക്ഷിണ വഴികൾക്ക് എന്തെല്ലാം കഥകൾ പറയുവാനുണ്ടാവുമെന്നോ!

അങ്ങനെയുള്ള ഒരു വൈകുന്നേരത്താണ്, വെറുതെ പ്രദക്ഷിണം വെച്ചുകൊണ്ടിരിക്കുമ്പോൾ അമ്പലത്തിന്റെ കച്ചേരിയുടെ തട്ടിൻ പുറത്തെ വരാന്തയിൽ മഞ്ഞ മുണ്ടും അതേ നിറത്തിൽ മേൽവസ്ത്രവും ധരിച്ച ഒരാളെ ഞാൻ കാണുന്നത്. ശാന്തമായ മുഖം! നിർന്നിമേഷമായ നോട്ടം. നിറഞ്ഞ ചൈതന്യം! തേജസ്സുറ്റ ഒരു സന്ന്യാസിവര്യൻ!

(അമ്പലത്തിന് തൊട്ട് നിൽക്കുന്ന ഈ കച്ചേരി ഒരു ഇരുനില ക്കെട്ടിടമാണ്. അതിന്റെ മുൻവശത്തെ വരാന്ത അമ്പലത്തിന് പുറത്തേക്കും പിൻവശത്തെ ഊട്ടുപുര അമ്പലത്തിനുള്ളിലെ പ്രദക്ഷിണ വഴിയിലേക്കും തുറക്കുന്നു. മുകളിലെ നിലയിലാണ് അമ്പലത്തിൽ എത്തുന്ന അതിഥികൾ, സന്ന്യാസിമാർ ഒക്കെ താമസിക്കുക. രാവിലെയും വൈകീട്ടും ഭഗവാന്റെ കീർത്തനങ്ങൾ വെച്ച് ഗ്രാമത്തെ ഉണർത്തുകയും ഉറക്കുകയും ചെയ്തിരുന്ന ഉച്ചഭാഷിണിയും ഇവിടെത്തന്നെ. അമ്പലത്തിലെ സാധനസാമഗ്രികൾ സൂക്ഷിച്ചിരുന്നതും കഥകളി, നാടകം എന്നിവയ്ക്ക് കോപ്പ് കൂട്ടിയിരുന്നതും ഇവിടെ വെച്ചാണ്. ഈ ഇടത്തിന് എങ്ങനെ കച്ചേരി എന്ന പേര് കിട്ടി എന്ന് ഞാൻ ഓർക്കാറുണ്ട്.)

പിറ്റേന്ന് രാവിലെ കുളത്തിൽ കുളിക്കാൻ പോയപ്പോഴും വൈകീട്ട് പതിവുള്ള പ്രദക്ഷിണസമയത്തും ആ നിൽപ്പും ആ കാഴ്ചയും ആവർത്തിച്ചു. പിന്നീടുള്ള ദിവസങ്ങളിൽ അതൊരു ആവർത്തനക്കാഴ്ചയായി മാറി. ആദ്യം ഒരു കൗതുകം മാത്രമായിരുന്നുവെങ്കിലും കുറച്ചു നാൾ കൊണ്ട് അതൊരു ഇഷ്ടമായി ഭവിച്ചു. അമ്പലമുറ്റത്ത് എത്തുമ്പോൾ ഹൃദയം പടപടാന്ന് മിടിക്കുകയും മിഴികൾ അറിയാതെ കച്ചേരിയിലേക്ക് നീളുകയും ചെയ്യും. രണ്ടാംനിലയിലെ വരാന്തയിൽ നിർന്നിമേഷനായി നിൽക്കുന്ന ആ യോഗി രാവും പകലും ചിന്തകളിൽ നിറഞ്ഞു തുടങ്ങി. പോകെപ്പോകെ ആ കാഴ്ച ഒന്നാമതും പ്രദക്ഷിണം രണ്ടാമതും എന്നതായി ക്രമം! അമ്പലത്തിൽ

ഭഗവത്ഗീതാപാരായണത്തിന് വന്ന സ്വാമിയാണ് അതെന്ന് ഞങ്ങൾ കണ്ടുപിടിച്ചു. യുവത്വം ഏകദേശം പിന്നിട്ട ഒരു സന്ന്യാസിവര്യൻ!

രാവിലെ ശീവേലിക്കുശേഷവും വൈകിട്ട് ദീപാരാധനയ്ക്ക് മുൻപും ആണ് ഗീതാപാരായണം. ചിലപ്പോൾ രാത്രി വൈകും വരെയും. ഗീത കേൾക്കാൻ യാതൊരു താല്പര്യവും ഉണ്ടായിരുന്നില്ലെങ്കിലും ഞാൻ (അല്ല ഞങ്ങൾ) ഗീതാപാരായണം കേൾക്കാൻ ഇരിക്കുക പതിവായി. തേജസ്വിയായ ആ ബ്രഹ്മചാരിയുടെ ജപം ഞാൻ ആരാധനയോടെ കേട്ടിരുന്നു. സ്ഫുടമായ ഉച്ചാരണം. സ്പഷ്ടവും ഗംഭീരവുമായ ശബ്ദം. ലളിതമായ വ്യാഖ്യാനം. എല്ലാത്തിനുമുപരിയായി പ്രസരിക്കുന്ന ചൈതന്യം. ശാന്തഭാവം!

പിന്നിയിട്ട മുടിയിൽ മുല്ലപ്പൂ ചൂടി, കണ്ണെഴുതി പൊട്ടും തൊട്ട് ശ്രദ്ധയോടെ പതിവായി ഗീത കേട്ടിരിക്കുന്ന ആ രണ്ടു കൊച്ചുപെൺകുട്ടികളെ സ്വാമി ശ്രദ്ധിച്ചു കാണുമോ? അറിയില്ല.

രണ്ടാഴ്ചത്തെ പാരായണം കഴിഞ്ഞ് സ്വാമി പോകുന്നതുവരെ ആ പതിവ് മുടങ്ങിയില്ല. സ്വാമി ചൊല്ലിപ്പഠിപ്പിച്ച ചില സന്ധ്യാനാമങ്ങൾ ഞാൻ ഇന്നും ഓർക്കുന്നു. ഒരു ദിവസം ഗീത കേൾക്കാൻ അമ്പലത്തിൽ ചെന്ന ഞങ്ങൾ കണ്ടത് സ്വാമിക്ക് പകരക്കാരനായി വന്ന വേറെ ഒരാളെയാണ്. മഞ്ഞ വസ്ത്രവും മേൽവസ്ത്രവും ധരിച്ച ഒരു യുവാവ്. അദ്ദേഹവും സ്വാമിയാണ്. എങ്കിലും ശാന്തത ഓളം തല്ലുന്ന ഒരു ജോടി കണ്ണുകൾ എനിക്ക് അയാളിൽ കാണാൻ കഴിഞ്ഞില്ല. ആ പകരക്കാരനെ അംഗീകരിക്കാൻ ഞങ്ങൾക്ക് ഒട്ടും തന്നെ കഴിഞ്ഞില്ല. അദ്ദേഹത്തിന്റെ പാരായണം തീരെ ബോധിച്ചുമില്ല. അങ്ങനെ ആ പതിവും കൂട്ടത്തിൽ സ്വാമിയും പതുക്കെപ്പതുക്കെ മാഞ്ഞു പോയി.

കുറച്ചു ദിവസത്തെ നഷ്ടബോധം ആ പ്രണയം സമ്മാനിച്ചു എന്നത് സത്യം. അത് കഴിഞ്ഞുള്ള കുറേയേറെ ദിവസങ്ങളിൽ, ഓരോ വട്ടവും അമ്പലനടയിൽ, നാലമ്പലത്തിൽ, കച്ചേരിയിൽ, ഒക്കെ ഞാൻ ആ കണ്ണുകൾ തേടിക്കൊണ്ടിരുന്നു. നിറഞ്ഞ മിഴികൾ ഭഗവാന് സമർപ്പിച്ച്, കളഞ്ഞുപോയ മനസ്സുമായി ദിവസങ്ങളോളം നടന്നു, കരഞ്ഞു.

ഇപ്പോഴും അമ്പലത്തിൽ പോവുമ്പോൾ, ആ കച്ചേരിയും തട്ടിൻപുറവും കാണുമ്പോൾ, ഓർമ്മ വരിക ആ മഞ്ഞ വസ്ത്രക്കാരനെയും രണ്ടു മുഗ്ധഹൃദയങ്ങളേയും ആണ്. അന്ന്, ഞാൻ സ്വയം ചോദിച്ച ഒരു ചോദ്യമുണ്ട്, 'സന്ന്യാസിമാരോട് ഇഷ്ടം തോന്നീച്ചാൽ പാപം കിട്ട്വോ?'

ആവോ. അറിയില്ല.

■

ഒരു അപസർപ്പക കഥ

ഞങ്ങളുടെ തലമുറയുടെ ഒരു പ്രധാന ആകർഷണമായിരുന്നു ഡിറ്റക്റ്റീവ് നോവലുകളും ഹൊറർ നോവലുകളും. കോട്ടയം പുഷ്പ നാഥ്, ബാറ്റൺ ബോസ്, നീലകണ്ഠൻ പരമാര തുടങ്ങിയവരായി രുന്നു ഞങ്ങളുടെ ആരാധ്യരായ എഴുത്തുകാർ. സർപ്പക്കാവിൽ ഒരു പ്രേതം, ഡ്രാക്കുളയുടെ അങ്കി, ചുവന്ന മനുഷ്യൻ, മരണമില്ലാ ത്തവൻ തുടങ്ങി അനേകം നോവലുകളിലൂടെ ഡിറ്റക്റ്റീവ് പുഷ്പ രാജും ഡിറ്റക്റ്റീവ് സുധീറും, ഡിറ്റക്റ്റീവ് മാർക്സ്സിനും ഒക്കെ ഞങ്ങളുടെ മനസ്സിൽ ചിരപ്രതിഷ്ഠ നേടി. കാർപാർത്ത്യൻ മല നിരകളിൽ ഉണങ്ങിയ പന്നിയിറച്ചിയും വീഞ്ഞും കഴിച്ചു ഹാഫ് എ-കൊറോണ (ഇന്നത്തെ ഫുൾ കൊറോണ അല്ല.) സിഗരറ്റും വലിച്ചു വിലസുന്ന, നിമിഷാർദ്ധത്തിൽ പ്രത്യക്ഷനും അപ്രത്യക്ഷ നുമാവുന്ന ഡിറ്റക്റ്റീവ് മാർക്സ്സിൻ! അദ്ദേഹത്തെ സഹായിക്കുന്ന കാമുകി എലിസബത്ത്. ഡിറ്റക്റ്റീവ് ആവാനും ഉണങ്ങിയ പന്നി യിറച്ചി കടിച്ചു ചവച്ചു വീഞ്ഞ് കുടിക്കാനും ഞങ്ങളുടെ മനം തുടിച്ചു.

എന്റെ ഇളയ അമ്മാവൻ (എന്നേക്കാൾ വെറും രണ്ടു വയസ്സ് മൂപ്പ്) വലിയ 'വായനക്കാരൻ' ആയിരുന്നു. പഠിക്കാൻ പിറകിൽ ആണെങ്കിലും ആശാൻ 'എഴുത്തിലും വായനയിലും' മിടുക്കനായി രുന്നു. കോട്ടയം പുഷ്പനാഥിന്റെ ഏതാണ്ട് എല്ലാ നോവലുകളും മൂപ്പരുടെ കസ്റ്റഡിയിൽ ഉണ്ടായിരുന്നു. ഇതിനുപുറമെ, അന്നത്തെ കാർട്ടൂൺ ഡിറ്റക്റ്റീവ് പരമ്പരകൾ പ്രസിദ്ധീകരിക്കുന്ന ചില പുസ്തക ങ്ങളും മൂപ്പരുടെ പക്കൽ ഉണ്ടായിരുന്നു. (ചീറി വരുന്ന വെടിയുണ്ട കൈ കൊണ്ട് പിടിച്ചു വലിച്ചെറിയുന്ന 'ഹീറോ'കൾ ആദ്യം അവത രിച്ചത് ഈ കാർട്ടൂൺ പരമ്പരകളിലാണ്.) വീട്ടിലെ പുറത്തെ മുറിയിലാണ് കക്ഷിയുടെ വാസം. തുറന്നു വെച്ച പാഠപുസ്തക ത്തിനുള്ളിൽ നോവൽ ഒളിപ്പിച്ചു വെച്ച് വായിക്കുന്ന 'കല' ഞങ്ങൾ അഭ്യസിക്കുന്നത് അമ്മാവനിൽ നിന്നാണ്. ഞങ്ങൾ എന്നു വെച്ചാൽ ഞാനും അനിയനും. ഇത് ആമുഖം. കഥയിലേക്ക് വരാം.

കഥ നടക്കുന്ന കാലത്ത് ഞാൻ പ്രീഡിഗ്രിക്ക് പഠിക്കുന്നു. അനിയൻ ഒമ്പതിൽ. അപ്പോഴേക്കും നാട്ടിൽ തറവാടിന് തൊട്ടടുത്ത് പണിത വീട്ടിൽ ഞങ്ങൾ സ്ഥിരതാമസം ആക്കിയിരുന്നു. പഠിത്തക്കാര്യങ്ങളുടെ 'മേൽനോട്ടം' മുഴുവനായും അമ്മ ഏറ്റെടുത്തിരുന്നു. അച്ഛന് 'ഒക്കേഷണൽ ഇൻസ്പെക്ഷൻ' എന്ന റോൾ മാത്രം. രാവിലെ അഞ്ചു മണിക്ക് ഒരു കാര്യവും ഇല്ലാതെ വിളിച്ചുണർത്തി പഠിക്കാൻ പറയുക, ഉറക്കം തൂങ്ങുന്നുണ്ടോ എന്ന് പൂച്ചയുടെ പാദപതനത്തോടെ പതുങ്ങി വന്ന് നോക്കുക, ഉണ്ടെങ്കിൽ തലയ്ക്കു ഞൊട്ടുക തുടങ്ങി അമ്മമാർക്ക് ചേരാത്ത ഒരു 'ഡ്യൂവൽ പേഴ്സണാലിറ്റി' (അതെ, നാഗവല്ലി സ്റ്റൈൽ തന്നെ!) പഠിത്തക്കാര്യങ്ങളിൽ അമ്മ പുലർത്തിപ്പോന്നു. ബദ്ധശത്രുക്കൾ ആണെങ്കിലും ഈ 'സിൻഡ്രോം' നേരിടുന്ന കാര്യത്തിൽ ഞങ്ങൾ, അതായത് ഞാനും അനിയനും ഒറ്റക്കെട്ടായി നില കൊണ്ടു. ഐക്യമത്യം മഹാബലം!

അങ്ങനെ പോവുന്ന കാലത്താണ് അമ്മാവന് ബ്രാം സ്റ്റോക്കർ എഴുതിയ ഒറിജിനൽ ഡ്രാക്കുള വായിക്കാൻ കിട്ടുന്നത്. മൂപ്പരത് വായിച്ച് കോൾമയിർ കൊള്ളുന്നത് കണ്ട് ഞങ്ങൾക്ക് കൊതി സഹിച്ചില്ല. മാത്രവുമല്ല ഡ്രാക്കുളയെക്കുറിച്ച് കക്ഷി വളരെ വിസ്തരിച്ചു പറഞ്ഞു തരികയും ചെയ്തു. എങ്ങനെയും അത് വായിക്കണം എന്നത് അങ്ങനെ ഒരാവശ്യമായി മാറി. അവസാനം ഒരാഴ്ചയ്ക്കുള്ളിൽ തിരികെ കൊടുക്കാം എന്ന വ്യവസ്ഥയിൽ അമ്മാവൻ ഞങ്ങൾക്കത് വായിക്കാൻ തന്നു. ഊഴമിട്ട് (പകൽ ഞാനും രാത്രി അവനും) ഒരാഴ്ച കൊണ്ട് അത് വായിച്ചു തീർക്കാൻ തീരുമാനിച്ചു. സാമാന്യം വലിയ പുസ്തകമാണ്. ഒഴിവ് സമയം മാത്രം വായിച്ചാൽ തീരില്ല. കട്ടി കൂടിയതിനാൽ ടെക്സ്റ്റ് ബുക്കിനുള്ളിൽ വെച്ചു വായിക്കാനും പറ്റില്ല. അതിനും വഴിയുണ്ട്. അമ്മാവൻ പറഞ്ഞു. അപ്രകാരം ഞങ്ങൾ അവനെ ബ്രൗൺ പേപ്പർ കൊണ്ട് പൊതിഞ്ഞു പുറത്ത് 'ചരിത്രം' എന്ന് (ഒരു തരത്തിൽ ചരിത്രം തന്നെ ആണല്ലോ) പേരും എഴുതി ഒട്ടിച്ചു 'കുട്ടപ്പ'നാക്കി. അമ്മയ്ക്ക് കണ്ടുപിടിക്കാൻ പറ്റില്ല. സാക്ഷാൽ പാഠപുസ്തകം തന്നെ. വായന തുടങ്ങി. മക്കൾ പതിവിലേറെ നേരം പഠിക്കുന്നതുകണ്ട് അമ്മ സായൂജ്യമടഞ്ഞു.

അങ്ങനെ ഒരു രാത്രി അനിയൻ ഡ്രാക്കുള വായിച്ചുകൊണ്ടിരിക്കുകയാണ്. കഥാസന്ദർഭത്തിൽ ഡ്രാക്കുളയ്ക്ക് എങ്ങനെയും ലൂസിയെ അടിമയാക്കണം. അതിനായി ലൂസിയുടെ മുറിയിലേക്ക് കടന്നു വരാൻ അനുവാദം ചോദിച്ച് ഡ്രാക്കുള പ്രഭു (ഡ്രാക്കുള കൊറോണയെ പോലെ അഭിമാനിയാണ്. അനുവാദം ഇല്ലാതെ അകത്തു വരില്ല) ജനലിലൂടെ അവൾക്കു നേരെ കൈ നീട്ടുകയാണ്. കൈ അകത്തേക്ക് നീളുകയും ഇതേ സമയത്ത് പിന്നിൽ നിന്നും നീണ്ടുവന്ന ഒരു

കൈയാൽ നോവൽ തട്ടിപ്പറിക്കപ്പെടുകയും രണ്ടും ഒപ്പം കഴിഞ്ഞു. ഒരാർത്തനാദം കേട്ടു. നോക്കുമ്പോൾ അനിയൻ താഴെ വീണു കിടക്കുന്നു. പേടിച്ച് നീല നിറം ആയിട്ടുണ്ട്. ബോധം തീരെ ഇല്ല എന്ന് തന്നെ പറയാം. ഡ്രാക്കുള എന്നോ മറ്റോ അസ്പഷ്ടമായി, വികൃത സ്വരത്തിൽ പറയാൻ ശ്രമിക്കുന്നുണ്ട്. ഒരുപാട് നേരത്തെ പ്രയത്നം വേണ്ടിവന്നു അവനെ ഒന്നു 'നോർമൽ' ആക്കി എടുക്കാൻ. ഞാൻ, ഒന്നും അറിഞ്ഞില്ല എന്ന മട്ടിൽ സീനിൽ നിന്ന് ഔട്ട് ആവാൻ ശ്രമം നടത്തി നോക്കിയെങ്കിലും വിജയിച്ചില്ല. അടിയിൽ, അവനുള്ള വീതം കൂടി അച്ഛൻ എനിക്ക് തന്നു. അമ്മയെ അച്ഛൻ കൊന്നില്ലെന്നേയുള്ളൂ. മേലാൽ പഠിത്തക്കാര്യങ്ങളിൽ ഡിറ്റക്റ്റീവ് ആയി കളിക്കരുത് എന്ന ഒരുഗ്രൻ താക്കീതും അന്ന് അമ്മയ്ക്ക് കിട്ടി. എങ്കിലും അതോടെ പാഠപുസ്തകത്തിനുള്ളിൽ കഥാപുസ്തകം തിരുകി വായിക്കുന്ന വിദ്യ ഞങ്ങൾ മതിയാക്കി. അച്ഛന്റെ അനുവാദത്തോടെ ഞങ്ങൾ ഡ്രാക്കുള മുഴുവൻ വായിക്കുകയും ചെയ്തു.

ഇപ്പോൾ ഉയർന്ന ഉദ്യോഗസ്ഥനും ധൈര്യവാനും ഒക്കെയാണെങ്കിലും അന്ന് ബാധിച്ച ആ 'പേടി' അവനിൽ ഇപ്പോഴും കുറച്ചു ബാക്കിയില്ലേ എന്നെനിക്ക് തോന്നാറുണ്ട്, ചിലപ്പോഴൊക്കെ. ■

കൂടുവിട്ടുകൂടുമാറൽ
ഒരു കൈവിട്ട കളി

എന്റെ കുട്ടിക്കാലത്തെ മൂന്ന് പ്രധാന കളികളായിരുന്നു കൊത്താം കല്ല്, കൊച്ചങ്കുത്തി (മേടാസ് എന്നും പറയും), പിന്നെ ഒളിച്ചു കണ്ടു കളി (സാറ്റ്). ഇതിൽ കൊത്താംകല്ല് പൂർണ്ണമായും സ്ത്രീ സംവരണം ചെയ്യപ്പെട്ട കളിയാണ്. ഏഴിന്റെ ഗുണിതങ്ങൾ ആയ കൊച്ചു കല്ലുകൾ മേൽപ്പോട്ടെറിഞ്ഞു കൈപ്പത്തിയുടെ പിൻപാതിയിൽ ബാലൻസ് ചെയ്ത്, അതിൽ ഒന്ന് വിദഗ്ധമായി ഉള്ളം കൈയിലാക്കി വീണ്ടും മേല്പോട്ടിട്ട് 'മുക്ക' (മൂന്നു കല്ലുകൾ ഒന്നിച്ച്) വാരുന്ന 'അതിസങ്കീർണ്ണമായ' ആ കളിയിൽ ചെറിയമ്മ വളരെ സമർത്ഥയായിരുന്നു. അവൾ കൊത്താങ്കല്ലാടി സിക്സറും സെഞ്ചറികളും

ഹാട്രിക്കും ഒക്കെ വാരിക്കൂട്ടി. കളിയിൽ എന്റെ തുടർച്ചയായ തോൽവിക്ക് കാരണം വിരലുകൾക്ക് നീളം കൂടിപ്പോയതാണ് എന്ന സാങ്കേതിക കാരണം അവൾ കണ്ടെത്തി! പെൺകുട്ടികൾ കൊത്തംകല്ലാടുന്നത് കുടുംബത്തിന് ദോഷമാണ് എന്നൊരു ധാരണ അന്നുണ്ടായിരുന്നതുകൊണ്ട് വടക്ക്പുറത്തെ തിണ്ണയിലാണ് ഞങ്ങൾ സ്ഥിരമായി കല്ല് കളിച്ചിരുന്നത്. ചുവന്ന മണ്ണുള്ള കല്ലിട്ടോഴിയിൽ (ഇടവഴി) സംഘം ചേർന്നും ഞങ്ങൾ ചിലപ്പോൾ കല്ല് കളിച്ചു. കളിയിൽ മോശമാണെങ്കിലും എന്നെ സ്ഥിരമായി സ്വന്തം 'ടീമിൽ' ചേർത്ത് ചെറിയമ്മ ഐക്യദാർഢ്യം പ്രഖ്യാപിച്ചു.

സംവരണത്തിന്റെ പരിധിയിൽ വരാത്ത കളിയായതുകൊണ്ട് കൊച്ചംകുത്തി ആൺപെൺ വ്യത്യാസം ഇല്ലാതെ ഏവരും കളിച്ചു വന്നു. കളങ്ങൾക്കിടയിലെ വരയിൽ ചവിട്ടാതെ നീട്ടിപ്പിടിച്ച കയ്യിലെ 'വട്ട്' ബാലൻസ് ചെയ്യേണ്ട കളിയാണത്. കൊച്ചം കുത്തിക്കുത്തി വേണം കളങ്ങൾ താണ്ടാൻ. നീണ്ട കാലുകൾ കൊണ്ട് ഞാൻ കളങ്ങൾ നിഷ്പ്രയാസം കവച്ചു വയ്ക്കുകയും ഞങ്ങളുടെ ടീമിന്റെ തുടർച്ചയായ വിജയം ഉറപ്പിക്കയും ചെയ്തു. എള്ളിലെ ചേതം മുതിരയിൽ ലാഭം.

'ഒളിച്ചു കണ്ടു കളി' നിഗൂഢത നിറഞ്ഞ ഒരു കളിയായിരുന്നു. ഒന്ന് മുതൽ നൂറു വരെ എണ്ണുന്നതിനിടയിൽ ഞങ്ങൾ വീട്ടിലെയും പറമ്പിലെയും നിഗൂഢതകൾ തേടി ഒളിച്ചു. തൊഴുത്തിൽ, വൈക്കോൽക്കൂനയിൽ, തട്ടുമ്പുറത്ത്, പത്തായത്തിൽ തുടങ്ങി എന്തിലും ഏതിലും ഞങ്ങൾ ഒളിസ്ഥലം തിരഞ്ഞു. അങ്ങനെയുള്ള ഒരു ഒളിച്ചു കണ്ടു കളിയുടെ കഥയാണിത്.

അഞ്ചിലോ ആറിലോ പഠിക്കുമ്പോഴുള്ള ഒരു വെക്കേഷൻ കാലം. ഒരുച്ച നേരം. മുതിർന്നവർ എല്ലാരും ഊണ് കഴിഞ്ഞുള്ള ഉറക്കത്തിലാണ്. ഞങ്ങൾ, (ഞാൻ, അമ്മാവൻ, ചെറിയമ്മ, അനിയൻ, അടുത്ത വീട്ടിലെ മൂന്നാലു കൂട്ടുകാർ) 'ഒളിച്ചു കണ്ടു' കളിക്കയാണ്. മുറുകിയ, വാശിയേറിയ കളി. സാറ്റുകാരൻ നൂറുവരെ എണ്ണുന്നതിനിടയിൽ, കയറി ഒളിക്കാനുള്ള ഓരോ നൂതന സാധ്യതകൾ ഞങ്ങൾ തേടിക്കൊണ്ടിരിക്കുന്നു. ചെറിയമ്മ കയ്യാലയിലെ ചകിരിക്കൂനയ്ക്ക് പിന്നിൽ ചുരുട്ടി വെച്ച പനമ്പായയ്ക്കുള്ളിൽ നുഴഞ്ഞു കയറി. ഞാൻ വൈക്കോൽ കുണ്ടയ്ക്ക് പുറകിൽ പതുങ്ങി ഇരിക്കയാണ്. അമ്മാവൻ തൊട്ടടുത്തുള്ള ഞാവൽ, മരത്തിൽ വലിഞ്ഞു കയറുന്നതു ഞാൻ കണ്ടു. പാടത്തു തോലിന് (വളം) വേണ്ടി ഇലയും ചില്ലയും വെട്ടിയതുകൊണ്ട് ഞാവൽ കൊമ്പൊന്നുമില്ലാതെ വിവസ്ത്രനായി നിൽപ്പാണ്. ഒളിക്കാൻ മറയെവിടെ? ആ തോന്നലിൽ ആവണം അമ്മാവൻ ഞാവലിൽ നിന്ന് തൊട്ടടുത്ത തെങ്ങിലേക്ക് ഒരു കൂട്

വിട്ടു കൂട് മാറ്റം നടത്താൻ ശ്രമിച്ചത്. ഞാവലിന്റെ തടിയിൽ അള്ളി പിടിച്ച്, കൈ എത്തിച്ച്, തെങ്ങിന്റെ തൂങ്ങി കിടന്ന പട്ടയിൽ പിടിയ്ക്കാൻ ശ്രമിച്ചതും കൈവിട്ട്, ഉണങ്ങി നിന്ന പട്ട സഹിതം താഴോട്ട് ലാൻഡ് ചെയ്തതും ഒപ്പം കഴിഞ്ഞു. അമ്മാവന്റെ ഡൈവിങ്ങിൽ 'ഇമ്പ്രെസ്സ്ഡ്' ആയെങ്കിലും ഞാൻ വൈക്കോൽ കൂന വിടാൻ തയ്യാറായില്ല. എണ്ണുന്നവൻ കണ്ട് സാറ്റ് അടിച്ചാലോ. ശ്വാസം എടുക്കാം എന്നായപ്പോൾ അമ്മാവൻ ഉറക്കെ നിലവിളിച്ചു. ചാടിയതല്ല, വീണതാണ് എന്ന നഗ്നസത്യം അപ്പോഴാണ് എനിക്ക് പിടികിട്ടിയത്. അമ്മയും അമ്മൂമ്മയും മറ്റെല്ലാവരും നിലവിളി കേട്ട് ഓടി വന്നു.

കണ്ണ് തുറിച്ച് ശ്വാസം എടുക്കാനാവാതെ നിലത്തു വീണ് കിടക്കുകയാണ് ചെറിയമ്മാവൻ. മീതെ തെങ്ങിൻപട്ടയുമുണ്ട്! പട്ട കൊണ്ട് ദേഹത്ത് അവിടവിടെ ചെറുതായി തൊലി പോയിട്ടുണ്ട്. പുറമേയ്ക്ക് വേറെ സാരമായ പരിക്കുകൾ ഒന്നും പറ്റിയിട്ടില്ല. ചെറുതായി ഒത്തിയിട്ടാണെങ്കിലും നടക്കാൻ പറ്റുന്നുണ്ട്. എല്ലൊന്നും ഒടിഞ്ഞിട്ടില്ല. ഭാഗ്യം.

അയമോദകവും രണ്ടു പച്ച കോഴിമുട്ടയും കലക്കിക്കുടിപ്പിച്ച് രണ്ടു റൗണ്ട് ഓടിച്ച്, ഉള്ളിൽ പരിക്കൊന്നും ഇല്ലെന്ന് ബോധ്യപ്പെട്ട ശേഷം എല്ലാർക്കും കിട്ടി, വേണ്ടുവോളം അടി. വീണത് കണ്ടിട്ടും മിണ്ടാതെ ഒളിച്ചു നിന്നതിന് എനിക്ക് സ്പെഷ്യൽ ട്രീറ്റ്മെന്റും കിട്ടി. (എന്ത് ചെയ്യുമ്പോഴും ആത്മാർത്ഥമായി ചെയ്യണം എന്ന് ഒരു നൂറുവട്ടം പറഞ്ഞു പഠിപ്പിക്കുന്ന അമ്മയ്ക്ക് ഞാൻ കളിയിൽ കാണിച്ച ആത്മാർത്ഥത മനസ്സിലാവാതെ പോയി. തരാതരം പോലെ നയം മാറ്റാമോ?)

ഉപ്പുമാങ്ങയും കടിച്ച് ഉച്ചവെയിലത്ത് പറമ്പിലും നാട്ടിടവഴികളിലും സ്വതന്ത്രമായി കളിച്ചു നടന്ന ഒരു ബാല്യം. അന്ന്, മുതിർന്നവർക്കും കുട്ടികൾക്കും വെവ്വേറെ ലോകമുണ്ടായിരുന്നു. രണ്ടു ലോകങ്ങളിലും പരസ്പരം ഇടപെടാതെ ഇരുകൂട്ടരും സംതൃപ്തരായി കഴിഞ്ഞു വരികയും ചെയ്തിരുന്നു.

ഇന്നോ?

■

തേവനും കുറെ ശാസ്ത്രസത്യങ്ങളും

ചെറുപ്പത്തിൽ തന്നെ ആകാശം, നക്ഷത്രങ്ങൾ, ഗ്രഹങ്ങൾ തുടങ്ങിയവയോട് എനിക്ക് പ്രത്യേക പ്രതിപത്തി തോന്നിയിരുന്നു. ആകാശത്തെ ചില നക്ഷത്രക്കൂട്ടങ്ങളേയും ഗ്രഹങ്ങളെയും ഒക്കെ അച്ഛൻ കുഞ്ഞിലേ പരിചയപ്പെടുത്തി തന്നതാവാം കാരണം. സപ്തർഷികൾ (ഉർസ മേജർ) എന്ന നക്ഷത്രക്കൂട്ടത്തെയാണ് ആദ്യം പരിചയപ്പെട്ടത്. അതിനു തൊട്ടടുത്ത് കുറച്ചു മങ്ങി അരുന്ധതി നക്ഷത്രം. ബുധൻ, ശുക്രൻ തുടങ്ങിയ ഗ്രഹങ്ങളും എന്നെ ആകർഷിച്ചു. ആ ഗ്രഹങ്ങളിൽ നിന്നും അവിടത്തെ കുട്ടികൾ ഞാൻ അവരെ നോക്കുന്ന പോലെ എന്നെയും നോക്കുന്നുണ്ടെന്നു വിശ്വസിച്ചു.

അച്ഛന്റെ കുട്ടിക്കാലത്ത്, മാനത്ത് വന്ന വാൽനക്ഷത്രം കുറേ നാൾ അവിടെ ഉണ്ടായിരുന്നതും അന്ന് അതിനെ ചുറ്റിപ്പറ്റിയുണ്ടായിരുന്ന അന്ധവിശ്വാസങ്ങളുമൊക്കെ അച്ഛൻ പറഞ്ഞു തരാറുണ്ടായിരുന്നു. ധ്രുവനക്ഷത്രം (പോൾ സ്റ്റാർ) ഭൂമിയുടെ അച്ചുതണ്ടിന് നേരെ വരുന്ന നക്ഷത്രം ആണെന്നും അച്ഛൻ പറഞ്ഞു തന്നിരുന്നു. ഉൽക്കകൾ, സൂര്യന്റെ അയനങ്ങൾ തുടങ്ങിയവ ആദ്യം, അച്ഛൻ പറഞ്ഞു തന്നാണ് അറിഞ്ഞത്. പ്രപഞ്ചം ഒരു വിസ്മയം ആയി തോന്നി. ടെലിസ്കോപ് ആയിരുന്നു അന്ന് കിട്ടാൻ കൊതിച്ച ഏറ്റവും വലിയ സംഗതി. വലുതാവുമ്പോൾ ആകാശത്തെയും നക്ഷത്രങ്ങളെയും ഗവേഷണം ചെയ്തു വശത്താക്കാൻ ഞാൻ ഉറച്ചു. ടെലിസ്കോപ്പിലൂടെ മനനം ചെയ്ത് പുതിയ ഗ്രഹങ്ങളെ കണ്ടുപിടിക്കുന്നത് ഞാൻ സ്വപ്നം കണ്ടു. അതെ, ഒരു പുതിയ 'ശാസ്ത്രജ്ഞ' ഉദയം ചെയ്യുകയായിരുന്നു.

ഫിസിക്സും കണക്കും സ്കൂളിൽ പഠിച്ചു തുടങ്ങിയപ്പോൾ എന്റേതായ കുറെ 'തോന്നിയ(വാസ)' തിയറികൾ കണ്ടുപിടിച്ചു തുടങ്ങി. നോട്ടുബുക്കുകളിൽ സ്വന്തം തിയറികളും 'ഹൈപോത്തിസിസും കൺക്ലൂഷനും' എല്ലാം അവിയൽ പരുവത്തിൽ തലങ്ങും വിലങ്ങും കിടന്നു കറങ്ങി. സന്ധ്യ കഴിഞ്ഞാൽ മുറ്റത്ത് മാനം

നോക്കിയിരിക്കുക പതിവായി. നക്ഷത്രങ്ങൾ കണ്ണ് ചിമ്മും. ഗ്രഹങ്ങളാവട്ടെ, ചിമ്മാതെ നമ്മെ തുറിച്ചു നോക്കും. നക്ഷത്രങ്ങളുടെ പല കൂട്ടങ്ങളെ തിരിച്ചറിയാൻ എന്റേതായ രീതിയിൽ ശ്രമിച്ചു. 'മിൽക്കി വേ' എന്ന ആകാശഗംഗയിലെ, സൂര്യനും അതിനെ ചുറ്റുന്ന ഭൂമിയും അതിൽ ഒരു അണുവിനോളം പോലുമല്ലാത്ത എന്റെ വീടും ഞാനും. എല്ലാം എല്ലാം അത്ഭുതങ്ങളായിരുന്നു. സൂര്യൻ, ചന്ദ്രൻ, ഭൂമി, നക്ഷത്രങ്ങൾ ഇവരെല്ലാം എന്റെ ചിന്തകളിൽ വന്നു കൂടി, അവിടെ തമ്പടിച്ചു കിടന്നു. കളിക്കാൻ പോവാനല്ല, ഓരോ 'ഭ്രാന്തുകൾ' ചിന്തിച്ച് ഒറ്റയ്ക്കിരിക്കാൻ ആയിരുന്നു എനിക്കിഷ്ടം. മണിച്ചിത്രത്താഴിലെ സണ്ണിയെപ്പോലെ, 'ശാസ്ത്രത്തിന്റെ നിഗൂഢലോകത്ത് ഒരു ഭ്രാന്തിയെ പോലെ' ഞാൻ അലഞ്ഞു നടന്നു. (സണ്ണി അന്ന് ജനിച്ചിട്ടില്ല, അല്ലെങ്കിൽ ഒരു കൂട്ടായേനേ) അത്തരം ഒരു കണ്ടെത്തലും അതിന്റെ അനന്തര ഫലവും ആണ് ഈ കഥ.

നാട്ടിൽ പുതിയ വീടിന്റെ പണി തുടങ്ങിയ വെക്കേഷൻ കാലത്താണ് കഥ നടക്കുന്നത്. പൈത്തഗോറസ് തിയറത്തിൽ തുടങ്ങി ട്രിഗ്നോമെട്രിയിൽ എത്തി നിൽക്കുന്ന കാലം. ലോകത്തിന്റെ സ്പന്ദനം കണക്കിൽ ആണെന്ന് സ്ഫടികത്തിലെ ചാക്കോ മാഷെപ്പോലെ ഞാനും ഉറച്ചു വിശ്വസിച്ചു. മാത്രമല്ല, കാണുന്നതിൽ എല്ലാം ആ സ്പന്ദനം കണ്ടെത്താൻ കിണഞ്ഞു ശ്രമിക്കയും ചെയ്തു. പുതിയ വീടിന്റെ മേസ്തിരിപ്പണി ചെയ്യുന്നത് തേവനാണ്. നാട്ടിലെ മോസ്റ്റ് ഡിമാൻഡഡ് 'എഞ്ചിനീയർ'.

തേവൻ കല്ലുകൾ അടുക്കിവെച്ച് പണിയുന്നത് കൗതുകത്തോടെ നോക്കി നിൽക്കൽ എന്റെ ഹോബിയായിത്തീർന്നു. ചുമർ പണിത് ഉയരം എത്തുമ്പോൾ തേവൻ 'തൂക്കം' (ലളിതമായ ഒരു ഉപകരണം) എടുത്ത് ചുമരിൽ വെച്ച് ചരിവ് നോക്കും. എന്തോ കണക്കുകൂട്ടും. നോക്കി നിന്നപ്പോൾ അത് പൈത്താഗോറസ് തിയറത്തിന്റെ സിംപിൾ അപ്ലിക്കേഷൻ ആണല്ലോ എന്നെനിക്കു തോന്നി. ഉറപ്പിക്കാൻ വേണ്ടി ഞാൻ സസൂക്ഷ്മം തേവനെ വീക്ഷിച്ചു. അതെ, അതു തന്നെ. പൈത്താഗോറസ്സിനെക്കുറിച്ച് കേൾക്കുക പോലും ചെയ്യാതെ, അജ്ഞനായി, ആ തിയറി ഉപയോഗിക്കുന്ന തേവനോട് സഹതാപവും കരുണയും തോന്നി. എത്ര വലിയൊരു ശാസ്ത്രസത്യമാണ് താൻ പ്രയോഗിക്കുന്നത് എന്ന് തേവൻ അറിയാതിരുന്നുകൂടാ. അത് നീതി നിഷേധമാണ്! എല്ലാവർക്കും തുല്യനീതി. അതാണ് ശരി.

സ്കൂളിൽ പോകാത്ത തേവനെ പൈത്താഗോറസ് തിയറം പഠിപ്പിക്കാൻ നിശ്ചയിച്ചു. മാത്രമല്ല, ട്രിഗ്നോമെട്രിയുടെ അനന്ത

സാധ്യതകൾ എങ്ങനെ വീട് പണിക്ക് ഉപയോഗിക്കാം എന്ന് തേവനുമായി ഒരു 'ജോയിന്റ് വെൻചർ' ഗവേഷണം നടത്താനും ഞാൻ ആലോചിച്ചു.

കുറേയേറെ മെനക്കെട്ടു നോക്കിയെങ്കിലും തേവൻ തിയറം ഒന്നും പഠിക്കാൻ കൂട്ടാക്കിയില്ല. മാത്രമല്ല, തൂക്കം ഒരു സൂത്രം മാത്രം ആണെന്നും ബാക്കി എനിക്ക് തോന്നുന്നതാണ് എന്നും വലുതാവുമ്പോൾ 'എല്ലാം ശരിയാകും' എന്നും എന്നെ പഠിപ്പിക്കുവാനും ശ്രമിച്ചു. നല്ല ഒരു ടീച്ചർ എന്ന നിലയിൽ വിട്ടുകൊടുക്കാതെ ക്ഷമയോടെ വീണ്ടും ഞാൻ ശ്രമിച്ചു. കുറെ ഏറെ ദിവസങ്ങളായി പുറകെ നടന്നു പണി മെനക്കെടുത്തുന്നതിൽ അതിനകം 'അലോസരൻ' ആയിക്കഴിഞ്ഞിരുന്ന തേവൻ പഠനം നിഷേധിക്ക മാത്രമല്ല ചെയ്തത്, അംബ്രാളുട്ടിക്ക് 'എന്തോ' അസ്കിത (സുഖല്യായ) ഉള്ളതായി മുകളിലേക്ക് റിപ്പോർട്ട് ചെയ്യുകയും ചെയ്തു. പണിക്കാരോടും വേണോ നിന്റെ പൊട്ടത്തരങ്ങൾ എന്ന് അമ്മ ശാസിക്കുക കൂടി ചെയ്തപ്പോൾ മുഴുവനായി.

അതങ്ങനെ ആണല്ലോ. സത്യം പറഞ്ഞവന് വെടിയുണ്ട. വഴി കാട്ടിയവന് കുരിശ്. സൂര്യൻ ഭൂമിയെ അല്ല, ഭൂമി സൂര്യനെയാണ് ചുറ്റുന്നത് എന്ന് പറഞ്ഞതിന് ഗലീലിയോവിനെ പുച്ഛിച്ചു തള്ളിയവരല്ലേ നിങ്ങൾ? പിന്നെയാണോ ഈ എന്നെ? നല്ലൊരു ശാസ്ത്രജ്ഞയെ കിട്ടാനും വേണം യോഗം. അത്ര തന്നെ.

സമർപ്പണം : "You cannot teach a man anything, you can only help him to find it within himself" എന്ന് പറഞ്ഞ എന്റെ ഗലീലിയോയ്ക്ക്.

■

ഗർഭശ്രീമാനും രണ്ട് കുഞ്ഞിക്കഥകളും

എന്റെ അനിയന്റെ ജനനം ലോകത്തിലെ എട്ടാമത്തെ അത്ഭുതം ആയിരുന്നു. കഷ്ടി എട്ടു മാസം അമ്മയുടെ വയറ്റിൽ കിടന്നു പുറത്തു ചാടിയ ഗർഭശ്രീമാൻ. ജനിക്കുമ്പോൾ ഒരു എലിക്കുഞ്ഞു പോലെയിരുന്ന അവന് കണ്ണ്, മൂക്ക് തുടങ്ങിയ അവയവങ്ങൾ പൂർണ്ണമായ രീതിയിൽ ഇല്ലായിരുന്നുവെന്നും അതുകണ്ട് മുത്തശ്ശി നെഞ്ചത്തടിച്ചു കരഞ്ഞുവെന്നുമാണ് ഐതിഹ്യം. എന്നാൽ, നിതാന്തമായ ശുശ്രൂഷ അവനെ കാലാന്തരത്തിൽ ആരോഗ്യവാനാക്കി. മാത്രമല്ല, കണ്ണ്, മൂക്ക്, വായ തുടങ്ങിയ ഇന്ദ്രിയങ്ങൾ അതിശക്തമാവുകയും ചെയ്തു. അമ്മ വിദഗ്ധമായി ഒളിപ്പിച്ചു വയ്ക്കുന്ന ബിസ്ക്കറ്റ്, മിക്സ്ച്ചർ തുടങ്ങിയ ആഹാരസാധനങ്ങൾ ക്ഷണനേരം കൊണ്ട് കണ്ടുപിടിക്കാൻ ഈ ഇന്ദ്രിയങ്ങൾ എന്നും അവനെ സഹായിച്ചു പോന്നു.

ജനിച്ച് ആറുമാസത്തിനുള്ളിൽ മൂന്നു തവണ മരണത്തെ മുന്നിൽ കണ്ട ആ 'മരിച്ചിട്ടും മരിക്കാത്തവനെ', എല്ലാവരും ചേർന്ന് ഓമനിച്ചു വഷളാക്കിക്കൊണ്ടിരുന്നു. (ഞാൻ ഒഴികെ) എപ്പോഴും എടുത്തുകൊണ്ട് നടക്കുക, ഉണ്ണി (ഒരുണ്ണി, ഹും!) എന്ന് പുന്നാരിച്ചു വിളിക്കുക തുടങ്ങിയ കലാപരിപാടികൾ എനിക്ക് തീരെ പിടിച്ചിരുന്നില്ല. അവനെ, എന്നെ നോക്കാനേല്പിച്ച് അമ്മ അടുക്കളയിൽ പോവുന്ന തക്കത്തിന് പിച്ചിയും നുള്ളിയും കരയിപ്പിച്ച് ഞാൻ പ്രതികാരം നിറവേറ്റിപ്പോന്നു. ഇങ്ങനെയൊക്കെ ആണെങ്കിലും സ്കൂളിൽനിന്ന് അപൂർവ്വമായി കിട്ടുന്ന ചോക്ലേറ്റ് (വലിയ വീട്ടിലെ കുട്ടികൾ പിറന്നാളിന് ക്ലാസ്സിൽ ചോക്ലേറ്റ് കൊടുക്കുന്ന പരിപാടി അന്നുണ്ടായിരുന്നു) ബോക്സിൽ ഇട്ട് കൊണ്ടുവന്ന് പകുതി ഞാനവന് കൊടുക്കാറുണ്ട്. തെറ്റിദ്ധരിക്കരുത്. സ്നേഹം കൊണ്ടൊന്നുമല്ല, ഒരു സഹതാപം. അത്ര തന്നെ.

ഈ ഓമനിക്കൽ കൊണ്ടാവാം ഒട്ടുവലുതായിട്ടും ചോറുരുട്ടി വായിൽ വെച്ചുകൊടുത്താണ് അമ്മ അവനെ (കൂട്ടത്തിൽ എന്നെയും)

ഊട്ടിയിരുന്നത്. പകൽ സമയത്ത് സ്കൂളിൽ പോവുന്നതുകൊണ്ട് സന്ധ്യയ്ക്കാണ് ഈ ചോറൂട്ടൽ. ചോറ്, കൂട്ടാനോ വെളിച്ചെണ്ണയോ കൂട്ടി നന്നായി കുഴച്ച് ഉരുട്ടി മുകളിൽ ചെറിയ പപ്പടക്കഷ്ണങ്ങൾ പതിപ്പിച്ച ആ ഉരുളകൾക്ക് നല്ല രുചിയായിരുന്നു. ഞങ്ങൾ രണ്ടു പേർക്കും മാറി മാറി അമ്മ ഉരുളകൾ തന്നിരുന്നതും സ്വാദോടെ കഴിച്ചിരുന്നതും സുഖമുള്ള ഒരോർമ്മയാണ്. ഉണ്ണണം എന്നുണ്ടെങ്കിൽ ഉരുള പോരാ, കഥ കൂടി വേണം എന്നത് അവന് നിർബ്ബന്ധമായിരുന്നു. അക്കാലങ്ങളിൽ അമ്മ സ്ഥിരമായി പറയാറുള്ള രണ്ട് കുഞ്ഞിക്കഥകളാണ് ഈ കുറിപ്പിൽ.

ആദ്യത്തെ കഥയിലെ നായകൻ ബാലൻ, ദരിദ്രനായ ഒരു കുട്ടിയാണ്. അവന് അമ്മ മാത്രമേ ഉള്ളൂ. വളരെ കഷ്ടപ്പെട്ടാണ് അമ്മ അവനെ വളർത്തുന്നത് (വീട്ടുപണിക്ക് പോവുന്നതും അവിടുള്ളവർ വഴക്ക് പറയുന്നതും പട്ടിണി കിടക്കുന്നതും എന്നിങ്ങനെ ഈ കഷ്ടപ്പാടുകൾ അമ്മ വിസ്തരിച്ചു പറയും, വിസ്താരഭയം കൊണ്ട് ഇവിടെ അതിനു തുനിയുന്നില്ല). അങ്ങനെ കഷ്ടപ്പെട്ടു ജീവിക്കുന്ന കാലത്ത്, ഒരു ദിവസം പൊടുന്നനെ അവന്റെ അമ്മ മരിക്കുകയാണ്. അനാഥനായ ബാലൻ അമ്മയുടെ കുഴിമാടത്തിൽ കണ്ണീരോടെ ഒരു മുല്ലത്തൈ നടുന്നു. പിന്നീട് എവിടെയോ ജോലി തേടി പോവുന്നു. അലഞ്ഞു തിരിയുന്ന ബാലൻ കടത്തിണ്ണയിൽ ഉറങ്ങുന്നതും വിശപ്പ് മാറ്റാൻ പൈപ്പ് വെള്ളം കുടിക്കുന്നതും അമ്മ വിവരിച്ചു പറയും. എന്റെ കണ്ണുകൾ നിറയും. അനിയന്റെ കുഞ്ഞിക്കണ്ണുകൾ നിറയുകയും ചുണ്ടുകൾ വിതുമ്പുകയും ചെയ്യുന്നുണ്ടാവും. അങ്ങനെ കുറെക്കാലം കഴിഞ്ഞ്, വലുതായി മിടുക്കനായി ബാലൻ തിരിച്ചു വരുന്നു. തെരുവുവിളക്കിന്റെ ചോട്ടിലിരുന്നു പഠിച്ച് വലിയ ജോലിക്കാരനായിട്ടുണ്ട് അപ്പോഴേക്കും നമ്മുടെ ബാലൻ. അപ്പോൾ കാണുന്നതെന്താ? മുല്ല നിറയെ പൂത്തുലഞ്ഞു നിൽക്കുന്നു! സുഗന്ധം വിതറുന്ന വെളുത്ത പൂക്കൾ ബാലൻ ഒരു പൂവ് പൊട്ടിച്ച് അമ്മയുടെ കുഴിമാടത്തിൽ വയ്ക്കുന്നതോടെ കഥ തീരുന്നു. കഥ കഴിയുമ്പോഴേക്കും ഞങ്ങളുടെ കണ്ണുകൾ നിറഞ്ഞു കവിഞ്ഞിരിക്കും. ഉരുളകളും കഴിഞ്ഞിരിക്കും. ബാലനെപ്പോലെ, വലുതാവുമ്പോൾ പഠിച്ച് മിടുക്കരാവാൻ ഞങ്ങൾ തീരുമാനിക്കും. അമ്മയ്ക്ക് വാക്കും കൊടുക്കും. ഒറ്റ കണ്ടീഷൻ മാത്രം. കഥയിലെപ്പോലെ അമ്മ മരിക്കണ്ട.

രണ്ടാമത്തെ കഥ ഒരു മുത്തുമാലയുടെ കഥയാണ്. അതായിരുന്നു അമ്മയുടെ മാസ്റ്റർ പീസ്. രണ്ട് കൂട്ടുകാരികളുടെ കഥയാണത്. ഒരാൾ വലിയ പണക്കാരി. മറ്റെയാൾ പരമദരിദ്ര. എങ്കിലും അവർ ആത്മാർത്ഥ സുഹൃത്തുക്കളായിരുന്നു. ഒരിക്കൽ ദരിദ്ര, ധനികയുടെ കഴുത്തിൽ അതീവസുന്ദരമായ ഒരു മാല കാണുന്നു. നിറയെ മുത്തു

പതിപ്പിച്ച് സ്വർണ്ണത്തിൽ പണിത ഒരു 'കുടുക്കിക്കെട്ടി' (നെക്ലെസ്). ദരിദ്രയ്ക്ക് വലിയ ഇഷ്ടമായി അത്. പക്ഷേ എന്തു ചെയ്യാം, വാങ്ങാൻ കഴിവില്ലല്ലോ. ദരിദ്രയുടെ ആഗ്രഹം കണ്ടപ്പോൾ ധനിക അവളോട് അത് ഒരാഴ്ചത്തേക്ക് അണിയാൻ എടുത്തു കൊള്ളാൻ പറഞ്ഞു. പിറ്റേ ആഴ്ച തിരികെ കൊടുക്കണം. അതാണ് കരാർ. ഉള്ളിലെ ആഗ്രഹം അടക്കാനാവാതെ ദരിദ്ര അത് സമ്മതിച്ചു. ഒരാഴ്ച ഇട്ട് മോഹം തീർക്കാൻ മാല കടം വാങ്ങി. കഷ്ടകാലമെന്ന് പറയട്ടെ, അന്ന് രാത്രി ആ മാല ദരിദ്രയുടെ വീട്ടിൽ നിന്നും കളവു പോയി. എന്തു ചെയ്യും? മറ്റ് പോംവഴി ഒന്നും കാണാതെ ദരിദ്ര തന്റെ ആകെയുള്ള സമ്പാദ്യമായ വീട് വിറ്റ് അതുപോലെ ഉള്ള മുത്തു പതിപ്പിച്ച ഒരു സ്വർണമാല തീർത്തു. ധനികയ്ക്ക് തിരിച്ചു കൊടുക്കുകയും ചെയ്തു. പിന്നീട് കണ്ണീരോടെ നടന്നതൊക്കെ പറഞ്ഞു. അപ്പോഴാണ് ധനിക ആ സത്യം പറഞ്ഞത്. താൻ കൊടുത്ത മാല വെറും അഞ്ചു രൂപ (അന്നത്തെ കാലത്തെ) മാത്രം വിലയുള്ള ഒരു മുക്കുപണ്ടം ആണ് എന്ന്. ഇതാണ് കഥ.

മുതിർന്ന്, തരക്കേടില്ലാത്ത ഒരു വായനക്കാരിയൊക്കെ ആയപ്പോഴാണ് ആ കഥ മോപ്പസാങ് (guy-de-maupassant, french writer) എഴുതിയ പ്രസിദ്ധമായ 'The Necklace' ആയിരുന്നു എന്ന് ഞാൻ തിരിച്ചറിഞ്ഞത്. അമ്മയ്ക്ക് അതെവിടെ നിന്നും കിട്ടി എന്ന് അത്ഭുതപ്പെട്ടിട്ടുണ്ട്. മോപ്പസാങ്ങിനെ എന്തായാലും അമ്മയ്ക്ക് പരിചയം ഉണ്ടാവാൻ തരമില്ല.

ചോറുരുളകളോടൊപ്പം അമ്മ ഊട്ടിത്തന്ന ആ കഥകൾ. ഓർത്തു നോക്കിയാൽ ഒന്നിലേറെ പാഠങ്ങൾ ആ കഥകളിൽ ഉള്ളപോലെ തോന്നും. ഒരു സംശയം പിന്നീട് തോന്നിയിട്ടുള്ളത് ഇതാണ്. എന്താണ് ബാലൻ മുല്ല നടാൻ കാരണം? റോസല്ലേ നടേണ്ടിയിരുന്നത്? ഉത്തരം ഒരുപക്ഷേ അമ്മയ്ക്ക് അറിയുമായിരിക്കും. ചോദിച്ചിട്ടില്ല, ഇതുവരെ. നിങ്ങൾക്കെന്തു തോന്നുന്നു? വല്ല ഊഹവും ഉണ്ടോ? ■

രാഘവൻ നായരും വാസന്തിയും പിന്നെ വാലും

വാത്സല്യം എന്ന സിനിമയും തറവാട്ടിലെ രാഘവൻ നായർ എന്ന മൂത്ത മകനേയും ഓർമ്മയില്ലേ? കുടുംബത്തിന്റെ നെടുംതൂണായി നിന്ന് ഒന്നും നേടാതെ പോയ ഒരു നിസ്വാർത്ഥൻ. നായർ തറവാടുകളിലെ ഒരു തലമുറയുടെ പ്രതിനിധി ആണയാൾ.

എനിക്ക് ഓർമ്മ വയ്ക്കുമ്പോൾ എന്റെ മൂത്ത അമ്മാവൻ ബോംബെയിലാണ്. പത്താം ക്ലാസ്സ് പാസ്സായാൽ ടൈപ്പിംഗ്, ഷോർട്ട് ഹാൻഡ് എന്നിവ പഠിക്കുക, ജോലി അന്വേഷിച്ചു ബോംബേയ്ക്ക് വണ്ടി കയറുക എന്നത് അന്നത്തെ സർവ്വസാധാരണമായ ഒരു 'ആചാരം' ആയിരുന്നു. അമ്മാവനും അത് പിന്തുടർന്നു. പതിനെട്ടു വയസ്സിൽ 'ടൈപ്പും ഷോർട്ട് ഹാൻഡും' പഠിച്ച് ബോംബേക്ക് വണ്ടി കയറി. എല്ലാ വർഷവും അമ്മാവൻ നാട്ടിൽ വരും. മിക്കവാറും വെക്കേഷൻ കാലത്ത്. നിവിയ ക്രീം, ലക്സ് സോപ്പ്, ബദാം തുടങ്ങിയവ ആദ്യമായി തറവാട്ടിൽ 'ഇൻട്രോഡ്യൂസ്' ചെയ്യുന്നത് അമ്മാവൻ ആണ്. ബോംബെയിൽ നിന്ന് പല നിറത്തിൽ, രൂപത്തിൽ അമ്മാവൻ കൊണ്ടുവന്നിരുന്ന ഉടുപ്പുകൾ ഞങ്ങളുടെ 'മാർക്കറ്റ് വാല്യു' ഉയർത്തി. പക്ഷിച്ചിറകുകൾ പോലെ ഉള്ള കഫ്ത്താൻ ആയിരുന്നു അതിൽ ഏറ്റവും പ്രമുഖ. ഒരേ പ്രായമുള്ള ചെറിയമ്മയ്ക്കും എനിക്കും ഒരു പക്ഷഭേദവും ഇല്ലാതെ ഒരേതരം ഉടുപ്പുകൾ അമ്മാവൻ കൊണ്ടുതന്നു.

സാധാരണക്കാർ അധികമില്ലാത്ത (എന്റെ അച്ഛൻ ഒരു സാധാരണ കേന്ദ്ര ഗവണ്മെന്റ് ഉദ്യോഗസ്ഥൻ ആയിരുന്നു), ഫീസ് കൂടിയ ഒരു ആംഗ്ലോ ഇന്ത്യൻ സ്കൂളിലായിരുന്നു നാലാംതരം വരെയുള്ള എന്റെ പഠനം. മലയാളം മീഡിയത്തിൽ സീറ്റ് കിട്ടാത്തതുകൊണ്ടുമാത്രം അവിടെ എത്തിപ്പെട്ട ഒരു വിദ്യാർത്ഥി ആയിരുന്നു ഞാൻ. നാലാം തരം കടക്കുമ്പോഴേക്കും ഉച്ചാരണ ശുദ്ധിയോടെ ഇംഗ്ലീഷ് പറയാൻ ആ സ്കൂൾ കുട്ടികളെ പഠിപ്പിച്ചിരുന്നു. അതെന്റെ ജീവിതത്തെ ഏറെ

സ്വാധീനിക്കുകയും പിൽക്കാലത്ത് ഒരുപാട് ആത്മവിശ്വാസം പകർന്നു തരികയും ചെയ്തിട്ടുണ്ട്.

ആ കാലങ്ങളിൽ അമ്മാവൻ ബോംബെയിൽ നിന്ന് ഗീതാവാസന്തി എന്ന എന്റെ സ്വന്തം വിലാസത്തിൽ കത്തുകൾ അയയ്ക്കും. റെൻ ആന്റ് മാർട്ടിൻ ഹൈസ്കൂൾ ഗ്രാമർ, ഓക്സ്ഫോഡ് ഇംഗ്ലീഷ് ഡിക്ഷണറി തുടങ്ങിയ പുസ്തകങ്ങൾ ബോംബെയിലെ 'യൂസ്ഡ്' പുസ്തകശാലകളിൽ നിന്ന് തേടിപ്പിടിച്ച് അയയ്ക്കും. മരുമകൾ മോശക്കാരി ആവാതിരിക്കാനാവാം ഇംഗ്ലീഷ് ഭാഷയുടെ ആ അടിസ്ഥാന ഗ്രന്ഥങ്ങൾ അമ്മാവൻ അയച്ചുതന്നിരിക്കുക എന്ന് എനിക്ക് പിന്നീട് തോന്നിയിട്ടുണ്ട്. ഗീതാ വാസന്തി എന്ന എന്റെ മുഴുവൻ പേരിൽ എനിക്ക് കിട്ടിയിട്ടുള്ള കത്തുകൾ അമ്മാവന്റേതു മാത്രം.

ഗീതാവാസന്തി എന്ന എന്റെ പൂർണ്ണ നാമധേയം ചുരുക്കി സ്കൂളിൽ വെറും ഗീത എന്നാക്കിയതിൽ അന്ന് കാലത്ത് എനിക്ക് നല്ല പ്രതിഷേധം തോന്നിയിരുന്നു. പ്രത്യേകിച്ച് 'ഷോലെ' സിനിമയിലെ ബസന്തിയെ കണ്ടതിന് ശേഷം. 'തുമാരാ നാം ക്യാ ഹേ ബസന്തി' എന്ന് ബച്ചൻ ചോദിക്കുന്നത് എന്നും ഇച്ഛാഭംഗത്തോടെയാണ് ഞാൻ കണ്ടിരിക്കാറ്. മാത്രമല്ല, ആ സിനിമ കാണുമ്പോഴൊക്കെ ബച്ചൻ എന്നെ നോക്കി 'ബസന്തി തേരാ വാൽ കഹാം ഹെ' എന്ന് ചോദിക്കുന്നതായും എനിക്ക് തോന്നാറുണ്ട്.

(ആ പേര് എനിക്ക് കിട്ടിയതിന് പിന്നിലെ കഥ ഇങ്ങനെയാണ്. ചെറിയമ്മാവന് മീതെ ജനിച്ച അമ്മയുടെ അനുജത്തി മരിക്കുന്നത് അമ്മ എന്നെ ഗർഭം ധരിച്ചിരിക്കുമ്പോഴാണ്. മൂന്നോ നാലോ വയസ്സ് മാത്രം ഉണ്ടായിരുന്ന ആ കുഞ്ഞ് മിടുമിടുക്കി ആയിരുന്നത്രെ. എന്റെ അച്ഛൻ ആ കുഞ്ഞിനെ സ്വന്തം കുഞ്ഞായാണ് സ്നേഹിച്ചത് എന്ന് കേട്ടിട്ടുണ്ട്. അകാലത്തിൽ പൊലിഞ്ഞു പോയ ആ ഓമനയുടെ പേരായിരുന്നു ഗീത. ആ ഓർമ്മയ്ക്കായി എനിക്ക്. ഗീതാവാസന്തി എന്ന് പേരിട്ടു. ഗീത എന്ന പേര് ഒറ്റയ്ക്ക് നിർത്താൻ മനസ്സ് വരാത്തത് കൊണ്ടാവാം മുത്തശ്ശൻ വാസന്തി എന്ന വാൽകൂടി ചേർത്തത്. എന്നാൽ ഒരു കാലത്തും ആരുമെന്നെ ഗീത എന്ന് വിളിക്കുകയുണ്ടായില്ല. പകരം ബേബി എന്ന വിളിപ്പേരിൽ ഞാൻ അറിയപ്പെട്ടു. 5' 8'' ഓളം വളർന്നിട്ടും ഞാൻ ഇന്നും 'ബേബി' തന്നെ. സ്കൂളിൽ ചേർക്കുമ്പോൾ അച്ഛൻ നിർദ്ദാക്ഷിണ്യം വാസന്തി എന്ന എന്റെ വാൽ മുറിച്ചു കളഞ്ഞു. അങ്ങനെ വാലില്ലാതായിത്തീർന്ന എന്റെ പേര് വാലില്ലാകുന്നിലമ്മയായി, അപൂർണ്ണമായി നിലകൊണ്ടു. അന്നും ഇന്നും എന്നും.)

അമ്മാവന്റെ ബോംബയിൽ നിന്നുള്ള സന്ദർശനം രസമായിരുന്നു. തറവാട്ടിൽ സാധാരണമല്ലാത്ത ആഹാരങ്ങൾ ആ ദിവസങ്ങളിൽ

പാകം ചെയ്യപ്പെട്ടു. കുളത്തിൽ ചൂണ്ടയിട്ട് അമ്മാവൻ പിടിച്ചുകൊണ്ടു വരുന്ന കണ്ണൻ മീനുകൾ വെണ്ണീറിട്ടു ഉരച്ചു കഴുകി, കനം കുറച്ചു മുറിച്ച് വലിയ ഓട്ടുരുളിയിൽ അമ്മാവൻ തന്നെ വറുത്തെടുത്തു. വലിയ നാടൻ കോഴികളെ കൊന്ന് വൃത്തിയാക്കിയെടുക്കുന്നതും അമ്മാവൻ തനിയെ ആയിരുന്നു. ഒരു സയൻസ് ക്ലാസ്സിൽ എന്ന പോലെ കോഴിയുടെ ഓരോ ഭാഗവും വിവരിച്ചു തരികയും ചെയ്യും. കോഴിക്ക് കയ്പ്പ എന്നൊരു ഇന്റേണൽ ഓർഗൻ ഉണ്ട് എന്നും അത് പൊട്ടിയാൽ മാംസം മൊത്തം കയ്പ്പായിപ്പോവും എന്നും അമ്മാവൻ പറഞ്ഞു തന്നു. തള്ളക്കോഴിയുടെ വയറ്റിനുള്ളിലെ കുഞ്ഞുമുട്ടകൾ കണ്ട് എനിക്ക് സങ്കടം വന്നു.

അടുക്കളയ്ക്ക് പുറത്ത് അടുപ്പ് കൂട്ടിയുള്ള ഇത്തരം പാചകങ്ങൾ ഞങ്ങൾ കുട്ടികൾക്ക് ഒരു ആഘോഷം തന്നെ ആയിരുന്നു. അമ്മാവൻ വരുമ്പോൾ കൂടെ വരികയും പോവുമ്പോൾ മടങ്ങിപ്പോവുകയും ചെയ്യുന്ന താത്കാലികമായ ആഘോഷങ്ങൾ.

ചപ്പാത്തി എന്ന 'വസ്തു' തറവാട്ടിൽ ആദ്യം അവതരിപ്പിച്ചതും അമ്മാവൻ തന്നെ. ഗോതമ്പ് പൊടിച്ച്, മാവ് പതുക്കെ നനച്ച്, നെയ് ചേർത്ത് ഉരുട്ടി, മരപ്പലകമേൽ വെച്ച് പരത്തി, അമ്മാവൻ നേർമയുള്ള ചപ്പാത്തികൾ ഉണ്ടാക്കി. ചുട്ട്, നെയ്യ് പുരട്ടിയ ചപ്പാത്തികൾ ഞങ്ങൾ പഞ്ചസാര കൂട്ടി കടിച്ചു തിന്നു. നാട്ടിൻപുറങ്ങളിൽ ഗോതമ്പി നോട് പൊതുവെ താല്പര്യം കുറവായിരുന്നു അന്ന്. കൃഷി, നെല്ല് തുടങ്ങിയവ എല്ലാ വീട്ടിലും ഉണ്ടായിരുന്നതാവും കാരണം. ഗോതമ്പ് കഴിക്കുന്നത് തറവാട്ടുകാർക്ക് മോശമാണ് എന്ന ഒരു ധാരണയും അന്നുണ്ടായിരുന്നു. പിന്നീട് നാട്ടിൽ ഭക്ഷ്യക്ഷാമം വന്ന കാലത്ത് ആളുകൾ പരക്കെ ഗോതമ്പ് ഉപയോഗിച്ച് തുടങ്ങി. ഗോതമ്പ് കൊണ്ടുള്ള ചപ്പാത്തിയും ഉരുളക്കിഴങ്ങ് 'ഇഷ്ടു'വും (രണ്ടും വരത്തർ, ചേരും.) നാട്ടിൻപുറത്തെ അത്താഴപ്പട്ടികയിൽ ഇടം നേടുകയും ചെയ്തു. 'സ്റ്റ്യൂ' എന്ന ഇംഗ്ലീഷ് വിഭവത്തെ ഞങ്ങൾ നാട്ടിൻപുറ ത്തുകാർ 'ഇഷ്ടു' എന്നാണ് വിളിച്ചിരുന്നത്. ഒളിച്ചും പാത്തും ക്ഷാമകാലത്ത് മനുഷ്യർ ചപ്പാത്തി കൊണ്ട് വിശപ്പടക്കി.

ഇന്നിപ്പോൾ ചപ്പാത്തിയല്ലേ താരം! മനുഷ്യരുടെ 'കൊളെസ്ട്രോൾ, ഷുഗർ' തുടങ്ങിയ വില്ലന്മാരെ നിലയ്ക്ക് നിറുത്താൻ ചപ്പാത്തി തന്നെ വേണം. അതങ്ങനെയാണ്! കാലത്തിന്റെ കളിയിൽ ചിലത് താര മാവുന്നു. ചിലത് താഴെ ഇറങ്ങുന്നു. മനുഷ്യരും...

■

കരുണേട്ടന്റെ ആട്

നാട്ടിലെ ഞങ്ങളുടെ പുതിയ വീടിന് അയൽക്കാരായി ഉണ്ടായിരുന്നത് മൂന്ന് വൃദ്ധരാണ്. പരശുമാമ, വേശുവമ്മ, കരുണേട്ടൻ. തലമുറകൾ ബന്ധിപ്പിച്ചു നിറുത്തിയ അവർ ഒരു പഴയ വീട്ടിൽ പാർത്തു വന്നു. പരസ്പരം മനസ്സ് കൊണ്ട് സംസാരിക്കുന്ന മൂന്ന് ഇരുണ്ട ആത്മാക്കളായാണ് എനിക്ക് അവരെ തോന്നിയിരുന്നത്. കാരണവരായ പരശുമാമ എൺപത് വയസ്സെങ്കിലും ഉള്ള ഒരു പടുവൃദ്ധൻ ആയിരുന്നു. മരുമക്കത്തായ സമ്പ്രദായത്തിന്റെ ബാക്കിപത്രംപോലെ ആ രണ്ടു മരുമക്കൾക്കൊപ്പമാണ് അദ്ദേഹം താമസിച്ചിരുന്നത്. സ്വന്തം മക്കൾ ഉണ്ടായിരുന്നോ എന്നൊന്നും അന്നും ഇന്നും എനിക്കറിയില്ല. ഞങ്ങൾ പരശുമാമയെ അമ്മാമ്മ എന്ന് വിളിച്ചു വന്നു.

പരശുമാമ സ്ഥിരമായി പത്രപാരായണം നടത്തിയിരുന്നത് ഞങ്ങളുടെ സ്വീകരണ മുറിയിലായിരുന്നു. അടി മുതൽ മുടിവരെയുള്ള ഈ വായന ഒരു രണ്ടു രണ്ടര മണിക്കൂറെങ്കിലും ഉണ്ടാവും. രാവിലെ എഴുന്നേറ്റു വരുമ്പോഴുള്ള കണി മിക്കവാറും പത്രവും നീർത്തി വെള്ളെഴുത്തിന്റെ കണ്ണട മൂക്കത്തുവെച്ച് കഴുത്ത് കുറച്ചു മുന്നോട്ട് നീട്ടി ആയാസപ്പെട്ടു പത്രം വായിക്കുന്ന അമ്മാമ്മയായിരിക്കും. ഇന്നത്തെക്കാലത്ത് അയല്പക്കത്തെ അത്തരം ഒരു പത്രവായന പ്രോത്സാഹിപ്പിക്കപ്പെടാൻ സാധ്യത ഒട്ടുമില്ല. എന്നാൽ അക്കാലത്ത് അതിൽ ഒട്ടും അതിശയോക്തി ഉണ്ടായിരുന്നില്ല താനും. പറമ്പുകൾക്കു മാത്രമല്ല വീടുകൾക്കും വ്യക്തികൾക്കും ഇടയിൽ അന്ന് വേലികൾ കുറവായിരുന്നു.

പരശുമാമയുടെ വീട് നിറയെ ആടുകളാണ്. പല നിറത്തിലും വലുപ്പത്തിലും രൂപത്തിലും ഉള്ള ആടുകൾ. ആ പഴയ വീടിന്റെ അടുക്കള മുതൽ ഉമ്മറംവരെ അവ സ്വതന്ത്രമായി മേഞ്ഞു നടന്നു. പരശുമാമയുടെ മരുമകൻ കരുണേട്ടന്റേതാണ് ഈ ആടുകൾ. കരുണേട്ടൻ എന്ന കഥാപാത്രം വിവാഹം കഴിക്കാത്ത, അമ്പതിനും അറുപതിനും ഇടയ്ക്കു പ്രായമുള്ള ഒരാളായിരുന്നു. മൂപ്പരുടെ

വളർത്തുമക്കളാണ് ഈ ആടുകൾ. അവയെ സ്നേഹിച്ചും പോറ്റിയും മേയാൻ കൊണ്ടുനടന്നും കരുണേട്ടൻ ഒരു തരത്തിലും ലൗകിക ജീവിതത്തിന്റെ ഭാഗമാവാതെ ജീവിച്ചു പോന്നു.

യാതൊരു വികാരങ്ങളും പ്രതിഫലിക്കാത്ത നിർവികാരമായ മുഖവും ശൂന്യമായ നോട്ടവും ഉള്ള ഒരാളാണ് കരുണേട്ടൻ. ലോകത്തിൽ (ആടുകൾ ഒഴിച്ച്) ആർക്കും ആവശ്യമോ ശല്യമോ ആവാത്ത, ആരെങ്കിലും വെറുതെയെങ്കിലും ഒന്ന് നോക്കുക പോലും ചെയ്തിട്ടുണ്ടാവാൻ ഇടയില്ലാത്ത ഒരു സൃഷ്ടി. കാലത്തിന്റെ ഏതോ ഒരു ബിന്ദുവിൽ നിലച്ചുപോയതാവാം ആ ജീവിതം എന്നെനിക്കു തോന്നിയിട്ടുണ്ട്. 'ജീവിതം ഒഴുകിപ്പോയി, കാലം കടന്നു പോയി' എന്നൊക്കെ ആലങ്കാരികമായി പറയുന്ന മനുഷ്യർക്കിടയിൽ, ഒഴുകവേ പൊടുന്നനെ ഉറച്ചു പോയ, ഒഴുക്ക് നിലച്ച ഒരു പുഴ പോലെ അയാളുടെ ജീവിതം നിശ്ചലമായി കാണപ്പെട്ടു. എന്നും രാവിലെ കൃത്യം പത്തുമണിക്ക് കരുണേട്ടൻ അമ്മയുടെ കൈയിൽ നിന്നും ഒരു ഗ്ലാസ് ചായ വാങ്ങിക്കുടിക്കും. അതൊരു പതിവാണ്. അതാണ് മൂപ്പർക്ക് ഞങ്ങളുടെ വീടുമായി ഉള്ള ഏക ബന്ധവും.

പുതിയ വീടായതുകൊണ്ട് വീടിന്റെ കുറേ പണികൾ ബാക്കിയായിരുന്നു. ആ കൂട്ടത്തിൽ കിണറിന് വല്ലം (ചുറ്റുമതിൽ) കെട്ടലും ബാക്കിയായിരുന്നു. കിണറിന് അടുത്ത് പോവുമ്പോൾ സൂക്ഷിക്കണേയെന്ന് അമ്മ നിരന്തരം ഞങ്ങൾക്ക് താക്കീതും തന്നിരുന്നു. അങ്ങനെയുള്ള ഒരു വൈകുന്നേരത്താണ്, ഒരു അഞ്ചു മണി ആയിക്കാണും, 'അയ്യോ, ഓടി വരണേ' എന്നൊരു നിലവിളി വീടിന് പുറകു വശത്തു നിന്നും കേട്ടത്. ഞായറാഴ്ചയായതിനാൽ അച്ഛനും വീട്ടിലുണ്ട്. എല്ലാരും ഓടി വന്നു നോക്കുമ്പോൾ കരുണേട്ടൻ നെഞ്ചത്തടിച്ചു നിലവിളിക്കയാണ്. വേശു എന്നു മാത്രമേ കേൾക്കാനുള്ളൂ. ആദ്യം എല്ലാരും കരുതിയത് വേശുവമ്മയോ പരശുമാമയോ 'വടി' ആയിക്കാണും എന്നാണ്. എല്ലാവരും അതിരു ചാടി അയല്പക്കത്തേക്ക് ഓടാൻ ഒരുങ്ങി. അപ്പോഴാണ് കരുണേട്ടൻ കിണറു ചൂണ്ടിക്കാണിച്ച് പൊട്ടിക്കരഞ്ഞത്. ഈശ്വരാ, വേശുവമ്മ കിണറ്റിൽ വീണോ? വീടു താമസം കഴിഞ്ഞിട്ട് അധികം ആയിട്ടില്ല. അതിനു മുൻപ്?

ഓടിച്ചെന്ന് നോക്കിയപ്പോൾ ഒരാട്ടിൻകുട്ടി കിണറ്റിന്റെ അങ്കിൽ കയറി നിൽപ്പാണ്. വെളുത്ത ദേഹം നനഞ്ഞു കിടുകിടാ വിറയ്ക്കുന്നുണ്ട്. 'ഇൻബേ..ബേ..' എന്ന് നീട്ടി നീട്ടികരയുന്നുമുണ്ട്. എല്ലാർക്കും ആശ്വാസമായി, (കരുണേട്ടന് ഒഴികെ). ആടല്ലേ, എങ്ങനെയെങ്കിലും പുറത്തേക്കെടുക്കാം, നാളെ ആവട്ടെ, നേരം സന്ധ്യയായില്ലേ എന്ന് അച്ഛൻ പറഞ്ഞു തീർന്നില്ല, കരുണേട്ടൻ കിണറ്റിലേക്ക് എടുത്തൊരു ചാട്ടം. 'പധോ' എന്നൊരു ഭീകരശബ്ദത്തോടൊപ്പം, 'ഗുളു ഗുളു' എന്ന ചില്ലറശബ്ദവും കേട്ടു. മുൻ പിൻ നോക്കാത്ത ആ ചാട്ടം, കരുണേട്ടനിൽ നിന്നും ആരും പ്രതീക്ഷിച്ചിരുന്നില്ല. ഇനി എന്ത് ചെയ്യും? അച്ഛൻ വിയർത്തു. ആഴം കൂടിയ കിണറാണ്. നേരം സന്ധ്യയോടടുക്കുന്നു. കരുണേട്ടൻ കിണറ്റിൽ ഒന്ന് മുങ്ങി നിവർന്ന ശേഷം ആട്ടിൻകുട്ടിയെ അണച്ചു മാറോടു ചേർത്ത് ഒരു കൈ ഏതോ വേരിൽ പിടിച്ചു നിൽപ്പാണ്. ശൂന്യമായ ഒരു നോട്ടം ഇടയ്ക്ക് മുകളിലേക്ക് അയയ്ക്കുന്നുമുണ്ട്. ഒരു മിസൈല് വന്നു വീഴും പോലെ ആ നോട്ടം അച്ഛനെ കൂടുതൽ പൊള്ളിച്ചു. ആളുകൾ ഓടിക്കൂടി. എങ്ങനെ കരയ്ക്ക് കേറ്റും?

'പലതല'കളുടെ കൂടിയാലോചനയ്ക്കൊടുവിൽ കയറിൽ കസേര താഴോട്ടിറക്കി അതിൽ കരുണേട്ടനെ ആട് സമേതനായി ഇരുത്തി വലിച്ചു കയറ്റാൻ തീരുമാനമായി. കയർ, കസേര തുടങ്ങിയ 'റോ മെറ്റീരിയൽസ്' എത്തി. കസേരക്കാലുകളിൽ കയർ ബലമായി കെട്ടി. വലിക്കാൻ 'മല്ലന്മാർ' തറ്റുടുത്തു റെഡിയായി നിന്നു. വീട്ടിൽ നിന്നും വയർ വലിച്ചു ബൾബ് ഇട്ടു. ബൾബിന്റെ പ്രകാശത്തിൽ കിണർ, ചന്ദ്രനെപ്പോലെ തിളങ്ങി. ചന്ദ്രന്റെ മടിയിൽ മാൻകുട്ടിക്ക് പകരം 'ആട്ടിൻകുട്ടി കം കരുണേട്ടൻ' എന്ന ചെറിയ വ്യത്യാസം മാത്രം.

കസേര കിണറ്റിലിറക്കി. ആട്ടിൻകുട്ടിയേയും കരുണേട്ടനേയും ഒന്നിച്ച് ഒരു കസേരയിൽ 'എയർ ലിഫ്റ്റിംഗ്' ചെയ്യാനുള്ള സാങ്കേതിക തടസ്സം വൈകാതെ ബോദ്ധ്യപ്പെട്ടു. ആട്ടിൻകുട്ടിയെ ആദ്യവും (കുട്ടിയെ കേറ്റാതെ കരുണേട്ടൻ കേറുന്ന പ്രശ്നമില്ല) കരുണേട്ടനെ രണ്ടാമതുമായി കസേരയിൽ ബന്ധിപ്പിച്ച് കരയ്ക്ക് കേറ്റാൻ തീരുമാനമായി. അങ്ങനെ ആദ്യം ആടും, തുടർന്ന് കസേരയിൽ ഉപവിഷ്ടനായ നിലയിൽ കരുണേട്ടനും മുകളിലെത്തി. ലാൻഡ് ചെയ്തതും കരുണേട്ടൻ എല്ലാരേയും നോക്കി ഒരു കുളൂസ്സ് ചിരി ചിരിച്ചു! (അവന്റെ ഒരു ഇളി എന്ന് ആരോ പല്ലിറുമ്മി). ശേഷം ഒന്നും സംഭവിക്കാത്തതു പോലെ തന്റെ വേശുവിനെയും എടുത്തു വീട്ടിലേക്ക് നടന്നു. പൊട്ടാസിയം പെർമാംഗനേറ്റ്, ബ്ലീച്ചിങ് പൗഡർ എന്നിവ വാങ്ങിക്കൊണ്ടു വന്ന്, കിണറ്റിൽ കലക്കിയശേഷം, അച്ഛൻ തേവനെ അന്വേഷിച്ചു പോയി, കിണറിനു വല്ലം കെട്ടാൻ.

രണ്ടാഴ്ചയോളം കിണർ ഉപയോഗിക്കാൻ പറ്റാത്തതുകൊണ്ട് തറവാട്ടിൽ നിന്നും വെള്ളം വലിച്ചു കൊണ്ടുവന്നു വശംകെട്ട അമ്മ കരുണേട്ടനേയും ആടുകളേയും നിരന്തരം പ്രാകി. എങ്കിലും കരുണേട്ടൻ ഒന്നും സംഭവിക്കാത്തതുപോലെ എന്നും ചായ കുടിക്കാൻ വന്നു. 'ഓൻ അങ്ങന്യ.. എന്താപ്പോ ചെയ്യാ..' എന്ന് വേശുവമ്മ ന്യായം പറയുകയും ചെയ്തു.

(മരിച്ചുപോയവരുടെ പേരുകൾ ഉപയോഗിക്കാൻ ഇഷ്ടമില്ലാത്തതു കൊണ്ട് പേരുകൾ സാങ്കല്പികം ആണ്. വേശു (വശ്യത ഉള്ളവൾ, സുന്ദരി) എന്നത് വള്ളുവനാട്ടിലെ വളരെ സാധാരണമായ ഒരു ഓമനപ്പേരാണ്.) ■

ഭിക്ഷക്കാരി അമ്മൂമ്മ

നാട്ടിലെ അവധിക്കാലം സ്വതന്ത്രവും ആഘോഷപൂരിതവും ആയിരുന്നുവെങ്കിലും അച്ഛന്റെ ജോലി സ്ഥലത്തെ ജീവിതം അത്ര തന്നെ നിറമുള്ളതായിരുന്നില്ല. സ്കൂളിലേക്കുള്ള പോക്കുവരവ് മാത്രമായിരുന്നു ആകെയുള്ള രസം. സ്കൂളിലേക്ക് പോവുന്ന വഴിയിലാണ് ക്ലാസ്സിലെ തോമസ്സിന്റെ വീട്. ആ വീട്ടുമുറ്റത്ത് വലിയൊരു പൂന്തോട്ടമുണ്ട്. നിറയെ പനിനീർ പൂക്കൾ ഉള്ള ഒരു തോട്ടം. ഈ പനിനീർ പൂക്കൾ നോക്കി 'വെള്ളമിറക്കുക' സ്കൂൾ യാത്രയിലെ എന്റെ പ്രധാന വിനോദമായിരുന്നു. കറുത്ത നിറവും വെളുത്ത മുടിയുമുള്ള തോമസ്സിന്റെ അപ്പൂപ്പൻ സ്ഥിരമായി കാവലുള്ളതിനാൽ പല പ്രാവശ്യം വാഗ്ദാനം ചെയ്തെങ്കിലും ഒരിക്കൽപോലും ഒരു പൂവ് തരാൻ തോമസ്സിന് കഴിഞ്ഞില്ല. അപ്പൂപ്പൻ മരിച്ചു കഴിഞ്ഞാൽ തോട്ടം അവന്റെ സ്വന്തം ആവുമെന്നും അന്ന് വേണ്ടത്ര പൂക്കൾ എനിക്ക് പറിച്ചെടുക്കാം എന്നും അവനെനിക്ക് വാക്ക് തന്നു.

സ്കൂളിലേക്ക് ഏകദേശം ഒരു കിലോമീറ്റർ ദൂരം ഉണ്ടായിരുന്നു. ഒരിടവഴിയിലൂടെ നടന്ന് കരിങ്കൽ പതിച്ച കയറ്റം കയറിയിറങ്ങി, ഒരു പാടം കടന്ന്, വീണ്ടും വലിയ വീടുകൾ നിറഞ്ഞ ഒരു ചെമ്മൺ പാതയിലൂടെ നടന്ന്, മെയിൻ റോഡ് മുറിച്ചു കടന്നു വേണം സ്കൂളിൽ എത്താൻ. കഷ്ടി മുക്കാൽ മണിക്കൂർ എടുക്കും പതുക്കെ നടന്നെത്താൻ. ഉച്ചയ്ക്ക് ഊണ് കഴിക്കാൻ ഈ വഴി മുഴുവൻ ഓടിയാണ് വന്നിരുന്നത്. വാരിവലിച്ചുണ്ട് തിരികെ ഓടി എത്തുമ്പോഴേക്ക് സ്കൂളിൽ ബെല്ലടിക്കും. ധൃതി പിടിച്ചുനടന്നും ഓടിയും വയറു വേദനിക്കാൻ തുടങ്ങും. ചില ദിവസങ്ങളിൽ അമ്മ ചോറ് തന്നയയ്ക്കും. അന്ന് വലിയ സന്തോഷമാണ്. വേഗം ഉണ്ടുതീർത്ത് കൂട്ടുകാർക്കൊത്തു 'പച്ചില കത്രികയും' കബഡിയും കളിക്കാലോ. സ്കൂൾ ഗേറ്റിൽ നെല്ലിക്കയും അരിനെല്ലിക്കയും കടല മിഠായിയും വിൽക്കുന്നവരുണ്ട്. സിസ്റ്റർമാർ അത് വാങ്ങുന്നത് വിലക്കിയിട്ടുണ്ടെങ്കിലും പത്തു പൈസ

കൈയിൽ വരുമ്പോൾ അത് വാങ്ങിത്തിന്നും. ഉപ്പിലിട്ട നെല്ലിക്കയുടെ ആ രുചി, ഞാൻ എത്ര കൃത്യമായി ഉപ്പിലിട്ടിട്ടും പിന്നീട് കിട്ടിയിട്ടില്ല.

യു.പി. സ്കൂളിൽ ആയതോടെ അയൽവീടുകളിലെ 'കൊച്ചു' കുട്ടികളെ സുരക്ഷിതരായി സ്കൂളിൽ കൊണ്ടുപോയി തിരികെ കൊണ്ടുവരുന്ന ജോലി എന്റേതായി. എന്റെ 'നേതൃത്വപാടവം' വെളിവാക്കാൻ എനിക്ക് കിട്ടിയ ആ അവസരം ഞാൻ ശരിക്കും പ്രയോജനപ്പെടുത്തി. റോഡിനു സൈഡ് പിടിച്ചു നടക്കാത്തവരെ, അങ്ങോട്ടും ഇങ്ങോട്ടും നോക്കി തട്ടിയും തടഞ്ഞും നിൽക്കുന്നവരെ, ഒക്കെ പിച്ചിയും നുള്ളിയും ഞാൻ 'നേർവഴിക്കു' നടത്തി. അഞ്ചോ ആറോ അംഗസംഖ്യ ഉള്ള ഈ കുട്ടിപ്പട്ടാളത്തെ മേച്ചുകൊണ്ട് നടക്കുക ചില്ലറ ഏർപ്പാടായിരുന്നില്ല. എന്റെ ശിക്ഷാനടപടികളിൽ അസംതൃപ്തരായിരുന്നെങ്കിലും അവർ എന്നെ പൂർണ്ണമായും അനുസരിച്ചിരുന്നു. മാത്രമല്ല, ഇന്നത്തെപ്പോലെ അദ്ധ്യാപകരെ ശിക്ഷണനടപടികളുടെ പേരിൽ ചോദ്യം (ഭേദ്യം) ചെയ്യുന്ന പരിപാടി അന്നില്ലായിരുന്നു എന്നതിനാൽ സ്വന്തം കുഞ്ഞുങ്ങളെ 'നേർവഴി'ക്കു നടത്തി വന്ന എന്നെ അവരുടെ വീട്ടുകാർക്കൊക്കെ വലിയ സ്നേഹവും ആയിരുന്നു.

ഇക്കാലങ്ങളിൽ വീട്ടിലേക്ക് വേണ്ട അത്യാവശ്യം പലചരക്കു സാധനങ്ങൾ, പച്ചക്കറി തുടങ്ങിയവ കടയിൽ പോയി വാങ്ങി വരിക, അരിയും ഗോതമ്പും പൊടിപ്പിച്ചു കൊണ്ടുവരിക തുടങ്ങിയവ എന്റെ 'ഡ്യൂട്ടി' ആയിരുന്നു. ഏകദേശം രണ്ടിലോ മൂന്നിലോ പഠിക്കുമ്പോൾ തുടങ്ങിയ ഈ പതിവ് കുറെക്കാലം തുടർന്നു. ടൗണിൽ നിന്ന് കുറച്ചു ദൂരെയായിരുന്നു ഞങ്ങൾ താമസിച്ചിരുന്നത്. കഷ്ടി ഒരു കിലോമീറ്റർ ദൂരം താണ്ടിയുള്ള ഈ സഞ്ചാരം ഞാൻ നന്നേ ആസ്വദിച്ചിരുന്നു. പോകുന്ന വഴിയിലെ ചാലിൽ ഓടി നടക്കുന്ന പരൽ മീനുകളെ നോക്കിയിരിക്കുക, വേലിയിലെ അരിപ്പൂക്കൾ പറിക്കുക എന്നിവയും ഈ യാത്രയിലെ രസങ്ങളായിരുന്നു. മാനസികമായ ഒരു ഏകാന്തത ഈ യാത്രയ്ക്കൊപ്പം എന്നിൽ കൂട്ടുകൂടി. ഏകാന്തത എന്നാൽ ഒറ്റയ്ക്കാവലല്ല, മറിച്ച് സ്വന്തം മനസ്സും വിചാരങ്ങളുമായി കൂട്ടുകൂടലാണ്. ശീലം കൊണ്ട് അടിമപ്പെട്ടു പോവുന്ന വിചിത്രമായ, എന്നാൽ രസമുള്ള ഒരു കളിയാണത്. ആ കളിയിൽ ഞാൻ നന്നേ വിദഗ്ധയായിരുന്നു താനും.

ഇങ്ങനെയുള്ള ഒരു യാത്രയിലാണ് വയസ്സായ ഒരു അമ്മൂമ്മയെ ഞാൻ പരിചയപ്പെടുന്നത്. ഒരിക്കൽ കടയിൽ നിന്നും വരുന്ന വഴി സഞ്ചി താഴെ വീണു പയർ മുഴുവൻ തട്ടിപ്പോയി. മണ്ണ് നിറഞ്ഞ

പയർ എങ്ങിനെയും തിരികെ പൊതിയിലിടാൻ വൃഥാ ശ്രമിക്കുമ്പോ ഴാണ് ഈ അമ്മൂമ്മയുടെ വരവ്. ഒരു ഭാണ്ഡവും തൂക്കി, മുറുക്കിച്ചുവന്ന് നല്ല വെളുത്ത നിറമുള്ള ഒരു അമ്മൂമ്മ. അവർ എന്നെ കൈപിടിച്ച് വീടുവരെ കൊണ്ടു വന്നു. പയർ തട്ടിപ്പോയതിന് അമ്മ അടിക്കും എന്ന പേടിക്ക്, വീടുവരെ കൂട്ട് വന്ന അവർ ഒരു ഭിക്ഷക്കാരി ആണെന്ന് പിന്നീട് അമ്മ പറഞ്ഞു തന്നു. വെളുത്ത്, വൃത്തിയുള്ള വെള്ള മുണ്ടും മുന്നിൽ കെട്ടുന്ന റൗക്കയും ആയിരുന്നു അവരുടെ വേഷം. എപ്പോഴും മുറുക്കിക്കൊണ്ടിരിക്കും. എങ്കിലും നല്ല വെളുത്ത തൊണ്ണും പാൽ ച്ചിരിയും ഉണ്ടായിരുന്നു അവർക്ക്. അവർ ഒരു ഭിക്ഷക്കാരിയാണ് എന്ന് എനിക്ക് ഇന്നും തോന്നിയിട്ടില്ല. പിന്നീടുള്ള എല്ലാ ശനി യാഴ്ചയും (അന്നാണ് എല്ലാരും ധർമ്മത്തിനു വരിക) അവർ മുട ങ്ങാതെ വന്നു. വരുമ്പോഴൊക്കെ നെല്ലിക്ക, അരിനെല്ലിക്ക, മാങ്ങ, വറുത്ത പുളിങ്കുരു തുടങ്ങി എന്തെങ്കിലും കൊണ്ട് വന്നു തരികയും ചെയ്തു. നന്നായി കഴുകണം എന്ന് നിബന്ധന വെച്ചെങ്കിലും അതെല്ലാം കഴിക്കാൻ അമ്മ ഞങ്ങളെ അനുവദിച്ചിരുന്നു.

അവർ കുറേനേരം എന്നോടൊപ്പം ചിലവഴിക്കുക ഒരു ശനി യാഴ്ചപ്പതിവായി. ധാരാളം കഥകൾ അവർ പറഞ്ഞു തന്നിട്ടുള്ളത് ഓർക്കുന്നു. അവർ വളരെ ദൂരെ റെയിൽപ്പാലത്തിന് അപ്പുറമാണ് താമസിക്കുന്നതെന്നും തനിയെ ആണെന്നും ഒരു മകൻ ദൂരെ എവി ടെയോ ഉണ്ടെന്നും പറഞ്ഞത് ഇപ്പോഴും ഓർമ്മയുണ്ട്. അമ്മ അവർക്ക് നാഴി അരി, ഒരു പൈസ അല്ലെങ്കിൽ രണ്ടു പൈസയും മറ്റും കൊടുക്കും. ചിലപ്പോൾ ദോശയോ ചോറോ അങ്ങനെ എന്തെങ്കിലും. രാവിലെയാണ് മിക്കവാറും വരിക. ഊണിന്റെ നേരത്ത് അപൂർവമായാണ് വരാറ്. ശനിയാഴ്ചകളിൽ രാവിലെ അവരേയും കാത്ത് വീട്ടിനു മുന്നിലെ പാരപ്പറ്റിൽ, ഇടവഴിയിലേക്ക് നോക്കി ഇരിക്കാറുള്ള, കമ്മീസ്സിട്ട ഒരു കൊച്ചുകുട്ടിയെ ഇത് എഴുതുമ്പോൾ ഞാൻ കാണുന്നുണ്ട്. എന്തു കൊണ്ടോ അവർ പറഞ്ഞു തന്നിട്ടുള്ള അനേകം കഥകളിൽ ഒരെണ്ണം പോലും ഇപ്പോൾ ഓർമ്മയില്ല.

രണ്ടു വർഷത്തോളം സ്ഥിരമായി വന്നിരുന്ന അവർ പൊടു ന്നനെ വരാതായി. കുറെ കാലത്തോളം ഞാൻ ശനിയാഴ്ചകളിൽ അവർക്കായി കാത്തിരുന്നു. അവരെ തിരഞ്ഞു പോവണം എന്ന് കലശലായി ആഗ്രഹിക്കയും ചെയ്തു. കാത്തിരിപ്പിന്റെ നിരാശ ആ ചെറുപ്രായത്തിൽ ഞാൻ അവരിൽ നിന്നാണ് അറിഞ്ഞത്. അത് തന്ന നഷ്ടബോധം ചില്ലറയല്ല. അവരുടെ മകൻ മടങ്ങി വന്നിട്ടുണ്ടാവാം എന്നും അവരെ കൂടെക്കൂട്ടിക്കൊണ്ട് പോയിട്ടുണ്ടാവാം എന്നും

പിന്നെ പിന്നെ ഞാൻ സങ്കൽപ്പിച്ചു. (വൃഥാവിലുള്ള ഇത്തരം സങ്കല്പങ്ങളെക്കൊണ്ട് സങ്കടങ്ങൾ ലഘൂകരിക്കുന്ന വിദ്യ ഞാൻ ക്രമേണ ശീലിക്കുകയും ജീവിതത്തിൽ ഉടനീളം പുലർത്തുകയും ചെയ്തിട്ടുണ്ട്.) പലപ്പോഴും ഉറക്കത്തിൽ ഞാൻ അവരെ സ്വപ്നം കണ്ടു. ഭാണ്ഡക്കെട്ട് താഴെ വെച്ച്, മോളേ എന്ന് അവർ വിളിക്കുമ്പോഴേക്ക് ഞാൻ ഞെട്ടിയുണരും. അവർക്ക് എന്തോ പറയാൻ ബാക്കി ഉണ്ടായിരുന്നുവോ? അറിയില്ല.

ഇപ്പോഴും ഇതെഴുതുമ്പോഴും തൊണ്ണു കാട്ടിയുള്ള ആ തുറന്ന ചിരി ഓർത്തു പോവുന്നു. ചില മുഖങ്ങൾ, ചിരികൾ, നോട്ടങ്ങൾ മരിച്ചാലും നമ്മെ വിട്ടുപിരിയില്ല. അല്ലേ? ■

യക്ഷിയും ചെകുത്താന്റെ പറമ്പും

കുട്ടിക്കാലത്ത് യക്ഷി, ഗന്ധർവ്വൻ, രക്ഷസ്സ് തുടങ്ങിയവരിൽ ഞാൻ വളരെ ആകൃഷ്ടയായിരുന്നു. പനമുകളിലും പാലമരങ്ങളിലും വസിക്കുന്ന, സ്വതന്ത്രയും ശക്തയുമായ യക്ഷി. വശ്യസുന്ദരി. ചുണ്ണാമ്പ് ചോദിച്ച് അടുത്തുകൂടി പുരുഷന്റെ ചോരയും മാംസവും ഭക്ഷിക്കുന്ന യക്ഷി പക്ഷേ ഇരുമ്പിനെ പേടിക്കുന്നത് എന്തിനാണെന്ന് എത്ര ചിന്തിച്ചിട്ടും പിടികിട്ടിയില്ല. കുട്ടികളെയും സ്ത്രീകളെയും ഉപദ്രവിക്കാത്ത യക്ഷിയമ്മയെ എനിക്കിഷ്ടമായിരുന്നു.

തറവാട്ടിൽ ഉണ്ടായിരുന്ന, അച്ഛമ്മ എന്ന് എല്ലാവരും വിളിച്ചിരുന്ന അമ്മയുടെ അച്ഛമ്മയാണ് (അമ്മയുടെ അച്ഛന്റെ അമ്മ) യക്ഷിയുടെയും ഗന്ധർവ്വന്റെയും കഥകൾ പറഞ്ഞു തന്നിരുന്നത്. അമ്പലത്തിന്റെ പടിഞ്ഞാറേനടയിൽ ഉള്ള ആൽമരച്ചുവട്ടിൽ വെച്ച് ഒരാളെ യക്ഷി പിടിച്ച കഥ അച്ഛമ്മയുടെ കുട്ടിക്കാലത്ത് നടന്നതാണത്രെ. (ആണ്, എനിക്ക് ഒട്ടും സംശയം ഇല്ല.) അമ്പലക്കുളത്തിനു വക്കത്തെ പാലയിൽ താമസമാക്കിയിരുന്ന യക്ഷി ഒരിക്കൽ ബ്രഹ്മമുഹൂർത്തത്തിൽ കുളിക്കാൻ വന്ന നമ്പൂതിരിയോട് ചുണ്ണാമ്പ് ചോദിച്ചുവത്രെ. വെറ്റിലച്ചെല്ലം കൊണ്ടുനടക്കുന്ന പതിവില്ല എന്നും ഇല്ലത്ത് വന്നാൽ തരാം എന്നും പറഞ്ഞ തിരുമേനിയെ അമ്പലത്തിന്റെ പടിഞ്ഞാറെ നടയിലെ ആൽമരത്തിന് ചുവട്ടിൽ വെച്ച് യക്ഷി പിടിച്ചു എന്നാണ് കഥ. അങ്ങനെ രക്ഷസ്സായി തീർന്ന ആ നമ്പൂരിച്ചൻ പുലർച്ചെ കുളിക്കാൻ പോവുന്ന ജനങ്ങളെ ഒരു കാലത്ത് (അപമൃത്യു വരിക്കുന്ന ബ്രാഹ്മണന്മാരുടെ ആത്മാക്കൾ ആണ് ബ്രഹ്മരക്ഷസ്സായിത്തീരുന്നത് എന്നാണ് അച്ഛമ്മ പറഞ്ഞു തന്നിട്ടുള്ളത്) ശല്യം ചെയ്തിരുന്ന കഥയും, ഈ 'പുലർച്ചെക്കുളിക്കാരെ' കാക്കാൻ അമ്പലത്തിലെ തേവർ ഒരു ശുദ്ധബ്രാഹ്മണന്റെ രൂപത്തിൽ അവരെ ദിവസേന അനുഗമിച്ചിരുന്ന കഥയും അച്ഛമ്മ പറയും.

എന്റെ അമ്മയുടെ മുത്തശ്ശി (അമ്മയുടെ അമ്മൂമ്മ) 'ഒടി'കൊണ്ടു മരിച്ച കഥ വളരെ വിസ്തരിച്ചു പറഞ്ഞു കേട്ടിട്ടുണ്ട്. മരുമക്കത്തായം നിലനിന്നിരുന്ന പഴയ നായർ തറവാടുകളിൽ ഭരണം മിക്കവാറും തലമൂത്ത കാരണവർക്കോ തറവാട്ടമ്മയ്ക്കോ ആയിരുന്നു. അങ്ങനെയുള്ള ഒരു തറവാട്ടമ്മ ആയിരുന്നുവത്രെ എന്റെ മുതുമുത്തശ്ശി. പാടത്തു വെള്ളം തിരിച്ചു വിടുന്നത് സംബന്ധിച്ച് അടുത്ത കണ്ടത്തിന്റെ ഉടമസ്ഥനുമായി അവർക്ക് ഒന്ന് 'കോർക്കേണ്ടി' വന്നു. ഒരു ദിവസം സന്ധ്യയ്ക്ക് മുത്തശ്ശി നടന്നു വരുമ്പോൾ പടിപ്പുരയ്ക്കൽ ഒരു മൂരിക്കുട്ടനെ കണ്ടു. മുത്തശ്ശി ഭയന്നതായി ആരും 'രേഖപ്പെടുത്തി' യിട്ടില്ല. മറിച്ച് തനിക്ക് 'ഒടി പറ്റി' എന്നും നേരത്തോടു നേരമേ ബാക്കി ഉണ്ടാവൂ എന്നും തന്റെ കാലശേഷം ഇന്നതുപോലെ വേണം കാര്യങ്ങൾ നടത്താൻ എന്നും പെൺമക്കളോട് മുത്തശ്ശി ഉപദേശിച്ചു. ശേഷം കുത്തഴി പിടിച്ചു നിന്ന് ശ്വാസം വലിച്ചു വലിച്ചു മരിച്ചു എന്നും ദൃക്സാക്ഷിയായ അമ്മൂമ്മ പറഞ്ഞു കേട്ടിട്ടുണ്ട്. രാത്രി കാലങ്ങളിൽ നടക്കുന്ന 'തേർവാർച്ച'കളെക്കുറിച്ചും അച്ഛമ്മ പറയാറുണ്ട്. പാടത്ത് തീയുടെ ഗോളങ്ങൾ പോലെ വരിവരിയായാണ് ഈ തേർവാർച്ച പോവുക. വീടുകളിലാവട്ടെ, രാത്രി ഉമ്മറവാതിലിൽ കൂടിയാണ് ഭഗവതിയുടെ തേർവാർച്ച കടന്നു പോവുക. ഭഗവതിയും ഗണങ്ങളും കടന്ന് പോകുന്ന വഴിയിൽ കിടന്നു കൂടാ. അവരുടെ ചവിട്ടേറ്റാൽ ശരീരപീഡ ഒഴിഞ്ഞു പോവില്ല. കണ്ടു പേടിച്ചു ബാധ കൂടിയാൽ ഒഴിപ്പിക്കുക പ്രയാസം. ഇപ്പോഴും ഉമ്മറവാതിലിനു നേരെ കിടക്കാൻ എനിക്ക് എന്തോ ഒരു 'അരുതാഴ്ക' തോന്നാറുണ്ട്.

പ്രായം തികഞ്ഞ, സുന്ദരികളായ കന്യകകളെ ഗന്ധർവ്വൻ പിടിക്കുന്ന കാര്യവും അച്ഛമ്മ പറഞ്ഞു തന്നിട്ടുണ്ട്. ഗന്ധർവ്വന്റെ പിടിയിൽ അകപ്പെട്ടാൽ രക്ഷയില്ല. അതൊരു മോഹവലയമാണ്. ഭേദിക്കുക അസാദ്ധ്യം. ഗന്ധർവ്വൻ ആവേശിച്ച് വേറൊരു 'പുടമുറി'ക്ക് സമ്മതിക്കാതെ, ചോരയും നീരും വറ്റി, ജീവിതം ഉണങ്ങിക്കരിഞ്ഞു പോയ, തറവാട്ടിലെ ഒരു ഓപ്പോളെക്കുറിച്ച് അച്ഛമ്മ പറയും. സന്ധ്യയാണ് ഗന്ധർവ്വന്റെ സമയം. സന്ധ്യയ്ക്ക് പുറത്തിറങ്ങരുത്, പ്രത്യേകിച്ച് കാവിന്റെ പരിസരങ്ങളിൽ ചുറ്റിത്തിരിയരുത്. അതപകടമാണ്. സന്ധ്യകളെ ഞാൻ പേടിച്ചു തുടങ്ങിയതങ്ങനെയാണ്. എങ്കിലും അതിസുന്ദരനായ ഒരു ഗന്ധർവ്വനെ ഒരിക്കലെങ്കിലും കാണാൻ ആ കാലങ്ങളിൽ ഞാൻ ആഗ്രഹിച്ചിട്ടുണ്ട്.

ഹൈവേയ്ക്ക് എതിരെയുള്ള മുത്തച്ഛന്റെ പറമ്പിന്റെ തൊട്ടുള്ള പറമ്പായിരുന്നു ചെകുത്താന്റെ പറമ്പ്. കഴുങ്ങും വാഴയും നിറഞ്ഞ നിഗൂഢമായ ഒരിടം. അവിടെ കുലച്ചു നിൽക്കുന്ന ഒരു കുടപ്പന, യക്ഷിയുടെ അഴിച്ചിട്ട മുടിയെ ഓർമ്മിപ്പിച്ചു. പകൽ പോലും ഇരുട്ട് നിറഞ്ഞ അവിടം പാടവക്കത്തായിരുന്നു. പലപ്പോഴും എത്തി

നോക്കിയിട്ടുണ്ടെങ്കിലും ഉള്ളിൽ കടന്നു നോക്കിയിട്ടില്ല. ആൾപ്പെരുമാറ്റം ഇല്ലാത്ത ആ ആ പറമ്പിൽ നിധി ഉണ്ടായിരുന്നുവെന്നും ഒരു വർഷക്കാലത്ത് ഉറവുവെള്ളത്തോടൊപ്പം കുത്തിയൊഴുകി വന്ന കുതിരപ്പവനുകൾ ഉടമസ്ഥനെ ധനികനാക്കിയെന്നും കഥകൾ ഉണ്ടായിരുന്നു. വർഷകാലങ്ങളിൽ പറമ്പിന്റെ അതിരത്ത് ഉറവ കുത്തിയൊഴുകുന്ന വെള്ളം സൂക്ഷ്മമായി പരിശോധിക്കുന്ന ശീലം ഈ കഥ എനിക്ക് നേടിത്തന്നു. ഒരു നിധി കിട്ടാൻ ഞാൻ വളരെ മോഹിച്ചു. ധനമോഹം ആയിരുന്നില്ല അത്. അതിലുള്ള നിഗൂഢതയാണ് എന്നെ ആകർഷിച്ചത്. തറവാട്ടുപറമ്പിൽ എവിടെയൊക്കെയോ നിധിയുണ്ടെന്ന് ഞാൻ വിശ്വസിച്ചു. നിധി കണ്ടുപിടിക്കുന്ന എന്തെങ്കിലും വിദ്യ പക്ഷേ അച്ഛമ്മയ്ക്ക് വശമുണ്ടായിരുന്നില്ല.

വലുതായപ്പോൾ യക്ഷിക്ക് ഒരു മുഖം തന്നത് എം.ടിയുടെ കുഞ്ഞാത്തോല് ആണ്. 'കൊച്ചു കൊച്ചു ഭൂമി കുലുക്കങ്ങൾ' എന്ന കഥയിലെ ചുവന്ന ചുണ്ടുകളും വിടർന്ന കണ്ണുകളും മുട്ടറ്റം മുടിയുമായി ചിരിച്ചു നിൽക്കുന്ന കുഞ്ഞാത്തോല്. ആരേയും മോഹവലയത്തിലാക്കുന്ന യക്ഷികളെ ജീവിതത്തിൽ പിന്നെയും പിന്നെയും കണ്ടു. അവർക്കാർക്കും പക്ഷേ ചുവന്ന ചുണ്ടുകളോ മുട്ടറ്റം മുടിയോ കണ്ടില്ല. സങ്കല്പത്തിലെ കുലീനത്വവും ഉണ്ടായിരുന്നില്ല. സാധാരണ മനുഷ്യസ്ത്രീകൾ. പുരുഷന്റെ ബലഹീനതകൾ കണ്ടറിയുന്ന യക്ഷിത്വം ഓരോ സ്ത്രീയിലും ഉണ്ട് എന്ന് തോന്നിയിട്ടുണ്ട്. ചിലപ്പോൾ അവൾക്കത് ലാസ്യം. ചിലപ്പോൾ കണ്ണകിയെപ്പോലെ പ്രതികാരം. ചിലപ്പോൾ തോളോട് തോൾ ചേരുന്ന സൗഹൃദം. എന്തായാലും സ്ത്രീ എന്ന ശക്തിക്കു മുന്നിൽ അടിയറവു പറയുന്ന പുരുഷദൗർബല്യത്തിന്റെ മൂർത്തിഭാവം തന്നെയല്ലേ യക്ഷി?

■

ആദ്യത്തെ തീവണ്ടിയാത്രയും സൂര്യാഘാതവും

ഒന്ന്

എട്ടാം ക്ലാസ്സിലെ വെക്കേഷൻ കാലം. എന്റെയും അനിയന്റെയും ആദ്യത്തെ തീവണ്ടി യാത്ര സംഭവിക്കുന്നത് ആ കാലത്താണ്. നല്ല കുട്ടികളായാൽ LTC (Leave Travel Concession) എടുത്ത് ഡൽഹി കാണിക്കാൻ കൊണ്ട് പോവാം എന്ന് ഒക്ടോബർ മാസത്തിലേ അച്ഛൻ പറഞ്ഞിരുന്നു. (നല്ല കുട്ടികൾ ആയാൽ മാത്രം). അന്നേ തുടങ്ങിയ ഒരുക്കമാണ്. ഒരുക്കം എന്ന് വെച്ചാൽ, ആദ്യപടി 'നല്ല കുട്ടികൾ ആവുക' എന്നതാണ്. നല്ല അനുസരണ, അച്ചടക്കം, മര്യാദ തുടങ്ങി സൽഗുണസമ്പന്നർ ആവുക എന്നർത്ഥം. അത് ബോദ്ധ്യമായാലേ അച്ഛൻ യാത്ര വേണോ എന്ന് തീരുമാനിക്കൂ. ഇതിന്റെ ഭാഗമായി, സമയത്ത് അമ്മ വിളിക്കാതെ തന്നെ ഉണരുക, ആരും പറയാതെ പഠിക്കാനിരിക്കുക, ഒരു കുറ്റവും പറയാതെ അമ്മ തരുന്ന ഭക്ഷണങ്ങൾ കഴിക്കുക, പറയുന്ന ജോലികൾ മടി കൂടാതെ ചെയ്യുക തുടങ്ങിയ വയെല്ലാം ഞങ്ങൾ പാലിച്ചു വന്നു. അച്ഛൻ കൊണ്ടുവരുന്ന ബേക്കറി പലഹാരങ്ങൾ പങ്കുവയ്ക്കുമ്പോൾ വലിയ പങ്കിനായി ഉണ്ടാക്കാറുള്ള അടിപിടി അനിയൻ താത്കാലികമായി നിർത്തി വെച്ചു. അവൻ കഴിച്ചു കഴിയുന്നതുവരെ കാത്തു വെച്ച് അവനെ കൊതിപ്പിച്ചു തിന്നുക എന്ന കലാപരിപാടി ഞാനും ഒഴിവാക്കി.

അങ്ങനെ ത്യാഗനിർഭരവും കഠിനവുമായ ആദ്യഘട്ടത്തിന്റെ വിജയത്തിനുശേഷം അച്ഛൻ LTC അപേക്ഷിക്കാൻ തീരുമാനിച്ചു. ഇത് ആദ്യഘട്ടം. രണ്ടാം പടിയായി കിട്ടുന്ന പോക്കറ്റ് മണിയൊക്കെ ഞങ്ങൾ കൂട്ടിവയ്ക്കാൻ തുടങ്ങി. ഡൽഹിയിൽ 'ഷോപ്പിംഗ്' (അധിക മൊന്നുമില്ല. അഞ്ചോ പത്തോ ഉറുപ്പിക കാണും) നടത്തണ്ടേ? ഹിസ്റ്ററി ബുക്കിലെ റെഡ് ഫോർട്ട്, കുത്തബ് മിനാർ, താജ് മഹൽ തുടങ്ങിയ പാഠഭാഗങ്ങൾ എന്നിവ ഞാൻ ആവർത്തിച്ചു വായിച്ചു.

അനിയനെ അതൊക്കെ വിസ്തരിച്ചു പറഞ്ഞു കേൾപ്പിച്ചു. ഞങ്ങൾ ത്രില്ലടിച്ചു! മാത്രവുമല്ല, യുദ്ധം നിർത്തി വെച്ച് സന്ധിയിലായ ഞങ്ങൾ, ഒരു ഞെട്ടിലെ രണ്ടു പുഷ്പങ്ങൾ പോലെ കാണപ്പെട്ടു. 'എടീ ചേച്ചി' എന്ന സംബോധനയിലെ 'എടീ'യെ അവൻ കണ്ട്രോൾ X അടിച്ചു കട്ട് ചെയ്തു. ഞാൻ കണ്ട്രോൾ F അടിച്ചു 'മോനേ' എന്ന പുതിയൊരു സംബോധന കണ്ടെത്തുകയും ചെയ്തു. ഹാ! എത്ര സുന്ദരം ഈ ലോകം.

അങ്ങനെ ഓരോ ദിവസങ്ങളും എണ്ണി എണ്ണി വെക്കേഷൻ വന്നെത്തി. ആകെ പന്ത്രണ്ട് ദിവസത്തെ പരിപാടിയാണ്. ആറു ദിവസം യാത്രയ്ക്ക്. ആറു ദിവസം ഡൽഹി കാണാൻ. അച്ഛന്റെ ഉറ്റസുഹൃത്തിന്റെ അടുത്തേക്കാണ് യാത്ര. അവർ അവിടെ രാമ കൃഷ്ണപുരത്ത് ക്വാർട്ടേഴ്സിൽ ആണ് താമസിക്കുന്നത്. ഇത്രയും വിവരങ്ങൾ ആണ് ഞങ്ങൾക്കറിയാമായിരുന്നത്. യാത്രയ്ക്ക് രണ്ടു ദിവസം മുൻപ് അച്ഛൻ രണ്ടു വലിയ കൂട പ്രിയോർ മാങ്ങ, ഒരു വരിക്കച്ചക്ക, ഒരു ചാക്ക് നാളികേരം, രണ്ടു കുല നേന്ത്രക്കായ തുടങ്ങി ഒരു 'ലോഡ്' സാധനങ്ങൾ പാക്ക് ചെയ്തു.

അങ്ങനെ കാത്തുകാത്ത് ആ ദിവസം എത്തി. ദൂരെ നിന്ന് കണ്ടിട്ടുള്ളതല്ലാതെ തീവണ്ടിയിൽ കയറിയിട്ടില്ല. ദേ, കയറാൻ പോവുന്നു. അതും മൂന്ന് ദിവസം മുഴുവൻ യാത്ര ചെയ്യാൻ. അമ്മ ഭക്ഷണം പറ്റാവുന്നത്ര പാക്ക് ചെയ്തു. ട്രെയിനിൽ മറ്റു യാത്ര ക്കാരോട് പാലിക്കേണ്ട മര്യാദകളെക്കുറിച്ച് ഞാൻ അനിയന് ക്ലാസ്സ് എടുത്തു. വാരി വലിച്ചു കഴിക്കരുത്, കുത്തി മറിയരുത്, 'മാനേഴ്സ്' പാലിക്കണം എന്നിങ്ങനെ ഉള്ള ക്ലാസ്സുകൾക്ക് ജീവിതത്തിൽ ആദ്യ മായി അനുസരണയോടെ അവൻ തലയാട്ടി. വൈകിട്ട് മൂന്നു മണിക്കാണ് ട്രെയിൻ. അത് പാലക്കാട് വഴി നേരെ ഡൽഹി. കേരള എക്സ്പ്രസ്സ് എന്നാണ് അതിന്റെ പേര്. ഇത്രയും വിവരങ്ങൾ അച്ഛന്റെ കൈയിൽ നിന്നും എനിക്ക് കിട്ടിയിരുന്നു. അനിയൻ അവന്റെ പോക്കറ്റ് മണി മനസില്ലാമനസ്സോടെ എന്നെ സൂക്ഷിക്കാൻ ഏല്പിച്ചു. ഞാനത് അമ്മ കാണാതെ പെട്ടിയിൽ ഉടുപ്പിനടിയിൽ ഒളിപ്പിച്ചു വെച്ചു. അമ്മാവൻ കൊണ്ടു തന്ന കഫ്ത്താൻ (കുറച്ചു ഫാഷൻ ഒക്കെ വേണ്ടേ? ഡൽഹിയിലേക്കാണ് യാത്ര) ആണ് ഞാനിട്ടത്.

അങ്ങനെ ഉച്ചയ്ക്ക് രണ്ടു മണിയോടെ ഞങ്ങൾ സ്റ്റേഷനിലെത്തി. (കൂടെ ഒരു വലിയ 'ചുമടും') വലിയ ജംഗ്ഷൻ ആണ്, കുറെ തീവണ്ടി കൾ തേരട്ടകൾ പോലെ നീണ്ടു നീണ്ടു കിടക്കുന്നു. പെട്ടെന്നാണ് അനിയന്റെ കണ്ണിൽ എന്തോ കരട് പോയത്. കണ്ണിൽ തറച്ചു പോയ

കരട് അമ്മ എത്ര ശ്രമിച്ചിട്ടും എടുക്കാൻ കഴിഞ്ഞില്ല. അവന്റെ കണ്ണിൽ നിന്ന് കുടുകുടെ വെള്ളം വരുന്നു. നല്ല കഴപ്പും. കണ്ണ് തുറക്കാൻ കഴിയാതെ അവൻ കരയാൻ തുടങ്ങി. യാത്ര മുടങ്ങുമോ എന്ന ആധിയായി എനിക്ക്. സന്ധി ഒക്കെ മറന്ന് നല്ലൊരു പിച്ചു കൊടുക്കാൻ എന്റെ കൈ തരിച്ചു. ഒന്നടങ്ങി ഇരുന്നൂടെ ഇവന്? അങ്ങനെ ഏറെ നേരത്തെ പരിശ്രമത്തിന് ശേഷം അവന്റെ കണ്ണ് ശരിയായി. ഹാവൂ! ആശ്വാസം. കുറച്ചു വിഷണ്ണനായെങ്കിലും ഡൽഹിയിൽ കാണാൻ പോവുന്ന കാര്യങ്ങൾ പറഞ്ഞ് ഞാൻ അവനിൽ ഉത്സാഹം നിറച്ചു.

ദൂരെ നിന്നും പതുക്കെ വളവ് തിരിഞ്ഞു വരുന്ന വണ്ടി ഞങ്ങളുടെ ഹൃദയമിടിപ്പ് കൂട്ടി. വലിയൊരു ശബ്ദത്തോടെ ട്രെയിൻ സ്റ്റേഷനിൽ എത്തി. ഞാൻ അനിയന്റെ കൈ മുറുകെ പിടിച്ചു. സ്നേഹത്തോടെ അവനെന്നെ ചുറ്റിപ്പിടിച്ചു.

രണ്ട്

തീവണ്ടി ഒരാരവത്തോടെ സ്റ്റേഷനിൽ എത്തി. തുറന്ന ജനാലകളും നിറയെ ആളുകളുമായി ഓരോ ബോഗിയും ഞങ്ങളെ കടന്നു പോയി. എത്ര കംപാർട്മെന്റുകളാണ്. എന്തൊരു നീളം. അവസാനം ജനലുകൾ ഒന്നും ഇല്ലാത്ത പെട്ടിക്കൂടു പോലെ തോന്നിക്കുന്ന ഒന്ന് ഞങ്ങളുടെ മുൻപിൽ വന്നു നിന്നു. അതോടെ ട്രെയിനും നിന്നു. ഇതാണോ നമ്മുടേത്? ഇതിലാണോ പോകേണ്ടത്? ചോദിക്കേണ്ടി വന്നില്ല. അച്ഛൻ ഞങ്ങളെ അതിലേക്ക് പിടിച്ചു കയറ്റി. പിന്നാലെ 'ചുമടുകളു' മായി പോർട്ടറും. തണുത്ത നേരിയ സുഗന്ധമുള്ള വായുവും ഒരു മൂളലും. കർട്ടൻ കൊണ്ട് തിരിച്ച മുറികൾ. ഇതാണോ തീവണ്ടി? വെളിച്ചം കുറഞ്ഞ ഇരുണ്ട മുറി ഞങ്ങൾ പ്രതീക്ഷിച്ചതിനു നേരെ വിപരീതമായിരുന്നു.

അച്ഛൻ കർട്ടനുകൾ നീക്കിയിട്ടു. എങ്കിലും കണ്ണാടിച്ചില്ലുകൾക്കിടയിലൂടെ ഉള്ള കാഴ്ചയ്ക്ക് ഒട്ടും തെളിച്ചം ഉണ്ടായിരുന്നില്ല. ഞങ്ങളുടെ ഉള്ളിലെ തെളിച്ചവും മങ്ങിത്തുടങ്ങി എന്നതാണ് സത്യം. എ.സിയിലെ തണുപ്പ് ആദ്യം അത്ഭുതവും രസവും ആയി തോന്നിയെങ്കിലും പോകെ പോകെ ഞങ്ങൾ തണുത്തു വിറയ്ക്കാൻ തുടങ്ങി. മൂന്നു ദിവസം ആ തണുപ്പത്ത് ഇരിക്കേണ്ടി വരും എന്ന കാര്യം ഞങ്ങളുടെ ആവേശവും തണുപ്പിച്ചു. വെളിച്ചവും കാറ്റും കൊണ്ട്, കാഴ്ച കണ്ട്, യാത്ര ചെയ്യാൻ ഞങ്ങൾ കൊതിച്ചു. വണ്ടി പാലക്കാട് കടന്നു പോയി. പതുക്കെ സന്ധ്യ വന്നു. ദൂരെ കൂടു തേടി പറന്നു പോവുന്ന കിളികളെ ഞങ്ങൾ കൂട്ടിലിരുന്നു നോക്കി. രാത്രിയുടെ മടിയിലേക്ക് വണ്ടി

ഓടിപ്പൊയ്ക്കൊണ്ടിരുന്നു. ലൈറ്റുകൾ തെളിഞ്ഞു. കൂട്ടിൽപ്പെട്ട കുരങ്ങന്മാരെപ്പോലെയായിക്കഴിഞ്ഞിരുന്നു ഞങ്ങൾ! അപ്പുറത്തുള്ള ഒരു കൂട്ടിൽ നിന്ന് ഒരു കൊച്ചു കുട്ടി കിണുങ്ങിക്കരഞ്ഞു. യാത്രാ വിവരണം എഴുതാൻ കൈപിടിച്ച പുസ്തകം എന്നെ നോക്കി കൊഞ്ഞനം കുത്തി ചിരിച്ചു. അമ്മയുടെ പൊതിച്ചോറ് കഴിച്ച്, മൂടിപ്പുതച്ച് ഞങ്ങൾ ഉറങ്ങാൻ കിടന്നു. വണ്ടിയുടെ താളനിബദ്ധമായ ശബ്ദം മാത്രം എനിക്കിഷ്ടപ്പെട്ടു. അല്ലെങ്കിലും പാട്ട് എന്നും എനിക്കി ഷ്ടമായിരുന്നല്ലോ.

ഏറെ വൈകിയാണ് ഞങ്ങൾ ഉണർന്നത്. സൂര്യൻ നന്നായി ഉദിച്ചിരിക്കണം. തണുപ്പിന് ചെറിയൊരു 'ചൂട്' തോന്നി. പല്ല് തേപ്പ്, കുളി തുടങ്ങിയവ കഴിഞ്ഞ് ഞങ്ങൾ പാന്റ്റിയിലെ ഭക്ഷണം കഴിച്ചു. ഇതിനകം അച്ഛനും അമ്മയും അടുത്തുള്ള യാത്രക്കാരുമായി സൗഹൃദ ത്തിലായിരുന്നു. അവർ കൂടിയിരുന്ന് സംസാരിക്കാനും തുടങ്ങി. ക്രമേണ ആ അന്തരീക്ഷവും ആയി ഞങ്ങൾ പൊരുത്തപ്പെട്ടു. ഒരു ചേട്ടൻ ഞങ്ങളെ വെളിച്ചമുള്ള കംപാർട്ട്മെന്റിൽ കൊണ്ടുപോവാം എന്നേറ്റു. ചേട്ടന്റ കൂടെ ഞങ്ങൾ 'ശരിക്കുള്ള' തീവണ്ടിക്കുള്ളിലെത്തി. രസമുള്ള കാഴ്ചകൾ! കാറ്റ്. ശബ്ദങ്ങൾ. ചായയും വടയും വിൽക്കുന്ന വിൽപനക്കാർ തിരക്കു കൂട്ടുന്ന സ്റ്റേഷനുകൾ. തീവണ്ടിയുടെ മണം! ഒക്കെ അവിടെയുണ്ടായിരുന്നു. എനിക്ക് സന്തോഷമായി. ഭൂമിയുടെ ഒരറ്റത്ത് നിന്നും മറ്റേ അറ്റത്തേക്കു കുതിരപ്പുറത്ത് പറക്കുന്ന രാജകുമാരിയാണെന്ന് ഞാൻ സ്വയം സങ്കൽപ്പിച്ചു. ഓരോ നഗരവും ഗ്രാമവും പിന്നിട്ട് എന്റെ ചുവന്ന കുതിര പാഞ്ഞു കൊണ്ടിരുന്നു.

തമിഴ്നാട്, ആന്ധ്ര തുടങ്ങിയ ദേശങ്ങൾ പിന്നിട്ട് ഞങ്ങൾ പിറ്റേന്ന് മധ്യപ്രദേശിലെത്തി. പുത്ത്‌ലിബായ് വിലസിയ ചമ്പൽക്കാടുകളിൽക്കൂടി ട്രെയിൻ കടന്നു പോവും എന്ന് അച്ഛൻ നേരത്തെ പറഞ്ഞു തന്നിരുന്നു. ജനയുഗം വാരികയിലെ 'ചമ്പൽക്കാട്ടിലെ റാണി' എന്ന പുത്ത്‌ലി ബായിയുടെ ആത്മകഥ വളരെ ഉദ്വേഗത്തോടെ വായിച്ചു കഴിഞ്ഞിരു ന്നതുകൊണ്ട് ചമ്പൽക്കാടുകൾ കാണാൻ എനിക്ക് അതിയായ ആകാംക്ഷയായിരുന്നു. കൊള്ളക്കാർ കുതിരപ്പുറത്തു കുതിച്ചു വന്ന് വെടിയുതിർക്കുന്ന ഘോരവനങ്ങൾ, വായിക്കുമ്പോൾ ഭാവനയിൽ ഞാൻ കണ്ടിരുന്നു. എന്നാൽ പ്രതീക്ഷയ്ക്കു വിപരീതമായി ഞാൻ കണ്ടത് കണ്ണെത്താത്ത ദൂരത്തോളം ഉയർന്നു താഴ്ന്നു കിടക്കുന്ന പ്രദേശങ്ങളും കുറ്റിക്കാടുകളും ആണ്. ഇവിടെയെവിടെയാവാം കൊള്ള ക്കാർ ഒളിച്ചു നിന്നിരിക്കുക? എവിടെയാവാം പുത്ത്‌ലി ആക്രമിക്കപ്പെട്ട 'ഗാവുകൾ?' ഞാൻ അതിശയിച്ചു. ചമ്പലിന്റെ സവിശേഷമായ ഭൂപ്ര കൃതിയാണ് അവിടത്തെ യഥാർത്ഥ കാട് എന്നെനിക്കു ബോധ്യപ്പെട്ടു.

ചമ്പൽ എത്തിയപ്പോൾ തോക്കേന്തിയ പൊലീസ് ഗാർഡുകൾ കംപാർട്ട്മെന്റിന് കാവൽ നിന്നു. ഉയർന്ന കുന്നുകളിൽ നിന്നും ട്രെയിനിന്റെ മുകളിലേക്ക് ചാടി ഉള്ളിൽ കയറുന്ന കൊള്ളക്കാർ യാത്രക്കാരെ കൊന്ന് കൊള്ളയടിക്കുന്ന കഥകൾ പറഞ്ഞു കേട്ടു. ഝാൻസി റാണിയുടെ നാട്ടിലൂടെ എന്റെ കുതിര കുതിച്ചു പാഞ്ഞു കൊണ്ടിരുന്നു.

മൂന്നാം ദിവസം ഡൽഹിയിൽ എത്താറായപ്പോഴേക്ക് അടുത്തുള്ള യാത്രക്കാരൊക്കെ ആത്മസുഹൃത്തുക്കൾ ആയിക്കഴിഞ്ഞിരുന്നു. എല്ലാവരും പരസ്പരം അഡ്രസ് കൈമാറി. വിശേഷങ്ങൾ കൊണ്ട് എന്റെ ഡയറിത്താളുകൾ നിറഞ്ഞു കവിഞ്ഞു നിന്നു. ഞങ്ങൾ ഡൽഹി യോട് അടുക്കുകയായിരുന്നു.

മൂന്ന്

ട്രെയിൻ സ്റ്റേഷനിൽ എത്തി. ഞങ്ങൾ സഹയാത്രികരോട് യാത്ര പറഞ്ഞു. അച്ഛൻ ലഗേജ് എല്ലാം എടുത്തു വെച്ചു. പഴക്കുലകൾ കറുപ്പ് നിറം കേറി തുടങ്ങിയിരുന്നു. ബാക്കി എല്ലാം ഭദ്രം. വേണു അങ്കിൾ സ്റ്റേഷനിൽ ഞങ്ങളുടെ കംപാർട്ട്മെന്റിനു മുന്നിൽ തന്നെ കാത്തു നിന്നിരുന്നു. വലിയൊരു ഇടം. നല്ല തിരക്ക്. ഹിന്ദി പച്ചവെള്ളം പോലെ സംസാരിച്ചുകൊണ്ട് ആളുകൾ തലങ്ങും വിലങ്ങും നട ക്കുന്നു. അങ്കിൾ ആരോടോ വില പേശി. കുറച്ചു നേരത്തിനുള്ളിൽ ഞങ്ങളും ചുമടും ഒരു കാറിനുള്ളിലായി. ആദ്യമായി കാണുന്ന ഒരു നഗരം, ഡൽഹി. അക്ബറും ബാബറും ഷേർഷയും ഒക്കെ എന്റെ മനസ്സിലൂടെ രഥം പായിച്ചു. ഞങ്ങൾ ഡൽഹി കാണുകയായിരുന്നു. തിരക്കു പിടിച്ച റോഡുകളും വലിയ കെട്ടിടങ്ങളും പിന്നിട്ട് ഞങ്ങൾ മഞ്ഞ നിറമുള്ള ചെറിയ ചെറിയ 'ഫ്ളാറ്റുകൾ' നിറഞ്ഞ ഇടത്തെത്തി. ആർ കെ പുരം. ഞങ്ങൾ വീടെത്തിയിരിക്കുന്നു. ശോഭയാന്റി ഞങ്ങളെ കാത്തു നിൽക്കുന്നുണ്ടായിരുന്നു, വാതിൽക്കൽത്തന്നെ. അവർ അമ്മ യുടെ ആത്മസുഹൃത്തായിരുന്നു. (മരണംവരെ അതങ്ങനെ തന്നെ ആയിരുന്നു). കുളി, ഊണ് ഒക്കെ കഴിഞ്ഞ് ഞങ്ങൾ സുഖമായി ഉറങ്ങി.

പിറ്റേന്ന് റെഡ് ഫോർട്ട് കാണാൻ പോകാൻ ഞങ്ങൾ റെഡിയായി. ഞായറാഴ്ച ആയതുകൊണ്ട് അങ്കിളാണ് ഞങ്ങളെ കൊണ്ടു പോവുക. രാവിലെ പ്രാതൽ കഴിച്ച് എട്ട് മണിയോടെയാണ് പുറപ്പെടുന്നത്, ബസ്സിൽ. (അമ്മ മൈഗ്രെയ്ൻ പ്രമാണിച്ച് വന്നില്ല.) പത്ത് പത്തരയോടെ അവിടെ എത്തി. (അതിനു മുൻപ് വേറെ ഏതോ സ്ഥലം കണ്ടു.

അത് ഓർമ്മ വരുന്നില്ല.) നല്ല വെയിൽ. ചൂടും! വിയർക്കുന്നില്ല. റെഡ് ഫോർട്ട് ഒക്കെ വിശദമായിത്തന്നെ കണ്ടു. കുറച്ചു കഴിഞ്ഞപ്പോഴേക്ക് എനിക്ക് ക്ഷീണം തോന്നിത്തുടങ്ങി. കുടിക്കാൻ കരുതിയ വെള്ളം ഞങ്ങൾ അതിനകം കുടിച്ചു തീർത്തിരുന്നു. സമയം ഉച്ചയോടടുക്കുന്നു. എനിക്ക് വിശന്നു തുടങ്ങി, അനിയനും. (മര്യാദയുടെ പേരിൽ മിതമായി കഴിച്ച പ്രാതൽ എപ്പഴേ ദഹിച്ചു കഴിഞ്ഞിരുന്നു.) അങ്കിൾ റെഡ് ഫോർട്ടിന്റെ 'ചരിത്രവും ഭൂമി ശാസ്ത്രവും' ഒക്കെ വിവരിക്കുന്നുണ്ട്. വിശപ്പിന്റെ വിളിയിൽ അതെല്ലാം ഒരു മുഴക്കം മാത്രമായി തോന്നി. ഞാൻ അച്ഛനെ പതുക്കെ തോണ്ടി. ''നമുക്ക് ഭക്ഷണം കഴിച്ചാലോ?'' അച്ഛൻ അങ്കിളിനോട് ചോദിച്ചു. ''അത് വേണോ? വേണ്ട, ശോഭ സദ്യ തന്നെ ഉണ്ടാക്കി വെച്ചിരിക്കും. അതുമല്ല ഇവിടെ വെള്ളം പോലും വിശ്വസിച്ചു കുടിക്കാൻ കൊള്ളില്ല.'' ഇതായിരുന്നു മറുപടി. (ഓൾഡ് ഡൽഹി അത്ര വൃത്തിയുള്ളതല്ല, ശരിയാണ്.) സമയം ഏതാണ്ട് ഒരു മണി ആയി. എനിക്ക് തല കറങ്ങാൻ തുടങ്ങി. ഞങ്ങൾ ചെറിയ കുട്ടികളാണ് എന്ന കാര്യം അങ്കിൾ മറന്നു പോയിരിക്കുന്നു.! അച്ഛനാണെങ്കിൽ വിഷമവൃത്തത്തിലാണ്!

അങ്ങനെ ഒന്നരയോടെ ഞങ്ങൾ തിരിച്ചുള്ള ബസ് കയറി. ബസ് ഇറങ്ങി 15 മിനിറ്റ് നടന്നു വീട്ടിൽ എത്തിയപ്പോഴേക്ക് ഞാൻ തികച്ചും അവശയായിരുന്നു. അനിയൻ കരച്ചിലിന്റെ വക്കത്താണ്. ഫ്ളാറ്റിന്റെ കോണിച്ചോട്ടിൽ എത്തിയതും ഞാൻ കുഴഞ്ഞു വീണു. എനിക്ക് ബോധം ഏതാണ്ട് നഷ്ടപ്പെട്ടിരുന്നു. അടുത്ത ഫ്ളാറ്റുകളിലെ അയൽവാസികൾ ഞാൻ വീഴുന്നത് കണ്ട് ഓടി വന്നു. ആകെ ബഹളം. ''ഗർമി ലഗ് ഗൈ, ലൂ ഹോഗാ'' എന്നൊക്കെ ആരോ വിളിച്ചു പറയുന്നുണ്ട്. പച്ച മാങ്ങ ഇട്ടു തിളപ്പിച്ച വെള്ളം കുടിക്കാൻ കൊടുക്കാൻ നിർദ്ദേശം വന്നു. ശോഭ ആന്റിയും അമ്മയും പേടിച്ചു പോയിരുന്നു. ആന്റി വേഗം തന്നെ 'ആം ക പാനി' കുടിക്കാൻ തന്നു. (വിശന്നാൽ ഏതു പാനിയും അമൃത് തന്നെ.) ആരോ തണുത്ത വെള്ളം കൊണ്ട് മേല് തുടച്ചു. എന്റെ 'പരവേശം' കൂടിയതേയുള്ളൂ. ഒടുവിൽ സഹികെട്ട് അനിയൻ പറഞ്ഞു. ''അതേയ്, ചേച്ചിക്ക് വിശന്നിട്ടാ... എനിക്കും വെശക്ക്ണ്ട്.'' ജാള്യത കൊണ്ട് ഞാൻ പ്രതിഷേധിച്ചു, ''ഏയ്, അവൻ വെറുതെ പറയ്വാ...''

ഊണ് കഴിഞ്ഞ് ആന്റി അങ്കിളിനോട് ഒറ്റച്ചാട്ടം. ''നിങ്ങളൊരു മനുഷ്യനാണോ?'' എന്ന്. പാവം അങ്കിൾ. മൂപ്പർക്ക് ആകെ വിഷമമായി. ഞങ്ങളുടെ വയറിന്റെ നന്മ മാത്രമേ അദ്ദേഹം ഉദ്ദേശിച്ചിരുന്നുള്ളൂ.

അമ്മയോ ആന്റിയോ കൂടെ ഇല്ലാതെ ഇനി ഡൽഹി കാണുന്ന പരിപാടിയില്ല എന്ന് ഞാനും അനിയനും തീരുമാനിച്ചു. അമ്മമാർക്ക് നമ്മുടെ വിശപ്പും ദാഹവും ഒക്കെ സമയാസമയങ്ങളിൽ അറിയാനാവും നമ്മളേക്കാൾ മുൻപ്. അല്ലേ? നമുക്ക് വേണ്ടി എല്ലാ ഔചിത്യവും അവർ മാറ്റി വയ്ക്കുകയും ചെയ്യും. ഏതായാലും ബാക്കി ദിവസങ്ങളിൽ ഞങ്ങൾക്ക് വയറിന്റെ കാര്യത്തിൽ യാതൊരു കുറവും ഉണ്ടായില്ല.

വിശപ്പിന്റെ രുചി അന്നാണ് ഞാൻ ആദ്യമായി അറിഞ്ഞത്. അന്നത്തെ ഊണിന്റെ രുചി വേറെ ഒരിക്കലും തോന്നിയിട്ടുമില്ല. ഇന്നും ഏതു യാത്രയിലും വിശപ്പ് ഒരു മുൻഗണന തന്നെയാണ് എനിക്ക്, പ്രത്യേകിച്ചും ചെറിയ കുട്ടികൾ കൂടെയുണ്ടെങ്കിൽ. മാത്രമല്ല, ഭക്ഷണം (എവിടെയാണെങ്കിലും) ദുരഭിമാനം തോന്നാതെ നിറച്ചു കഴിക്കണം എന്ന പാഠം ഞാൻ പഠിച്ചു. പ്രാതൽ മര്യാദയ്ക്ക് കഴിച്ചിരുന്നുവെങ്കിൽ ആ 'സൂര്യാഘാതം' ഒഴിവായേനേ! ■

മാർക്കാണ് താരം

വെക്കേഷന് വന്നുപോകുന്ന അതിഥി എന്ന നിലയ്ക്ക് നാട്ടിൽ ഞാൻ അറിയപ്പെടുന്ന ഒരാളായിരുന്നില്ല. കളികളിലെ കൂട്ടുകാർക്കൊഴികെ ആരേയും എനിക്കും അത്ര പരിചയം ഉണ്ടായിരുന്നുമില്ല. വയസ്സായ ചില അമ്മൂമ്മമ്മാര് അമ്പലത്തിൽ കാണുമ്പോൾ ചെറിയമ്മയോട് ചോദിച്ചെങ്കിലായി ആരാ ഈ കുട്ടീന്ന്. അങ്ങനെ അറിയപ്പെടാത്ത അതിഥിയായി വിലസുമ്പോഴാണ് പെട്ടെന്ന് പ്രശസ്തി എന്നെത്തേടി വരുന്നത്. ആ കഥയാണ് ഇത്.

എന്റെ പത്താം ക്ലാസ്സ് പരീക്ഷ കഴിഞ്ഞയുടൻ ഞങ്ങൾ നാട്ടിലേക്ക് താമസം മാറ്റിയിരുന്നു. പരീക്ഷയുടെ ടെൻഷനെല്ലാം കഴിഞ്ഞു ഉല്ലസിച്ചു നടക്കുന്ന കാലം. അമ്പലത്തിൽ പോവലും നാട്ടിലെ 'ചൊങ്കൻ' ചെക്കന്മാരുടെ കണക്കെടുക്കലുമാണ് പ്രധാന നേരം പോക്ക്. ഞാൻ പരദേശി ആയതുകൊണ്ട് അവരാരും എന്നെ കാര്യമായി മൈൻഡ് ചെയ്തതേയില്ല. ചെറിയമ്മയുടെ കാര്യം അങ്ങനെയല്ല. ഇക്കാര്യങ്ങളിൽ അവൾക്ക് എന്നേക്കാൾ സാമർത്ഥ്യവും ഉണ്ടായിരുന്നുതാനും. പത്താം ക്ലാസ്സ് റിസൾട്ട് വരുന്നതിനു ഒരാഴ്ച മുൻപ് എനിക്ക് പനി പിടിച്ചു. സ്കൂളിൽ എനിക്ക് കിട്ടാൻ പോവുന്ന റാങ്ക് ആണ് എന്നെ പേടിപ്പിച്ചത്. ചെറിയമ്മയ്ക്ക് തോൽക്കുമോ എന്ന പേടി ഉണ്ടായിരുന്നു. അങ്ങനെ രണ്ടുതരം പേടികൾ ഞങ്ങൾ പങ്കിട്ടു തീർത്തു.

റിസൾട്ട് വരുന്ന ദിവസം അച്ഛൻ എന്റെ സ്കൂളിലേക്ക് ബസ് കയറി. ഞാൻ ചെറിയമ്മയ്ക്ക് അവളുടെ സ്കൂളിലേക്ക് കൂട്ട് പോയി. ഭാഗ്യം! അവൾ ജയിച്ചു. എന്റെ റാങ്കിന്റെ ചിന്ത എന്നെ അലട്ടിക്കൊണ്ടിരുന്നു. അച്ഛൻ എത്തിയപ്പോൾ വൈകുന്നേരമായി. പ്രതീക്ഷിച്ചപോലെ വളരെ ഉയർന്ന മാർക്ക് ഉണ്ട്. പക്ഷേ സ്കൂളിൽ മൂന്നാം സ്ഥാനമേ ഉള്ളൂ. സ്ഥിരം ഒന്നാം സ്ഥാനമോ അപൂർവം രണ്ടാം സ്ഥാനമോ കിട്ടിയിരുന്നതാണ്. എനിക്ക് ചെറിയ വിഷമം തോന്നി.

എന്നാൽ അതൊരു വലിയ സങ്കടമൊന്നും ആയിരുന്നില്ലതാനും. അതിലും താഴെ ആയിരുന്നെങ്കിൽ എനിക്ക് വലിയ വിഷമമായേനേ.

എന്റെ മാർക്ക് ഗ്രാമത്തിൽ വലിയ ചർച്ചാ വിഷയമായി. അത്ര ഉയർന്ന മാർക്ക് അവിടെ കേട്ടുകേൾവി പോലും ഉണ്ടായിരുന്നില്ല. അതുവരെ ഇല്ലാത്ത ബഹുമാനമാണ് ആ മാർക്ക് എനിക്ക് നേടി ത്തന്നത്. അമ്പലത്തിൽ തൊഴാൻ വന്ന പലരും പരിചയപ്പെടുന്നു. അതുവരെ മതിലിൽ ഇരുന്നു കമന്റ് അടിച്ചിരുന്ന പൂവാലന്മാർ മടക്കിക്കുത്തിയ മുണ്ട് അഴിച്ചിട്ടു ബഹുമാനിക്കുന്നതുവരെ എത്തി കാര്യങ്ങൾ. ചില ആരാധകരെയും ആ മാർക്ക് എനിക്ക് നേടിത്തന്നു. ഞാൻ അറിയുന്നവരും അല്ലാത്തവരുമായ ആരാധകർ. ചില അമ്മമാർ അവരുടെ കുട്ടികൾക്ക് ട്യൂഷൻ എടുക്കാമോ എന്ന് ചോദിച്ചു. ഞാൻ സന്തോഷപൂർവ്വം ആ വെല്ലുവിളി ഏറ്റെടുക്കുകയും ചെയ്തു. ആകെ പ്പാടെ എനിക്ക് സന്തോഷം തന്ന കുറെ ദിവസങ്ങൾ. ആ മാർക്ക് എന്നെ ഒരു 'താര'മാക്കി മാറ്റി. അന്നത്തെ കാലത്ത് എസ് എസ് എൽ സി പരീക്ഷയ്ക്ക് അത്രയേറെ പ്രധാന്യം ഉണ്ടായിരുന്നു.

അച്ഛന് ഞാൻ സെക്കന്റ് ഗ്രൂപ്പ് എടുത്ത് മെഡിസിന് ശ്രമിക്കണം എന്നായിരുന്നു ആഗ്രഹം. എനിക്ക് കണക്കും മലയാളവും ഫിസിക്സും (ഇംഗ്ലീഷ് മീഡിയത്തിൽ ആണെങ്കിലും മലയാളം ആയിരുന്നു എനിക്ക് പഥ്യം) ആയിരുന്നു ഇഷ്ടം. അങ്ങനെ ഞാൻ ഫസ്റ്റ് ഗ്രൂപ്പ് എടുക്കാൻ തീരുമാനിച്ചു. ചെറിയമ്മ തേർഡ് ഗ്രൂപ്പ് എടുക്കാനും. വീട്ടിൽ നിന്ന് ഏകദേശം 15 കിലോമീറ്റർ ദൂരെയുള്ള ഒരു പ്രശസ്ത കോളേജിൽ ഞാൻ ചേർന്നു. ചെറിയമ്മ വേറെ ഒരു കോളേജിൽ. ഒരേ കോളേജിൽ ഒന്നിച്ചു പോയി വരാൻ ഞങ്ങൾക്ക് കഴിഞ്ഞില്ല. എങ്കിലും കുറേ ദൂരം ഒരേ ബസ്സിൽ ആണ് ഞങ്ങൾക്ക് പോവേണ്ടിയിരുന്നത്.

എന്റെ ജീവിതത്തിലെ ഏറ്റവും മനോഹര കാലമായിരുന്നു അത്. കൗമാരത്തിനും യൗവ്വനത്തിനും ഇടയ്ക്കുള്ള കാലം. ഒരു മൊട്ടിന്റെയും പൂവിന്റെയും ഇടയ്ക്കുള്ള പാതി വിടർന്ന ആ കാലമാണ് മനുഷ്യരെ ഏറ്റവും ഭംഗിയുള്ളവരാക്കുന്നത്, അല്ലേ?

പെൺകുട്ടികൾ മാത്രമുള്ള കോളേജ്. എന്റെ ക്ലാസ്സിൽ നാല്പ തോളം കുട്ടികൾ. അവരിൽ ഞങ്ങൾ മൂന്നു കൂട്ടുകാർ. ഇണ പിരി യാത്തവർ. മൂന്നു പനിനീർപ്പൂക്കൾ. ഫൗസു, ബീന, ഞാൻ. ഞങ്ങൾ എങ്ങനെ കൂട്ടുകാരായി എന്നെനിക്കറിയില്ല. പക്ഷേ കൂട്ടുകാരാവാതി രിക്കാൻ കഴിയുമായിരുന്നില്ല. ഒരു മുജ്ജന്മസൗഹൃദം ആയിരുന്നു അത്. ഫൗസുവും ബീനയും മിടുമിടുക്കികൾ ആയിരുന്നു. SSLCയ്ക്ക് എന്നേക്കാൾ മാർക്കുള്ളവർ. ബുദ്ധിരാക്ഷസികൾ. ബീന ഉഴപ്പാണ്, പക്ഷേ മാർക്ക് വരുമ്പോൾ അവൾ ഞങ്ങളെ ഞെട്ടിക്കും. ഫൗസു

പക്ഷേ വളരെ കൃത്യതയോടെയുള്ള പഠിത്തക്കാരി. ഞാൻ രണ്ടു പേരുടെയും നടുവിൽ. പരസ്പരം പറയാത്ത ഒരു രഹസ്യവും ഞങ്ങൾക്ക് ഉണ്ടായിരുന്നില്ല. അതീവസുന്ദരികളായ ഇവർക്ക് നടുവിൽ ഇരുന്ന് എനിക്കും അല്പസ്വല്പം സൗന്ദര്യം വീണു കിട്ടി.

എന്റെ കലാവാസനകൾ 'സടകുടഞ്ഞെണീറ്റ' ഒരു കാലം കൂടിയായിരുന്നു അത്. അതിൽ പ്രധാനമായിരുന്നു നാടകാഭിനയം. യൂത്ത് ഫെസ്റ്റിവലിന് ഞങ്ങൾ കഥ, കവിത, ചിത്രരചന തുടങ്ങി സകലതിലും പങ്കെടുത്തു, നാടകത്തിനും. ആ ആദ്യ നാടകത്തിന്റെ പേരാണ് 'സൗന്ദര്യം'. സുന്ദരനായ ഒരു ഡോക്ടർ, കാണാൻ വിരൂപയായ ഒരു പാവം പെൺകുട്ടിയെ സ്നേഹിക്കുന്നതും അവൾക്ക് 'ജീവിതം കൊടുക്കുന്നതും' ആണ് കഥ. (ഈ 'ജീവിതം കൊടുക്കൽ' ആണിന് മാത്രം കുത്തകയായ ഒരു കാര്യമാണല്ലോ. പെണ്ണുങ്ങൾ ഇതുവരെ ആണുങ്ങൾക്ക് 'ജീവിതം കൊടുത്തതായി' കേട്ടിട്ടില്ല! അതുകൊണ്ട് ഞങ്ങളുടെ നാടകവും ആ തരം ആയിരുന്നു.) നാടകത്തിലെ നായകൻ, സംശയിക്കേണ്ട ഈ ഞാൻ തന്നെ. അഞ്ചടി എട്ടിഞ്ചു പൊക്കവും വെളുത്ത നിറവും തീരെ മെലിഞ്ഞ ശരീരപ്രകൃതിയും ഉള്ള ഈ ഞാൻ വെപ്പുമീശ വയ്ക്കേണ്ട താമസം ഒരു സുന്ദരപുരുഷനായി മാറി. നായികയായ മേരിപോളിനെ പക്ഷേ കരിയിൽ കുളിപ്പിച്ചെടുത്തിട്ടും വിരൂപയാക്കാൻ കഴിഞ്ഞതുമില്ല. ചിരട്ടക്കരിക്ക് മേരിയുടെ സൗന്ദര്യം തെല്ലും കുറക്കാൻ കഴിഞ്ഞില്ല. അത്ര ഐശ്വര്യപൂർണ്ണമായിരുന്നു മേരിയുടെ മുഖം. എങ്കിലും ഞങ്ങൾ നാടകം തകർത്തഭിനയിച്ചു. വിസിലടികളും കൂക്കുവിളികളും കൂട്ടത്തിൽ രണ്ടാം സ്ഥാനവും കിട്ടുകയും ചെയ്തു.

ഇക്കാലത്താണ് കോളേജിൽ ഗിറ്റാർ പഠനം തുടങ്ങുന്നത്. തൃശ്ശൂരിലെ പ്രശസ്ത ഗിറ്റാറിസ്റ്റ് ക്ലമന്റ് ആറ്റ്ലി സാറാണ് പഠിപ്പിക്കുന്നത്. പാട്ടിനോട് അതിയായ പ്രണയം ഉണ്ടായിരുന്ന ഞാൻ പാട്ട് പഠിക്കാൻ കിട്ടാത്ത അവസരം വിനിയോഗിക്കാൻ തീരുമാനിച്ചു. കുറേ പിന്നാലെ നടന്ന് അപേക്ഷിച്ചതിനു ശേഷം അച്ഛൻ എനിക്ക് ഒരു ചെറിയ ഹോളോ ഗിറ്റാർ വാങ്ങിത്തന്നു. ഫൗസുവും ഞാനും ഗിറ്റാർ ക്ലാസ്സിന് ചേർന്നു. പ്രീഡിഗ്രി കഴിയുംവരെ പഠനം ഭംഗിയായി മുന്നോട്ട് പോവുകയും ചെയ്തു. എഞ്ചിനീയറിങ് കോളേജിലേക്ക് കൂട് മാറിയില്ലായിരുന്നു എങ്കിൽ ഞാൻ ഒരു ഗിറ്റാറിസ്റ്റ് ആയേനേ.

ബീനയ്ക്ക് അന്നേ ഒരു 'കൊളുത്തു'ണ്ട്! ആ വിശേഷങ്ങൾ കേൾക്കലാണ് പ്രധാന രസം. പിൽക്കാലത്ത് അവൾ ആ 'പുയ്യാപ്ല'യെ ത്തന്നെ കെട്ടി. ഒരു മോളുമായി സുഖമായി ഇരിക്കുന്നു. ഫൗസുവും ഡിഗ്രി മുഴുമിക്കും മുൻപ് കല്യാണം കഴിച്ചു. നാലോ അഞ്ചോ

കുട്ടികളുടെ അമ്മയും മുത്തശ്ശിയും ഒക്കെയാണവൾ. പഠിക്കാൻ മിടുമിടുക്കികളും അത്യന്തം ബുദ്ധിശാലികളുമായ അവർ രണ്ടു പേർക്കും നിഷ്പ്രയാസം ഡോക്ടറോ എൻജിനീയറോ ഒക്കെ ആകാമായിരുന്നു. നാടിന്റെ തന്നെ നഷ്ടം ആയാണ് എനിക്കത് തോന്നാറ്.

വർഷങ്ങൾക്ക് പ്രകാശത്തേക്കാൾ വേഗമാണ്. എങ്കിലും ഇപ്പോഴും ആ കാലത്തിന് എന്റെ മനസ്സിൽ മധുരപ്പതിനേഴു തന്നെ! രണ്ടുവർഷം മുൻപ് ഫൗസുവിനെ കണ്ട് എനിക്ക് സങ്കടം വന്നു. മകരസൂര്യനെ പ്പോലെ ജ്വലിച്ചിരുന്ന അവളുടെ മുഖം പ്രായത്തിന്റെ നിഴലുകൾ വീണു മങ്ങിയത് എനിക്ക് സഹിക്കാവുന്നതായിരുന്നില്ല. കൈ നീട്ടിയാൽ തൊടാവുന്ന രണ്ടു പനിനീർ പൂക്കളായി ആ ആത്മമിത്രങ്ങൾ എന്റെയുള്ളിൽ ഇന്നും വിടർന്നു നിൽക്കുന്നു. ഒരു ചെറുസ്പർശം കൊണ്ട് പോലും ആ ഇതളുകൾ കൊഴിഞ്ഞു വീഴരുത് എന്നാശിച്ചു കൊണ്ട് ഞാൻ തൊടാതെ നോക്കി നിൽക്കുകയാണ്, എന്റെ ആരാമ ത്തിലെ ആ പനിനീർപ്പൂക്കളെ.

■

പാടുന്ന കളിക്കൂട്ടുകാരൻ

പത്താം ക്ലാസ്സ് മികച്ച രീതിയിൽ പാസായതിന്റെ സമ്മാനമായി അമ്മാവൻ എനിക്ക് സ്വന്തമായി ഒരു ടേപ്പ് റെക്കോർഡർ അയച്ചു തന്നിരുന്നു. ഒരു വിദേശീയൻ. അതുവരെ തറവാട്ടിൽ പോയി സ്റ്റീരിയോയിൽ പാട്ടുകൾ കേട്ടിരുന്ന എനിക്ക് കിട്ടിയ സ്വർഗ്ഗമായിരുന്നു അത്. തറവാട്ടിൽ ഒരുപാട് കാസ്സറ്റുകൾ ഉണ്ട്! ഒരു വലിയ കളക്ഷൻ. അമ്മാവൻ ഗൾഫിൽ (ഇതിനകം അമ്മാവൻ അവിടെ എത്തിയിരുന്നു) നിന്നും കൊണ്ട് വന്നത്. അവ ഓരോന്നായി കൊണ്ടു വന്ന് ഞാൻ കേട്ടുകൊണ്ടിരുന്നു. മലയാളം, ഹിന്ദി, ബോണി എം, അബ്ബ, ബീറ്റിൽസ് തുടങ്ങി സകല വെറൈറ്റി പാട്ടുകളും ഉണ്ടായിരുന്നു. സിനിമാ ഗാനങ്ങൾ, തരംഗിണിയുടെ പാട്ടുകൾ. അങ്ങനെ പല തരം. ഹിന്ദിപ്പാട്ടുകളോടുള്ള എന്റെ കമ്പം തുടങ്ങുന്നത് അങ്ങനെയാണ്. എണ്ണമറ്റ ഹിന്ദി ഗാനങ്ങൾ ഞാൻ കേട്ടു, രസിച്ചു.

അങ്ങനെ കേട്ടുകൊണ്ട് പോകവേ, ചില പ്രത്യേക പാട്ടുകൾ എന്റെ ശ്രദ്ധയിൽ വന്നു. അവ സിനിമാപ്പാട്ടുകൾ ആയിരുന്നില്ല. മൃദുലമായ ഗാനങ്ങൾ. അകമ്പടി ആയി ഹാർമോണിയം, വയലിൻ, സിത്താർ, തബല മാത്രം. സ്വയം അലിഞ്ഞു പോവുന്ന സംഗീതം. അർത്ഥം അറിഞ്ഞില്ലെങ്കിലും ആ ഗാനങ്ങളെ ഞാൻ സ്നേഹിച്ചു. ആ സംഗീതാലാപനം എന്റെ കണ്ണുകൾ നിറഞ്ഞൊഴുകുവാൻ പര്യാപ്തമായിരുന്നു. തനിച്ചിരുന്നു മണിക്കൂറുകൾ അത് കേട്ട് ലയിച്ചിരിക്കുക. അതൊരു പ്രത്യേക സന്തോഷം തന്നു എനിക്ക്. അത് ഗസലുകൾ ആണെന്ന് പിന്നെയും കുറേക്കാലം കഴിഞ്ഞാണ് തിരിച്ചറിയുന്നത്. ഗസലുകളെ തിരിച്ചറിയാതെ സ്നേഹിച്ച ഒരാളാണ് ഞാൻ. അവയുടെ അർത്ഥം പൂർണ്ണമായി അറിയാൻ ഉർദു അറിഞ്ഞിരുന്നെങ്കിൽ എന്ന് പിന്നീട് ആഗ്രഹിച്ചിട്ടുണ്ട്. ഉർദു വാക്കുകളുടെ അർത്ഥം അറിയാൻ എന്റെ നോർത്തിന്ത്യൻ സുഹൃത്തുക്കൾ ഒരുപാട് സഹായിച്ചിട്ടുമുണ്ട്. (ഇപ്പോഴും സഹായിക്കുന്നു)

ഇന്നും എന്നും മെഹ്ദി ഹസ്സനും ഗുലാം അലിയും ജഗ്ജിത് സിങ്ങും ഒക്കെ കൂടെയുണ്ട്.

ഞങ്ങളുടെ കുട്ടിക്കാലം റേഡിയോ നാടകങ്ങളുടെ കാലമായിരുന്നു. ടി.എൻ ഗോപിനാഥൻ നായരുടെ, സി.എൽ ജോസിന്റെയൊക്കെ നാടകങ്ങൾ ഉള്ള നാടകവാരം അന്നത്തെ വലിയ ആകർഷണമായിരുന്നു. ടേപ്പ് റെക്കോർഡർ കൈയിൽ കിട്ടിയതോടെ അതിന്റെ അനന്തസാധ്യതകൾ ഞങ്ങൾ തിരഞ്ഞു. ചെറിയമ്മാവനും നാടകക്കമ്പമുണ്ട്. അദ്ദേഹത്തിന്റ സംവിധാനത്തിൽ ഞങ്ങൾ നാടകം അഭിനയിച്ച് (സംഭാഷണം) കാസറ്റിൽ റെക്കോർഡ് ചെയ്തു. ബാലരമയിൽ വരുന്ന ചെറിയ നാടകങ്ങൾ അല്ലെങ്കിൽ ചെറിയമ്മാവൻ സംഭാഷണം നിർവ്വഹിക്കുന്ന കഥകളൊക്കെ ഞങ്ങൾ ഇങ്ങനെ അവതരിപ്പിച്ചു, റേഡിയോ നാടകങ്ങൾ പോലെ. അഭിനേതാക്കൾ അമ്മാവൻ, ചെറിയമ്മ, അനിയൻ പിന്നെ ഞാനും. കൂടുതൽ കഥാപാത്രങ്ങൾ ഉള്ളപ്പോൾ ഞങ്ങൾ ഒന്നിലധികം പേർക്ക് വേണ്ടി 'ഡബ്ബ്' ചെയ്തു. കോളേജിൽ നാടകം അഭിനയിക്കാൻ ധൈര്യം കിട്ടിയത് ഈയനുഭവത്തിൽ നിന്നായിരുന്നു. ഇങ്ങനെ റെക്കോർഡ് ചെയ്ത പല നാടകങ്ങളിലും എനിക്ക് അമ്മാവൻ 'അമ്മ' വേഷമാണ് തന്നത്. അല്ലെങ്കിൽ നായികയുടെ കൂട്ടുകാരി. ചെറിയമ്മ സ്ഥിരം 'നായിക' യായി. ചെറിയമ്മാവൻ നായകനും. അനിയന്റെ ഡബ്ബിങ് അത്ര പോരാത്തതു കൊണ്ട് അവന് പലപ്പോഴും 'ചിന്നവേഷ'ങ്ങൾ ആയിരുന്നു. പോകെപ്പോകെ ഈ അമ്മ വേഷങ്ങൾ എനിക്ക് ബോറടിച്ചു തുടങ്ങി. നായികയാവാൻ ഞാൻ കൊതിച്ചു. പിണങ്ങി. വഴക്ക് കൂടി. ഒടുവിൽ ഗാന്ധിജിയുടെ നിസ്സഹകരണം ഞാനും പുറത്തെടുത്തു. ഫലമോ? നാടകക്കമ്പനി പിരിച്ചുവിടേണ്ടതായും വന്നു.

എന്തായാലും ഇങ്ങനെ ടേപ്പ് ചെയ്യുന്ന നാടകങ്ങൾ വീട്ടിലെ മുതിർന്നവരും നന്നേ ആസ്വദിച്ചിരുന്നു. മൂത്ത അമ്മാവൻ അവധിക്ക് വരുന്ന കാലത്ത് മൂപ്പരും നാടകങ്ങളിൽ ഒപ്പം കൂടിയിരുന്നതായി ഓർക്കുന്നു. പഠിത്തവും കളിയും ഒന്നിച്ചു പോയിരുന്നു ആ കാലത്ത്. റേഡിയോയിൽ ഗാനതരംഗിണി പ്രക്ഷേപണം ചെയ്യുമ്പോൾ ഞാനും അനിയനും ഒന്നിച്ചിരുന്ന് ചലച്ചിത്രഗാനങ്ങൾ ടേപ്പ് ചെയ്തെടുത്തു. മിക്കവാറും അത് അടിപിടിയിൽ കലാശിക്കുകയും ചെയ്തു. ഏതായാലും ആ ടേപ്പ് റെക്കോർഡർ ഞങ്ങളുടെ കളികളിൽ ഹൃദയപൂർവ്വം ചേർന്ന ഒരു കളിക്കൂട്ടുകാരനായി.

ചിലപ്പോൾ ഞാൻ ഒറ്റയ്ക്കിരുന്ന് പാട്ട് പാടുകയും കവിതകൾ ചൊല്ലുകയും ചെയ്തു. അതെല്ലാം കാസറ്റുകളിൽ ടേപ്പ് ചെയ്തു

വീണ്ടും വീണ്ടും കേട്ട് രസിച്ചു. ഞാൻ നന്നായി പാടുന്നുണ്ട് എന്ന് ചെറിയമ്മ കണ്ടുപിടിച്ചു. പാട്ട് പഠിക്കാൻ കഴിഞ്ഞെങ്കിൽ എന്ന് ഞാൻ അതിയായി മോഹിച്ചു. പാട്ട് പാടുകയും കച്ചേരി നടത്തുകയും ചെയ്യുന്ന 'എന്നെ' ഞാൻ ഭാവനയിൽ കണ്ടു രസിച്ചു. ഇത്തരം ഭാവനകളിലാണ് എന്റെ ജീവിതം മുക്കാലും ഞാൻ ജീവിച്ചു തീർത്തിട്ടുള്ളത്. എന്നെ സംബന്ധിച്ച് ഭാവനയും യാഥാർത്ഥ്യവും തമ്മിൽ വളരെ നേർത്ത അതിർവരമ്പുകളാണുണ്ടായിരുന്നത്, അന്നും ഇന്നും. പാടവരമ്പുകൾക്കിടയിലെ 'അറ്റക്കടായ' ചാടിക്കടക്കുന്ന ലാഘവത്തോടെ ഞാൻ ഭാവനയ്ക്കും യാഥാർഥ്യത്തിനുമിടയിൽ കളിച്ചു നടന്നു. രസമുള്ള ഒരു കളിയായി ജീവിതം മുഴുവൻ അതുകൊണ്ടു നടക്കുകയും ചെയ്തു.

■

ഹൃദയം പിണങ്ങുന്നു

അടുക്കും ചിട്ടയും ഇല്ലാതെയാണ് ഓർമ്മകൾ കയറി വരുന്നത്. പ്രതീക്ഷിക്കാതെ കയറി വരുന്ന അതിഥികളെപ്പോലെ വന്ന ചില ഓർമ്മകൾ കുറിക്കട്ടെ. ഇത് ഒരു കഥയല്ല. മറിച്ച് എന്റെ ജീവിതത്തിലെ പ്രസക്തമായ ഒരേടാണ്.

പ്രീഡിഗ്രി രണ്ടാം വർഷം പഠിക്കുമ്പോഴാണ് ചെറിയമ്മ വിവാഹിതയാവുന്നത്. അന്നൊക്കെ നേരത്തെയുള്ള വിവാഹം സ്വാഭാവികമായിരുന്നു. അവളുടെ കല്യാണത്തിനാണ് ആദ്യമായി ഞാൻ (അവളും) സാരി ഉടുക്കുന്നത്. പ്രീഡിഗ്രി ക്ലാസ്സുകൾ കഴിഞ്ഞു. സ്റ്റഡി ലീവായി. പഠിത്തവും പാട്ടും ആയി ദിവസങ്ങൾ കടന്നു പോയി. പരീക്ഷ നല്ല രീതിയിൽ എഴുതി. എഞ്ചിനീയറിംഗിന്റെ പ്രവേശന പരീക്ഷ. അതും കുഴപ്പമില്ലാതെ കടന്നു പോയി. പാട്ട് കേട്ടും വീട്ടുജോലികളിൽ അമ്മയെ സഹായിച്ചും ദിവസങ്ങൾ അങ്ങനെ കൊഴിഞ്ഞു വീണു കൊണ്ടിരുന്നു.

എങ്ങനെയായിരിക്കും ഇനിയുള്ള ജീവിതം? പ്രീഡിഗ്രി എന്ന 'ടേണിംഗ് പോയന്റ്'ന് അപ്പുറം കാത്തിരിക്കുന്നത് പുൽമേടുകളോ പെരുങ്കാടുകളോ? പ്രീഡിഗ്രിയുടെ റിസൾട്ട് വന്നു. നല്ല മാർക്കുണ്ട്. സബ്ജെക്ട് മാർക്ക് ആണ് അന്ന് കാര്യമായി കണക്കാക്കുക. കെമിസ്ട്രി പ്രാക്ടിക്കലിന് ഒഴികെ ഏകദേശം എല്ലാത്തിനും മുഴുവൻ മാർക്കും കിട്ടി. ചിലതിനു ഒരു മാർക്ക് പോയി, ആകെ 450ൽ പന്ത്രണ്ടു മാർക്കാണ് പോയത്.

അന്ന് പ്രവേശനപ്പരീക്ഷയുടെ ഫലം വരുന്നതിനു മുൻപ് ഡിഗ്രിക്ക് ചേരുന്ന പതിവുണ്ട്. (ഇത് മുൻപത്തെ അദ്ധ്യായത്തിൽ എഴുതിയിരുന്നു). ഞാൻ കേരളവർമ്മയിൽ ഫിസിക്സ് മെയിൻ എടുത്തു ചേർന്നു. ക്ലാസ്സിൽ പോവേണ്ടി വന്നില്ല. അതിനു മുൻപ് എൻട്രൻസിന്റെ റിസൾട്ട് വന്നു. ദിനപ്പത്രത്തിൽ ആണ് റിസൾട്ടും ക്രമനമ്പറും വരിക. തരക്കേടില്ലാത്ത റാങ്ക് കിട്ടി. മൂന്നാമത്തെ ചോയ്സ് ആയ ഇലക്ട്രിക്കൽ

ബ്രാഞ്ചാണ് എനിക്ക് കിട്ടിയത്. ആകെ അഞ്ചു എഞ്ചിനീയറിംഗ് കോളേജുകളാണ് അന്നുള്ളത്. ഞാൻ തൃശ്ശൂരിൽ ചേരാനുറച്ചു. കാലിക്കറ്റ് ആർ ഇ സി (ഇപ്പോഴത്തെ എൻ ഐ ടി) യിൽ അന്ന് മാർക്ക് അടിസ്ഥാനത്തിൽ ആണ് പ്രവേശനം. അവിടെ എന്റെ പേരുണ്ടായിരുന്നു എന്ന് പിന്നീട് പറഞ്ഞു കേട്ടു. അച്ഛന് പക്ഷേ അവിടെ ചേർക്കാൻ താല്പര്യം ഉണ്ടായില്ല. അന്ന് കടുത്ത റാഗിംഗ് ഉണ്ടായിരുന്നു അവിടെ. പോരാത്തതിന് തൃശ്ശൂർ ആണല്ലോ അടുത്ത്.

എല്ലാം വിചാരിച്ച പടി. അല്ലേ? എന്നാൽ അങ്ങനെ ആയിരുന്നില്ല കാര്യങ്ങൾ. വിധി എനിക്കൊരു തുറുപ്പുചീട്ട് കരുതി വെച്ചിരുന്നു. കൃത്യസമയത്ത് എടുത്തു പ്രയോഗിക്കാൻ. എഞ്ചിനീയറിംഗ് പ്രവേ ശനത്തോടനുബന്ധിച്ച് മെഡിക്കൽ ചെക്ക് അപ്പ് എന്ന ഒരു സംഗതി യുണ്ട്. ഏതെങ്കിലും ഒരു ഗവൺമെന്റ് ഡോക്ടർ വേണം അത് ചെയ്യാനും സർട്ടിഫിക്കറ്റ് തരാനും. ഞാനും അച്ഛനും ഡോക്ടറെ കാണാൻ പോയി. ഡോക്ടർ സർട്ടിഫിക്കറ്റ് തന്നു, ആദ്യമേ. ചെക്ക് അപ്പ് പിന്നെയാണ് ചെയ്തത്. സ്റ്റെത്തു വെച്ച് കാര്യമായി പിന്നെയും പിന്നെയും നോക്കിയതിനു ശേഷം ഡോക്ടർ പറഞ്ഞു. ഈ കുട്ടിയുടെ ഹൃദയത്തിനു മർമ്മറിങ് ഉണ്ട്. വിശദമായി പരിശോധിക്കണം.

എന്റെ രണ്ടു ഹൃദയവാൽവുകൾ നന്നേ ചുരുങ്ങിപ്പോയിരുന്നു. അതിലൊന്നിന്റെ സ്ഥിതി ഗുരുതരം. ഒരു സർജറി വഴിയേ അത് ശരിയാക്കാൻ കഴിയൂ എന്ന് ഞാൻ മനസ്സിലാക്കി. (അന്നത്തെക്കാലത്ത് ഹൃദയ ശസ്ത്രക്രിയ വളരെ അപൂർവവും സങ്കീർണ്ണവുമായിരുന്നു)

ജീവിതം എത്ര നിസ്സാരമാണ്. ഒരു സോപ്പ് കുമിള പോലെ അത് പൊട്ടിപ്പോവുന്നത് നോക്കി നിൽക്കേണ്ടി വരുന്ന നമ്മൾ എത്ര നിസ്സഹായരാണ്. കൂട്ടുകാരോട് എന്തിലുമേതിലും തമാശ കലർത്തി പറഞ്ഞു പറഞ്ഞ് അവസാനം ഒരു വലിയ തമാശ പോലെ ജീവിതം. ജീവിതത്തിലെ മുഴുവൻ ചിരികളും ചിരിച്ചു തീർത്തു കഴിഞ്ഞു എന്നെനിക്ക് തോന്നി. 'കോളിനോസ്' എന്ന് കൂട്ടുകാർ കളിയാക്കി യിരുന്ന എന്റെ സുന്ദരച്ചിരി ഇരമ്പിയെത്തിയ മഴയിൽ ഞെട്ടിയൊലിച്ചു പോവുന്നത് ഞാൻ നിസ്സംഗയായി നോക്കി നിന്നു.

എന്റെ ഹൃദയത്തെ എനിക്ക് തന്നെ പേടിയാവാൻ തുടങ്ങി. അത് ഏതു നിമിഷമാവും നിലയ്ക്കുക? അങ്ങനെ ആയാൽ എനിക്ക് ശ്വാസം മുട്ടുമോ? മരണത്തിന് വേദന ഉണ്ടാവുമോ? ഞാൻ ചിന്തിച്ചു കൂട്ടി. രാത്രി ഹൃദയം മിടിക്കുന്ന ഒച്ച കേട്ട് എനിക്ക് ഉറങ്ങാൻ കഴിയാ തായി. ആ മിടിപ്പിൽ നിന്ന് രക്ഷ നേടാൻ ഞാൻ ഉഴറി. അച്ഛനും അമ്മയും ഇരുപുറവും കിടക്കണം എന്ന് ഞാൻ ശഠിച്ചു. എനിക്ക്

എന്റെ ഹൃദയത്തെ ഭയമായിത്തുടങ്ങിയിരുന്നു. ആവേശവും ഉത്സാഹവും ചോർന്നു പോയിരുന്നുവെങ്കിലും ഞാൻ എഞ്ചിനീയറിംഗിന് ചേർന്നു. യാന്ത്രികമായി പഠിച്ചു. അപ്പോഴേക്കും എന്റെ ചിരി പൂർണ്ണമായി നിലയ്ക്കുകയും അത് നിസ്സംഗതയിലേക്ക് വഴി മാറിക്കഴിയുകയും ചെയ്തിരുന്നു. ആ ചിരി ജീവിതം എനിക്ക് പിന്നീട് മടക്കിത്തന്നു, കുറെ കഴിഞ്ഞ്.

ജീവിതം എവിടെയും അവസാനിക്കുന്നില്ല. എന്റെ കാര്യവും അങ്ങനെ തന്നെ. ഇന്നിതാ ഇതുവരെ ആയി. എല്ലാം അവസാനിച്ചു എന്ന് നാം കരുതുന്ന പലതും ഒരു തുടക്കമാണെന്ന് പിന്നെയാവും നമ്മൾ തിരിച്ചറിയുക. ചില സൗഹൃദങ്ങൾ പോലും അങ്ങനെയല്ലേ? ഉണങ്ങിയ മരക്കൊമ്പുകളിൽ ചുവന്ന തളിരുകൾ കാണാറില്ലേ? എത്ര മനോഹാരിതയാണ് അതിന്. അതാണ് ജീവിതം. ആ തളിരുകൾ കാണാനുള്ള പ്രതീക്ഷയോടെ മുന്നേറിപ്പോണം. തളിർക്കാതിരിക്കില്ല. ഉറപ്പാണ്. ■

ഭൂമിയുടെ കാവൽക്കാർ

അമ്മൂമ്മയുടെ തറവാട്ടുവീട്ടിൽ വലിയൊരു പാമ്പുങ്കാവ് ഉണ്ട് ഏകദേശം ഒരു ഏക്കർ സ്ഥലത്ത് പരന്നു കിടക്കുന്ന ഒരു കാവ്. നിറയെ പാലയും പേരറിയാത്ത കൂറ്റൻ മരങ്ങളും നിറഞ്ഞ ആ കാവ് തറവാട്ടിൽ എട്ട് താവഴികളായ് വ്യാപിച്ചു കിടക്കുന്ന മുഴുവൻ കുടുംബാംഗങ്ങൾക്കും അവകാശപ്പെട്ടതാണ്. ഇനി വരുന്ന തലമുറയ്ക്കും. കാഴ്ചയിൽ തന്നെ ഭയം ജനിപ്പിക്കുന്ന ആ കാവ്, ഹൊറർ സിനിമകളുടെ ഷൂട്ടിങ്ങിനൊക്കെ പറ്റിയ സ്ഥലമാണ്.

എല്ലാ കൊല്ലവും അമ്മൂമ്മയുടെ തറവാട്ടിൽ നടത്തുന്ന പാമ്പും കളം ബഹുകേമം. ഒൻപതു ദിവസത്തെ കളം ഗംഭീര ആഘോഷമാണ്. അവസാനത്തെ ഭൂതക്കളം അതിവിശേഷവും. അമ്മൂമ്മയുടെ തറവാട് കുറേ ദൂരെയാണ്. രണ്ട് ബസ്സ് മാറിക്കേറി പോണം. ഞങ്ങൾക്ക് അവിടെപ്പോവാൻ വലിയ ഉത്സാഹമായിരുന്നു. ഞാനും ചിറ്റയും അമ്മയും അമ്മൂമ്മയും എല്ലാരും കൂടിയാണ് പോവുക. അവിടെ അമ്മൂമ്മയുടെ അമ്മാവന്മാരും മറ്റമ്മയും (അമ്മൂമ്മയുടെ ചേച്ചി) ഉണ്ട്. ഞങ്ങൾ മറ്റമ്മയുടെ വീട്ടിലാണ് നിൽക്കുക. ബസ്സിറങ്ങി പാടവും പടിപ്പുരയും കടന്ന് കഴുങ്ങിൻ തോട്ടത്തിന്റെ നടുവിൽ ആണ് ആ വീട്. പഴയ തറവാടിന്റെ, പത്തായപ്പുരയാണത്.

നാലുകെട്ടും കുളവും പത്തായപ്പുരയും കൂടിയതായിരുന്നു അമ്മയുടെ തറവാട്. ഒരേ സമയം അൻപതു പേർക്ക് ഇരുന്നുണ്ണാവുന്ന തളം ഞാൻ അവിടെ കണ്ടിട്ടുണ്ട്. ഇന്നത്തെ അറ്റാച്ച്ഡ് വാഷ് റൂമുകൾക്ക് പകരം നിൽക്കുന്ന ഓവറകൾ, പ്രസവിച്ചു കിടക്കാനുള്ള പ്രത്യേക മുറികൾ, മച്ചകം, ഭൂനിരപ്പിൽ നിന്ന് താഴ്ന്നുനിൽക്കുന്ന കലവറ, ഉരുളികളും, വിളക്കുകളും മറ്റും സൂക്ഷിക്കുന്ന രണ്ടാം തട്ട് ഒക്കെ ഉണ്ടായിരുന്നു ആ തറവാട്ടിൽ. തറവാട് ഭാഗത്തിൽ കിട്ടിയ എന്റെ അമ്മൂമ്മ അത് വിറ്റ് മുത്തച്ഛന്റെ കൂടെ സിലോണിലേക്ക് പോരുകയായിരുന്നു. മുത്തച്ഛൻ സിലോണിൽ ആയിരുന്ന കാലത്ത് ആ വലിയ നാലുകെട്ട് വിറ്റു കളഞ്ഞ് അമ്മയെയും കൂട്ടി അമ്മൂമ്മയും മുത്തച്ഛനും കപ്പലിൽ സിലോണിൽ പോയ കഥ അമ്മ ഒരുപാട്

തവണ പറഞ്ഞു കേട്ടിട്ടുണ്ട്. ആ തറവാട് വാങ്ങിയവർ അതിന്റെ ഭൂരിഭാഗവും പൊളിച്ചു കളഞ്ഞു. എങ്കിലും പഴയകാലത്തെ പ്രതാപത്തിന്റെ നിഴൽപോലെ അതിപ്പോഴും ഉണ്ട്. മറ്റമ്മയുടെ വീട്ടിൽ വാൽക്കിണറുണ്ട്. കുളവും കിണറും ഒന്നിച്ചുള്ള ഒരു നിർമ്മിതിയാണത്. അകത്തേക്ക് ഇറങ്ങിച്ചെല്ലാവുന്ന ഒരു കിണർ. വലിയ കൗതുകം ആയിരുന്നു അത്.

പാമ്പിൻ കളം ഓരോ കൊല്ലവും ഓരോ താവഴിക്കാരാണ് നടത്തുക. സ്വർണ്ണനാഗവും വെള്ളിനാഗവും കരിനാഗവും ഒക്കെ വളഞ്ഞു പുളഞ്ഞു കിടക്കുന്ന കളങ്ങൾ. എന്ത് ഭംഗിയായാണ് അത് വരയ്ക്കുക! പുള്ളുവർക്കാണ് കളത്തിന്റെ മേൽക്കോയ്മ. നന്തുണിയും പുള്ളോർക്കുടവും കൊട്ടി പുള്ളോനും പുള്ളോത്തീം കൂടി പാടുമ്പോൾ അദൃശ്യരായ നാഗങ്ങൾ കളത്തിന്റെ പന്തൽ കാലുകളിൽ കൂടി പടർന്നു ഇഴഞ്ഞു കളത്തിലെത്തും എന്നാണ് സങ്കല്പം. അവ കളത്തിലിരിക്കുന്ന ദേഹങ്ങളിൽ ആവേശിച്ച് അഴിച്ചിട്ട മുടി തല്ലി ഉലച്ചു കൊണ്ട് കളം മായ്ച്ചു തീർക്കും. തറവാട്ടിലെ പുഷ്പിണിയായ ഒരു കന്യകയും അമ്മയായി മധ്യവയസ്സിൽ എത്തിയ ഒരു സ്ത്രീയും കൂടിയാണ് കളത്തിൽ ഇരിക്കുക. കളം മായ്ച്ചു ഗുരുതി കലക്കി വെച്ച കുടം മുഴുവൻ കുടിച്ചു തീർത്ത് പാമ്പിൻകാവിലേക്ക് ഓടി പാമ്പിൻ തറയിൽ തലയിടിച്ചു ബോധം കെട്ടുവീഴുന്ന അവരെക്കണ്ട് ഞാൻ ശരിക്കും പേടിച്ചു പോയിട്ടുണ്ട്. എങ്കിലും പുള്ളുവൻ പാട്ടുകളെയും നിറങ്ങൾ നിറഞ്ഞ കളങ്ങളെയും ആൾക്കൂട്ടത്തെയും എണ്ണ മണക്കുന്ന ആ രാത്രികളെയും എനിക്കിഷ്ടമായിരുന്നു, മറ്റമ്മയേയും.

മറ്റമ്മയുടെ വീട്ടിൽ നിറയെ എരുമകളുണ്ട്, പോത്തുകളും. മറ്റമ്മയുടെ ഭർത്താവ് 'അന്നാര്' ആണ് പോത്തുകളെയും എരുമകളേയും കുളിപ്പിക്കുകയും മേയാൻ കൊണ്ട് പോവുകയും ചെയ്യുക. അച്യുതൻ നായർ ആണ് ലോപിച്ച് 'അന്നാര്' ആയത്. മറ്റമ്മ വിളിക്കുന്ന കേട്ടാവണം കുട്ടിക്കാലം മുതൽ ഞങ്ങളും അദ്ദേഹത്തെ അങ്ങനെ വിളിച്ചു ശീലിച്ചു. അവിടത്തെ കട്ടത്തൈരിന്റെയും വെണ്ണയുടെയും രുചി ഒന്നു വേറെയാണ്. പച്ചക്കറി കൃഷിയിൽ നിന്ന് മറ്റമ്മ അപ്പപ്പോൾ പൊട്ടിച്ചെടുക്കുന്ന പച്ചക്കറികൾ എല്ലാം കൂടി ഇട്ട് വയ്ക്കുന്ന മൊളകൂഷ്യം, ചുവന്നു കൊഴുത്ത കടുമാങ്ങ, അപൂർവമായി പപ്പടം, പിന്നെ കട്ടത്തൈരും. ഇതാണ് മറ്റമ്മയുടെ ഊണിന്റെ 'മെനു'. ഇതിനെ വെല്ലുന്ന ഒരു രുചിയും ഈ ഭൂമിയിൽ ഉണ്ടാവും എന്നെനിക്ക് തോന്നുന്നില്ല. പാൽ നിറവും സ്നേഹം മാത്രം പൂക്കുന്ന മനസ്സും ശരീരവും ഉള്ള മറ്റമ്മ. സ്നേഹം, നിർമ്മലമായ സ്നേഹം.

കാലം കൊണ്ട് മൂല്യച്യുതി വന്ന ഇന്നത്തെ സ്നേഹബന്ധങ്ങളിൽ അഭിരമിക്കാൻ കഴിയാതെ പോകുന്നത് ബാല്യകാലങ്ങളിൽ കിട്ടിയ ഈ ഉപാധികൾ ഇല്ലാത്ത ആത്മബന്ധങ്ങൾ കൊണ്ടാവാം. അമ്മയെ തേടുന്ന ഒരു കുഞ്ഞിനെപ്പോലെ അത് തേടി നടക്കുകയാണ് ഞാനും നമ്മൾ ഓരോരുത്തരും. അങ്ങനെ തോന്നാറുണ്ട് പലപ്പോഴും.

പാമ്പിൻ കളങ്ങൾ, സൂക്ഷ്മമായി കൃത്യതയോടെ നടത്തിയില്ലായെങ്കിൽ നാഗത്താന്മാർ കോപിക്കും. ശാപം തറവാട്ടിൽ പെയ്തു തുടങ്ങുകയും ചെയ്യും. ഇതാണ് വിശ്വാസം. വിശ്വാസം ശരിയാണോ ആവോ, അമ്മൂമ്മയുടെ നാല് ഓപ്പമാരും (ഏട്ടന്മാർ) ഓരോ കൊല്ലമായി പാമ്പിൻ കളത്തിനു പിന്നാലെ കടന്നു പോയി. വളരെ പെട്ടെന്ന് ഉണ്ടായ രോഗങ്ങൾക്കൊണ്ട് പൊടുന്നനെയുള്ള മരണങ്ങൾ ആയിരുന്നു എല്ലാം. അതുണ്ടാക്കിയ അന്ധവിശ്വാസം കൊണ്ടാവാം പിന്നീട് കുറെ കാലത്തേക്ക് കളം നടത്തുകയുണ്ടായില്ല.

നാഗങ്ങൾ വേറെ ഏതോ ലോകത്തു നിന്ന് ഭൂമിയിൽ വന്നവരാണ് എന്നാണല്ലോ വിശ്വാസം. നാഗലോകത്തേക്കു തിരിച്ചു പോവാതെ ഭൂമിയിൽ ബാക്കിയായ സർപ്പങ്ങൾ ഭൂമിക്കും മനുഷ്യനും അവന്റെ സ്വത്തിനും കാവൽ നിന്നു. എന്റെ നന്നേ കുട്ടിക്കാലത്തു അച്ഛൻ വാങ്ങിയ ഒരു പറമ്പുണ്ട് (ഇന്നും ഉണ്ട് അത്). വലിയൊരു പറമ്പ്. വീട്ടിൽ നിന്നും കുറേ ദൂരെ മാറിയുള്ള ആ പറമ്പിൽ തേങ്ങയോ അടക്കയോ കായോ ഒക്കെ മോഷ്ടിക്കാൻ വരുന്നവർ ഒരടിയോളം ഉയരത്തിൽ പൊങ്ങി ഊതി ഓടിക്കുന്ന ഒരു വെള്ളവെമ്പാലയെ കണ്ട് പേടിച്ച് ഓടിയിട്ടുണ്ടത്രെ. ഇത് അനുഭവസ്ഥർ പറഞ്ഞു കേട്ടിട്ടുണ്ട്. (അച്ഛൻ ഒരിക്കൽ അതിനെ ശാന്തനായി കിടക്കുന്നതായി കണ്ടിട്ടുണ്ടത്രെ.) എന്തായാലും ഈ 'വാർത്ത' നാട്ടിൽ പരന്നതോടെ പറമ്പിലെ മോഷണം കാര്യമായി കുറഞ്ഞു. (കഴിഞ്ഞ കുറച്ചു കാലമായി ഈ കാവൽക്കാരന്റെ വിവരം ഒട്ടു കേട്ടിട്ടുമില്ല). അടിസ്ഥാനമില്ലാത്ത ഒരു 'പ്രത്യയശാസ്ത്രത്തിനും' അടിപ്പെടാത്ത എന്റെ അച്ഛൻ പറയുന്നത് പറമ്പിൽ പാമ്പ് ഉണ്ട് എന്നുള്ളത് ശരി ആണെന്നും ബാക്കിയെല്ലാം നിറം പിടിപ്പിച്ച കഥകൾ ആണെന്നും ആണ്. ഏതായാലും കൂറുള്ള ആ 'കാവൽക്കാരൻ' പറമ്പിനെയും അതിലെ സ്ഥാവര ജംഗമവസ്തുക്കളെയും എക്കാലവും കാത്തു പോന്നിട്ടുണ്ട്.

(സർപ്പപൂജയുള്ള തറവാട്ടിൽ ആരും പാമ്പ് കടിച്ചു മരിക്കില്ല എന്നാണ് പറയപ്പെടുന്നത്. അറിയില്ല. അനുഭവം വരുംവരെ അങ്ങനെ തന്നെ ഇരിക്കട്ടെ, അല്ലേ?)

■

യക്ഷിയുടെ വാസസ്ഥലം

ഈ കഥ നടക്കുന്നത് ഒരു മഴക്കാല രാത്രിയിലാണ്. തറവാട്ടിലെ തെക്കേമുറിയിൽ കോസടി വിരിച്ച് കിടക്കുകയാണ് മൂന്ന് പേർ. ഞാനും ചെറിയമ്മയും അനിയനും. പുറത്ത് മഴ തകർത്തു പെയ്യുന്നു. ഇടിയുടെ ചീളുകൾ കുത്തഴിയിലൂടെ അകത്തേക്ക് തെറിച്ചു

വീഴുന്നുണ്ട് ഇടയ്ക്ക്. വൈദ്യുതി എപ്പഴേ പോയിരിക്കുന്നു. അനിയന് കഥ കേട്ടാലേ ഉറക്കം വരൂ. പ്രേതകഥയാണ് പഥ്യം.

ചെറിയമ്മ യക്ഷിക്കഥകൾ ഉണ്ടാക്കിപ്പറയാൻ മിടുക്കിയാണ്. അവൾ ചുടലയക്ഷിയുടെ കഥ പറഞ്ഞു തുടങ്ങി. ഗ്രാമത്തിന്റെ വടക്കേയറ്റത്ത് അന്ത്യാളന്റെ കാവുണ്ട്.

അതിൽ പടർന്നു പന്തലിച്ചു നിൽക്കുന്ന ഒരു പേരാലും. ഞാനത് കണ്ടിട്ടുണ്ട്. പണ്ട്, മുത്തശ്ശിക്കുള്ള ഏതോ മരുന്നിൽ ചേർക്കാൻ പേരാലിന്റെ മൊട്ട് (തളിര്) തേടി ചെറിയമ്മാവന്റെ കൂടെ ഞങ്ങൾ അവിടെ പോയിട്ടുണ്ട്. ഗ്രാമത്തിൽ ആലുകൾ ധാരാളം ഉണ്ടെങ്കിലും പേരാൽ അന്ത്യാളന്റെ കാവിൽ മാത്രമേയുള്ളൂ. പകൽ പോലും ഇരുൾമൂടി നിൽക്കുന്ന ആ കാവിൽ, നാഗയക്ഷിയുടേയും ചുടല യക്ഷിയുടേയും 'കല്ലുകൾ' (പ്രതിഷ്ഠ) ഉണ്ട്. സന്ധ്യയ്ക്ക് വിളക്ക് വെയ്ക്കാൻ വെളിച്ചപ്പാട് മാത്രമേ അവിടെ പോകാറുള്ളൂ. കാവിന് ചുറ്റും അരളിമരങ്ങൾ നിറയെ പൂത്തു നിൽക്കും. അരളിയുടെ പൂക്കൾ, വെള്ളയും നടുക്ക് മഞ്ഞയും ഉള്ളത്, അവിടെ മുഴുവൻ വീണുകിടപ്പുണ്ടാവും. പൂക്കൾ പെറുക്കിയെടുക്കുന്നത് യക്ഷിയമ്മക്ക് ഇഷ്ടമില്ലത്രെ. എങ്കിലും ഒന്നു രണ്ടു പൂക്കൾ ഞങ്ങൾ എടുക്കും. അതുകൊണ്ട് മത്തങ്ങയുണ്ടാക്കും. ഇതളുകൾ തുളച്ച് തണ്ടിൽ കോർത്തു വെച്ചാൽ ഒന്നാന്തരം മത്തങ്ങയായി. യക്ഷിയമ്മ കുട്ടികളെ ഉപദ്രവിക്കില്ല എന്നാണ് മുത്തശ്ശി പറഞ്ഞു തന്നിട്ടുള്ളത്. എന്നാലും പേടിക്കണം. എപ്പോഴാ ഭാവം മാറുക എന്നറിയില്ലല്ലോ. മനുഷ്യരെപ്പോലെയാണ് അവരും.

ചെറിയമ്മ വിസ്തരിച്ചു കഥ പറയുകയാണ്. ചോരയും നീരു മുള്ള മനുഷ്യരെ തെരഞ്ഞു പിടിച്ച് ചോര വലിച്ചു കുടിക്കുന്ന യക്ഷിയെ ഭാവനയിൽ കണ്ട് നടുങ്ങി വിറച്ചാണ് അനിയൻ കഥ കേൾക്കുന്നത്. എനിക്കും ഉള്ളിൽ പേടി തോന്നാതിരുന്നില്ല. കഥ കേട്ട് കേട്ട് ഞാൻ എപ്പോഴോ ഉറങ്ങിപ്പോയി.

നല്ല പാല പൂത്തമണമാണ് എന്നെ ഉണർത്തിയത്. മുറി നിറയെ സുഗന്ധം. മഴ അപ്പോഴും ധാര മുറിയാതെ പെയ്യുന്നുണ്ട്. തെക്കേ അകത്തു നിന്നും കോലായിലേക്കു ഇറങ്ങിയാൽ ഒരു ഭാഗത്തു മച്ചാണ്. അവിടെ ഭഗവതിയെ കുടി വെച്ചിട്ടുണ്ട്. മാത്രമല്ല, 'പ്രധാന പ്പെട്ട' സാധനങ്ങൾ ഈ മുറിയിലാണ് സൂക്ഷിക്കുക. പിതൃക്കളും ഭഗവതിയുമുണ്ട് എന്ന പറച്ചിലല്ലാതെ ഇരുട്ട് കുത്തിയ ആ മുറി യിൽ ഇന്നേവരെ ഒരു പ്രതിഷ്ഠയും ഞാൻ കണ്ടിട്ടില്ല. മറിച്ച് ചക്ക വരട്ടിയതും പഴക്കുലകളും മറ്റു ഭക്ഷണസാധനങ്ങളും സൂക്ഷിച്ചി രുന്ന ആ സ്ഥലത്തോട് ഞങ്ങൾ ഒരു 'സോഷ്യൽ ഡിസ്റ്റൻസിങ്' പാലിക്കാൻ വേണ്ടി മെനഞ്ഞുണ്ടാക്കിയ ഒരു അടവല്ലേ ഈ ഭഗ വതി പ്രയോഗം എന്ന് എനിക്കിപ്പോൾ സംശയം തോന്നായ്കയും ഇല്ല. അന്ന് ഞങ്ങൾക്ക് പക്ഷേ ആ മച്ച് ഒരു ഡ്രാക്കുളക്കോട്ട പോലെ തോന്നിച്ചു.

അപ്പോൾ പറഞ്ഞു വന്നത്, രാത്രി പാലപ്പൂ മണം കേട്ട് ഞെട്ടി യുണർന്ന എനിക്ക് പെട്ടെന്ന് മച്ചിലും തളത്തിലും ആരോ നടക്കുന്ന

പോലെ തോന്നി. അതെ, ആരുടെയോ കാലടിശബ്ദം തന്നെ. ആരാണത്? ശ്വാസം കിട്ടാത്തപോലെ. പേടി കൊണ്ട് എന്റെ തൊണ്ട മരവിച്ചു. ഞാൻ അനങ്ങാതെ കണ്ണടച്ച് കിടന്നു. 'ഝിൽ ഝിൽ' എന്ന് ചിലങ്ക കിലുങ്ങുന്നുണ്ടോ? മഴയുടെ ശബ്ദത്തിൽ ഒന്നും വ്യക്തമാവുന്നില്ല. ചെറിയമ്മ പോത്തുപോലെ കിടന്നുറങ്ങുന്നു. അനിയൻ വളഞ്ഞ് വൃത്താകൃതിയിലാണ് കിടപ്പ്. ചെറിയമ്മയെ ഉണർത്തണം എന്നുണ്ട്. പക്ഷേ ഞാൻ അനങ്ങിയാൽ യക്ഷി അറിഞ്ഞാലോ? മൂപ്പത്തി ഇങ്ങോട്ട് കയറി വന്നാൽ? പേടിച്ചും കാതോർത്ത് കിടന്നും എപ്പോഴോ ഞാൻ ഉറങ്ങിപ്പോയി.

രാവിലെ കുറേ വൈകിയാണ് ഉണർന്നത്. ഇന്നലെ ഉണ്ടായത് ഞാൻ സ്വപ്നം കണ്ടതായിരിക്കുമോ എന്ന സംശയം എന്നിൽ ബാക്കിയായി. എല്ലാം പങ്കുവയ്ക്കുന്ന ചെറിയമ്മയോടുപോലും പറഞ്ഞില്ല. വെറുതെ കളിയാക്കൽ ചോദിച്ചു വാങ്ങണോ? അല്ലെങ്കിലേ ഞാൻ പൊട്ടിയാണ് എന്നാണ് വയ്പ്പ്.

കുളിയും കാപ്പികുടിയും കഴിഞ്ഞ് കളിക്കാനുള്ള വട്ടം നോക്കുമ്പോഴാണ് അമ്മ അമ്മൂമ്മയെ വിളിക്കുന്ന കേട്ടത്. തലേന്ന് ഉണ്ടാക്കി മച്ചിൽ സൂക്ഷിച്ച ഉണ്ണിയപ്പം പകുതി കാണാനില്ല. ഉരുളി പകുതി കാലിയായിരിക്കുന്നു. ഉണ്ണിയപ്പം കക്കാൻ ആരാപ്പോ വരാ? അതും മച്ചിൽ കയറി കക്കാൻ? ഇനിയിപ്പോ എലിയൊ മറ്റോ? ഏയ്, എലിയൊന്നും ഇത്ര [1]കുട്ട്യേ പറ്റില്ല!

എല്ലാരും മൂക്കത്ത് വിരൽ വച്ചു നിന്നപ്പോൾ ഞാൻ പറഞ്ഞു. ''കളിയാക്കില്ല്യാച്ചാൽ ഞാൻ ഒരു കാര്യം പറയാം. എനിക്കറിയാം ആളെ. വേറാരും അല്ല. നമ്മടെ അന്ത്യാളന്റെ കാവിലെ യക്ഷ്യന്ന്യാ. വന്നീരുന്നു, ഇന്നലെ രാത്രി!'' എല്ലാരും എന്നെ ഒന്ന് നോക്കി. ഒരു വല്ലാത്ത നോട്ടം.

''യക്ഷി! അതേപ്പോ, അപ്പം കക്കാൻ യക്ഷ്യല്ലേ വര്വാ. രാത്രി ഓരോ വേണ്ടാത്ത കഥ പറച്ചില് നിർത്തണം ആദ്യം.'' അമ്മയുടെ വക. വേണ്ടീരുന്നില്ല. വെറുതെയല്ല പൊട്ടീന്ന് പേര് വീണത്. ഞാൻ മനസ്സിൽ ചമ്മി. 'പണിക്കരെക്കൊണ്ട് ഒരു ചരട് ജപിച്ചു കെട്ടണം. വല്ലാത്ത കാലാ.' മുത്തശ്ശി പറഞ്ഞു.

ചെറിയമ്മാവൻ മാത്രം ഒന്നൂറിച്ചിരിച്ചു. പിന്നെ, ഞാനീ നാട്ടുകാരനേയല്ല എന്ന മട്ടിൽ മൂപ്പരുടെ ആവാസസ്ഥലമായ 'പുറത്തെ മുറി'യിലേക്കു പോയി. ([2]കോലായക്ക് തെക്കുള്ള മുറി) മൂപ്പർക്ക് വലിയമ്മാവൻ കൊണ്ടുവന്ന 'ബ്രൂട്ട്'ന്റെ നല്ല മണം. ഈ മണം തന്നെയല്ലേ ഇന്നലെ രാത്രി വന്നത്? എനിക്ക് സംശയമായി. പിന്നാലെ

1. കുട്ട്യേ പറ്റില്ല എന്നാൽ സാധിക്കില്ല എന്നാണ് അർത്ഥം.
2. കോലായ എന്നാൽ ഉമ്മറം എന്നാണ് അർത്ഥം.

പോയി ഞാൻ ഒന്ന് മണത്ത് നോക്കി. അതെ, അത് തന്നെ. അപ്പൊ അതാണ് കാര്യം. രാത്രി പതുങ്ങി വന്ന് അപ്പം കട്ട് തിന്നതും പോരാ, ഒന്നും അറിയാത്ത പോലെ ഒരഭിനയവും.

''അതേയ്, അന്ത്യാളൻ കാവിലൊന്നും അല്ലട്ടോ, പുറത്തെ മുറി യാണ് യക്ഷിയുടെ യഥാർത്ഥ വാസസ്ഥലം.'' ഞാൻ ചെറിയമ്മയോട് സ്വകാര്യമായി പറഞ്ഞു.

അമ്പട കേമാ, അവൾ കഷ്ടം വെച്ചു. പിന്നെ ചൂടോടെ അമ്മൂമ്മ യ്ക്ക് കൊളുത്തിക്കൊടുക്കാൻ ഓങ്ങിയെങ്കിലും എന്തോ ഓർത്ത് അവളത് വേണ്ടെന്നു വെച്ചു.

അടുത്ത തവണ 'യക്ഷി'യോടൊപ്പം പങ്കുപറ്റാനുള്ള അവസരം വെറുതെ കളയേണ്ടല്ലോ. ■

കുളം പുരാണം

നാട്ടിലെ പ്രധാനപ്പെട്ട ഒരിടമായിരുന്നു അമ്പലക്കുളം. രണ്ടോ മൂന്നോ ഏക്കറിൽ പരന്നു കിടക്കുന്ന, സമചതുരത്തിൽ വിസ്തൃതമായ ഒരിടം. അമ്പലത്തിൽ നിന്ന് ഒട്ടകലെയാണ് കുളം. അവിടേക്ക് ഇറങ്ങാനുള്ള വഴിതന്നെ പടവുകളാണ്. ചുവന്ന കല്ലിൽ കൊത്തിയെടുത്ത വീതിയേറിയ പടവുകൾ. പത്തു മീറ്ററോളം (അതിൽ കൂടുതലോ) വീതിയുള്ള ഈ പടവുകളെ ഞങ്ങൾ കുളപ്പടവ് എന്നാണ് വിളിച്ചിരുന്നത്. പടവുകൾ ഇറങ്ങിച്ചെല്ലുമ്പോൾ നേരെ കാണുന്നത് ആണുങ്ങളുടെ കുളപ്പുരയാണ്. ഈ പടവുകളിൽ ഒരിക്കൽ ഉരുണ്ടു വീണ് പൊട്ടിയ വടു ഇപ്പോഴും എന്റെ നെറ്റിയിൽ ഉണ്ട്. വളരെ ആകർഷകമാണ് അമ്പലക്കുളം. അത്രയും വിസ്തൃതിയുള്ള കുളം ഗുരുവായൂർ ഉൾപ്പെടെ മറ്റൊരു അമ്പലത്തിലും ഞാൻ കണ്ടിട്ടില്ല. കുളത്തിന് ചുറ്റും കൽപ്പടവുകൾ കെട്ടി ഇറക്കിയിട്ടുണ്ട്. ഈ കൽപ്പടവുകൾക്കു കുറുകെ കെട്ടിയ കൂപ്പുകൾ (മതിൽ പോലെ, എന്നാൽ മതിൽ അല്ല താനും) കടവുകളെ വേർതിരിച്ചു.

കുളത്തിന്റെ ഒരു വശത്ത് മൂസിന്റെ പറമ്പും മറുവശത്ത് ഷാരത്തെ പറമ്പും ആണ്. മൂസിന്റെ പറമ്പ് കുറച്ച് ഉയരത്തിലാണ്. ആ പറമ്പിലെ ഉറുണിമാവ് കുളത്തിലേക്ക് ചാഞ്ഞാണ് നിൽപ്പ്. മാവിന്റെ പകുതിയും കുളത്തിന് മീതെ തന്നെ. മാമ്പഴക്കാലത്ത് മാങ്ങകൾ 'പ്ലും പ്ലും' എന്ന് വെള്ളത്തിൽ വീഴും. അങ്ങനെ വീഴുന്ന മാങ്ങകൾക്ക് വേണ്ടി കുളത്തിലെ കളിസംഘം അടിപിടി കൂടും. ഒരു മാങ്ങ കിട്ടിയാൽ വലിയ ഗമയാണ് പിന്നെ. നല്ല മധുരമുള്ള മുട്ടിക്കുടിയന്മാർ ആയിരുന്നു ആ മാമ്പഴക്കുട്ടന്മാർ.

ഷാരത്തെ പറമ്പ് ഇരുട്ട് വീണു കിടക്കുന്ന ഒരിടം ആണ്. നിറയെ മാവുകളും പ്ലാവുകളും പിന്നെ പേരറിയാത്ത ഏതൊക്കെയോ മരങ്ങളും. ആ പറമ്പിൽ കടുമാങ്ങയ്ക്ക് പേര് കേട്ട ഒരു മാവുണ്ട്. നല്ല ചുനയുള്ള മാങ്ങകൾ കുലകുലയായി നിറയെ കായ്ക്കും. നാട്ടിലെ ഒരു വിധം വീടുകളിലെ കടുമാങ്ങ ഭരണികൾ നിറയ്ക്കുക ഈ മാങ്ങകളാണ്. ഷാരത്തെ പറമ്പിന്റെ താഴെ ഭാഗത്ത് ആൾക്കാർ

വെളിക്കിരിക്കുന്ന ഇടമാണ്. പുറ്റു പിടിച്ച് എപ്പോഴും നനഞ്ഞു കിടക്കുന്ന ഒരിടം. ഞങ്ങൾ അവിടെ ചവിട്ടാറേ ഇല്ല. കുളത്തിന് അക്കരെ മുഴുവൻ പാടങ്ങളാണ്, കണ്ണെത്താദൂരത്തോളം. ഇടയ്ക്കുള്ള ചെറിയ തെങ്ങിൻ തോപ്പിൽ നിറയെ തൂക്കണാം കുരുവികളുടെ കൂടുകൾ തൂങ്ങിക്കിടക്കും. കാറ്റത്ത് അവ കിടന്നാടുമ്പോൾ ഒരു കൂട് താഴെ വീഴാൻ ഞാൻ പ്രാർത്ഥിച്ചിട്ടുണ്ട്. ഒരു കൂട് കിട്ടിയെങ്കിൽ എന്ന് കൊതിച്ചിട്ടുണ്ട്. ഈ തെങ്ങിൻതോപ്പിലാണ് സ്ഥലത്തെ പ്രധാന ഞരമ്പ് രോഗികൾ പെൺകുളി കാണാൻ ഒളിച്ചിരിക്കുക. വിജനമായ ഇടമായതുകൊണ്ട് ആരും ശ്രദ്ധിക്കയില്ല.

ആണുങ്ങൾക്കും പെണ്ണുങ്ങൾക്കും വെവ്വേറെ കടവുകളാണ്. തുണിയലക്കാൻ കുണ്ടൻകടവ്, പെണ്ണുങ്ങൾക്ക് കുളിക്കാൻ കൽപ്പടവുകൾ ഉള്ള കടവ്, ആനയെ കുളിപ്പിക്കാൻ അങ്ങേ അറ്റത്ത് ആനക്കടവ് എന്നിവയുമുണ്ട്.

അവർണ്ണർക്കും സവർണ്ണർക്കും പെണ്ണുങ്ങൾക്കിടയിൽ വേറെ വേറെ കടവുകൾ ആയിരുന്നു. (പണ്ടത്തെ കാര്യമാണ്. അന്ന് വർണ്ണ വിവേചനം പൂർണ്ണമായും മാറിയിട്ടുണ്ടായിരുന്നില്ല.) പിൽക്കാലത്ത് എനിക്ക് വിരോധാഭാസമായി തോന്നിയിട്ടുള്ള ഒരു കാര്യമുണ്ട്. ആണുങ്ങളുടെ വിശാലമായ കുളിക്കടവിനു കുളപ്പുരയുണ്ട്. അവരുടെ കുളി ആർക്കും കാണാനാവില്ല. മാത്രമല്ല, അവിടെ വർണ്ണവിവേചനവും ഉണ്ടായിരുന്നില്ല. ആണുങ്ങൾ 'ഒത്തൊരുമിച്ചു' സ്വതന്ത്രരായി കുളിച്ചു പോന്നു. അവരുടെ നഗ്നത കുളിപ്പുരയിൽ ഭദ്രമായിരുന്നു. പെണ്ണുങ്ങളാവട്ടെ, 'ഓപ്പൺ എയറി'ൽ കുളിക്കാൻ വിധിക്കപ്പെട്ടവരായിരുന്നു. അർദ്ധനഗ്നരായി നീരാടിയിരുന്ന ആ ഗോപികമാരെ അഭിനവ ഗോവിന്ദന്മാർ മുങ്ങാങ്കുഴി ഇട്ട് ഒളിച്ചു നിന്ന് നോക്കി രസിച്ചു. ഇതിനെതിരെ ശബ്ദമുയർത്താൻ അന്ന് ഫെമിനിസ്റ്റുകൾ ജനിച്ചു തുടങ്ങിയിരുന്നില്ല. ഗ്രാമസ്ത്രീകൾ ഈ അനീതിയെക്കുറിച്ച് തെല്ലും ബോധവതികളായിരുന്നുമില്ല. അവർ അറിവിന്റെ പഴം രുചിക്കാത്ത ഹവ്വയെ പോലെ ലവലേശവും ലജ്ജ ഏശാതെ കുളിച്ചു പോന്നു. ആകാശം മാത്രമേ അവർക്ക് മറയായി ഉണ്ടായിരുന്നുള്ളൂ.

പറഞ്ഞ് കാട് കയറിപ്പോയി. ഈ അമ്പലക്കുളമാണ് ഞങ്ങളുടെ കളിസ്ഥലം എന്ന് ഞാൻ പറഞ്ഞിരുന്നല്ലോ. കൂപ്പിൽ നിന്ന് ചാടിയും നീന്തി അക്കരെ പിടിച്ചും ഞങ്ങൾ മിടുക്കരാവാൻ നോക്കി. 'തൂപ്പിട്ട്' കളിക്കുക എന്ന് ഞങ്ങൾ വിളിച്ചിരുന്ന ഒരു കളിയും രസമായിരുന്നു. തൂപ്പ് എന്നാൽ ഏതെങ്കിലും ഒരില, അധികം വലുതോ തീരെ ചെറുതോ അല്ലാത്തത്, വെള്ളത്തിൽ ഇട്ട്, എല്ലാരും വട്ടത്തിൽ ചുറ്റുംകൂടി നിന്ന് തൂപ്പിൽ ആഞ്ഞു തല്ലും. ഓളത്തിൽ പെട്ട് തൂപ്പ് എവിടെയോ പോയി കിടക്കും. അത് കണ്ടുപിടിക്കുന്നതാണ് കളി. ഇങ്ങനെയുള്ള കളികളും ചാട്ടവും കുളിയും കഴിഞ്ഞ് തല തോർത്തുമ്പോഴാണ് ഒരു സത്യം ഞാൻ മനസ്സിലാക്കിയത്. എന്റെ കഴുത്തിലെ

മാല കാണുന്നില്ല. ഗുരുവായൂരപ്പന്റെ ലോക്കറ്റുള്ള 'താര' മോഡൽ മാലയാണ്, ഒരു പവന്റെ. അച്ഛൻ മോഹം കൊണ്ട് ഉണ്ടാക്കിത്തന്ന താണ്. എന്ത് ചെയ്യും?

മാല കുളത്തിലുണ്ടെന്ന് ഉറപ്പായിരുന്നു. മേൽതേക്കുമ്പോൾക്കൂടി കണ്ടതാണ്. ഉറപ്പ്. ചെറിയമ്മ ഓടിപ്പോയി അമ്മൂമ്മയെ വിളിച്ചു കൊണ്ടു വന്നു. (എന്തിനും ഓടാൻ അവളാണല്ലോ. പാവം!) അമ്മയും അമ്മൂമ്മയും കടവിൽ ഉണ്ടായിരുന്നവരും ഒക്കെ തപ്പി. നോ രക്ഷ. ഒടുവിൽ തപ്പൽ വിദഗ്ധരെ വിളിക്കാൻ തീരുമാനമായി. (അങ്ങ നെയും ചിലരുണ്ട്. കുളത്തിൽ നഷ്ടപ്പെടുന്ന ഇത്തരം 'ഗോൾഡ് ഐറ്റംസ്' അവർ രാത്രി വന്ന് തപ്പിയെടുത്തു കൊണ്ടുപോവും.) കുളത്തിൽ തപ്പുക എളുപ്പമല്ല. വലുപ്പവും ആഴവും അത്രയേറെയാണ്. പോരാത്തതിന് നിറയെ ചേറും ചളിയും. കാൽ കുത്തി നിന്നാൽ പൂണ്ടു പോവുന്നത് അറിയാം. ചാടിച്ചാടി വേണം നിൽക്കാൻ. കുള ത്തിന് നടുവിൽ ഏഴ് കിണറുണ്ട് എന്നാണ് പറയപ്പെടുന്നത്. ടിപ്പു വിന്റെ പടയോട്ടക്കാലത്ത് അമ്പലത്തിന്റെ സ്വർണക്കൊടിമരവും നിധിയും സൂക്ഷിച്ചിരുന്നത് ഈ കുളത്തിലാണ്. അത് ഇപ്പോഴും അവിടെത്തന്നെയുണ്ട് എന്നാണ് വിശ്വാസം. അങ്ങനെയുള്ള കുള ത്തിലാണ് മാല തപ്പേണ്ടത്.

എന്തായാലും തപ്പൽ വിദഗ്ധനെത്തി. കൂടെ ചെറിയമ്മാവനും. ഞങ്ങൾ കളിയും കുളിയും ചാട്ടവും നടത്തിയ സ്ഥലത്ത് അവർ ചേറിൽ തപ്പിത്തുടങ്ങി. കുറച്ചു നേരത്തെ തപ്പലിനുശേഷം ഒരത്ഭുതം പോലെ എന്റെ മാല കിട്ടി. ചെറിയമ്മാവനാണ് കിട്ടിയത്. (ആള് മോശക്കാരനല്ല.) കൂട്ടത്തിൽ ഒരു കുഞ്ഞുമോതിരവും. പണ്ട് ഏതെ ങ്കിലും കുഞ്ഞിക്കൈയിൽ നിന്ന് ഊരിപ്പോയതാവാം. മോതിരം 'വിദഗ്ദ്ധൻ' എടുത്തു. അത് അദ്ദേഹത്തിന്റെ അവകാശമാണുതാനും. തിരിഞ്ഞു നോക്കുമ്പോൾ മനസ്സിൽ തെളിയുന്ന ഒരു കാര്യമുണ്ട്. എന്റെ കുട്ടിക്കാലത്ത് എന്റെ പ്രധാന രക്ഷകരായി എന്നും അവർ ഉണ്ടായിരുന്നു. ചെറിയമ്മാവനും ചിറ്റയും പിന്നെ എന്റെ കുഞ്ഞ നിയനും. ഞങ്ങൾ ബന്ധങ്ങൾക്കുപരിയായി ആത്മാർത്ഥ സൗഹൃദ ത്തിൽ വിശ്വാസം ഉള്ളവരായിരുന്നുതാനും.

(പഴയ കുളം കുറച്ചു വർഷങ്ങൾക്ക് മുൻപ് പരിഷ്ക്കരിച്ചു 'കുള'മാ ക്കിയതിനാൽ ആരും ഇപ്പോൾ ആ വഴിക്ക് പോവാറില്ല. പരിഷ്ക്കാ രങ്ങളിൽ ഒരു കാലത്തും താല്പര്യം ഉണ്ടായിട്ടില്ലാത്ത ഞാൻ അത് കാണാൻ പോലും പോയിട്ടില്ല. ആണുങ്ങളുടെ കുളപ്പുര പരിഷ്ക്കാരം കഴിഞ്ഞപ്പോൾ, ആൺപെൺ പക്ഷഭേദമില്ലാതെ സകല കുളിയും കാണാൻ പറ്റുംവിധമായി എന്നാണ് കേട്ടറിഞ്ഞത്. സത്യാവസ്ഥ അറിയില്ലാട്ടോ.)

■

ഇടവഴിയിലെ രഹസ്യം

ചെറിയമ്മാവന് വന്ന മാറ്റം ആദ്യം ശ്രദ്ധിച്ചത് അനിയനാണ്. അമ്മാവൻ കരിതേച്ച് മീശ കറുപ്പിക്കുന്നത് ഒളിച്ചു നിന്നു കണ്ടത് അവനാണല്ലോ. ചൂടോടെ അവനാ രഹസ്യം ചിറ്റയോട് പറഞ്ഞു. ചിറ്റയോട് അവന് ചിതം കൂടുതലാണ്. അവൾ അവനെ ഉണ്ണ്യേ, കുട്ടാ എന്നൊക്കെ തരംപോലെ വിളിച്ചു കൊഞ്ചിക്കുന്നതുതന്നെ കാരണം.

തറവാടിന്റെ തെക്കേ ഭാഗത്ത് വലിയൊരു റോസാച്ചെടിയുണ്ട്. റോസ് നിറത്തിൽ നല്ല മണമുള്ള പൂക്കൾ നിറയെ പൂക്കും അതിൽ. വളരെ പ്രായമുള്ള മുറ്റിയ ഒരു ചെടിയാണത്. ഞാനോ ചിറ്റയോ (സ്നേഹം വരുമ്പോ ചെറിയമ്മയെ അങ്ങനേം വിളിക്കാം) ഒരു പൂ പോലും പറിക്കാറില്ല. റോസാമൊട്ടുകൾ മുളച്ചു വരുന്നതും പതിയെ വലുതാവുന്നതും പൊടുന്നനെ ഒരു ദിനം അതിന്റെ ഒരു ദലം പുറത്തു കാട്ടുന്നതും പിന്നെ അതൊരു പാതി വിടർന്ന മൊട്ടായി മാറുന്നതും പിന്നെ ഇതളുകൾ പരസ്പരം വിട്ടൊഴിഞ്ഞു അതൊരു പൂവായി വിടരുന്നതും നോക്കി നിൽക്കാനായിരുന്നു ഞങ്ങൾക്കിഷ്ടം. വിടർന്ന പൂവിൽ വെളുപ്പിന് മഞ്ഞു തുള്ളികൾ മുത്തുമണികൾ പോലെ തിളങ്ങി നിൽക്കുന്നത് കാണാൻ തന്നെ എന്തു ഭംഗിയാണ്. മണമോ? പറയുകയേ വേണ്ട. കുളിർമ്മയുള്ള ഒരു സുഗന്ധമാണത്. മുല്ലപ്പൂ പോലെ മദിപ്പിക്കുന്ന മണമല്ല. ഒരു നറുന്നനെയുള്ള മണം.

ഞാനും ചെറിയമ്മയും പൂക്കളും മൊട്ടുകളും നോക്കി നിന്ന് ആസ്വദിച്ചു പോന്നു. അവയെ ഒട്ടും അലോസരപ്പെടുത്താതെ. അങ്ങനെയുള്ള റോസാച്ചെടിയിലെ പൂക്കൾ സ്ഥിരമായി കാണാതാവുന്നതായി എനിക്ക് തോന്നി. (ചെടികളും മരങ്ങളും വിശദമായി നോക്കി രസിക്കുക എന്റെ പണ്ടേ ഉള്ള ഹോബിയാണ്. യാത്രയിൽ സ്ഥിരം കാണുന്ന മരങ്ങൾ, അവയുടെ ഋതു അനുസരിച്ചുള്ള മാറ്റം ഒക്കെ ശ്രദ്ധിക്കാൻ എനിക്കിഷ്ടമാണ്.) പറഞ്ഞു വന്നത് റോസാച്ചെടിയിലെ പൂക്കൾ കുറയുന്നത് ഞാൻ ശ്രദ്ധിച്ചു. അത് കൈയോടെ ചിറ്റയോട് 'റിപ്പോർട്ട്' ചെയ്യുകയും ചെയ്തു. രണ്ടുമൂന്ന് ദിവസത്തെ നിരീക്ഷണത്തിൽ സംഗതി സത്യമാണ് എന്ന് ഞങ്ങൾക്ക് ബോദ്ധ്യപ്പെട്ടു.

രാവിലെ നേരത്ത് അമ്മാവൻ തെക്കേ ഭാഗത്ത് ചുറ്റിത്തിരിയുന്നതും ഞങ്ങൾ ശ്രദ്ധിച്ചു. എന്തോ പിശകുണ്ട്. മൂളിപ്പാട്ട് പാടുന്നു, സ്വയം പുഞ്ചിരിക്കുന്നു. മുടി പിന്നേം പിന്നേം ചീന്തി മിനുക്കുന്നു. ആകെ ഒരിളക്കം മൂപ്പരിൽ കിടന്നു കളിക്കുന്നു.

ഈ ഗുട്ടൻസ് കണ്ടുപിടിച്ചിട്ട് തന്നെ കാര്യം. ഞങ്ങൾ ഉറപ്പിച്ചു. തെക്കേ മുറ്റത്തിന് താഴെ ഇടവഴിയാണ്. അത് നേരെ അമ്പലത്തിൽ എത്തും. പിറ്റേന്ന് ഉയർന്ന അതിരിനു താഴെ പതുങ്ങി ഇരിക്കാൻ ഞങ്ങൾ അനിയനെ ശട്ടം കെട്ടി. ഞങ്ങൾ, ഞാനും ചെറിയമ്മയും അലസഗമനവും ആയി വെറുതെ ചുറ്റി നടന്നു. ചെറിയമ്മാവൻ തെക്കേ അതിരത്ത് ചുറ്റിപ്പറ്റി നിൽപ്പുണ്ടായിരുന്നു.

അന്ന് ഒന്നും സംഭവിച്ചില്ല. പിറ്റേന്ന് രാവിലെ ഇടവഴിയിൽ നിന്ന് ഒരു ചെറിയ ചുമയും തുടർന്ന് നിമിഷവേഗത്തിൽ ഒന്നുരണ്ടു റോസാപ്പൂക്കൾ ഇടവഴിയിലേക്ക് എറിയപ്പെടുന്നതും ഞങ്ങൾ കണ്ടു. കൂട്ടത്തിൽ ചെറിയമ്മാവന്റെ തലയും ഒരുനോട്ടം കണ്ടു.

ഇടവഴിയിലെ ആളെ പിടികിട്ടാത്തതുകൊണ്ട് സംഗതി തൽക്കാലം ഞങ്ങൾ രഹസ്യമാക്കി വെച്ചു. പിറ്റേന്ന് അതേ സമയത്ത് അമ്പലത്തിലേക്കിറങ്ങാനും തീരുമാനിച്ചു. സിഗ്നൽ തരാൻ അനിയൻ പതിവ് സ്ഥലത്ത് പതുങ്ങിയിരുന്നു. ഒന്നും അറിയാത്ത നിഷ്കളങ്കനായ അമ്മാവനും എല്ലാം അറിയുന്ന സി.ഐ.ഡികളായ ഞങ്ങളും വാശിയോടെ രാത്രി ചീട്ട് കളിക്കുകയും ചെയ്തു. ('ജോടി ഒപ്പിയ്ക്കൽ' എന്ന ഈ കളിയിൽ ഞങ്ങൾ നാല് പേരും പ്രഗത്ഭരായിരുന്നു.) കളിക്കിടെ, റാണിയുടെ തല പോവാറായി എന്നൊക്കെ ചെറിയമ്മ അർത്ഥം വെച്ച് പറഞ്ഞത് അമ്മാവന് തീരെ മനസ്സിലായതുമില്ല.

ആകാംക്ഷകൊണ്ട് ഞങ്ങൾ രാത്രി ഉറങ്ങിയില്ല എന്നതാണ് ശരി. ഒരു പ്രേമം പൊളിക്കുന്നതിന്റെ ത്രിൽ ഒന്ന് വേറെ തന്നെ. 'എന്നാലും അമ്മാവനെ പ്രേമിക്കുന്ന ആ 'കുട്ടി'യെ സമ്മതിക്കണം.' ഞാൻ പറഞ്ഞു. ''ആ ചപ്രത്തലയും ഉണ്ടക്കണ്ണും എങ്ങന്യാ സഹിക്കണത് ആവോ.'' എന്റെ അഭിപ്രായത്തോട് ചിറ്റ പൂർണ്ണമായി യോജിച്ചു. അമ്മാവന്റെ ചുറ്റിക്കളി കൈയോടെ പിടികൂടുന്നതും ചൂടോടെ അമ്മയുടെ അടുത്ത് എത്തിക്കുന്നതും സ്വപ്നം കണ്ട് ഞങ്ങൾ ഉറങ്ങി.

രാവിലെ, പതിവില്ലാതെ നേരത്തെ എണീറ്റ് കുളിയും തേവാരവും കഴിച്ച 'ലലനാമണികളെ' അമ്മ സംശയത്തോടെ നോക്കി. എന്താ രണ്ടിനും ഒരിളക്കമെന്ന് ചോദിക്കേം ചെയ്തു. ''അമ്പലത്തിൽക്ക് പൂവ്വാ..'' ഞാൻ പറഞ്ഞു. ഇല്ല, ഒരു സംശയവും ഇല്ല, ആർക്കും.

അനിയന്റെ സിഗ്നൽ കിട്ടിയതും ഞങ്ങൾ ഇടവഴിയിലേക്ക് ഇറങ്ങി. കുറച്ചു മുന്നിലായി മുടി രണ്ടായി മെടഞ്ഞിട്ട മെല്ലിച്ച ഒരു കുട്ടി നടന്നു പോവുന്നു. മുടിയിൽ ഞങ്ങളുടെ അതേ റോസാപ്പൂവ്. മുറുക്കി പിന്നിയിട്ട മുടിയുടെ കടയ്ക്കൽ അതങ്ങനെ വിലസി ഇരിക്കുന്നു. ആ പൂവ് ഞങ്ങളെ നോക്കി സൗഹൃദപൂർവ്വം ചിരിക്കുമ്പോലെ എനിക്ക് തോന്നി. അമ്പലംവരെ ഞങ്ങൾ 'ഓവർ ടേക്ക്' ചെയ്യാതെ ലൈനിൽ തന്നെ പോയി. പ്രദക്ഷിണ വഴിയിൽ എത്തിയപ്പോൾ ഒപ്പം നടന്ന് നല്ലവണ്ണം ഒന്ന് നോക്കി. പിന്നെ ഞങ്ങൾ പരസ്പരം നോക്കി. ഭാവിയിലെ ആ അമ്മായിയേയും നാത്തൂനെയും (യഥാ വിധി) ഞങ്ങൾക്ക് തീരെ ബോധിച്ചില്ല. നരുന്തുപോലെ ഒരു പെൺ കുട്ടി. ശ്രീത്വം ഇല്ലാന്ന് പറയാൻ പറ്റില്ല. ന്നാൽ ഇല്ല താനും. കൊറേ മുടീണ്ടായിട്ട് കാര്യം ഒന്നും ഇല്യ. ഞങ്ങൾ മനസ്സ് പങ്ക് വെച്ചു. ഇത് പൊളിച്ചിട്ട് തന്നെ കാര്യം. തീരുമാനം ഐകകണ്ഠേന ആയി രുന്നു.

അമ്മയോടും അമ്മൂമ്മയോടും ഇടവഴിയിലെ അന്തർനാടകത്തിന്റെ കഥ ഞങ്ങൾ ചൂടോടെ എത്തിച്ചു. തുടർന്നുണ്ടായ ചോദ്യോത്തര വേളയിൽ അമ്മാവൻ കുറ്റം സമ്മതിച്ചു. മേലിൽ ആവർത്തിക്കില്ല എന്ന സത്യപ്രതിജ്ഞയിൽ അമ്മയും അമ്മൂമ്മയും തൃപ്തരായി. എന്നാൽ ആ രഹസ്യം കണ്ടുപിടിച്ച കുട്ടിത്തേവാങ്കുകൾ ഞങ്ങളാ ണെന്ന് പിന്നെയും കുറെക്കാലം കഴിഞ്ഞേ അമ്മാവൻ അറിഞ്ഞുള്ളൂ.

കൊഴിഞ്ഞു പോകുന്ന ദിനങ്ങൾ ആഴ്ചകളും മാസങ്ങളും വർഷ ങ്ങളും കാലവുമായിത്തീരുന്നു. നാമാണോ നമ്മെ കടന്ന് കാല മാണോ മുന്നോട്ട് പോവുന്നത്? പഴയ ഒരു കുട്ടി ഇപ്പോഴും മനസ്സി ലിരുന്ന് ചിരിക്കുകയാണ്, കുടുകുടെ. ആ ചിരി നോക്കിയിരിക്കു മ്പോൾ എന്റെ മുഖത്തും ഒരു പുഞ്ചിരി വിരിയുന്നു. അത് ഞാനാ യിരുന്നുവല്ലോ എന്നോർത്ത്.

ആരോ പാടുന്നു...

'സിന്ദ്ഗി കെ സഫർ മെ ഗുസ്അർ
ജാത്തെ ഹെ ജൊ മഖ്ആം...
വൊ ഫിർ നഹി ആത്തെ..
വൊ ഫിർ നഹി ആത്തെ...'

എത്ര ശരിയാണ്. അല്ലേ?

■

നമ്മൾ കൊയ്യും വയലെല്ലാം

പാടത്ത് ഞാറ് നടുന്ന കാലമായി. വീട്ടിലെ ഒതുക്കുകല്ലിനുപോലും പണിവരുന്ന കാലം. അമ്മയും അമ്മൂമ്മയും സദാ അടുക്കളയിൽ തന്നെ. പണിക്കാർക്ക് സമയാസമയം ഭക്ഷണം ഉണ്ടാക്കി പാടത്ത് എത്തിക്കണം. വല്ലാത്ത പാട് തന്നെ. തൈര് കലക്കുക, മുറ്റം അടിക്കുക തുടങ്ങിയ പണികൾ സ്വതേ ഞാനും ചെറിയമ്മയും ആണ് ഊഴമിട്ട് ചെയ്യുക. അതിന് പുറമെ, അരി ആട്ടുക, അകായി (വീടിനകം) അടിച്ചു വാരുക തുടങ്ങിയ പുതിയ പണികളും ഞങ്ങളുടെ തലയിലായി. അടുക്കളയിൽ സഹായത്തിന് ചന്ദ്രയുണ്ട്. എന്നിട്ടും പോരാതെയാണ് ഞങ്ങൾ.

ഇങ്ങനെയൊക്കെയാണെങ്കിലും പാടത്ത് പണിയുടെ കാലം ഞാൻ നന്നേ ആസ്വദിച്ചു. നിറയെ പണിക്കാർ ഉണ്ടാവും ഞാറു നടാൻ. അവർക്കുള്ള ഭക്ഷണം അടുക്കളയിൽ സദാ നിറഞ്ഞു കൊണ്ടിരിക്കും. രാവിലെ മുറിയരി കൊണ്ട് ഉണ്ടാക്കുന്ന ഉപ്പുമാവ്, ഉണക്കലരി കൊണ്ടുണ്ടാക്കുന്ന ഇഡ്ഡലി (ഇതിന് റോസ് നിറമാവും, അരിയുടെ നിറംകൊണ്ട്), ചിലപ്പോൾ കഞ്ഞിയും പുഴുക്കും പതിവുണ്ട്. അത് പാടത്ത് കൊണ്ടുകൊടുക്കണം. ഉച്ചയ്ക്ക് ഊണ് തന്നെ. നീളനെയുള്ള ഒരു സാമ്പാർ, എന്തെങ്കിലും ഒരു *ഉപ്പേരി, ഉപ്പിലിട്ടത്, പപ്പടം. ഇതാവും ഊണിന്. വൈകിട്ട് കാപ്പിക്ക്, അവൽ നനച്ചതാണ് സ്ഥിരം. അല്ലെങ്കിൽ അരി വറുത്തത്.

രാവിലെ പണിക്കാർക്കുള്ള കഞ്ഞിയോ നുറുക്കുപ്പുമാവോ കൊണ്ട് അമ്മൂമ്മ പാടത്തു പോവുമ്പോൾ സഹായിയായി പോവാൻ എനിക്ക് ഉത്സാഹമായിരുന്നു. അമ്പലക്കുളത്തിന്റെ അക്കരെ കണ്ണെത്താത്ത പാടങ്ങളാണ്. അവിടെയാണ് ഞങ്ങളുടെ കണ്ടങ്ങൾ. കരയിലുള്ള തെങ്ങുകളിൽ നിറച്ചും തൂക്കണം കുരുവിയുടെ കൂടുകൾ തൂങ്ങിക്കിടപ്പുണ്ടാവും. പാടം എത്തുന്നതുവരെ അമ്മൂമ്മ പഴയ കഥകൾ

---

* ഉപ്പേരി - മെഴുക്കുപുരട്ടി

പറഞ്ഞു കൊണ്ടിരിക്കും. എന്റെ മുതുമുത്തശ്ശി ഒടിപറ്റി മരിച്ചത്, അമ്മൂമ്മയും അമ്മയും സിലോണിൽ പോയത്, കപ്പൽ യാത്രയിൽ അങ്ങെത്തുംവരെ അഞ്ചു വയസ്സ് മാത്രം ഉണ്ടായിരുന്ന അമ്മ ഛർദിച്ചത്, സിലോണിൽ സായിപ്പിന്റെ ബംഗ്ലാവിൽ ഫ്രിഡ്ജ് ആദ്യമായി കണ്ടത് (മുത്തച്ഛൻ സായിപ്പിന്റെ ഡ്രൈവറായിരുന്നു) എന്നിങ്ങനെ ആയിരം കഥകൾ അമ്മൂമ്മ പാടത്തെത്തുവോളം പറയും. ഇടയ്ക്ക് മറ്റമ്മയുമായി വഴക്കിട്ടതും ഓപ്പമാർ (ആങ്ങളമാർ) ഭാഗം വെയ്ക്കുമ്പോൾ പക്ഷഭേദം കാട്ടിയതുമൊക്കെപ്പറഞ്ഞ് മൂക്ക് പിഴിയും. സിലോണിൽ നിന്ന് തിരിച്ചു പോന്നപ്പോൾ മുത്തച്ഛൻ കാർ കപ്പലിൽ കേറ്റി നാട്ടിലേക്ക് കൊണ്ടുപോന്നു. അമ്മ ചെറിയ ക്ലാസ്സുകളിൽ ആ കാറിലാണത്രെ സ്കൂളിൽ പോയിരുന്നത്. ഷെവർലെ കാർ ആയിരുന്നു അത് എന്നാണ് ഓർമ്മ. ആ കാറിന്റെ മുൻപിൽ നിൽക്കുന്ന മുത്തച്ഛന്റെ ഫോട്ടോ തറവാട്ടിൽ ഇപ്പോഴും ഉണ്ട്.

പണ്ടുള്ളവർ കുട്ടികളെ ഒരു പരിധിവരെ സമന്മാരായി കണ്ടിരുന്നു. മുതിർന്നവർ സ്വന്തം സങ്കടങ്ങൾ മടി കൂടാതെ അവരുമായി പങ്കിട്ടു. (ഇന്നോ? കുട്ടികളെ നമ്മൾ 'വളരാൻ' അനുവദിക്കുന്നേയില്ല. അവർ നമുക്ക് എന്നും കുട്ടികൾ തന്നെ. സ്വന്തം സങ്കടങ്ങളോ സങ്കീർണ്ണതകളോ അവരുമായി പങ്കുവയ്ക്കാൻ നമ്മുടെ 'സ്നേഹം' നമ്മെ അനുവദിക്കുന്നുമില്ല.)

അങ്ങനെ അമ്മൂമ്മയും ഞാനും വഴിനീളെ സംസാരിച്ചു. അവരുടെ കുട്ടിക്കാലം, ആദ്യ വിവാഹം (ഒരൊറ്റ ദിവസത്തെ ദൈർഘ്യം) അവർ തിരസ്ക്കരിച്ച കഥ, അവരുടെ അമ്മ ഒടി പറ്റി മരിച്ച കഥ, തറവാട്ടിലെ ഭാഗം വയ്പ്, മറ്റമ്മയുടെ പ്രണയവിവാഹം തുടങ്ങി അത്രതന്നെ അറിയപ്പെടാത്ത ഒരുപാട് കഥകൾ ആ യാത്രയിൽ അമ്മൂമ്മ എന്നോട് പങ്കു വെച്ചത് ഇന്നും വ്യക്തതയോടെ ഓർമ്മയിലുണ്ട്. ആറിലോ ഏഴിലോ പഠിക്കുന്ന ഞാൻ എന്ന 'മുതിർന്ന വ്യക്തി' എല്ലാം തികഞ്ഞ ഗൗരവത്തോടെ ഉൾക്കൊള്ളുകയും ചെയ്തു. പാടത്ത് ഞാറു നടുമ്പോഴും പുല്ല് പറിക്കുമ്പോഴും സ്ഥിരം പണിയുന്ന രണ്ടുമൂന്നു കുടുംബങ്ങൾക്കു പുറമെ, മയമുണ്ണി, ചക്കി, കോത, നീലി തുടങ്ങിയവരും പണിക്കുണ്ടാവും. ഇതിൽ ചക്കി, കഴുത്തിൽ നിറയെ ചുവപ്പും കറുപ്പും ചെറിയ കല്ലുകളും മുത്തുകളും കോർത്ത 'കല്ലുമാല' അണിഞ്ഞിട്ടുണ്ടാവും. ഒരുപാട് വരികളായി കഴുത്തിൽ നിറഞ്ഞു കിടക്കുന്ന ആ മാല ഞാൻ കൊതിച്ചു. എന്നാൽ 'അമ്പ്രാട്ടിക്കുട്ടി''ക്കുള്ള മാലയല്ല അത് എന്നും ഒരു പ്രത്യേക കുലത്തിനു മാത്രമേ അത് ധരിക്കാവൂ എന്നും ചക്കി പറഞ്ഞു. ജാതി വ്യവസ്ഥ കുറെയൊക്കെ നിലനിന്നിരുന്ന കാലം ആയിരുന്നെങ്കിലും അടിമയും ഉടമയും തമ്മിൽ നിലനിന്നിരുന്ന ഒരു അഭൂത

സൗഹൃദം കാണാനും അറിയാനും ഭാഗ്യം ഉണ്ടായിട്ടുള്ള ഒരു തല മുറയായിരുന്നു എന്റേത്. ആ ബന്ധം വളരെ ശക്തവും ആയിരുന്നു.

(ഒന്ന് പറയട്ടെ, ഭൂപരിഷ്ക്കരണ നിയമം വന്ന് നമ്പൂതിരിമാരുടെയും നായന്മാരുടെയും ജന്മിത്വവും ഭൂമിയും കൈമോശം വന്നിരുന്നു അതിനും എത്രയോ മുൻപ്. എന്നാൽ ആ പരിഷ്ക്കാരത്തിൽ നേട്ടം ഉണ്ടായത് പാട്ടക്കൃഷി ചെയ്തിരുന്ന ഇടനിലക്കാർക്കാണ്. ഭൂമിയുടെ യഥാർത്ഥ അവകാശികളും കൃഷിക്കാരുമായ അടിയാളർ ഒരു വ്യത്യാസവും വരാതെ വറുതിയിൽ തന്നെ നിലകൊണ്ടു. ഒരു തുണ്ടു ഭൂമി പോലും അവർക്ക് കിട്ടിയില്ല. ആ പരിഷ്ക്കരണ നിയമത്തിന്റെ ഉപഭോക്താക്കൾ അവരായിരുന്നില്ലതാനും. നമ്പൂതിരി സമുദായം അമ്പേ അടിപറ്റി. കുറെയേറെ നായർ തറവാടുകളും. അവർ അഷ്ടിക്ക് വകയില്ലാത്തവരായി, മുണ്ട് മുറുക്കിയുടുത്തു. അഭിമാനവും ആഭിജാത്യവും മാത്രം ബാക്കിയായ അവരുടെ നില അത്യന്തം പരിതാപകരമായിരുന്നു. ഓരോ സാമൂഹ്യ പരിഷ്ക്കാരങ്ങളുടെയും പരിണിത ഫലങ്ങൾ ഇതുതന്നെയല്ലേ? ഒരു വിഭാഗത്തെ വളർത്തുകയും വേറൊന്നിനെ തളർത്തുകയും ചെയ്യുന്ന ഇത്തരം പരിഷ്ക്കാരങ്ങളിൽ എനിക്ക് ഒരു കാലത്തും മതിപ്പ് തോന്നിയിട്ടില്ല. പരിഷ്ക്കർത്താക്കളോടും. സാമൂഹിക തുല്യത വരുത്താൻ ഉതകുന്ന പരിഷ്ക്കാരങ്ങൾ കൊണ്ടുവരാൻ തക്ക ധിഷണാശാലികളെ കിട്ടാൻ മാത്രം നമ്മുടെ നാട് സുകൃതം ചെയ്തിട്ടുമില്ല. ഇതാണ് എന്റെ വീക്ഷണം.)

പാടത്തുപണിക്കാലത്ത് ഉച്ചയൂണിന് പണിക്കാർ വീട്ടിൽ വരും. നിരനിരയായി ഉമ്മറത്ത് ഇലയിട്ടിരുന്ന് ഉണ്ണുന്ന അവർക്കിടയിൽ ഇരുന്നാണ് ഞങ്ങൾ കുട്ടികൾ ഊണ് കഴിക്കുക. ആ ഊണിനു വിളമ്പിയിരുന്ന സാമ്പാറിനോളം സ്വാദുള്ള ഒന്ന് എനിക്ക് ഒരിക്കലും ഉണ്ടാക്കാൻ കഴിഞ്ഞിട്ടില്ല. നല്ല രസമായിരുന്നു ആ ഊണ്. കാളിയും ലക്ഷ്മിയും പാറുവും അവരുടെ കുടുംബങ്ങളും തറവാട്ടിലെ സ്ഥിരം പണിക്കാരായിരുന്നു.

അമ്മയോ അമ്മൂമ്മയോ പകർന്നു തരാത്ത വാത്സല്യം ഞങ്ങൾ അവരിൽ നിന്ന് വേണ്ടുവോളം അനുഭവിച്ചു. അംബ്രാൾ, തംമ്പ്രാട്ടി എന്നൊക്കെ ജാതി അനുസരിച്ചു വിളിക്കുമെങ്കിലും അന്നു കാലത്ത് 'ജാതി' ആ വിളികളിൽ മാത്രം ഒതുങ്ങി. മനുഷ്യമനസ്സുകളെ ജാതിയുടെ വിഷവിത്തുകൾ ഇത്രകണ്ട് തീണ്ടിയിരുന്നില്ല അന്ന്. അന്ന്, പടിക്ക് പുറത്തു നിന്നിരുന്ന ജാതി, പതിയെപ്പതിയെ മനുഷ്യരുടെ മനസ്സിൽ കുടിയേറി സ്ഥാനം ഉറപ്പിച്ചു.

കൊയ്ത്ത് കാലം സന്തോഷം നിറഞ്ഞ കാലമാണ്. പണിക്കാരുടെ ഊണും പണിയും കിടപ്പും ഒക്കെ തറവാട്ടിൽ തന്നെ. കൊയ്ത്തും

മെതിയും പതം അളക്കലും പാട്ടും സംസാരവും നിറഞ്ഞ അന്ത രീക്ഷം. മുറ്റം നിറയെ കറ്റകൾ. അവലും മലരും ഇടിച്ചും വറുത്തും സൂക്ഷിക്കുന്ന ബഹളം. വിശ്രമം ഇല്ലാത്ത ഉരലും ഉലക്കയും. അടുക്കളയിൽ സാമ്പാറും അവിയലും വേവുന്ന മണം. പുന്നെല്ല് ഉണക്കോൽ കുത്തിയ അരി പൊടിച്ചുണ്ടാക്കുന്ന പുട്ടിന്റെ നനുത്ത ഗന്ധം. ശർക്കരയും വറുത്ത അരിയും പൊടിച്ചുണ്ടാക്കുന്ന അരി യുണ്ട. കൊയ്ത്തിന്റെ അവസാന ദിവസം മീൻ വറുത്തത് കൂട്ടി യുള്ള സമൃദ്ധമായ സദ്യ. അതൊരു ഉത്സവം തന്നെയായിരുന്നു.

കാളിയും ലക്ഷ്മിയും പാറുവും മരിച്ചു പോയി. ഒപ്പം ആ തല മുറയുടെ കളങ്കമില്ലാത്ത വാത്സല്യവും. പാൽ പോലുള്ള ആ ചിരി കൾ, അമ്മൂമ്മയുടെ ചെല്ലത്തിലെ വെറ്റിലയും കളിയടക്കയും ചുണ്ണാമ്പും കൂട്ടി മുറുക്കി, ചുമരും ചാരിയിരുന്ന് അവർ പാടിയ പാട്ടുകൾ, ഓല കൊണ്ടുണ്ടാക്കിത്തന്ന കളി സാമാനങ്ങൾ. ഒന്നും മറക്കാൻ കഴിയുകയില്ല. ഒരുപാട് ഭൂസ്വത്ത് ഉണ്ടായിരുന്ന മുത്തച്ഛൻ ഓരോന്നായി വിറ്റു. എങ്കിലും പാടങ്ങൾ അവസാനകാലംവരെ തറ വാട്ടിൽ നിലനിന്നു. ■

ഒരു നാടൻ പ്രയോഗം

നാട്ടിലെ ശകുനിയായിരുന്നു ബി.ബി.സി. എല്ലാ നാട്ടുമ്പുറത്തും കാണും അങ്ങനെ ഒരു വാർത്താവിതരണക്കാരൻ. ഉള്ളതും ഇല്ലാത്തതുമായ കാര്യങ്ങൾ പൊടിപ്പും തൊങ്ങലും വെച്ച് എല്ലായിടത്തും എത്തിക്കലാണ് ഇക്കൂട്ടരുടെ പ്രധാന ഹോബി. പല കുടുംബങ്ങളും ഇവരുടെ ക്ഷുദ്രപ്രയോഗത്താൽ ഛിന്നഭിന്നമായിപ്പോയിട്ടുമുണ്ട്. അത്തരത്തിൽ ഞങ്ങളുടെ നാട്ടിൽ ഉണ്ടായിരുന്ന ഒരാളാണ് ബി.ബി.സി. മുഷിഞ്ഞ മുണ്ടും മുറിക്കണ്ണടയുമായി വീടുകൾ തോറും ബി.ബി.സി. കയറിയിറങ്ങും. സദാ മൂക്കുപൊടി വലിക്കും. ഷർട്ട് ഇടുന്ന ശീലം ഇല്ല. ആരെക്കുറിച്ചും ഒരു നല്ല വാക്ക് പറഞ്ഞു കേട്ടിട്ടില്ല. ഇല്ലാത്ത കഥകൾ പറഞ്ഞു പരത്തി കുറെ കുടുംബങ്ങൾ കുട്ടിച്ചോറാക്കിയിട്ടുമുണ്ട്. ആ കാരണത്താൽ അയാളെ പിണക്കാനും ഗ്രാമത്തിന് മടിയായിരുന്നു. പണി പാലുംവെള്ളത്തിൽ കിട്ടും. ആ ബി.ബി.സിക്ക് ഞങ്ങൾ കൊടുത്ത ഒരു പണിയാണ് ഈ കഥ.

ബി.ബി.സിയുടെ ദിനചര്യ മിക്കവാറും ആരംഭിക്കുന്നത് ഏതെങ്കിലും വീടിന്റെ വരാന്തയിൽ നിന്നാണ്. അവിടെ തിണ്ണയിലോ നിലത്തോ ഇരുന്നു നിരങ്ങി നിരങ്ങി പതുക്കെ അടുക്കളഭാഗത്തെത്തി പ്രാതലും ഒപ്പിച്ചു പോവുമ്പോഴേക്ക് നാട്ടിലെ എന്തെങ്കിലുമൊക്കെ അവിഹിത കഥകളോ ഏഷണിയോ അയാൾ വിളമ്പിക്കഴിഞ്ഞിരിക്കും. ഞങ്ങൾ കുട്ടികൾക്ക് എന്തുകൊണ്ടോ ഇയാളെ ഒട്ടും തന്നെ ഇഷ്ടമില്ലായിരുന്നു. ഒരിക്കൽ ഞങ്ങളുടെ പ്രിയപ്പെട്ട ചന്ദ്രയെ (സഹായി) ക്കുറിച്ച് ഇയാൾ ചില ഇല്ലാക്കഥകൾ അമ്മൂമ്മയ്ക്ക് ഓതിക്കൊടുക്കുകയും അമ്മൂമ്മ ചന്ദ്രയെ വഴക്ക് പറയുകയും ചെയ്തിട്ടുണ്ട്.

അയാൾക്ക് ഒരു പണി കൊടുക്കണം. ഞങ്ങൾ തീരുമാനിച്ചു. ചന്ദ്രയുടെ കണ്ണീരിനു പകരം ചോദിച്ചേ പറ്റൂ. പക്ഷേ എന്താണ് വഴി? നമുക്ക് ചതിക്കുഴി കുത്തിയാലോ? അനിയൻ 'സജസ്റ്റ്' ചെയ്തു. ഏയ്! അത് വേണ്ട. ആ ചതിയൻ, ഒരു കുഴിയിലും വീഴില്ല. ചെറിയമ്മാവൻ പറഞ്ഞു. (അമ്മാവന്റെ പ്രേമം പൊളിച്ചത് ഇയാളാണ്

എന്നാണ് മൂപ്പർ കരുതിയിരുന്നത്. ഞങ്ങൾ തിരുത്താനൊന്നും പോയില്ല. കിടക്കട്ടെ, ബി.ബി.സിയുടെ തൊപ്പിയിൽ ഒരു തൂവൽ കൂടി.) ഞങ്ങൾ തല പുകഞ്ഞാലോചിച്ചു. അവസാനം ബുദ്ധിമതിയായ ചെറിയമ്മയാണ് ഒരു ഉപായം കണ്ടെത്തിയത്. നായ്ക്കുരണപ്പൊടി. അയാളുടെ ചൊറിച്ചിൽ മാറ്റാൻ അത് തന്നെ ബെസ്റ്റ്. ഉഷ്ണം ഉഷ്ണേന ശാന്തി എന്നാണല്ലോ. ഞങ്ങൾ അത് ശരിവെച്ചു. പൊടി ശേഖരിക്കുന്ന കാര്യം അമ്മാവൻ ഏറ്റു. സ്കൂൾത്തൊടിയിൽ ഇഷ്ടം പോലെ നായ്ക്കുരണ വള്ളികൾ ഉണ്ട്. ബുദ്ധിമുട്ടുള്ള കാര്യമേയല്ല.

അങ്ങനെ പൊടി ശേഖരിച്ചു ഡപ്പിയിലാക്കി. എങ്ങനെ പ്രയോഗിക്കും? ബി.ബി.സി. ഒരു വീട്ടിലെയും കസേരകളിൽ ഇരിക്കില്ല. തിണ്ണ അല്ലെങ്കിൽ നിലം (തറ) ആണ് മൂപ്പരുടെ താവളം. നിലത്തു കുന്തിച്ചിരുന്നു പത്രവായന എന്ന അഭിനയത്തിനിടയ്ക്കാണ് ആംഗ്യവിക്ഷേപങ്ങളോടെയുള്ള അയാളുടെ ഏഷണിപ്പറച്ചിൽ. ഈ ശീലം പ്രയോജനപ്പെടുത്താൻ ഞങ്ങൾ തീരുമാനിച്ചുറച്ചു.

ഒരു ഉച്ച മയങ്ങിയ നേരം. അമ്മൂമ്മ വൈകുന്നേരത്തെ കാപ്പികുടിക്ക് വട്ടംകൂട്ടുന്നു. കൊഴുക്കട്ട വറുത്തിടുന്ന നല്ല മണം കാറ്റിൽ. ഇടവഴിയിലൂടെ നടന്നു പോയിരുന്ന ബി.ബി.സിയോട് ഞങ്ങൾ വിളിച്ചു പറഞ്ഞു. ‘‘അതേയ്, അമ്മൂമ്മ വിളിക്ക്ണ്ട്.’’ സന്തോഷത്തോടെ ബി.ബി.സി. കയറി വന്നു. നിലത്തിരുന്നു. പത്രം നിവർത്തി. ഞങ്ങളോട് വിശേഷങ്ങൾ നിരത്താൻ തുടങ്ങി. ഇടയ്ക്ക് അമ്മൂമ്മ വരുന്നുണ്ടോ എന്ന് നോക്കുന്നുമുണ്ട്, ആരുടെയെങ്കിലും ഏഷണി പറയാനാവും. ഉമ്മറത്ത് ആരുമില്ല. മുത്തച്ഛൻ പാടത്തു വെള്ളം തിരിക്കാൻ പോയിരിക്കുന്നു. അമ്മയും അമ്മൂമ്മയും അടുക്കളയിൽ. അവർ കടന്നുവരുമ്പോൾ സിഗ്നൽ തരാൻ റെഡിയായി ചന്ദ്ര അകത്തെ മുറിയിൽ.

അമ്മാവൻ പതുക്കെ നായ്ക്കുരണപ്പൊടിഡപ്പിയുമായി ബി.ബി.സിയുടെ അടുത്ത് ചെന്നു നിന്നു. ലോഹ്യത്തോടെ ചിരിച്ചു. കുനിഞ്ഞുനിന്ന് പത്രത്തിലെ ചരമക്കോളം നോക്കുന്ന ഭാവത്തിൽ ബി.ബി.സിയുടെ മേല് മുഴുവൻ പൊടി വിതറി. ഷർട്ട് ഇടുന്ന ശീലം ബി.ബിസിക്ക് ഇല്ലാത്തത് സൗകര്യവുമായി. രണ്ടു സെക്കന്റ് കഴിഞ്ഞില്ല ബി.ബി.സി. ഒന്ന് പുളഞ്ഞു. എന്നിട്ട് പറഞ്ഞു. ‘‘എന്തോ കടിച്ചു. ചൊറിഞ്ഞിട്ട് വയ്യ.’’ ‘‘ചൊറിയാമ്പുഴു ആവും.’’ ചെറിയമ്മ പറഞ്ഞു. ‘‘തെച്ചിമ്മല് നെറച്ചും വന്ന്ണ്ട്.’’ കുറച്ചു നേരത്തെ വെപ്രാളത്തിന് ശേഷം ബി.ബി.സി. ഇറങ്ങി നടന്നു. അതോ ഓടിയോ? ഓർക്കുന്നില്ല.

ഇനിയുള്ള കഥ ഇങ്ങനെ. മാന്തി വശംകെട്ട ബി.ബി.സി. കുറച്ചു കാലത്തേക്ക് വീട്ടിൽ വന്നതേയില്ല. കുരുത്തംകെട്ട ചെക്കൻ (അതായത് ചെറിയമ്മാവൻ) നായ്ക്കുരണപ്പൊടി വിതറിയ കഥ നാട്ടിൽ മുഴുവൻ പറഞ്ഞു നടന്നെങ്കിലും വേണ്ട വിധം പച്ചപിടിച്ചില്ല. 'തനിക്ക് അത് ആവശ്യായിരുന്നു.' ഗ്രാമം ഒറ്റക്കെട്ടായി പറഞ്ഞ് ഉള്ളിൽ രസിച്ചിട്ടുണ്ടാവും (?) എങ്കിലും അമ്മൂമ്മ ഞങ്ങളെ ക്രോസ്സ് വിസ്താരം ചെയ്യുകയും തെളിവില്ലാത്തതിനാൽ വെറുതെ വിടുകയും ചെയ്തു.

■

ഇത്തിരി ചോറ് തരോ ചെമ്പമ്പോരേ

മധ്യവേനൽ അവധിക്കാലം അമ്മയ്ക്കും അമ്മൂമ്മയ്ക്കും പിടിപ്പത് പണിയാണ്. വിവിധതരം കൊണ്ടാട്ടങ്ങളും അച്ചാറുകളും ഈ കാലത്താണ് തയ്യാറാക്കുക. അരികൊണ്ട് അരികൊണ്ടാട്ടവും പയർ, വെണ്ട, കയ്പ്പ തുടങ്ങിയവകൊണ്ട് പച്ചക്കറിക്കൊണ്ടാട്ടവും ഉണ്ടാക്കും. അരിക്കൊണ്ടാട്ടം ബഹുരുചിയാണ്. കൂടെ കട്ടൻകാപ്പി കൂടി ഉണ്ടെങ്കിൽ ബലേ ഭേഷ്. ചക്ക കൊണ്ടുള്ള വിഭവങ്ങൾ അനവധിയാണ്. പച്ചച്ചക്ക അരിഞ്ഞു പുഴുങ്ങി ഉണക്കി ചക്കക്കൊണ്ടാട്ടം, അരച്ച് ചക്ക പപ്പടം ഉണ്ടാക്കി വയ്ക്കും. പടിക്കലെ തേൻ വരിക്ക പഴുപ്പിച്ച് ചുള പറിച്ച് ഉരുളിയിൽ നെയ് ചേർത്തു വരട്ടി ഭരണികളിൽ വായ് കെട്ടി വയ്ക്കും. ഉമ്മറത്തെ കറുത്ത മൂവ്വാണ്ടൻ ചെത്തി ചെത്തു മാങ്ങ, ഉലുവ മാങ്ങ, അട മാങ്ങ തുടങ്ങി ഉപ്പിലിട്ടത് (അച്ചാർ) നാനാതരം ഭരണികളിൽ മച്ചിൽ അണിനിരക്കും. അമ്മൂമ്മയുടെ സ്പെഷ്യൽ എണ്ണ നാരങ്ങ (അതിനെ വെല്ലുന്ന ഒരച്ചാർ ഞാൻ ആയുസ്സിൽ കഴിച്ചിട്ടില്ല) ഒരു ഭരണിയിൽ മച്ചിൽ കയറുകയും പോയ കൊല്ലത്തെ 'താരം' മച്ചിൽ നിന്ന് താഴേക്കിറങ്ങുകയും ചെയ്യും. കടുമാങ്ങ, ഉപ്പു മാങ്ങ തുടങ്ങിയ 'ചേട്ടന്മാർ' ഫെബ്രുവരിയോടെ മച്ചിൽ തങ്ങളുടെ സ്ഥാനം ഉറപ്പിച്ചിരിക്കും.

ലക്ഷ്മിയും കാളിയും നെല്ല് പുഴുങ്ങി ഉണക്കി 'കുത്തിച്ചു' കൊണ്ട് വന്ന് ചേറി, തരാതരമാക്കി പ്ടാവുകളിൽ (ഇത് മണ്ണ് കൊണ്ടുള്ള ഒരു പാത്രം ആണ്. ഒരു മൂന്നുനാലടി ഉയരം വരും. കൂജയുടെ ആകൃതിയാണ് ഏകദേശം) നിറച്ചു വയ്ക്കും. ഉപ്പുമാവ് ഉണ്ടാക്കാൻ നുറുക്കരി, കഞ്ഞിക്ക് പൊടിയരി, പലഹാരത്തിന് ഉണക്കലരി ഒക്കെ ഇങ്ങനെ തയ്യാറാക്കി വയ്ക്കും. ഉണക്കലരി ഉരലിൽ ഇടിച്ചു പൊടിച്ചു വറുത്തു വെയ്ക്കുന്നതും അവർ തന്നെ. മില്ലിൽ നിന്ന് കുത്തിച്ചു കൊണ്ട് വരുന്ന ചൂടുള്ള ചുവന്ന കുത്തരിയിൽ മുഖം പൂഴ്ത്തി കിടന്ന് മണം ആസ്വദിക്കുക അന്നത്തെ എന്റെ ഒരു വിനോദമായിരുന്നു.

അമ്മൂമ്മയുടെ പലഹാരങ്ങൾക്ക് നല്ല സ്വാദാണ്. ഉഴുന്ന് ചേർക്കാത്ത ദോശ, നുറുക്കരിയുടെ ഉപ്പുമാവ്, അരിയട, ചക്കഅട, കാരോലപ്പം, ഓട്ടട, തവിടു കൊണ്ടുള്ള അട, കൊഴുക്കട്ട, ഒറോട്ടി തുടങ്ങിയവയൊക്കെ ഞങ്ങളുടെ രസമുകുളങ്ങളെ ഉത്തേജിപ്പിച്ചു. മല്ലി വറുത്തു പൊടിച്ച് അമ്മൂമ്മ ഉണ്ടാക്കുന്ന കാപ്പിയും സൂപ്പർ ആയിരുന്നു. ഉരലിൽ അരി പൊടിച്ച്, ചന്ദ്ര ഉണ്ടാക്കിയിരുന്ന അരിയുണ്ടയും, പറങ്കിയണ്ടിപ്പുട്ടും സ്വാദായിരുന്നു. ഒന്നുമില്ലെങ്കിൽ അരി ചുവക്കെ വറുത്തു കട്ടൻകാപ്പിയിൽ ഇട്ട് കുടിക്കുന്ന പതിവും ഉണ്ടായിരുന്നു.

പലഹാരപ്പണിയില്ലാത്ത ദിവസങ്ങളിൽ കുത്തരിക്കഞ്ഞിയിൽ വെണ്ണയോ നറുനെയ്യോ ഒഴിച്ച് ഉണക്കമുളക് ചുട്ടു ചാലിച്ച ഉപ്പുമാങ്ങ കൂട്ടി ഞങ്ങൾ കഞ്ഞി കുടിച്ചു. അപൂർവമായി വെള്ളച്ചോറിൽ (പഴങ്കഞ്ഞി) തൈരൊഴിച്ചു ചുട്ടരച്ച ചമ്മന്തിയും പപ്പടവും കടുമാങ്ങയും കൂട്ടിക്കഴിച്ചു.

ഊണിന് മിക്കവാറും പുളിങ്കറിയും ഉപ്പേരിയും ഉപ്പിലിട്ടതുമാണ് പതിവ്.

പുളിങ്കറി എന്നാൽ പരിപ്പിൽ കഷ്ണം ചേർത്ത്, പുളി ഒഴിച്ച്, നാളികേരം അരച്ചു വെയ്ക്കുന്ന കറിയാണ്. അതങ്ങനെ പല കോമ്പിനേഷനിൽ ഓരോ ദിവസവും പ്രയോഗിക്കും.

ഇതിൽ പുളി ഒഴിവാക്കിയാൽ അരച്ച മൊളൂഷ്യമായി. പരിപ്പും കഷ്ണവും വേവിച്ച് വെളിച്ചെണ്ണ ചേർന്നാൽ മൊളൂഷ്യമായി. പുളിങ്കറിക്ക് ചക്കക്കുരു, വെള്ളരിക്ക, മാങ്ങ, മുരിങ്ങക്കായ കോമ്പിനേഷൻ ആണ് ബെസ്റ്റ്. വേനൽക്കാലത്ത് പാടത്ത് പയറും ഞാലിൽ കായക്കറി (പച്ചക്കറി) കൃഷിയും പതിവുള്ളതുകൊണ്ട് ഉപ്പേരി മിക്കവാറും പയറോ കൈപ്പയോ പടവലങ്ങയോ ആവും. അവിയലും എരിശ്ശേരിയും കാളനും ഒന്നും സാധാരണ ഊണിനു പതിവില്ല. അവയൊക്കെ സദ്യയ്ക്കുള്ള വിശിഷ്ട വിഭവങ്ങൾ മാത്രം. ഇളം മത്തങ്ങ നുറുക്കി, പച്ചപ്പയർ കൂട്ടി ഉപ്പിട്ട് വേവിച്ച് കുറച്ചു വെളിച്ചെണ്ണ പാർന്ന് ഉണ്ടാക്കുന്ന ഓലൻ ഇടയ്ക്ക് കിട്ടാറുണ്ട് ഊണിന്. ബഹുസ്വാദാണത്. അരച്ചു കലക്കിയും നേന്ത്രന്റെ തൊലിയും വെള്ളപ്പയറും കൂട്ടിയുള്ള ഉപ്പേരിയും എനിക്ക് ഇഷ്ടം തന്നെ. ഉണ്ണിപ്പിണ്ടി ഉപ്പേരിയിൽ അരി വറുത്തു പൊടിച്ചിട്ടാൽ ഒരു പ്രത്യേക സ്വാദാണ്.

മീൻകൂട്ടാൻ രാത്രിയാണ് പതിവ്. മൂവന്തിക്കാണ് മീൻകാരുടെ വരവ്. മത്തി, അയല, പരൽ, കണ്ണൻ തുടങ്ങിയ മീനുകളേ അന്ന് ഞങ്ങൾ കണ്ടിരുന്നുള്ളൂ. മല്ലിയും മുളകും തേങ്ങയും വറുത്തരച്ചു വാളൻ പുളി ചേർത്ത്, ചെറുള്ളി കാച്ചി ഉണ്ടാക്കുന്ന ഈ മീൻ കൂട്ടാന്റെ

സുഗന്ധം പടി കടന്ന് ഏറെ ദൂരം സഞ്ചരിക്കും. വൈകുന്നേരം മേൽ ക്കഴുകി ഭസ്മം തൊട്ട് നാമം ജപിക്കാനിരിക്കുമ്പോഴാണ് ഈ മണം മൂക്കിലേക്ക് അടിക്കുക. പിന്നെ നാമം ചൊല്ലൽ ഒരു വകയാണ്. അക്ഷമരായ വയറുകൾ കവിടിപ്പിഞ്ഞാണത്തിനു മുന്നിൽ ചമ്രം പടിയിട്ട് ഇരുന്നു കഴിഞ്ഞിരിക്കും. ഊണിനു കവിടിപ്പിഞ്ഞാ ണങ്ങളും കഞ്ഞി കുടിക്കാൻ പിച്ചളക്കിണ്ണങ്ങളും ഉപയോഗിച്ചു പോന്നു. വെള്ളം കുടിക്കാൻ പിച്ചള ലോട്ടകളും. മീനിന്റെ നടു ക്കഷ്ണങ്ങളെ ഞങ്ങൾ 'കാളവണ്ടി' എന്ന് വിളിച്ചു. നിലത്ത് ചമ്രം പടിയിട്ട് നിരന്നിരുന്ന് 'ഇത്തിരി ചോറ് തരോ ചെമ്പമ്പോരേ... ഹൊയ്' എന്ന ചെറിയമ്മാവന്റെ ഈണത്തിലുള്ള പാട്ട് കിണ്ണത്തിൽ താളം പിടിച്ച് ഞങ്ങൾ ഏറ്റുപാടും ഊണ് വിളമ്പുംവരെ. എത്രയായാലും നിറയാത്ത മൂപ്പരുടെ വയറിന് അമ്മൂമ്മ ചില 'റീലാക്സേഷൻസ്' അനുവദിച്ചിരുന്നു.

കർക്കിടക മാസത്തിൽ അമ്മൂമ്മ ഞങ്ങൾക്ക് ചെറൂളയുടെ വേര് അരച്ചു ചേർത്ത പാൽക്കഞ്ഞി കുടിക്കാൻ തന്നു. ചുട്ട പപ്പടവും. പിന്നെയും ഒരുപാട് രുചികൾ. രുചികളും കാലത്തിനൊപ്പം സഞ്ച രിക്കുന്നു. അവയ്ക്കും ഒരു മടങ്ങി വരവില്ല. ഓർമ്മകളിൽ നൊട്ടി നുണഞ്ഞു സായൂജ്യമടയാനേ വഴിയുള്ളൂ.

ചെറുപ്പത്തിലെ ചില 'കോമ്പോ' രുചികൾ എനിക്ക് ഇപ്പോഴും പ്രിയപ്പെട്ടതാണ്. ഉദാഹരണത്തിന് മുരിങ്ങയില പരിപ്പ് കൂട്ടാൻ പ്ലസ് കടുമാങ്ങ പ്ലസ് മോര്. ഇതിൽ ഏതെങ്കിലും ഒന്നില്ലെങ്കിൽ രുചി പൂർണ്ണമാവില്ല. എത്ര രുചികെട്ട ഊണിനും രുചി പകരുന്ന ഒന്നാണ് 'ഉള്ളിയും മുളകും തിരുമ്മി'യത്. രണ്ടു ചെറുള്ളിയും ഒരു പച്ചമുളകും ചതച്ച് വാളൻപുളി ചാലിച്ച് ഒരു തുള്ളി വെളിച്ചെണ്ണയും ഉപ്പും ചേർ ത്താൽ ഏത് ഊണും കേമം. എന്റെ മകൾ എന്നോട് ഏറ്റവും കൂടു തൽ ആവശ്യപ്പെട്ടിട്ടുള്ള 'വിശിഷ്ട ഉപദംശ'വും ഇതുതന്നെ! അവളുടെ അമ്മൂമ്മ പഠിപ്പിച്ച ശീലമാണത്. മാങ്ങയും നാളികേരവും ചേർന്ന 'അരച്ചു കലക്കി', പുളിയിലച്ചമ്മന്തി, മുളക് വറുത്ത പുളി, പലതരം പെരക്കുകൾ ഒക്കെ വംശനാശം സംഭവിച്ച് അന്യം നിന്ന് പോവാറായ രുചികളാണ്.

ഈ കുറിപ്പ് വായിക്കുമ്പോൾ എന്റെ ഓർമ്മയിലെ ഈ രുചി കൾ നിങ്ങളും അനുഭവിച്ചുവോ? എങ്കിൽ, ധന്യമായി ഈ രുചിയോർ മ്മകൾ! ■

മഴയും വെയിലും

അവധിക്കാലത്ത് ബന്ധുക്കളുടെ വീട്ടിൽ വിരുന്നു പാർക്കാൻ പോവുന്ന ഒരു ഏർപ്പാട് എന്റെ കുട്ടിക്കാലങ്ങളിൽ ഉണ്ടായിരുന്നു. ഇന്നത്തെപ്പോലെ 'സീരിയൽ പീഡനം' നിലവിലുള്ള കാലമല്ല. അത്തരം സംഭവങ്ങൾ കേട്ടുകേൾവി പോലും ഉണ്ടായിരുന്നുമില്ല. അതുകൊണ്ട് യാതൊരു ഭയവും ഇല്ലാതെ സ്വതന്ത്രരായി ഞങ്ങൾ ബന്ധുവീടുകളിൽ പോവുകയും താമസിക്കുകയും ചെയ്തു.

മാത്രമല്ല, 'സദാചാര ആചാരങ്ങൾ' ഇന്നത്തേതിൽ നിന്നും കുറച്ചു വ്യത്യസ്തമായിരുന്നു അന്ന്. സംബന്ധം (എന്തൊരസംബന്ധം) എന്ന സമ്പ്രദായത്തിന്റെ തുടർച്ചപോലെ ചില്ലറ 'നേരംപോക്കുകൾ' ക്കുള്ള വക എന്നും ഗ്രാമങ്ങളിൽ ഉണ്ടായിരുന്നു. ഇത്തരം സ്ത്രീകളെ സമൂഹം അത്രകണ്ട് മാറ്റി നിറുത്തിയിരുന്നുമില്ല. അവർ 'അങ്ങനെ' ആണ് എന്ന ഒരു സാധാരണ മട്ടിൽ കാര്യങ്ങൾ ഒതുങ്ങിയിരുന്നു. ഗ്രാമപ്രമുഖരിൽ ചിലർ പാത്തും പതുങ്ങിയും അവിടെ പോകുന്നത് പരസ്യം ആയ രഹസ്യവും ആയിരുന്നു. ഇന്നത്തെ സദാചാര പൊലീസ് എങ്ങാനും ഉണ്ടായിരുന്നുവെങ്കിൽ ഗ്രാമത്തിലെ പല മുഖ്യന്മാരുടേയും കഥ കഴിഞ്ഞേനേ! ഒരുപക്ഷേ ഇന്ന് ധാരാളമായി കേൾക്കുന്ന 'പീഡനം' കുറയാൻ ഇത്തരം 'സൗകര്യങ്ങൾ' കാരണമായിട്ടുണ്ടാവാം.

ഞങ്ങൾ കാര്യമായി വിരുന്നു പാർക്കാൻ പോയിരുന്നത് വല്യമ്മായിയുടെ തറവാട്ടിൽ ആയിരുന്നു. വലിയമ്മാവന്റെ ഭാര്യയാണ് അമ്മായി. വല്യമ്മായി ആണെങ്കിലും ഞങ്ങളേക്കാൾ എട്ടോ പത്തോ വയസ്സേ മൂപ്പുള്ളൂ. കണങ്കാൽവരെ (ഒട്ടും അതിശയോക്തിയല്ല) നീണ്ടു നിറഞ്ഞ മുടിയായിരുന്നു അമ്മായിയുടെ ഹൈലൈറ്റ്. അധികം ഉയരമില്ലാത്ത ഒതുങ്ങിയ ശരീരപ്രകൃതിയുള്ള അമ്മായിക്ക് ചുറ്റും സൗന്ദര്യത്തിന്റെ 'ഓറ' പോലെ ഈ മുടി വിടർന്നു കിടന്നു. പണ്ട് രാജകുമാരനെ മുടിക്കുള്ളിൽ ഒളിപ്പിച്ച രാജകുമാരിയുടെ കഥ വായിക്കുമ്പോൾ ഞാൻ ഓർത്തിരുന്നത് അമ്മായിയെ ആണ്. ശാന്ത

പ്രകൃതയായ അവർ ഒച്ച ഉയർത്തുന്നത് ഞാൻ കേട്ടിട്ടേയില്ല. വലിയ ആ കണ്ണുകളിൽ ദുഃഖത്തിന്റെ ഒരു നിഴൽ എന്നും പറ്റിനിന്നു. ഒര ലങ്കാരം പോലെ.

അമ്മായിക്ക് അമ്മയില്ല. അവർക്ക് മൂന്നോ നാലോ വയസ്സു ള്ളപ്പോൾ മരിച്ചു പോയി. അച്ഛൻ വേറെ വിവാഹം കഴിച്ചതുകൊണ്ട് അമ്മായിയുടെ വല്യമ്മയാണ് അവരെ നോക്കി വളർത്തിയത്. സ്വന്തം അമ്മ തന്നെയായിരുന്നു അവർ. അത്ര സ്നേഹവും ആയിരുന്നു. ആ വീട്ടിലാണ് ഞങ്ങൾ, നാല് കുട്ടികൾ വിരുന്നിനു പോവുക. അവിടെ അമ്മായിയുടെ അനിയൻ, തറവാട്ടിലെ മറ്റു കുട്ടികൾ ഒക്കെ ച്ചേർന്ന് വലിയൊരു 'സെറ്റ്' ഉണ്ട്. ഞങ്ങൾ ഒന്നിച്ച് പല കളികളും കളിച്ചു. കവിടിയും ചൂതും ആന ഭർ എന്ന കളിയും മേടാസ്സും കബഡിയും സാറ്റും അങ്ങനെ എന്തെല്ലാം കളികൾ.

പൂട്ടിക്കിടന്ന അമ്മായിയുടെ തറവാട്ടുവീട്ടിൽ ആട്ടുകട്ടിൽ ഉണ്ട്. മുറ്റത്ത് ഒരു കൂറ്റൻ മയിൽപ്പീലിമാവും. അമ്മായിയുടെ അമ്മ മരിച്ചതിനു ശേഷം പൂട്ടിക്കിടന്ന ആ വീട്, ഞങ്ങൾ ചെല്ലുമ്പോൾ മാത്രം തുറന്നു, കളിക്കാൻ വേണ്ടി. പടിപ്പുരയുള്ള ഒരു മാളിക വീടാ യിരുന്നു അത്. ഉപയോഗിക്കാതെ പൂട്ടിക്കിടക്കുന്നതുകൊണ്ട് നിറയെ പൊടിയും മാറാമ്പലയും തളത്തിലും അകങ്ങളിലും നിറഞ്ഞിരുന്നു. മട്ടുപ്പാവിലേക്ക് വീതിയുള്ള ഒരു ഗോവണി ഉണ്ടായിരുന്നതായി ഓർ ക്കുന്നു. ചാടിക്കയറുമ്പോൾ കറ കറയെന്ന് അത് ശബ്ദിച്ചിരുന്നു. മൂകവും ഏകാന്തവുമായ അകത്തളത്തിൽ ആ ശബ്ദം വലിയ ഒരു നിലവിളി പോലെ തോന്നിച്ചു. മുകളിലെ അറയിലാണ് ആട്ടുകട്ടിൽ. ജീവിതത്തിൽ ആദ്യമായി ഞാൻ ആട്ടുകട്ടിൽ കണ്ടത് അവിടെയാണ്. നല്ല വീതിയുള്ള രണ്ടു പലകകൾ കൂട്ടിച്ചേർത്ത്, പിച്ചള കെട്ടിയ അരികുകളും സ്വർണ്ണവർണ്ണത്തിലുള്ള ചങ്ങലയും അതിന് അസാ മാന്യ പ്രൗഢി കൊടുത്തു. മൂന്നു പേർക്ക് സുഖമായി കിടന്ന് ആടാൻ കഴിയുമായിരുന്നു അതിൽ. ഭൂതകാലത്തിന്റെ അലങ്കാരങ്ങൾ ബാക്കി നിന്നിരുന്ന, വാർദ്ധക്യം അത്രതന്നെ ബാധിച്ചിട്ടില്ലായിരുന്ന ആ വീട്, അമ്മയില്ലാത്ത രണ്ടു കുട്ടികളെപ്രതി നിശ്ശബ്ദമായി തേങ്ങി നിന്നു കാലങ്ങളോളം. അവിടെ ആരുംതന്നെ ഒരിക്കലും താമസി ക്കുകയുണ്ടായിട്ടില്ല.

വിശാലമായ തൊടിയിൽ ധാരാളം കവുങ്ങും തെങ്ങും വാഴയും, ഞാലിൽ നിറയെ കൊള്ളി(കപ്പ)ക്കൃഷിയും ഉണ്ടായിരുന്നു. അവി ടന്ന് കൊള്ളി പറിച്ച്, തീകൂട്ടി ഞങ്ങൾ ചുട്ടു തിന്നു. വീടിന് മുന്നിൽ പടർന്നുപന്തലിച്ച മയിൽപ്പീലിമാവിൽ നിറയെ മാമ്പഴങ്ങൾ. തോലിനു നല്ല കട്ടിയുള്ള ആ മാമ്പഴം നല്ല മാംസളമാണ്. നല്ല മധുരവും രുചിയും വലുപ്പവുമുള്ള മാമ്പഴത്തിന് കടുംനീലയും കടുംപച്ചയും

ചേർന്ന നിറമാണ്. ഇപ്പോൾ അത്തരം മാമ്പഴമൊന്നും എവിടെയും കാണാനില്ല.

ആ വീടിന് തൊട്ടടുത്താണ് പുഴ. കുളത്തിൽ കുളിച്ചു ശീല മുണ്ടെങ്കിലും പുഴ ഞങ്ങളെ ഭയപ്പെടുത്തി. ഒഴുകി കടലിൽ ചെന്ന് വീണാലോ എന്നായിരുന്നു എന്റെ പേടി. പുഴയിൽ തേളുകൾ പോലെയുള്ള ജീവികൾ അരിച്ചു നടന്നിരുന്നു. അവയെ എനിക്ക് നന്നേ ഭയം തോന്നി. പുഴയേക്കാൾ എന്തുകൊണ്ടും ഞാൻ 'കുള ത്തിൽ കുളി' ഇഷ്ടപ്പെട്ടു.

എട്ടുപത്ത് പേരുള്ള ഈ കുട്ടിസംഘത്തിന് സമയാസമയങ്ങളിൽ 'തീറ്റ' റെഡിയാക്കാൻ വല്യമ്മയും ഇന്ദിരേച്ചിയും (അവരുടെ മകൾ) എത്ര പാടുപെട്ടു കാണും. പത്തോളം ദിവസം ഇങ്ങനെ വിരുന്നു പാർക്കുന്നതിനിടയിൽ അടുത്തുള്ള ഓല ടാക്കീസിൽ വരുന്ന പഴയ സിനിമകൾ കാണാൻ ഇന്ദിരേച്ചി ഞങ്ങളെ കൊണ്ടുപോവും. അങ്ങനെ ഞാൻ കണ്ട ഒരു സിനിമയാണ് സത്യൻ, രാഗിണി അഭിനയിച്ച 'ഭാര്യ'.

തളത്തിൽ നിരന്നിരുന്നു കഴിച്ചിരുന്ന ഊണും രാത്രി ഞങ്ങളും വലിയവരും കൂടി കളിച്ചിരുന്ന ചീട്ടുകളിയും അമ്മായിയുടെ അനി യൻ പറയുന്ന പ്രേതകഥകളും മറക്കാൻ കഴിയാത്ത ഓർമ്മകളാണ്.

മഴയത്ത് ഉദിക്കുന്ന വെയിൽ പോലെയാണ് ഓർമ്മകൾ. അവ കണ്ണിൽ വെള്ളം നിറയ്ക്കും. ചുണ്ടിൽ ഒരു ചെറു ചിരിയും. ■

രാമേശ്വരത്തെ ക്ഷൗരം

തറവാടിന്റെ തൊട്ടുമുന്നിൽ റോഡാണ്. ഗേറ്റിൽ കൂറ്റൻ ഒരു വരിക്ക പ്ലാവ്. സൈഡിൽ രണ്ട് പീടികമുറികൾ. ഈ പീടിക കൊണ്ടാവണം പീടിക സ്റ്റോപ്പ് എന്ന് ആ ബസ് സ്റ്റോപ്പിന് പേര് വീണത്. നിരയായുള്ള ഈ പീടികകൾ വടക്കുപുറത്തെ മതിലിനോട് ചേർന്നാണ്. മതിലിൽ നിന്ന് കയ്യെത്തിച്ച് തൊടാം. പീടികകളിൽ ഒന്ന് 'പച്ചക്കറി കം പലചരക്കു'കടയും അടുത്തത് ചായപ്പീടികയും ആയിരുന്നു. ആകെ ഒന്നോ രണ്ടോ ചായക്കടകളേയുള്ളൂ നാട്ടിൽ. അതിൽ ഒന്നായിരുന്നു ഇത്.

രാവിലെ പ്രാതലിന് ദോശ, ഇഡ്ഡലി, പുട്ട്, പത്ത് മണിക്ക് ഉഴുന്നുവട, പരിപ്പ് വട, സുഖിയൻ, പഴംപൊരി. ഊണിന്റെ പരിപാടിയില്ല. ഇതാണ് ചായപ്പീടികയിലെ വിഭവങ്ങൾ. നാട്ടിലെ പ്രമാണിമാർ, പണിക്കാർ തുടങ്ങിയവർ സ്ഥാനഭേദമില്ലാതെ രാവിലെ ചായപ്പീടികയിൽ വന്ന് കാലിച്ചായ കുടിച്ച് പത്രവായന നടത്തിപ്പോന്നു. പ്രാതലിന് പലഹാരപ്പണി ഇല്ലാത്ത വീടുകളിലെ പ്രമാണിമാർ (അക്കാലത്ത് പല വീടുകളിലും കാലത്ത് കഞ്ഞിയോ വെള്ളച്ചോറോ ആണ് പതിവ്) കാലിച്ചായയോടൊപ്പം ചുവന്ന ചട്ണിയിൽ മുങ്ങിയ ഇഡ്ഡലിയും ദോശയും പുട്ടും കടലയും മാറി മാറി കഴിച്ചു. അവരുടെ മക്കൾ അവരോടൊപ്പം ചായപ്പീടികയിൽ വരാൻ വെറുതെ വാശി പിടിച്ചു കരഞ്ഞു.

ഇടയ്ക്ക് ഒന്ന് പറയട്ടെ, അന്നത്തെ അച്ഛന്മാർ മക്കളെ അത്ര കണ്ട് സ്നേഹിച്ചിരുന്നോ എന്ന് എനിക്ക് സംശയമാണ്. മരുമക്കത്തായത്തിനും മക്കത്തായത്തിനും ഇടയിലായി ചാഞ്ചാടുന്ന അച്ഛന്മാരായിരുന്നു നാട്ടിൻപുറത്ത് അധികവും. മക്കളുടെ സുഖവും സന്തോഷവും അവർ അത്രകണ്ട് പരിഗണിച്ചിരുന്നില്ല. പോത്തിനെ തല്ലുന്ന വടികൊണ്ട് മക്കളെ തല്ലുന്ന അച്ഛന്മാരേയും തീരെ നിസ്സാര കാര്യങ്ങൾക്കുപോലും നിഷ്ക്കരുണം കൊല്ലി (ചെകിട്) അടിച്ചു

പൊട്ടിക്കുന്ന അച്ഛന്മാരെയും നാട്ടിൻപുറങ്ങളിൽ ധാരാളമായി കാണാമായിരുന്നു. സ്വന്തം സുഖങ്ങൾക്ക് മുൻതൂക്കം നൽകി ജീവിച്ചു പോന്ന പുരുഷജനത രാവിലെ ചായപ്പീടികയിൽ കയറി പള്ളനിറയെ പലഹാരം കഴിക്കുമ്പോൾ, വീട്ടിലെ സ്ത്രീകളും കുട്ടികളും കഞ്ഞിയോ വെള്ളച്ചോറോ കഴിച്ച് വിശപ്പടക്കി തൃപ്തിപ്പെട്ടു.

സ്ത്രീകൾ ചായപ്പീടികയിൽ പോയി ചായ കുടിക്കുക 'കുറച്ചിലായി' പൊതുവെ കരുതുകമൂലം ചില 'തറവാട്ടിൽപ്പെട്ട' സ്ത്രീകൾ ഒളിച്ചും പാത്തും പീടികപ്പുരയുടെ അടുക്കളയിൽ നിന്നും രഹസ്യമായി പ്രാതൽ ശാപ്പിട്ടു. (രാവിലെ അമ്പലക്കുളത്തിൽ കുളിച്ചു തേവരെ തൊഴുത്, ഈറനോടെ, തിരിച്ചു വീടുകളിൽ പോകും വഴിക്കാണ് ഈ രഹസ്യ ഭക്ഷണം) ചിലർ ചോറ്റുംപാത്രവുമായി മക്കളെ പീടികയിലേക്ക് അയച്ചു.

വീട്ടിൽ നിന്നാൽ ഈ കാഴ്ചകൾ സുലഭമായി കാണാം. മാത്രമല്ല ഉഴുന്നുവട, പരിപ്പ് വട തുടങ്ങിയ ഐറ്റംസിന്റെ 'ഗുമ്മുന്ന' മണം മൂക്കിലേക്ക് സദാ അടിക്കുകയും ചെയ്യും. ഞങ്ങളുടെ സഹനശക്തി അങ്ങനെ സദാ പരീക്ഷിക്കപ്പെട്ടുകൊണ്ടിരുന്നു. അമ്മയുണ്ടാക്കുന്ന ഒന്നിനും ഒരു സ്വാദും തോന്നിയിരുന്നില്ല അന്ന്. ചായപ്പീടികയിലെ ആ ദോശ, ആ പുട്ട്, ആ പരിപ്പുവട, ഇതായിരുന്നു ഞങ്ങളുടെ സ്വപ്നം.

ഒരു പരിപ്പുവടയ്ക്ക് ഇരുപത്തഞ്ചു പൈസയാണ് അന്ന്. പക്ഷേ ഇരുപത്തഞ്ച് പൈസ കിട്ടുക കഠിനം. ഇതിനായി ഞങ്ങൾ പല പല ജോലികളും ചെയ്തു. ഗേറ്റിങ്കൽ ഇറക്കിയ മണൽ കോരി പറമ്പിന് അകത്തിടാൻ ചെറിയമ്മാവൻ മുത്തച്ഛനുമായി 'കോൺട്രാക്ട്' എടുത്തു. സഹായികളായ ഞങ്ങൾക്കും കിട്ടും വേതനം. അത്തരം പല പണികൾ ചെയ്തുണ്ടാക്കുന്ന നാണയത്തുട്ടുകൾ ഞങ്ങൾ ചായപ്പീടികയിൽ ചിലവഴിച്ചു. മതിൽക്കൽ നിന്ന് വിളിച്ചു പറയുകയേ വേണ്ടൂ, ഇലയിൽ പൊതിഞ്ഞ 'നിവേദ്യം' കൈയിലെത്തും. ഞങ്ങളുടെ പോക്കറ്റ് മണി മുഴുവൻ ഇങ്ങനെ വടയും സുഖിയനും നൈസ്സായി തട്ടിയെടുത്തുകൊണ്ടിരുന്നു.

ചായപ്പീടികയിൽ ചില പുതിയ 'ഐറ്റംസ്' ഇൻട്രൊഡ്യൂസ് ചെയ്ത കാലം. ഉള്ളിവട എന്നാണ് പുതിയവരിൽ മുഖ്യതാരത്തിന്റെ പേര് എന്ന് ഞങ്ങൾ അറിഞ്ഞു. ഉള്ളി എണ്ണയിൽ മൊരിയുന്ന വാസന ഞങ്ങളെ മതിലും കടന്നുവന്ന് കീഴ്പ്പെടുത്തി. ഞങ്ങൾ അസ്വസ്ഥമാനസരായി. മാദകഗന്ധം പേറുന്ന ആ സുന്ദരി ഞങ്ങളെ ഊണിലും ഉറക്കത്തിലും വന്ന് വശംകെടുത്തി. ഉള്ളിവട ഒന്ന് രുചിച്ചേ മതിയാവൂ. എന്തുചെയ്യും? ഒടുവിൽ ഞങ്ങൾ ഒരു മാർഗം കണ്ടെത്തി.

രണ്ടുമാസം കൂടുമ്പോൾ അനിയന്റെ തല മൊട്ടയടിക്കുക എന്നൊരു ചടങ്ങുണ്ട്. തലയിൽ നീരിറങ്ങി ജലദോഷം സ്ഥിരമായി വരുന്നത് ഒഴിവാക്കാനുള്ള ഏർപ്പാടാണിത്. അമ്പലനടയിലെ ബാർബർ ഷോപ്പിൽ കൊണ്ടുപോയി ചെറിയമ്മാവനാണ് ഇത് സ്ഥിരമായി നിർവഹിക്കുക. ചിലപ്പോൾ ആ പളുങ്ക് മൊട്ടയിൽ അമ്മ ചിരട്ടക്കരിയോ ചന്ദനമോ തേച്ചു പിടിപ്പിക്കും. മോറിക്കമഴ്ത്തിയ ചോറ്റുകലം പോലെയുള്ള ആ കാഴ്ച ഒന്ന് കാണേണ്ടത് തന്നെയാണ്. അമ്മൂമ്മയും ചന്ദ്രയും ചെറിയമ്മയും അമ്മയും 'ഉണ്ണിക്കുട്ടാ' എന്ന് ആ മൊട്ടത്തലയിൽ തടവി കൊഞ്ചിച്ചുവിളിക്കുമ്പോൾ എനിക്ക് വിറളി പിടിക്കും. ഒരു ഉണ്ണിക്കുട്ടൻ. ഹും!

അപ്പോൾ പറഞ്ഞു വന്നത്, ആ തവണ അവന്റെ തല ഞങ്ങൾ തന്നെ മൊട്ടയടിക്കാൻ തീരുമാനിച്ചു. രണ്ടു രൂപ സമ്പാദിക്കാം. ഉള്ളിവട

എന്ന മനോമോഹിനിയെ രുചിക്കുകയും ആവാം. ചെറിയമ്മാവന് ബാർബർ പണി ചെയ്യുന്നത് കണ്ടുപരിചയം ഉണ്ട്. തിയറി അറിയാം. 'പ്രാക്ടിക്കൽ എക്സ്പീരിയൻസ്' ഇല്ല എന്നല്ലേയുള്ളൂ. അത് സാര മില്ല. ഒരു കൈ നോക്കുക തന്നെ.

മുൻകൂട്ടി അറിയിച്ചാൽ അമ്മ സമ്മതിക്കില്ല എന്നുള്ളതുകൊണ്ട് ഞങ്ങൾ കാര്യം നിർവഹിച്ചതിനുശേഷം മാത്രം കൂലി വാങ്ങാൻ തീരുമാനിച്ചു. ഞങ്ങൾ അത്ര നിസ്സാരക്കാരല്ല എന്ന് അമ്മയ്ക്കും അമ്മൂമ്മയ്ക്കും മനസ്സിലാക്കാൻ കൂടിയുള്ള അവസരമാണ്. അച്ഛന്റെ ഷേവിംഗ് സെറ്റിലെ ഒരു ബ്ളേഡ് ഞങ്ങൾ ഒരുവിധത്തിൽ സംഘ ടിപ്പിച്ചു. ഉച്ചയ്ക്ക് എല്ലാരും ഊണ് കഴിഞ്ഞ് വടക്കുപുറത്തെ കോലാ യിൽ മയങ്ങാൻ കിടക്കുന്ന നേരം. ഒരു ഇലപോലും അനങ്ങുന്നില്ല എങ്ങും. അനിയനെ വൈക്കോൽ കൂനയ്ക്ക് പിന്നിൽ കൊണ്ടു പോയി ഞങ്ങൾ പതുക്കെ പണി തുടങ്ങി. അവിടെയാവുമ്പോൾ ആരും കാണില്ല. വലിയ മധുരപുളിമരത്തിന്റെ ചോട്ടിൽ ആയത് കൊണ്ട് നല്ല തണലുമുണ്ട്.

ആദ്യം ചെറിയമ്മാവനും ശേഷം ചിറ്റയും തല വെളുപ്പിക്കാൻ കിണഞ്ഞു പരിശ്രമിച്ചു. ഞാൻ കാഴ്ചക്കാരിയും കാവലാളുമായി. ആദ്യം മുടി ചറ പറ മുറിക്കുക. പിന്നെ പതിയെ 'ഫിനിഷിംഗ് ടച്ച്' ചെയ്യുക. ഇതായിരുന്നു 'മോഡസ് ഓപ്പറാണ്ടി'. ആയുധമായി ബ്ലേഡ് മാത്രം. കുറെ മുടിയൊക്കെ പോയെങ്കിലും ഒരു ഫിനിഷിങ്ങ് കിട്ടു ന്നില്ല. എലി കരണ്ടിയ പോലെ അവിടവിടെ ചില തുരുത്തുകൾ. മുടി കൂടിയത് കൊണ്ടോ അതോ ബ്ലേഡിന്റെ മൂർച്ചക്കുറവോ എന്തോ. മാത്രമല്ല, അവന്റെ തലയിൽ എവിടെയൊക്കെയൊ മുറിഞ്ഞു ചോര വരുന്നുണ്ട്.

ഉള്ളി വടയെ ഓർത്ത് അനിയൻ ക്ഷമിച്ചും സഹിച്ചും ഇരിക്ക യാണ്. മണിക്കൂർ ഒന്ന് കഴിഞ്ഞിട്ടും ക്ഷൗരം എവിടെയും എത്തി യില്ല. ഞങ്ങളും വശം കെട്ടു. വിയർത്തു. മണി നാല് കഴിഞ്ഞു. അനിയന്റെ തല പുറത്തു കാട്ടാവുന്ന കോലത്തിലല്ല. ഞാറു നട്ടുവെച്ച കണ്ടം പോലെയുണ്ട്. എനിക്ക് ചിരിയും വന്നു.

എന്താടീ കൊഴിഞ്ഞലേ ഇളിക്കണ് എന്ന് ചെറിയമ്മ ദേഷ്യപ്പെട്ടു. അച്ഛനോ മുത്തശ്ശനോ കണ്ടാൽ പുളിവാറൽ അല്ലെങ്കിൽ നീരോലി. അടി ഉറപ്പാണ്. ഭേദം അമ്മയോ അമ്മൂമ്മയോ ആണ്. തെറ്റ് ഏറ്റുപറ ഞ്ഞാൽ ചിലപ്പോൾ ശിക്ഷയിൽ ഇളവ് കിട്ടിയേക്കാം. അച്ഛൻ ജോലി കഴിഞ്ഞു വരും മുൻപ് അവന്റെ തല ശരിപ്പെടുത്തിയേ പറ്റൂ. അങ്ങനെ അമ്മയോട് പതുക്കെ കാര്യം അവതരിപ്പിക്കാൻ തീരുമാനമായി. കൊതി സഹിക്കവയ്യാതെ ചെയ്തു പോയതാണ്, പൊറുക്കണം

എന്ന ഭാവത്തോടെ ഞങ്ങൾ അമ്മയ്ക്ക് മുന്നിൽ തല കുമ്പിട്ടു നിന്നു. ചോരയൊലിക്കുന്ന തലയുമായി അനിയനും. തൊണ്ടിമുതലായ ബ്ലേഡിന്റെ കഷ്ണങ്ങളും (അത് പ്രയത്നത്തിനിടയിൽ നടുമുറിഞ്ഞു രണ്ടു കഷ്ണം ആയിപ്പോയിരുന്നു) മുടിയും ഞങ്ങൾ കാണിച്ചു കൊടുക്കയും ചെയ്തു.

അനിയന്റെ കോലം കണ്ട അമ്മയും അമ്മൂമ്മയും ആദ്യം ചിരിക്കുകയും പിന്നെ വടി അന്വേഷിക്കുകയും ചെയ്തു. തല്ല് കിട്ടിയോ എന്ന് എനിക്ക് സത്യമായും ഓർമ്മയില്ല. അമ്മാവൻ തന്നെ അവനെ ബാർബർഷോപ്പിൽ കൊണ്ടുപോയി മൊട്ടയടിച്ചു കൊണ്ടു വന്നു. ദോഷം പറയരുതല്ലോ, പിറ്റേന്ന് അമ്മ ഞങ്ങൾക്ക് ഓരോ ഉള്ളിവട വാങ്ങിത്തന്നു.

നല്ല സ്വാദായിരുന്നു!! ■

സിംഹമുറങ്ങുന്ന കാട്

നാടകങ്ങൾ ഒരു ഹരമായിരുന്നു ചെറിയമ്മാവനും എനിക്കും. തറവാട്ടിൽ എഴുത്തിന്റെ 'അസ്കിത' ആദ്യം തുടങ്ങുന്നത് ചെറിയമ്മാവനാണ്. സാവധാനം അത് എനിക്കും പടർന്നു കിട്ടി. വായനശാലയിലെ എഴുത്തുമത്സരത്തിൽ ഞങ്ങൾ വാശിയോടെ പങ്കെടുത്തു. കഥ, ഉപന്യാസം എന്നിങ്ങനെ എല്ലാ മേഖലയിലും ഞങ്ങൾ കൈവെച്ചു. നാടകങ്ങൾ എഴുതിയുണ്ടാക്കി സംവിധാനം ചെയ്യുക മൂപ്പർക്ക് ഹാലായിരുന്നു. ഒരു കുഴപ്പമേയുള്ളൂ. എല്ലാം 'ഡമാർ പടാർ, ദേ വെടി പൊട്ടി' സ്റ്റൈൽ ആണ്. 'കംപ്ലീറ്റ് ഡിറ്റക്റ്റീവ് സ്റ്റോറീസ്'. മെയിൻ റോൾ അമ്മാവൻ തന്നെ. (ഡിറ്റക്റ്റീവ് ദാസൻ) അസിസ്റ്റന്റിന്റെ റോൾ ചിലപ്പോൾ എനിക്ക് തരും. (ഡിറ്റക്റ്റീവ് വിജയൻ!) ഇങ്ങനെയുള്ള ചില നാടകങ്ങൾ ഞങ്ങൾ സംഭാഷണം ടേപ്പ് ചെയ്ത് അവതരിപ്പിച്ചു. ആ കഥകൾ നേരത്തെയുള്ള അദ്ധ്യായത്തിലുണ്ട്.

ഉത്സവത്തിനോട് അനുബന്ധിച്ചാണ് അക്കാലത്ത് നാടകങ്ങൾ ഉണ്ടാവുക, വലിയ ട്രൂപ്പുകളുടെ. പക്ഷേ നാട്ടിലെ അമ്പലത്തിലെ ഉത്സവത്തിന് മിക്കവാറും ബാലെ അല്ലെങ്കിൽ ഗാനമേളയാവും ഉണ്ടാവുക. സാമൂഹ്യനാടകങ്ങൾ പതിവില്ല. റേഡിയോ നാടകം മാത്രം കേട്ട് ശീലിച്ച എനിക്ക് ഒരു നാടകം കാണാൻ വലിയ പൂതിയായിരുന്നു.

അങ്ങനെയിരിക്കുമ്പോഴാണ് പഴഞ്ഞിയിൽ ഒരു നാടകംകളി വരുന്നതായി കേട്ടത്. അവിടെ ശിവന്റെ അമ്പലത്തിൽ ഉത്സവത്തിന് സാമൂഹ്യ നാടകം അവതരിപ്പിക്കുന്നു. നാടകത്തിന്റെ പേര് 'സിംഹം ഉറങ്ങുന്ന കാട്.' (ഇവിടെ അനുവാചകർ ലേശം ഭാവന പ്രയോഗിക്കേണ്ടതാണ്. അതായത് ഘനഗംഭീരശബ്ദത്തിലുള്ള അനൗൺസ്മെന്റും തുടർന്നു ബാക്ക്ഗ്രൗണ്ടിൽ സിംബലിന്റെ ശബ്ദവും നിങ്ങൾ ഭാവനയിൽ കേൾക്കേണ്ടതാണ്!!)

വീടിന്റെ മുമ്പിലെ റോഡിലൂടെ അനൗൺസ് ചെയ്ത് കാളവണ്ടി പോയപ്പോൾ തൊട്ട് കൊതിയായി. പക്ഷേ എങ്ങനെ പോകും?

രാത്രിയാണ് നാടകം. വീട്ടിൽ നിന്ന് ഏകദേശം അഞ്ചു കിലോമീറ്റർ ദൂരമുണ്ട്. ആര് കൊണ്ട് പോവും? ചിന്തയായി. അമ്മാവൻ കൂട്ടു സെറ്റിന്റെ കൂടെ പോവും. ഞങ്ങളോ?

അരി കുത്താനും ചേറാനും ലക്ഷ്മി വീട്ടിൽ ഉണ്ട് അന്ന്. ഞങ്ങളുടെ സങ്കടം കണ്ട് ലക്ഷ്മിയുടെ മനസ്സലിഞ്ഞു. 'കുട്ട്യോളെ അട്യേൻ കൊണ്ടോയി കാണിച്ചു കൊണ്ടരാം.' ഞങ്ങളുടെ പുന്നാര ലക്ഷ്മി അമ്മൂമ്മയോട് അപേക്ഷിച്ചു. ഉറ്റ ചങ്ങാതിയുടെ ഉറപ്പിൽ അമ്മൂമ്മ വീണു. അങ്ങനെ ലക്ഷ്മിയുടെ കൂടെ നാടകം കാണാൻ പോവാൻ അനുവാദം കിട്ടി.

രാത്രി എട്ടുമണിക്കാണ് നാടകം. അക്കാലത്ത് എട്ട് മണി എന്നത്, പാതിരയ്ക്ക് സമം. വൈകുന്നേരം ആറ് മണിക്ക് പോകണം. നടന്നവിടെ എത്തുമ്പോഴേക്കും ഒരു സമയമാവും. നാല് മൈൽ ദൂരമുണ്ട്. ഞങ്ങൾ അഞ്ചു മണിക്കേ റെഡിയായി. മുടി മെടഞ്ഞു മുല്ലപ്പൂ കെട്ടിവെച്ചു. പട്ടു പാവാടയിട്ടു വാലിട്ട് കണ്ണെഴുതി, സിംഗാർ ചാന്ത്കൊണ്ട് പൊട്ടും തൊട്ടു. പരമാവധി സുന്ദരികളായി.

ലക്ഷ്മിയും രണ്ടു മക്കളും (സന്ധ്യയും ശാന്തയും) പിന്നെ ഞങ്ങൾ രണ്ടു പെൺകിടാങ്ങളുംകൂടി അങ്ങനെ നടന്നു. ലക്ഷ്മിയുടെ കക്ഷത്ത് തെറുത്ത തഴപ്പായ, കൈയിൽ ചൂട്ടിന്റെ കെട്ട് തുടങ്ങിയ സന്നാഹങ്ങൾ. വേറെയും കുറേ കുട്ടിസംഘങ്ങൾ അങ്ങനെ നടന്നു പോവുന്നുണ്ടായിരുന്നു, നാടകം കാണാൻ. നാല് മൈലൊക്കെ 'പുഷ്പം പോലെ' നടന്നു തീർത്ത് ഞങ്ങൾ അമ്പലമുറ്റത്ത് എത്തി. സമയം ധാരാളമുണ്ട്. ഞങ്ങൾ അവിടെയൊക്കെ ചുറ്റിനടന്നു. ലക്ഷ്മി ഞങ്ങൾക്ക് കടലയും ചുവന്ന മിട്ടായിയും വാങ്ങിത്തന്നു.

(റോസ് നിറമുള്ള 'ചുവന്ന മിട്ടായി' അക്കാലങ്ങളിൽ പൂരപ്പറമ്പിൽ മാത്രം കിട്ടുന്ന ഒരു ഐറ്റമാണ്. നീണ്ട് മുറി പെൻസിൽ പോലെ കടും റോസ്നിറത്തിലുള്ള അതിന് കടുത്ത മധുരമാണ്. സ്വാദിനേക്കാളേറെ, ചുണ്ടുകൾ ലിപ്സ്റ്റിക് ഇട്ടതുപോലെ തുടുക്കും എന്നതായിരുന്നു അതിന്റെ ഹൈലൈറ്റ്. അത് തിന്ന് ഞങ്ങളുടെ വായും ചുണ്ടും ചുവന്നു തുടുത്തു. ശർക്കരപാനിയിൽ ഇട്ട് ഉരുട്ടി എടുക്കുന്ന പൊരിയുണ്ട, ആറാം നമ്പർ എന്ന് പേരുള്ള ഡയമണ്ട് കട്ട്, കാത് എന്ന് വിളിപ്പേരുള്ള ഒരുതരം ചീട, വിവിധതരം അലുവകൾ, ഈന്തപ്പഴം തുടങ്ങിയവയൊക്കെ പൂരം സ്പെഷ്യൽ ഐറ്റംസ് ആണ്. വേറെ ഒരു കാലത്തും കടയിലും ഒന്നും ഇവ കാണുക പതിവില്ല. കടവല്ലൂർ തേവരുടെ ഏകാദശിയാണ് ഞങ്ങളുടെ ഗ്രാമത്തിന്റെ ഉത്സവം. വളരെ ഗംഭീരമായി ആഘോഷിക്കുന്ന ഏകാദശിക്ക് തേവരുടെ നട മുതൽ താഴെ റോഡുവരെ ഇങ്ങനെയുള്ള താൽക്കാലിക

കടകൾ നിരക്കും. കൂട്ടത്തിൽ കുപ്പിവള, ചാന്ത് മറ്റു ചമയങ്ങൾ കിട്ടുന്ന കടകൾ, കളിപ്പാട്ടക്കടകൾ തുടങ്ങിയവയും ഉണ്ടാവും. കളിപ്പാട്ടങ്ങളിൽ കൊത്തു കൂടുന്ന കോഴികളും, ഒരു കമ്പിയിൽ കയറി ഇറങ്ങുന്ന കുരങ്ങനുമാണ് പ്രമുഖർ. പൊട്ടാസ് വെച്ചു പൊട്ടിക്കുന്ന തോക്കും വാങ്ങാറുണ്ട് ഞങ്ങൾ.

പൂരത്തിന്റെ പിറ്റേന്ന് ഉച്ചതിരിഞ്ഞ് താഴത്തെ കണ്ടങ്ങളിൽ (പാടം) വേലയുണ്ടാവും. ഇത് അവർണ്ണരുടെ ഉത്സവമാണ്. അടുത്തുള്ള കാവുകളിൽ നിന്ന് വരുന്ന പൂതനും തിറയും കരിങ്കാളിയും ദാരികനുമൊക്കെ ചിലങ്ക കുലുക്കി നടമാടും തേവർക്ക് മുന്നിൽ. പിന്നെ താഴത്തെ കണ്ടങ്ങളിൽ വൈകുവോളം അവരുടെ തിറയാട്ടം കാണാം. പൂരത്തിന് കൂറയിട്ടാൽ വീടുകൾ തോറും പൂതനും തിറയും ആണ്ടിവേഷം കെട്ടിയ കുട്ടികളും കേറിയിറങ്ങുന്ന പതിവും അന്നുണ്ടായിരുന്നു. എത്ര നല്ല ഓർമ്മകളാണ് അതൊക്കെ.)

വിഷയത്തിൽ നിന്ന് വ്യതിചലിച്ച് ഓർമ്മകളിലേക്ക് മുങ്ങിത്താഴ്ന്നു പോയി. മാപ്പ്!

അങ്ങനെ, നാടകത്തിന് സ്റ്റേജിന്റെ മുന്നിൽത്തന്നെ പായ വിരിച്ച് ഞങ്ങൾ ചമ്രം പടിഞ്ഞിരുന്നു. നാടകം തുടങ്ങി. അതിഗംഭീര സെറ്റിംഗ്സ്. രംഗപടം ഒക്കെ ഉഗ്രൻ. വെടിയുണ്ട പോലെയുള്ള ഡയലോഗുകൾ. നാടകീയത നിറഞ്ഞ മുഹൂർത്തങ്ങൾ. പാട്ടുകൾ. മാറി മാറി വരുന്ന കഥാപാത്രങ്ങൾ. സന്ദർഭങ്ങൾ! കാണികളുടെ വിസിലടി! എനിക്ക് നാടകം നന്നേ രസിച്ചു. ഓർത്തുനോക്കുമ്പോൾ തിലകൻ ആയിരുന്നോ രംഗത്ത് എന്നിപ്പോൾ സംശയം തോന്നുന്നു. എന്തായാലും ആദ്യനാടകാസ്വാദനം മറക്കാൻ കഴിയാത്ത അനുഭവമായി.

നാടകം കഴിഞ്ഞ് ലക്ഷ്മി ചൂട്ടും കത്തിച്ചു മുന്നിലും ഞങ്ങൾ ഉറക്കം തൂങ്ങിത്തൂങ്ങി പിന്നാലെയും നടന്നു. ഞങ്ങളെ ഭദ്രമായി വീട്ടിലാക്കി ലക്ഷ്മിയും മക്കളും ദൂരെയുള്ള അവരുടെ വീട്ടിലേക്ക് പോയി. പിന്നേയും ഒത്തിരി നാടകങ്ങൾ ഇത്തരത്തിൽ ഞങ്ങൾ കണ്ടു. 'ബാലെ' എന്ന് പേരുള്ള സംഗീത നാടകങ്ങൾ എനിക്കിഷ്ടമുണ്ടായിരുന്നില്ല. അധികവും പുരാണകഥകളായിരുന്നു അതിൽ. കടുംനിറങ്ങളുള്ള തിളങ്ങുന്ന വേഷവിതാനങ്ങളിൽ ഡാൻസ് അത്ര തന്നെ വശം ഇല്ലാത്തവർ ചെയ്തു പോന്ന ഒരു കലാക്ഷേപം ആയിരുന്നു അത് പലപ്പോഴും. ഗാനമേളകളും കഥാപ്രസംഗങ്ങളും എന്നെ ഉത്സാഹിപ്പിച്ചു. സ്റ്റേജിലെ ഗായകരെ ഞാൻ ആരാധനയോടെ നോക്കിക്കണ്ടു.

ചിലരോടൊക്കെ എനിക്ക് അനുരാഗം തോന്നുകയും ചെയ്തിരുന്നു.

തൃശ്ശൂർ നാടക അക്കാദമിയിൽ നാടകം കാണുമ്പോഴൊക്കെ ഞാൻ ലക്ഷ്മിയെ ഓർക്കും. അപ്പോഴൊക്കെ എവിടെയൊ ഇരുന്ന് ലക്ഷ്മി അംബ്രാളുട്ടീന്ന് സ്നേഹത്തോടെ വിളിക്കുന്നപോലെ തോന്നും. വീണ്ടും ആ അമ്പലപ്പറമ്പിൽ, മഞ്ഞു വീഴുന്ന ഒരു രാത്രിയിൽ തഴപ്പായയിൽ വിടർന്ന കണ്ണുകളോടെ നാടകം കണ്ടിരുന്ന കുട്ടിയാവാൻ കൊതി തോന്നും. വെറുതെ...

(തിയേറ്ററുകളിൽ അവതരിപ്പിക്കുന്ന ഇപ്പോഴത്തെ നാടകങ്ങളിൽ ഒരാൾ പല കഥാപാത്രങ്ങൾ ചെയ്യുന്ന കാണാം. ചിലവ് ചുരുക്കലിന്റെ ഭാഗമാവാം. എന്തുകൊണ്ടോ എനിക്കത് വളരെ അരോചകമായാണ് തോന്നാറ്. മാത്രമല്ല നാടകങ്ങളിലെ 'നാടകീയത'യും കുറഞ്ഞുപോയപോലെ. നാടകങ്ങൾ കുറേക്കൂടി റിയലിസ്റ്റിക് ആയി. എങ്കിലും നാടകം കയ്യൊഴിഞ്ഞ നാടകീയത പലപ്പോഴും ജീവിതത്തിൽ കാണാൻ പറ്റും. എണ്ണം പറഞ്ഞ ചില, നടീനടന്മാരെയും.)

■

വീട്ടാനാവാത്ത ഒരു കടം

'**ജീ**വിതംന്ന് വെച്ചാ കയറ്റിറക്കാണ് കുട്ട്യേ. സുഖോം ദുഖോം അങ്ങനെ കയറിയിറങ്ങിപ്പോവും.' അച്ഛമ്മ പറയാറുള്ള ഡയലോഗ് ആണിത്. എത്ര തവണ കേട്ടിരിക്കും എന്ന് എനിക്കുതന്നെ ഓർമ്മ യില്ല! എന്നാൽ ജീവിതത്തിൽ ഒരു സുഖവും അനുഭവിക്കാതെ സങ്കടം മാത്രം കുടിക്കേണ്ടി വരുന്ന കുറെപ്പേരില്ലേ? ഈശ്വരൻ മറന്നു പോയവർ? നീറി നീറി അവർ മരണത്തിലേക്ക് നടന്നു പോവും. അങ്ങനെയുള്ള ജാനേച്ചിയുടെ കഥയാണിത്.

അടുക്കളയിൽ ചന്ദ്ര നല്ല സഹായമായിരുന്നു. അവൾക്ക് പതിനെട്ട് കഴിഞ്ഞപ്പോൾ അമ്മൂമ്മ പറഞ്ഞു തുടങ്ങി, അവളെ കല്യാണം കഴിപ്പിച്ചയയ്ക്കുന്ന കാര്യം. ഞങ്ങൾക്ക് ചന്ദ്ര അടുത്ത കൂട്ടുകാരി യായിരുന്നു. അവളെ എങ്ങനെ പിരിയും? അങ്ങനെ, ചന്ദ്രയ്ക്ക് അനുരൂപനായ ഒരാളെ അവളുടെ വീട്ടുകാർ കണ്ടെത്തി. കല്യാണ ത്തിന് ഞങ്ങൾ കുട്ടികൾ എല്ലാവരും പോയി. മുതിർന്നവർ തലേ ദിവസം പോയിവരികയാണുണ്ടായത്. ചന്ദ്രയുടെ അഭാവം തറവാ ട്ടിൽ ഒരു ശൂന്യതയുണ്ടാക്കി. അടുക്കളയിൽ, അകായിയിൽ, കുള ത്തിലേക്കുള്ള പോക്കിൽ, അങ്ങനെ എല്ലായിടത്തും ചന്ദ്ര ഒരു നഷ്ട മായി നിലകൊണ്ടു.

ഒടുവിൽ ചന്ദ്രയ്ക്ക് പകരം അമ്മൂമ്മ ഒരാളെ കണ്ടുപിടിച്ചു. ജാനേച്ചി. നല്ല ഉയരത്തിൽ, ഒത്ത ഒരാളായിരുന്നു അവർ. സുന്ദര മായ മുഖവും ശരീരപ്രകൃതിയും. സദാ പുഞ്ചിരിക്കുന്ന മുഖം. ഒരു കുസൃതി അവരുടെ കണ്ണുകളിൽ എപ്പോഴും തങ്ങി നിന്നു. ജീവിതദുഃഖങ്ങൾ ഒന്നും തന്നെ സ്പർശിക്കാത്ത പ്രസന്നത. വൃത്തിയും വെടിപ്പും നിറഞ്ഞ രീതികൾ. ഇതൊക്കെയായിരുന്നു ജാനേച്ചി. ചേച്ചിക്ക് അങ്ങനെ ആരുമില്ല. ആകെയുള്ളത് ഒരു മകനാണ്, മണി. നാലുവയസ്സുകാരൻ. അവൻ സദാ അമ്മയുടെ നിഴലായി നടന്നു. തറവാട്ടിലെ ഉമ്മറക്കോലായയിൽ, ഒരു കോണിൽ ഒതുങ്ങി അവൻ ഞങ്ങളുടെ കളികൾ നോക്കിയങ്ങനെ ഇരിക്കും. പ്രായത്തിൽ

ചേരാത്തതുകൊണ്ട് ഞങ്ങൾ അവനെ കളിക്കാൻ ഒരിക്കലും കൂട്ടിയിരുന്നില്ല. ഒരു നിശ്ശബ്ദസാന്നിദ്ധ്യമായി മിഴികൾ താഴ്ത്തി അവനങ്ങനെ ഇരിക്കും, ജാനേച്ചിയുടെ പണികൾ കഴിയുന്നവരെ. അമ്മൂമ്മ അവന് ചായയോ പലഹാരമോ കൊടുത്താൽ കഴിക്കും. അത്രതന്നെ.

സാവധാനം ജാനേച്ചി വീടിന്റെ ഭാഗമായി, മണിയും. വർഷങ്ങൾ മൂന്നാലു കഴിഞ്ഞു. മണി സ്കൂളിൽ ചേർന്നു. പഠിക്കാൻ മിടുക്കനായിരുന്നു. വരാന്തയിൽ മുട്ടിൽ സ്ലേറ്റും വെച്ച് അവൻ എഴുതിപ്പഠിക്കും. ചിലപ്പോൾ എന്തെങ്കിലും സംശയം ചോദിക്കും. ഗൃഹപാഠം ചെയ്യും, ജാനേച്ചിയുടെ പണികൾ തീരുംവരെ. ഇതിനകം ഞങ്ങൾ, ഞാനും അനിയനും അച്ഛനും അമ്മയും, തറവാടിന് തൊട്ടടുത്ത് വീട് വെച്ച് താമസമാക്കിയിരുന്നു. ഇടയ്ക്ക് മണി ഞങ്ങളുടെ വീട്ടിൽ വരും. മണിക്ക് കഥാപുസ്തകങ്ങൾ വലിയ ഇഷ്ടമാണ്. വീട്ടിൽ ബാലരമ, പൂമ്പാറ്റ തുടങ്ങിയവ വായിക്കാൻ വരുത്തിയിരുന്നു. വീട്ടിൽ വന്ന് ഏതെങ്കിലും മൂലയിൽ ഒതുങ്ങിയിരുന്ന് അവൻ അവയൊക്കെ വായിക്കും. എടുത്തിടത്ത് തന്നെ ശ്രദ്ധപൂർവം അടുക്കി വെയ്ക്കും. സംസാരം തീരെ കുറവ്.

ഒരു ദിവസം, ഒരു ഉച്ചനേരത്ത് അവൻ വന്നു. 'ചേച്ചീ, ബാലരമ തര്വോ വായിക്കാൻ?' അവൻ എന്നോട് ചോദിച്ചു. അമ്മയോട് എന്തിനോ വഴക്കിട്ട് ഊണ് കഴിക്കാതെ, ലോകത്തെ മൊത്തം വെറുത്ത് വിറഞ്ഞ് ഇരുന്നിരുന്ന എന്റെ പ്രതികരണം പെട്ടെന്നായിരുന്നു. 'ഇവിടെ ബാലരമേം കോലരമേം ഒന്നൂല്യ. പൊക്കോ.' വളരെ നിഷ്ക്കരുണമാണ് ഞാനത് പറഞ്ഞത്. എന്തിന് അങ്ങനെ പറഞ്ഞുവെന്ന് പിന്നീട് ജീവിതം മുഴുവൻ (ഇപ്പോഴും) ഞാൻ സ്വയം ശപിച്ചിട്ടുണ്ട്. അവന്റെ കുഞ്ഞിക്കണ്ണുകൾ നിറഞ്ഞു. ചുണ്ട് പതുക്കെ വിതുമ്പി. ഒന്നും പറയാതെ അവൻ തല കുനിച്ച് ഇറങ്ങിപ്പോയി.

ഞാനത് മറന്നു. കുറേദിവസം അവൻ വീട്ടിലേക്ക് വന്നതേയില്ല. ഒരു പ്രാധാന്യവും ഇല്ലാത്ത മനുഷ്യരെ നമ്മൾ ദിനവും ഓർമ്മിക്കേണ്ടതുണ്ടോ? ഇല്ല അല്ലേ? ഒരാഴ്ച കഴിഞ്ഞിരിക്കും, ഒരു ദിവസം ജാനേച്ചി വീട്ടിൽ വന്നു, കൂടെ മണിയുമുണ്ട്. 'ബേബിമോളെ, ഒന്ന് നോക്ക്, മണിക്കുട്ടന്റെ കഴുത്തിൽ ഒരു മുഴപോലെ?' ഞാൻ നോക്കി. അച്ഛനെയും കാണിച്ചു. സാമാന്യം വലുപ്പത്തിൽ ഒരു മുഴ. കഴുത്തിന്റെ ഇടത്തെ സൈഡിൽ. അത് ബാല ടി.ബി ആവും. അച്ഛൻ പറഞ്ഞു. ഡോക്ടറെ കാട്ടണം. മണി എന്നെ നോക്കിയതേയില്ല. തല കുനിച്ചു തന്നെ നിന്നു. ഞാനും മിണ്ടിയില്ല. അവർ പോകാൻ ഇറങ്ങിയപ്പോൾ ഞാൻ വിളിച്ചു പറഞ്ഞു. 'ബാലരമ തരാംട്ടോ, കേട്ടെഴുത്തിൽ പത്തില് പത്ത് വാങ്ങിയാല്.' അവൻ തിരിഞ്ഞു നോക്കി. പിന്നെ ചെറുതായി ഒന്ന് ചിരിച്ചു. ഞാനും പുഞ്ചിരിച്ചു.

ഒരാഴ്ച ജാനേച്ചി പണിക്കു വന്നില്ല. മണി തൃശ്ശൂർ ആസ്പത്രിയിൽ ആണെന്നും അവന് ലൂക്കേമിയ ആണെന്നും ഞങ്ങൾ അറിഞ്ഞതിന്റെ പിറ്റേന്ന് അവൻ മരിച്ചു. ആംബുലൻസിൽ അവനെ കൊണ്ടു വന്നിറക്കിയതും അവന്റെ തല മടിയിൽ വെച്ച് അവർ ഹൃദയം പൊട്ടിക്കരഞ്ഞതും ഇപ്പോഴും എന്റെ കണ്മുന്നിലുണ്ട്. ആ മകനുവേണ്ടി അവർ സഹിച്ച അപമാനങ്ങൾ ചില്ലറയല്ല. അവനെ വളർത്താൻ മാത്രമാണവർ ജീവനോടെ ഇരുന്നത്. എന്നിട്ടും... ദൈവത്തിന്റെ കണ്ണുകൾ എന്തുകൊണ്ട് അവർക്ക് നേരെ അടഞ്ഞു എന്ന് പലപ്പോഴും ഞാൻ ഓർത്തിട്ടുണ്ട്. എന്തായിരുന്നു ഇത്രയേറെ ശിക്ഷിക്കപ്പെടാൻ അവർ ചെയ്ത കുറ്റം? ദൈവത്തിന്റെ ന്യായങ്ങൾ നമുക്ക് കാണാൻ കഴിയുകയില്ലല്ലോ. അദ്ദേഹത്തിന്റെ സോഷ്യലിസം നമുക്ക് തീർത്തും അജ്ഞാതം.

പിന്നീട് വർഷങ്ങൾക്ക് ശേഷം അവരെന്നോട് പറഞ്ഞ ഒരു കാര്യമുണ്ട്. 'ബേബിമോളെ അവന് വലിയ കാര്യമായിരുന്നു. മോളെപ്പോലെ പഠിച്ചു മിടുക്കാനാവും എന്ന് അവൻ എപ്പോഴും പറയും. കേട്ടെഴുത്തിന് പത്തിൽ പത്ത് കിട്ടിയ സ്ലേറ്റ് കൊണ്ട് കാണിക്കണമെന്ന് ആസ്പത്രിയിൽ പോവുമ്പോഴും പറഞ്ഞു.' അവനെന്നെ അത്ര കാര്യമായിരുന്നോ? മിണ്ടാതെ കുനിഞ്ഞിരുന്ന ആ കുഞ്ഞു മനസ്സ് എന്നെ ഇത്ര കണ്ട് ശ്രദ്ധിച്ചിരുന്നുവോ? എങ്കിൽ ഞാൻ കൊടുത്ത അവഗണനയിൽ അതെത്ര കണ്ട് നീറിയിരിക്കും? ഓർക്കാൻ വയ്യ!

ഞാൻ ഇപ്പോഴും കരഞ്ഞുകൊണ്ടിരിക്കയാണ്. ചില കുറ്റബോധങ്ങൾ കരച്ചിൽകൊണ്ട് കഴുകി വെളുപ്പിക്കാനാവില്ല. അതിന്റെ കറ ഹൃദയത്തിൽ അങ്ങനെ തെളിഞ്ഞു നിൽക്കും, ഇതാ, ഇതാണ് നിന്റെ അടയാളം എന്ന് നിശ്ശബ്ദം ഓർമ്മിപ്പിച്ചുകൊണ്ട്, മരിക്കുവോളം. വീട്ടാനാവാത്ത ഒരു കടമാണ് എനിക്ക് മണി, എന്നും.

മണി പോയശേഷം ജാനേച്ചി ചിരിച്ചു കണ്ടിട്ടില്ല. അവർ പണിക്കു പോവാതായി. പതിയെ മണിയുടെ പ്രകൃതത്തിലേക്ക് അവർ ചുരുങ്ങിപ്പോയി. ദൈവത്തിനു പറ്റിയ ഒരു തെറ്റുപോലെ ഇന്നുമുണ്ട് അവർ.

ഈ കുറിപ്പെഴുതി അവസാനിപ്പിച്ചപ്പോൾ ആണ് സുശാന്ത് സിംഗ് രാജ്പുത്തിന്റെ മരണം അറിഞ്ഞത്. എനിക്ക് വലിയ ഇഷ്ടമായിരുന്നു, ആ നിഷ്കളങ്കമായ ചിരിയും കുലീനമായ രീതികളും. ജീവിതത്തിന്റെ ദുർഘടമായ വഴി മനപ്പൂർവം ഉപേക്ഷിച്ച് നാം പോവുമ്പോൾ, സുഖദമായ ഒരിടം ആവുമല്ലോ കാംക്ഷിക്കുക. ശാന്തിയും സമാധാനവും ഉള്ള ഒരിടം. അതുണ്ടാവട്ടെ പോയ ഇടത്ത്.

പ്രണാമം! ■

മുല്ലവള്ളിയും തേന്മാവും

നേരം നന്നായി വെളുത്തിരിക്കുന്നു. അടുക്കളയിൽ നിന്ന് ദോശ നല്ലെണ്ണയിൽ മൊരിയുന്ന മണം. ഞാൻ മൂരി നിവർത്തി എണീറ്റു. ചെറിയമ്മ നേരത്തെ ഉണർന്നിരിക്കുന്നു. അനിയൻ ചുരുണ്ടു കൂടി ഉറക്കമാണ്. പുറത്ത് മഴ ചാറുന്നുണ്ട്. ഞാൻ ഇറയത്ത് മഴക്കുമിള കൾ നോക്കിയങ്ങനെ നിന്നു. ''വേഗം വാ.'' ചെറിയമ്മ പറഞ്ഞു. ''അല്ലെങ്കിൽ തങ്കമണി മുല്ലമൊട്ടുകൾ മുഴുവൻ പൊട്ടിച്ചുകൊണ്ട് പോവും.'' തങ്കമണി അപ്പുറത്തെ വീട്ടിലെയാണ്. അതിസാമർഥ്യ ക്കാരി. ഗീതാഞ്ജലിയിലെ മുല്ലക്കാട് അവളുടെ സ്വന്തമാണ് എന്നാണ് വയ്പ്. അടുത്ത് പൂട്ടിക്കിടക്കുന്ന ഒരു വീടാണ് ഗീതാ ഞ്ജലി. ആരും താമസമില്ല അവിടെ. കാട് പിടിച്ചു കിടക്കുന്ന ഒരു തൊടി. കുറുക്കൻപഴവും കൊട്ടോത്തുംപഴവും ഇഷ്ടം പോലെ. പിന്നെ മുൻവശത്ത് വലിയൊരു മുല്ലക്കാടും. വലിയൊരു ശീമക്കൊന്ന യിൽ മുല്ല കൂട്ടമായി പടർന്നു കിടക്കാണ്. പോരാതെ അടുത്തുള്ള മാവിലും പടർന്നു കയറിയിട്ടുണ്ട്. മഴ പെയ്തതോടെ മുല്ല നിറയെ മൊട്ടാണ്. ഒട്ടുവൈകിയാൽ തങ്കമണി മുല്ലക്കാട് മൊട്ടയടിക്കും.

ഞാൻ തിരക്കിട്ട് മുക്കേരിക്കൊട്ടയിൽ കൈയിട്ടു. മുക്കേരി (ഉമി ക്കരി) വായിലിട്ടുരച്ചു കുൽക്കുഴിഞ്ഞു. മുക്കേരികൊണ്ട് മൂന്ന് വട്ടം, അത് കഴിഞ്ഞ് പഴുത്ത മാവിലകൊണ്ട് നാല് വട്ടം. പിന്നെ പച്ചീർ ക്കില പിളർന്ന് നാക്ക് നന്നായി വടിക്കണം. അമ്മ അങ്ങനെയാണ് പറഞ്ഞിട്ടുള്ളത്. 'പഴുത്ത മാവിലകൊണ്ട് പല്ല് തേച്ചാൽ, പുഴുത്ത പല്ലും കവുടിക്ക് തുല്യം.' ഈ ചൊല്ല് മുത്തശ്ശി നാഴികയ്ക്ക് നാല്പതു വട്ടം ഉരുക്കഴിക്ക്യേം ചെയ്യും. ഇന്നിപ്പോൾ ഏതായാലും ഈ വക കോപ്പ് കൂട്ടാൻ ഒന്നും നേരല്യ. തങ്കമണി മുല്ല മൊട്ടയടിക്കും മുൻപ് ഓടണം. ചെറിയമ്മ അക്ഷമയായി നിൽക്കാണ്.

ഗീതാഞ്ജലിയുടെ മതിൽ ചാടിക്കടന്ന് ഞങ്ങൾ മുറ്റത്തെത്തി. ഒരൊറ്റ മൊട്ടില്ല. കരിമൊട്ടുപോലും ആ ദ്രോഹി നുള്ളിയിരിക്കുന്നു. ചെറിയമ്മയ്ക്ക് ദേഷ്യവും എനിക്ക് കരച്ചിലും വന്നു. മാവിന്റെ മോളിൽ

പടർന്നു കയറിയ വള്ളിയിൽ നിറയെ മൊട്ട് ഞാൻ കണ്ടു. ''നോക്കടി ചിറ്റേ'' ഞാൻ പറഞ്ഞു, ''മുകളിൽ നിറച്ചും മൊട്ടുണ്ട്.'' ശരിയാണ്. പക്ഷേ എങ്ങനെ പൊട്ടിക്കും?

പുറത്തെ മുറിയിലെ 'യക്ഷി അമ്മാവനു'മായി (ഞങ്ങളിട്ട പേര്. ഉണ്ണിയപ്പമോഷണത്തിന് ശേഷം) ഇപ്പോൾ രമ്യതയിലാണ്. കക്ഷി വിചാരിച്ചാൽ നടക്കും. ''നീ ഇവടെ നിക്ക്. ഞാൻ ഏട്ടനെ വിളിച്ചിട്ട് വരാം.' ചെറിയമ്മ പറഞ്ഞു. ഞാൻ തലയാട്ടി. ഇടിഞ്ഞു നിൽക്കുന്ന ആ പ്രേതഭവനം എന്നെ സാകൂതം നോക്കുന്നതായി തോന്നി. മാവിന്റെ മുകളിൽ നിന്ന് രണ്ട് അണ്ണാൻകുട്ടികൾ നീട്ടി ച്ചിലച്ചു കളിയാക്കുമ്പോലെ. അവയുടെ വാലുകൾ ഇളകിക്കളിക്കുന്ന കാണാൻ നല്ല ഭംഗിയാണ്. ഞാനത് നോക്കി നിന്നു.

ചെറിയമ്മാവൻ ചിറ്റയുടെ കൂടെ നടന്നു വരുന്നത് കണ്ടു. മൂപ്പരുടെ മുഖത്ത് അത്ര തെളിച്ചമില്ല. പുതിയ പ്രേമം വല്ലതും പൊളിഞ്ഞോ ആവോ? പുറത്തെ മുറിയിൽ രാത്രി വൈകുവോളം ഇപ്പൊ ലൈറ്റ് കാണാറുണ്ട്. ഉറക്കവും ഇല്യാ തോന്നുണു. കണ്ണി ക്കണ്ട ഡിറ്റക്റ്റീവ് നോവൽ വായിക്കൽ ആണ് മൂപ്പരുടെ പണി. ഒരക്ഷരം പഠിക്കില്ല. മുഴുവൻ നേരവും വായനയും നാടകം എഴുതലും തന്നെ. ഊണിന് മാത്രം ശ്ശി ഉത്സാഹംണ്ട്. ഇങ്ങനെ ആണ്ച്ചാൽ മുത്തശ്ശൻ വൈകാതെ കന്നിനെ പൂട്ടാൻ കണ്ടത്തിൽ കൊണ്ടു പോയാക്കും. അപ്പൊ ചെറിയമ്മാവന്റെ ഈ കളിയും നിൽക്കും. ഞാനോർത്തു.

ചെറിയമ്മാവൻ മാവിൽ വലിഞ്ഞു കയറി. മുണ്ടാണ് മൂപ്പരുടെ വേഷം. മീശ മുളച്ചതിൽപ്പിന്നെ ട്രൗസർ ഇട്ട് നടക്കാൻ മൂപ്പർക്ക് കുറച്ചിലാണ്. ഷർട്ട് ഇടുന്ന പരിപാടിയില്ല. ''ഇരുപത്തഞ്ചു പൈസ യുടെ ഐസ് ആണ് പൊട്ടിക്കാൻ കൂലി.'' ചിറ്റ എന്നോട് സ്വകാ ര്യത്തിൽ പറഞ്ഞു. അവൾ വില പേശി 'ഡീൽ' ഉറപ്പിച്ചിരിക്കുന്നു. മിടുക്കത്തി. തീറ്റ സാധനങ്ങൾ ചെറിയമ്മാവന്റെ 'വീക്ക് പോയിന്റ്' ആണ്. അവിടെ തന്നെ അവൾ കയറിപ്പിടിച്ചിരിക്കുന്നു. എന്തെങ്കിലും ആവട്ടെ. മുല്ല മൊട്ടയടിച്ച തങ്കമണിയുടെ മുൻപിൽ മുല്ലപ്പൂ ചൂടി നടന്നിട്ട് തന്നെ കാര്യം.

അമ്മാവൻ മാവിന്റെ തുഞ്ചത്താണ് ഇപ്പോൾ. ''ഇതുമ്മേ നിറച്ചും പുളിയുറുമ്പാ.'' മൂപ്പര് ഞെളിപിരി കൊണ്ടുകൊണ്ട് വിളിച്ചു പറഞ്ഞു. ''കടിച്ചിട്ട് ശരണംല്യ.'' ''നീ വേഗം അങ്ങ്ട് പൊട്ടിക്കുണ്ടോ.'' ചെറി യമ്മ വിളിച്ചു പറഞ്ഞു. കഷ്ടപ്പെട്ടിട്ടാണെങ്കിലും പാവം കൈ എത്തിച്ചു പൊട്ടിക്കുന്നുണ്ട്. മഴ തലേന്ന് നല്ലോണം പെയ്തതു കൊണ്ട് മാവിന്റെ കൊമ്പിന് വഴുക്കലുണ്ട്. മുല്ലമൊട്ടുകൾ കയ്യെത്തി പൊട്ടിച്ച് അമ്മാവൻ താഴേക്ക് ഇടുകയും പറ്റാവുന്നത് മുണ്ടിൽ

കിഴി ഉണ്ടാക്കി ശേഖരിക്കയും ചെയ്യുന്നുണ്ട്. താഴെ വീഴുന്ന മൊട്ടുകൾ ഞാനും ചെറിയമ്മയും അപ്പപ്പോൾ പാവാടക്കുമ്പിളിൽ പെറുക്കി യെടുത്തു. പെട്ടെന്നാണ് അതുണ്ടായത്! അമ്മാവന് കാലു തെറ്റി. ആള് കുത്തനെ നിലത്തേക്ക് പോന്നു. ഇടത്തെ കൈ കുത്തിയാണ് വീണത്. ഇടത്തേ കൈപ്പത്തി വളഞ്ഞു 'റ' പോലെ ആയിപ്പോയി! വിരലുകൾ വളഞ്ഞ് കൈത്തണ്ടയിൽ മുട്ടി നിൽക്കുന്നു. എല്ലു പൊട്ടി എന്നത് നിശ്ചയം. ചെറിയമ്മ അന്ധാളിച്ച് നിൽപ്പാണ്. ഞാൻ ഉച്ചത്തിൽ കരഞ്ഞു. അമ്മാവൻ അർദ്ധബോധാവസ്ഥയിലാണ്. എന്താണ് സംഭവിച്ചതെന്ന് മൂപ്പർക്ക് ശരിക്ക് മനസ്സിലായിട്ടില്ല. മര വിപ്പ് കാരണം വേദനയും അറിയുന്നില്ല എന്ന് തോന്നി. ചെറിയമ്മ വീണ്ടും ഓടി, ഗേറ്റ് ചാടി അച്ഛനെ വിളിച്ചു കൊണ്ടു വന്നു. ഗേറ്റിന്റെ പൂട്ട് തല്ലിപ്പൊളിക്കേണ്ടി വന്നു, ചെറിയമ്മാവനെ 'പുറത്തെടുത്തു' ആശുപത്രിയിൽ കൊണ്ടുപോവാൻ.

ചിതറിയ മുല്ലമൊട്ടുകൾ പെറുക്കിക്കൂട്ടി ഞങ്ങൾ മാലകെട്ടി കഴിഞ്ഞപ്പോഴേക്ക് ചെറിയമ്മാവൻ തിരിച്ചെത്തി, പ്ലാസ്റ്ററിട്ട ഇടതു കയ്യുമായി! പാവം. ആളോരോന്ന് രണ്ട് ഐസ് ക്രീം ഞങ്ങൾ അമ്മാവന് വാങ്ങിക്കൊടുത്തു. വലതുകൈ ഒടിയാഞ്ഞത് ഭാഗ്യം. അല്ലേടി ചിറ്റേ? അവന് എഴുതാനും ഉണ്ണാനും പറ്റാണ്ടേ ആയില്ലല്ലോ.'' ഞാൻ ചെറിയമ്മയോട് പറഞ്ഞു.

ചെറിയമ്മാവന് കൈ ശരിയാകുവോളം ഞങ്ങൾ 'സ്പെഷ്യൽ കെയർ' തന്നെ കൊടുത്തു. എന്നുവെച്ചാൽ മൂപ്പരുടെ പ്രിയപ്പെട്ട ആഹാരസാധനങ്ങളിൽ ഞങ്ങളുടെ പങ്ക് കൂടി കൊടുക്കുക, പുറത്തെ മുറിയിലെ രഹസ്യങ്ങൾ അമ്മൂമ്മയും അമ്മയും അറിയാതെ നോക്കുക, ഇടയ്ക്ക് കാല് തിരുമ്മിക്കൊടുക്കുക, അങ്ങനെ അങ്ങനെ...

പഴയ കഥകൾ ഇങ്ങനെ ഇരുന്നെഴുതുമ്പോൾ മനസ്സ് ചിരിക്കും. ചിലപ്പോൾ ചിലത് അങ്ങനെ പുകഞ്ഞു പുകഞ്ഞ് കണ്ണും മനസ്സും നീറ്റും. ഓർമ്മയുടെ ജനാല തുറക്കുമ്പോൾ ചിലപ്പോൾ കാണുക മൂടിക്കെട്ടിയ ആകാശം. ചിലപ്പോൾ തുടുത്ത പ്രഭാതം. വെയിൽ. തെളുതെളുന്നനെ വെളുത്തും കറുകറുന്നനെ കറുത്തും. നിറങ്ങളും നിറം മാറും അങ്ങനെ, ചിലപ്പോഴൊക്കെ. ■

അച്ഛൻ പറഞ്ഞു തന്ന കഥകൾ

കുറച്ചു പഴമ്പുരാണം പറയട്ടെ?

പുരാണകഥകൾ ഞാൻ വായിച്ചറിഞ്ഞിട്ടുള്ളത് അമർ ചിത്രകഥയിലൂടെയാണ്. അമ്മൂമ്മയോ അതിനു മുമ്പത്തെ തലമുറയിലെ അച്ഛമ്മയോ (എല്ലാ കഥാപാത്രങ്ങളുടെയും വിവരങ്ങൾ ആദ്യ കഥകളിൽ ഉണ്ട്) ഒരിക്കലും പുരാണകഥകൾ പറഞ്ഞു തന്നിരുന്നില്ല. പകരം കുഞ്ഞിക്കൂനന്റെ കഥയും യക്ഷിക്കഥകളും മറ്റുമാണ് ഞങ്ങൾ കേട്ടുവളർന്നത്. അതുകൊണ്ട് തന്നെ അമർ പുരാണചിത്രകഥകൾ പകർന്നു തന്ന 'വിജ്ഞാനം' തികച്ചും ന്യൂട്രൽ ആയിരുന്നു. ഭക്തിയുടെയോ മതത്തിന്റെയോ ഒരു കെട്ടുപാടുകളും ഇല്ലാതെയാണ് ഞാൻ ഭാരതവും രാമായണവും ചിത്രകഥയായി വായിച്ചിട്ടുള്ളത്. കർക്കിടകമാസത്തിലെ രാമായണം വായന അമ്മൂമ്മ കൊല്ലന്തോറും നടത്തി വരുന്ന ഒരാചാരം മാത്രമായാണ് തോന്നിയിരുന്നത്.

തറവാട്ടിൽ പൊതുവെ ഭക്തി, ജാതി, മതം തുടങ്ങിയവയ്ക്ക് വലിയ പ്രാധാന്യം ഒരു കാലത്തും കണ്ടിട്ടുമില്ല. എന്നാൽ ഓണത്തിന് തൃക്കാരപ്പനെ വെയ്ക്കുക, കരിങ്കുട്ടിക്ക് പൂജ കഴിക്കുക, പിതൃക്കൾക്ക് ബലിയിടുക, പാമ്പും കാവിൽ കന്നിമാസത്തിലെ ആയില്യംമകത്തിന് കൃത്യമായി സർപ്പങ്ങൾക്ക് നൂറും പാലും കൊടുക്കുക, താവഴിയിലെ പാമ്പുംകളത്തിൽ പങ്കാളികളാവുക എന്ന് വേണ്ട എല്ലാ ആചാരാനുഷ്ഠാനങ്ങളും ശരിയായി നിർവഹിച്ചു പോരുകയും ചെയ്യുമായിരുന്നു.

ദിവസവും അമ്പലത്തിൽ പോകണമെന്ന് ആരും ഞങ്ങളെ നിർബന്ധിച്ചിട്ടില്ല. എന്നാൽ സന്ധ്യയ്ക്ക് കാലും മുഖവും കഴുകി, ഭസ്മം തൊട്ട്, നിലവിളക്ക് കൊളുത്തി, തുളസിത്തറയിൽ തെക്കോട്ടും പടിഞ്ഞാട്ടും (യഥാക്രമം പിതൃക്കൾക്കും, സൂര്യഭഗവാനും) തിരി കത്തിച്ചു വെച്ചശേഷം, വിളക്ക് ഉമ്മറത്ത് വെച്ച് അതിന് മുന്നിൽ ഇരുന്നുള്ള നാമം ജപിക്കൽ മുടക്കാൻ സമ്മതിക്കാറുമില്ല. നാമം എന്ന് വെച്ചാൽ ജപം മാത്രമല്ല, തിങ്കൾ തുടങ്ങിയ ആഴ്ചകൾ, മാസങ്ങൾ,

മലയാളമാസങ്ങൾ, അശ്വതി തുടങ്ങിയുള്ള നക്ഷത്രങ്ങൾ എല്ലാം ചൊല്ലണം.

തറവാട്ടിൽ, കീഴ്ജാതിയിൽപ്പെട്ട ചന്ദ്രയാണ് അടുക്കളയിൽ സഹായിച്ചിരുന്നത്. വലിയമ്മാവന്റെ കൂട്ടുകാർ, എല്ലാ ജാതിയിൽപ്പെട്ട വരും വീട്ടിൽ ധാരാളമായി വന്നു താമസിക്കുമായിരുന്നു. ഞങ്ങൾ കുട്ടികളും അച്ഛനും മുത്തച്ഛനും ഒക്കെ ജാതിഭേദമന്യേ എല്ലാ കല്യാ ണങ്ങൾക്കും പോയിരുന്നു. (വീട്ടിലെ മുതിർന്ന സ്ത്രീകൾക്ക് ആ സ്വാതന്ത്ര്യം പതിച്ചു കിട്ടാൻ പിന്നേയും വൈകി). വീട്ടിൽ വരുന്ന 'പുറമെ' ഉള്ളവർക്ക് ചായ കൊടുക്കാൻ വെവ്വേറെ ലോട്ടകളും ഗ്ലാസ്സുകളും സൂക്ഷിച്ചിരുന്നതായി ഓർക്കുന്നു. ഞങ്ങൾ യു.പി. ക്ലാസ്സുകളിൽ എത്തിയപ്പോഴേക്കും ജാതിയുടേതായ എല്ലാ അതിർ വരമ്പുകളും നാട്ടിൽനിന്ന് ഏറെക്കുറെ മാഞ്ഞുപോയിരുന്നു. ഇങ്ങനെ യൊക്കെയാണെങ്കിലും മനുഷ്യ മനസ്സുകൾ തമ്മിൽ, വീട്ടുകാരും പണിക്കാരും തമ്മിൽ, ഒക്കെ ഗാഢമായ ഒരു സൗഹൃദം തറവാട്ടിൽ നിലനിന്നിരുന്നു. നിഷ്പക്ഷമായ സാമൂഹിക നിലപാടുകൾ എടുക്കാൻ, ജീവിതത്തെയും മനുഷ്യരേയും സ്വാതന്ത്രമായി വിലയിരുത്താൻ, ഞാൻ കണ്ടു വളർന്ന ആ ബന്ധങ്ങൾ എന്നെ ഏറെ സഹായിച്ചിട്ടുണ്ട്.

എന്റെ അച്ഛന് പത്താം ക്ലാസ്സുവരെ മാത്രമേ പഠിക്കാൻ കഴി ഞ്ഞിട്ടുള്ളൂ. ഏകദേശം അറുപത്തിമൂന്നു വർഷങ്ങൾക്ക് മുൻപ്, പത്താം ക്ലാസ്സ് അച്ഛൻ നാനൂറ്റിയാറ് മാർക്കോടെയാണ് പാസ്സായത്. (അച്ഛന് ഇപ്പോൾ 79 വയസ്സ്) അത്ര മിടുക്കനായിട്ടുപോലും അച്ഛന് തുടർന്ന് പഠിക്കാൻ കഴിഞ്ഞില്ല. അച്ഛന്റെ അച്ഛനും അമ്മയും അച്ഛന്റെ പത്തു വയസ്സിനു മുന്നേ മരിച്ചു. അച്ഛന്റെ മുത്തശ്ശിയാണ് പിന്നീ ടുള്ള കാലം അച്ഛനെയും, ചെറിയച്ഛനേയും അച്ചോളേയും (അച്ഛൻ പെങ്ങൾ ലോപിച്ചത്) വളർത്തിയത്. ആയിരം പറ കൃഷിയുടെ സമൃദ്ധിയുള്ള തറവാട്ടിൽ അനാഥനായാണ് അച്ഛൻ വളർന്നത്. രാത്രി പഠിക്കാനിരിക്കുമ്പോൾ അമ്മാമമാർ (അമ്മാവന്മാർ) വിളക്കൂതി ക്കെടുത്തുന്ന കഥ അച്ഛൻ പറയുമ്പോൾ, വഴിവിളക്കിന് കീഴിലി രുന്നു പഠിച്ച എബ്രഹാം ലിങ്കനെയും മുൻ ഇന്ത്യൻ പ്രസിഡന്റ് ശ്രീ. കെ.ആർ. നാരായണനെയും ഞാൻ ഓർക്കും. പുലർച്ചെ നാലു മണിക്കുണർന്ന് കന്നിനെ തെളിച്ചു പാടത്താക്കി, കന്നുപൂട്ടി, എട്ടു മണിക്ക് അഞ്ചുനാഴിക ദൂരെയുള്ള സ്കൂളുവരെ ഓടി, പഠിക്കാൻ പോയിരുന്ന കഥ അച്ഛൻ പറഞ്ഞിട്ടുണ്ട്. ഉച്ചഭക്ഷണംപോലുമില്ലാതെ ആ ദൂരം തിരിച്ചും നടക്കണം. രാവിലെ തലേന്നത്തെ വെള്ളച്ചോറ്, വൈകുന്നേരം സ്കൂൾ വിട്ട് വന്നാൽ ഉച്ചക്കലെ കഞ്ഞി, രാത്രി മാത്രം ഊണ്. ഇതായിരുന്നു ക്രമം. വൈകിട്ട് വീണ്ടും തോട്ടപ്പറമ്പ് തിരിക്കാനും തേവാനും പോകണം. പ്രതാപികളായ അമ്മാവന്മാർ ക്കൊപ്പം മരുമക്കത്തായ സമ്പ്രദായത്തിൽ ജീവിച്ച ഒരുപാട് പേരുടെ കഥ ഇതുതന്നെ ആയിരിക്കും!

പത്താം ക്ലാസ്സിലെ മാർക്കിന്റെ അടിസ്ഥാനത്തിൽ അച്ഛന് പോസ്റ്റൽ ഡിപ്പാർട്ട്മെന്റ്, ബാങ്ക്, കസ്റ്റംസ് എന്നിവിടങ്ങളിൽ ജോലി കിട്ടി. അച്ഛൻ പോസ്റ്റൽ ഡിപ്പാർട്ട്മെന്റ് തിരഞ്ഞെടുത്തു. അവിടെയായിരുന്നു ഏറ്റവും കൂടുതൽ ശമ്പളം. 90 രൂപ.

ഞങ്ങളുടെ കുട്ടിക്കാലത്ത് ചില വൈകുന്നേരങ്ങളിൽ അച്ഛൻ പുരാണകഥകൾ പറഞ്ഞു തരും. കാളിദാസന്റെ ശാകുന്തളം, കുമാരസംഭവം, മേഘസന്ദേശം തുടങ്ങിയ കഥകൾ. ശ്ലോകം ചൊല്ലി അർത്ഥം വിവരിച്ചുള്ള ഈ കഥ പറച്ചിൽ അതീവ ഹൃദ്യമായിരുന്നു. സംസ്കൃതം അച്ഛന് നല്ല വശമായിരുന്നുതാനും. എനിക്കറിയാവുന്ന ശ്ലോകങ്ങളൊക്കെ ഇങ്ങനെ അച്ഛന്റെ കഥകൾ കേട്ട് പഠിച്ചതാണ്. അതിൽ എനിക്കേറ്റവും പ്രിയപ്പെട്ടത് ശാകുന്തളത്തിലെ 'രമ്യാണി വീക്ഷ്യ മധുരാംശ്ച നിശമ്യ ശബ്ദാൽ...' എന്ന് തുടങ്ങുന്ന ശ്ലോകമാണ്. മോതിരം നഷ്ടപ്പെടുകവഴി ശകുന്തളയെ മറന്നു പോവുന്ന ദുഷ്യന്തൻ ഗർഭിണിയായി തന്നെത്തേടിയെത്തുന്ന ശകുന്തളയെ കാണുന്നതാണ് സന്ദർഭം. തിരിച്ചറിയാൻ ആവുന്നില്ലെങ്കിലും ഒരു പരിചയം, എവിടെയോ കണ്ടുമറന്നപോലെ ഒരു തോന്നൽ, അകാരണമായ ഒരടുപ്പം, ദുഷ്യന്തന് ശകുന്തളയോട് തോന്നുന്നുണ്ട്. ആ കഥാസന്ദർഭത്തിൽ കാളിദാസ മഹാകവി നടത്തുന്ന ആത്മഗതം ആണ് ഈ ശ്ലോകം. അതിന്റെ അർത്ഥം ഇതാണ്. 'ഏതെങ്കിലും വ്യക്തിയേയോ മൃഗങ്ങളേയോ സ്ഥലങ്ങളോ കാണുമ്പോഴോ മധുരതരമായ എന്തെങ്കിലും ശബ്ദം കേൾക്കുമ്പോഴോ മുമ്പ് കണ്ടിട്ടുള്ളത് പോലെയോ കേട്ടിട്ടുള്ളത് പോലെയോ തോന്നുകയോ അതിൽ താല്പര്യം ജനിക്കുകയോ ചെയ്താൽ, നിശ്ചയമായും അത് മുജ്ജന്മബന്ധങ്ങളുടെ തുടർച്ചയായതിനാലാണ്. (ഭാവസ്ഥിരാണി ജനനാന്തര സൗഹൃദാനീം. എന്ന് കാളിദാസൻ). നമുക്കും ഇത്തരം അനുഭവങ്ങൾ ഉണ്ടാവാറില്ലേ? ഇനി ഓർത്തു കൊള്ളൂ, അവയെല്ലാം കഴിഞ്ഞ ജന്മത്തിൽ നമുക്ക് പ്രിയതമായിരുന്നു എന്ന്.

അച്ഛനെപ്പോലെ അത്രയും നന്നായി കഥ പറയുന്ന ഒരാളെ ഞാൻ കണ്ടിട്ടില്ല. കുമാരസംഭവത്തിൽ ശിവൻ കാമദേവനെ തൃക്കണ്ണാൽ ദഹിപ്പിക്കുന്നതൊക്കെ ഞാൻ നേരിൽത്തന്നെ കണ്ടിട്ടുണ്ട്. ശിവൻ തൃക്കണ്ണ് തുറക്കുമ്പോൾ കാട് നിശ്ചലമാവുന്നതും ഒരു ചിത്രത്തിലെന്നപോലെ മൃഗങ്ങൾ ചലനമറ്റ് നിൽക്കുന്നതുമൊക്കെ ശ്വാസം പിടിച്ചിരുന്നാണ് ഞങ്ങൾ കേൾക്കുക. മനസ്സിൽ ആ രംഗങ്ങൾ അതേപോലെ തെളിയും. പരശുരാമൻ ഗുരുവായ ശിവനെ കാണാൻ വരുന്നതും ഗണപതി തടുക്കുന്നതും തുടർന്ന് യുദ്ധത്തിൽ കുട്ടി ഗണപതിയുടെ കൊമ്പ് പൊട്ടിപ്പോകുന്നതുമൊക്കെ അച്ഛൻ തമാശയോടെ വിവരിക്കും. ഗുരുഭക്തിയിൽ, സ്വന്തം തുട, വണ്ട്

തുളച്ചിട്ടും ഗുരു ഉണരാതെയിരിക്കാൻ വേദന സഹിച്ച് അനങ്ങാതെയിരുന്ന കർണ്ണൻ ആയിരുന്നു അച്ഛന്റെ മറ്റൊരു ഇഷ്ടകഥാപാത്രം. ഇങ്ങനെ അനേകം കഥകൾ അച്ഛൻ പറഞ്ഞുതന്നിട്ടുണ്ട്. എല്ലാത്തിലും എന്തെങ്കിലും സാരാംശം ഉണ്ടാവും. അതും മനസ്സിലാക്കിത്തരും കഥയ്ക്കൊടുവിൽ.

പുരാണങ്ങളെയൊക്കെ പലരും അവരവരുടെ നിലപാടുകൾ അനുസരിച്ച് വ്യാഖ്യാനിക്കുന്നത് ഞാൻ ശ്രദ്ധിച്ചിട്ടുണ്ട്. ജീവിതം എന്ന നിസ്സാരമായ ഈ യാത്ര എങ്ങനെ തുഴഞ്ഞു തീർക്കണം എന്നതിന്റെ ചൂണ്ടുപലകയാണ് പുരാണങ്ങൾ എന്നാണ് എനിക്ക് തോന്നിയിട്ടുള്ളത്. അതിൽ സ്നേഹമുണ്ട്, ചതിയുണ്ട്, വിശ്വാസവഞ്ചനയുണ്ട്, സ്വജന പക്ഷപാതമുണ്ട്, വിധിയുടെ വിളയാട്ടങ്ങളുണ്ട്. എല്ലാമുണ്ട്. നീതി അനീതിയായും അനീതി നീതിയായും ചിത്രീകരിക്കപ്പെട്ടിട്ടുമുണ്ട്. സമൂഹത്തിൽ, തൊഴിലിടങ്ങളിൽ, സ്വന്തം വീടുകളിലൊക്കെ ഒറ്റപ്പെട്ടു പോവുമ്പോൾ, തിരസ്ക്കാരങ്ങളിൽ മനസ്സ് കലുഷിതമാവുമ്പോൾ, നീതി നിഷേധിക്കപ്പെടുമ്പോൾ, ഒക്കെ പുരാണങ്ങളിൽ ഒന്ന് പരതി നോക്കൂ... കാണാം നിങ്ങൾക്ക് കൂട്ടായി ഏതെങ്കിലും ഒക്കെ കഥാപാത്രങ്ങളെ.

■

ഒരു നുണക്കഥ

പത്താംക്ലാസ്സിലെ മാർക്ക് എനിക്ക് നാട്ടിൻപുറത്ത് ഉണ്ടാക്കിത്തന്ന മതിപ്പിനെക്കുറിച്ച് മുമ്പ് എഴുതിയിരുന്നല്ലോ. അതെനിക്ക് ചില്ലറ ആത്മവിശ്വാസമല്ല ഉണ്ടാക്കിത്തന്നത്. നാട്ടിൽ കുറേപ്പേരൊക്കെ എന്നെ തിരിച്ചറിയാൻ അതിടയാക്കി. കുറേ പുതിയ മുഖങ്ങൾ പരിചയമായി കിട്ടുകയും ചെയ്തു. ആ കൂട്ടത്തിൽ ഒരാൾക്ക് എന്നോട് എന്തോ പ്രത്യേകത ഇല്ലേ എന്നെനിക്കു തോന്നി. വെറുതെ ഒരു തോന്നൽ.

ഈ 'പ്രത്യേകതക്കാരൻ' ആ കാലത്ത് കോളേജ് പഠനം കഴിഞ്ഞു നിൽപ്പാണ്. ജോലി ആയിട്ടില്ല. മിക്കവാറും അമ്പലത്തിൽ വെച്ച് കാണും. ഒരു സൗഹൃദച്ചിരി. അല്ലെങ്കിൽ ഒരു കുശലം. കഴിഞ്ഞു സംസാരം. എങ്കിലും എന്തുകൊണ്ടോ മൂപ്പർക്ക് എന്നെയും എനിക്ക് മൂപ്പരെയും ഇഷ്ടമാണ് എന്നെനിക്കു തോന്നി. അല്ലെങ്കിൽ ഞാൻ അങ്ങനെയങ്ങ് വിശ്വസിച്ചു.

വല്ലപ്പോഴും കോളേജ് വിട്ടുവരുമ്പോൾ റോഡിൽ ഈ പാർട്ടിയെ കാണും. അത്ര തന്നെ! അതിലപ്പുറം ആ സൗഹൃദം മുന്നോട്ട് കൊണ്ടുപോവാനുള്ള പഴുതുകളൊന്നും തന്നെ ഉണ്ടായിരുന്നില്ല. തികച്ചും പക്വവും അങ്ങേയറ്റം മാന്യവുമായ പെരുമാറ്റം. ഒരു പ്രണയം ആ മനസ്സിൽ ഉണ്ടായിരുന്നോ എന്നൊക്കെ എങ്ങിനെയറിയാൻ?

മനസ്സാക്ഷിസൂക്ഷിപ്പുകാരിയായ ചെറിയമ്മ മാത്രം എന്റെ മനോഗതങ്ങൾ അറിഞ്ഞു. നിശ്ശബ്ദമായ എന്റെ പ്രണയത്തിന് അവൾ പരിപൂർണ്ണ പിന്തുണ പ്രഖ്യാപിച്ചു. നീ ധൈര്യമായി മുന്നോട്ട് പോ, പിന്നിൽ ഞാനുണ്ട് എന്ന മട്ടിൽ. എന്നാൽ എങ്ങനെ മുന്നോട്ട് പോണം എന്നു മാത്രം ഞങ്ങൾക്ക് നിശ്ചയമില്ലായിരുന്നു താനും.

തട്ടിൻപുറത്ത് റോഡിലേക്ക് നോക്കി ഞങ്ങളിരുന്നിട്ടുണ്ട്, ഈ പാർട്ടിയെ ഒന്ന് കാണാൻ. കാലം കടന്നു പോയി. പ്രീഡിഗ്രി കഴിഞ്ഞു. ജീവിതത്തിൽ വന്നു ചേർന്ന ഒരാഘാതം, പൊടുന്നനെ വെളിവായ

എന്റെ ഹൃദ്രോഗം, ഇത്തരം മൃദുലചിന്തകൾ മനസ്സിൽ നിന്നും മായ്ച്ചു കളഞ്ഞു. ഒരു പ്രണയത്തിനോ വിവാഹത്തിനോ എന്നിൽ സ്ഥാനമില്ല എന്നുതന്നെ അക്കാലത്ത് മനസ്സിലുറപ്പിച്ചിരുന്നു.

ഇവിടെ ഒരു കാര്യം പറയണമെന്ന് തോന്നുന്നു. ആ കാലത്ത്, വിവാഹമാണ് ഒരു പെൺകുട്ടിയുടെ ജീവിതത്തിലെ യഥാർത്ഥ ലക്ഷ്യം എന്ന തരത്തിൽ ആയിരുന്നു സമൂഹം നോക്കിക്കണ്ടിരുന്നത്. വിവാഹം തടസ്സപ്പെടുത്തുന്ന എന്തും ഒരു പെൺകുട്ടിയുടെ ജീവിതത്തിലെ ദുരന്തമായി സമൂഹവും അതുവഴി കുടുംബവും കണ്ടു പോന്നു. ജീവിതത്തിന് പല മുഖങ്ങൾ ഉണ്ടെന്നും അതിൽ ഒന്ന് മാത്രമാണ് വിവാഹമെന്നും ആരും ഞങ്ങൾക്ക് പറഞ്ഞു തന്നിരുന്നില്ല. പഠിക്കാൻ അതിസമർത്ഥയായിരുന്ന, നന്നായി പാടുകയും വരയ്ക്കുകയും ചെയ്യുമായിരുന്ന എന്നെപ്പോലെയുള്ള ഒരു പെൺകുട്ടിക്ക് ജീവിതം തുറന്നു തന്നേക്കാവുന്ന അനേകം അവസരങ്ങളെക്കുറിച്ച് തെല്ലും ഞാൻ ബോധവതിയായിരുന്നില്ല. എന്റെ അസുഖം എന്റെ വിവാഹത്തെ ബാധിച്ചേക്കാം എന്നതുകൊണ്ട് എന്റെ അച്ഛനമ്മമാർ വളരെ ദുഃഖിച്ചു. സ്വന്തം ഭാവി ഇരുളടഞ്ഞു പോവുന്നതായിക്കരുതി ഞാനും വൃഥാ കുറെ ദുഃഖിക്കയും നിരാശപ്പെടുകയും ചെയ്തു. അതെന്റെ പഠിത്തത്തേയും ഭാവിയേയും വല്ലാതെ ബാധിക്കയും ചെയ്തു. ഇന്നിപ്പോൾ കാലം മാറി. പെൺകുട്ടികൾ സ്വന്തം ജീവിതം എത്രയോ മുൻകൂട്ടി കണ്ട് സഞ്ചരിക്കുന്നതു കാണുമ്പോൾ തോന്നുന്ന അഭിമാനം ചില്ലറയല്ല.

എഞ്ചിനീയറിംഗ് എൻട്രൻസ് പാസ്സായി ഞാൻ എഞ്ചിനീയറിംഗിന് ചേർന്നു. ഹോസ്റ്റലിലായി. ചെറിയമ്മ വിവാഹിതയായി. അവൾ ഭർത്താവിനോടൊപ്പം മറുനാട്ടിലേക്ക് പറന്നു. പ്രണയവും അമ്പലവും പ്രദക്ഷിണവഴിയും തട്ടിൻപുറത്തെ ഞങ്ങളുടെ കാത്തിരിപ്പും എല്ലാം പഴങ്കഥകളായി. പിന്നെ എപ്പോഴോ നമ്മുടെ പാർട്ടി ജോലി തേടിപ്പോയതായി അറിഞ്ഞു.

കാലം നമുക്ക് എന്തെല്ലാം വേഷങ്ങൾ നൽകുന്നു അല്ലേ? പുതിയ വേഷപ്പകർച്ചകളിൽ പഴയ വേഷങ്ങൾ വെറും കോമാളിക്കളികൾ മാത്രം. എങ്കിലും വർഷങ്ങളുടെ ഇടവേളകളിൽ എന്റെ വിശേഷങ്ങൾ, എന്റെ ഭർത്താവിന്റെ, മകളുടെ വിശേഷങ്ങളൊക്കെ ചോദിച്ചറിയുന്നത് ഞാനറിയുന്നുണ്ടായിരുന്നു. എന്തുകൊണ്ടോ ജീവിതം അത്ര വലിയ സുഖങ്ങളൊന്നും മൂപ്പർക്ക് കൊടുത്തില്ല. പാവം.

പിന്നീട് ഓർക്കുമ്പോൾ ജിജ്ഞാസ തോന്നിയിട്ടുള്ള ഒരു കാര്യമുണ്ട്. അതൊരു പ്രണയമായിരുന്നോ? അതോ സൗഹൃദമോ? അല്ല വെറും കൗതുകമോ? എന്തുമാവാം. ചിലപ്പോൾ കൗമാരസങ്കൽപ്പ

കാലത്തെ ഒരു തോന്നൽ മാത്രമായിരിക്കാമത്. എങ്കിലും, ഒരു പക്ഷേ വെള്ളവും വളവും ലഭിച്ചിരുന്നുവെങ്കിൽ അത് വളർന്നു പടർന്നു പുഷ്പിക്കുകയും ചെയ്യുമായിരുന്നിരിക്കാം.

എന്തു തന്നെയാവട്ടെ, കാലത്തിന്റെ ഹിതത്തിനല്ലേ പ്രസക്തിയുള്ളൂ, ജീവിതത്തിൽ.

എന്റെ ഈ 'വൺവേ' നഷ്ടപ്രണയമറിയുന്ന രണ്ടുപേരെ ഇന്ന് ജീവിച്ചിരിപ്പുള്ളൂ. ഒന്ന് ഞാനാണ്. ഒന്ന് എന്റെ പ്രിയ തോഴി ചെറിയമ്മയും. അതുകൊണ്ട് ഞാൻ പറയുന്നു. ''എടീ ചിറ്റേ, ഈ കുറിപ്പ് വായിച്ച് പലരും നിന്നോട് ചോദിക്കും, അതാരാണെന്ന്. നീയെന്നെ ഒറ്റിക്കൊടുക്കരുത്.''

വാശിയോടെ, വീറോടെ പ്രണയിക്കുകയും പ്രണയിച്ച ആളെത്തന്നെ കല്യാണം കഴിക്കുകയും ചെയ്തയാൾ എന്ന നിലയ്ക്ക് എനിക്കൊന്നേ പറയാനുള്ളൂ. ജീവിതത്തിൽ ഒരിക്കലെങ്കിലും പ്രണയിക്കാതെ ഈ ഭൂമി വിട്ടു പോകുന്നവർ നിർഭാഗ്യവാന്മാരാണ്. അത്രമേൽ സുരഭിലമായ ഒരനുഭവം ഭൂമിയിൽ വേറെയില്ല തന്നെ. ഭൂമിയും പ്രകൃതിയും മനുഷ്യർക്ക് കൊടുക്കുന്ന സന്ദേശവും പ്രണയത്തിന്റേത് മാത്രമല്ലേ?

■

ഭാസ്ക്കരാചാര്യർ പറഞ്ഞു തന്ന പാഠം

ജീവിതത്തെ നിരാശകൾ, മുറിവുകൾ, പ്രതിസന്ധികൾ ഒക്കെ തളർത്തുമ്പോൾ നമ്മൾ സ്വയം ആശ്വാസം കണ്ടെത്തുന്ന ചില അത്താണികളില്ലേ? ഹൃദയത്തിനേൽക്കുന്ന മുറിവുകളുണക്കാൻ മനസ്സ് കണ്ടെത്തുന്ന ചില ജാലവിദ്യകൾ. ചിലർക്ക്, അനുഭവങ്ങൾ തരുന്ന കരുത്താവാമത്. അല്ലെങ്കിൽ ഭക്തിയിലുള്ള സമർപ്പണം. ഒരടിസ്ഥാനമോ ഊഹമോ ഇല്ലാത്ത ചില ശുഭാപ്തി വിശ്വാസങ്ങൾ ചിലരെ താങ്ങി നിർത്തുന്നതും കണ്ടിട്ടുണ്ട്. അങ്ങനെ പലതും ഉണ്ടാവും അത്താണിയായി. ജീവിതത്തിലുണ്ടായിട്ടുള്ള എല്ലാ പ്രതിസന്ധികളിലും മനസ്സിനെ ലഘൂകരിക്കാൻ ഞാൻ ആശ്രയിക്കാറ് ഒരു കഥയെയാണ്. കുട്ടിക്കാലത്ത് അച്ഛൻ പറഞ്ഞുതന്നിട്ടുള്ള ഒരു കഥ. ജീവിതം വിധിയിൽ അധിഷ്ഠിതമാണ് എന്ന തത്ത്വം എന്റെ മനസ്സിൽ ഊട്ടിയുറപ്പിച്ച ഒരു കഥ.

പൗരാണിക ഗണിതജ്ഞനും ജ്യോതിശാസ്ത്രത്തിലും ജ്യോതിഷത്തിലും അഗ്രഗണ്യനുമായിരുന്ന ഭാസ്ക്കരാചാര്യരെക്കുറിച്ചാണ് കഥ. (ലീലാവതീയം എന്ന ഗണിതശാസ്ത്രഗ്രന്ഥം രചിച്ച ആൾ) അദ്ദേഹത്തിന്റെ ഏക പുത്രിയായിരുന്നു ലീലാവതി. പുത്രിയുടെ ജനനസമയം ഗണിച്ചുനോക്കിയ ആചാര്യന് ഒരു കാര്യം മനസ്സിലായി. തന്റെ മകളുടെ ജാതകത്തിൽ വൈധവ്യയോഗമുണ്ട്. എന്തൊരു സങ്കടമാണ് എന്നോർക്കണേ! അന്നത്തെക്കാലത്ത് വിധവകളുടെ സ്ഥാനം സമൂഹത്തിൽ വളരെ ദയനീയമല്ലേ? അതീവ ദുഃഖിതനായെങ്കിലും ആചാര്യൻ തോറ്റു പിന്മാറിയില്ല. ജ്യോതിഷത്തിലേയും ജ്യോതിശാസ്ത്രത്തിലേയും എല്ലാ സാധ്യതകളും അദ്ദേഹം ഇഴകീറി പരിശോധിച്ചു. ഒടുവിൽ ഒരു മുഹൂർത്തം കണ്ടുപിടിച്ചു. ആ മുഹൂർത്തത്തിൽ വിവാഹിതരാവുന്നവർ ഒരിക്കലും വൈധവ്യം അനുഭവിക്കേണ്ടി വരില്ല. മകൾ വിധവയാവുകയുമില്ല. മകളുടെ

വിവാഹം ആ മുഹൂർത്തത്തിൽത്തന്നെ നടത്താൻ അദ്ദേഹം തീരുമാനിച്ചു. ശതവർഷങ്ങൾ കൂടുമ്പോൾ വരുന്ന അപൂർവമായ മുഹൂർത്തമാണ്. അത് തെറ്റിയാൽ പിന്നെ രക്ഷയില്ല.

മുഹൂർത്തം കൃത്യമായി മനസ്സിലാക്കി പാണീഗ്രഹണം നടത്താൻ അദ്ദേഹം ഒരു സൂര്യഘടികാരം നിർമ്മിച്ചു. നിമിഷാർദ്ധങ്ങൾ വരെ സൂക്ഷ്മമായി അളക്കാവുന്ന, അറിയാൻ സാധിക്കുന്ന ഒരു ഘടികാരം.

കല്യാണത്തിന്റെ ഒരുക്കങ്ങൾ തുടങ്ങി. കുഞ്ഞുലീലാവതി ഒരുക്കങ്ങളും അലങ്കാരങ്ങളും കണ്ടങ്ങനെ ഓടി നടന്നു. (അന്നൊക്കെ ബാലവിവാഹമാണ് ഭാരതത്തിൽ). ഒടുവിൽ വിവാഹദിവസം വന്നെത്തി. കൃത്യമുഹൂർത്തത്തിൽ തന്നെ ലീലാവതി വിവാഹിതയായി. എന്നാൽ എന്തു പറയട്ടെ, മൂന്നാം ദിവസം അവളുടെ ഭർത്താവ് മരിച്ചു പോവുക തന്നെ ചെയ്തു!

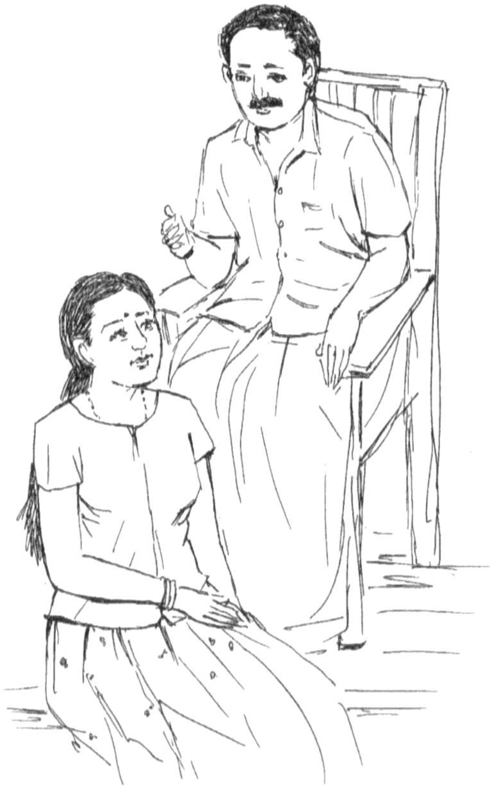

ആചാര്യന് മനോവേദനയായി. എവിടെയാണ് തെറ്റിയത്? ഇല്ല. തന്റെ ഗണനം തെറ്റില്ല. അങ്ങനെ വരില്ല. അദ്ദേഹം ഓരോന്നായി വിശകലനം ചെയ്തു. ഒടുവിൽ ഘടികാരത്തിൽ ചെന്നെത്തി അന്വേഷണം. അപ്പോഴതാ ഘടികാരത്തിനുള്ളിൽ ചുവന്ന ഒരു മൂക്കുത്തിക്കല്ല് വീണ് കിടക്കുന്നു. കല്ല് വീണ് ഘടികാരത്തിന്റെ ചലനം മാറിയിരുന്നു. അങ്ങനെ സമയവും മുഹൂർത്തവും തെറ്റി. തെറ്റിയ മുഹൂർത്തത്തിലാണ് കല്യാണം നടന്നതെന്ന് അദ്ദേഹത്തിന് മനസ്സിലായി. കുഞ്ഞുലീലാവതി കൗതുകം കൊണ്ട് എത്തിച്ചു നോക്കിയപ്പോൾ മൂക്കുത്തിക്കല്ല് അടർന്നു വീണതാണ് ഘടികാരത്തിൽ. വിധിയെ മനുഷ്യബുദ്ധി കൊണ്ട് മറികടക്കാവതാണോ?

ഇതാണ് കഥ. വിധിയെ തടുക്കാനാവില്ല എന്ന തിരിച്ചറിവ് ഞാനറിയാതെ മനസ്സിൽ പതിഞ്ഞിട്ടുണ്ടാവണം. (വിധിയിലോ അന്ധവിശ്വാസങ്ങളിലോ ജാതകത്തിലോ വിശ്വസിക്കാത്ത എന്റെ അച്ഛൻ പല കഥകളുടെ കൂട്ടത്തിൽ പറഞ്ഞതാണിത്.) എങ്കിലും ജീവിതത്തിൽ പ്രതീക്ഷിക്കാതെ വന്നിട്ടുള്ള സങ്കടങ്ങളിലും പ്രതിസന്ധികളിലുമൊക്കെ ഈ കഥ ഓർമ്മ വരും. വിധിയെ കൂട്ടുപിടിച്ച് ഞാൻ ആശ്വസിക്കുകയും ചെയ്യും.

വിധിയാണ്! അതിനെ തടുക്കാവതല്ല!

ജീവിതത്തിലേക്ക് ഒന്ന് തിരിഞ്ഞു നോക്കൂ. പലപ്പോഴും വിധിയല്ലേ തീരുമാനങ്ങൾ എടുത്തിട്ടുള്ളത്, നമ്മളെക്കാളേറെ? ഭാഗ്യമെന്നും നിർഭാഗ്യമെന്നുമൊക്കെ നമ്മളതിനെ പേരിട്ടു വിളിക്കുന്നു! അതുകൊണ്ടാണ് മഹാഭാരതത്തിൽ കുന്തി വിലപിച്ചത്.

‘ഭാഗ്യവന്തം പ്രസൂയേഥാ:
മാ ശൂരം മാ ച പണ്ഡിതം
ശൂരാശ്ച കൃത വിദ്യാശ്ച
വനേസീതന്തി പാണ്ഡവ:’

എന്ന്. (ഭാഗ്യവാന്മാരെയാണ് പ്രസവിക്കേണ്ടത്, പണ്ഡിതന്മാരെയോ ശൂരന്മാരെയോ അല്ല. പരാക്രമികളും ജ്ഞാനികളുമൊക്കെ ആയിട്ടെന്ത് കാര്യം? പാണ്ഡവർക്ക് വനമല്ലേ വിധിച്ചത്.)

ജീവിതത്തിൽ ഭാഗ്യം തുണച്ചിട്ടുള്ള ഭാഗ്യവാന്മാരെങ്കിലും ഇത് സമ്മതിച്ചു തരാതിരിക്കില്ല. എന്ന് വെച്ച് വിധിയിൽ മാത്രം വിശ്വസിച്ച് മടിപിടിച്ചിരിക്കണമെന്ന് ഈ എഴുത്തുകൊണ്ട് ഞാൻ ഉദ്ദേശിച്ചിട്ടുമില്ല. എഴുതാപ്പുറം വായിക്കരുത്! പറഞ്ഞേക്കാം! ■

സവാരി ഗിരിഗിരി

സൈക്കിൾ ചെറിയമ്മാവന്റെ ഒരു വീക്നെസ്സാണ്. എത്ര ചവിട്ടിയാലും മൂപ്പർക്ക് മടുക്കില്ല. അനിയനും മോശമല്ല. ചിടുങ്ങാണെങ്കിലും വലിയ ആവേശം. ചെറിയമ്മ എന്ന ഉണ്ണിയാർച്ച ഈ 'ആയുധം' കൈകാര്യം ചെയ്യാനും വിദഗ്ധ. ഞാൻ... ഞാൻ മാത്രം സൈക്കിളിന്റെ മാസ്മരിക സഞ്ചാരം അനുഭവിക്കാത്ത വെറും ഒരു കാഴ്ചക്കാരി.

മധ്യവേനൽ അവധിക്ക് നാട്ടിൽ വരുമ്പോഴാണ് ഈ വക കസർത്തുകൾ. അതായത് നീന്തൽ, സൈക്കിൾ ചവിട്ടൽ, കുട്ടിപ്പുര വെച്ചു കളിക്കൽ, മരംകേറ്റം എന്നിങ്ങനെയൊക്കെ. സൈക്കിൾ ഒഴികെ ബാക്കിയെല്ലാം ഞാനും കരസ്ഥമാക്കി. പക്ഷേ സൈക്കിൾ! അതൊരു ബാലികേറാമലയായി നിലകൊണ്ടു. ഇതങ്ങനെ വിട്ടാൽ ശരിയാവില്ല. ഇത്ര നീണ്ട കൈയും കാലും ദൈവം തന്നത് വെറുതെ ഇങ്ങനെ നടന്നു തീർക്കാനോ? ഞാൻ തീരുമാനിച്ചുറച്ചു. സൈക്കിൾ ചവിട്ട് പഠിച്ചിട്ടു തന്നെ കാര്യം.

ചാക്കപ്പന്റെ സൈക്കിൾ കടയിൽ നിന്നാണ് സൈക്കിൾ വാടകക്കെടുക്കുക. മൂന്ന് മണിക്കൂറിന് പത്തു പൈസയാണ് ചാർജ്ജ്. ദിവസവും വൈകുന്നേരം അമ്പലക്കുളം 'കലക്കൽ' കഴിഞ്ഞു വന്നാൽ അടുത്ത പരിപാടി, സൈക്കിൾ വാടകയ്ക്കെടുത്തു ചവിട്ടുകയാണ്. നാല് മണിക്ക് തുടങ്ങുന്ന സൈക്കിൾ യജ്ഞം രണ്ടുമണിക്കൂർ എങ്കിലും നീളും. സന്ധ്യയ്ക്ക് വിളക്ക് കൊളുത്തുംവരെ. അവർ മൂന്നാളും മാറി മാറി ചവിട്ടും. ഞാൻ ഇങ്ങനെ നോക്കി നിൽക്കും. എന്റെ സങ്കടം ഞാൻ അമ്മാവനോട് പറഞ്ഞു. എനിക്കും പഠിക്കണം സൈക്കിൾ ചവിട്ടാൻ.

അമ്മാവന്റെ 'സാഹിത്യപാരമ്പര്യം' കാത്തുസൂക്ഷിക്കാൻ തറവാട്ടിൽ ആകെയുള്ള പെൺതരിയാണ് ഈ ഒരേയൊരു മരുമകൾ. അതുകൊണ്ടുതന്നെ എന്നോട് ഒരു പ്രത്യേക വാത്സല്യം മൂപ്പർക്കുണ്ടായിരുന്നു. മൂപ്പർ കാര്യമേറ്റു. സൈക്കിളിന്റെ വാടക എനിക്കു

വേണ്ടി വഹിക്കാനും തയ്യാറായി. ഞാനൊരു പാവവും വകയ്ക്ക് കൊള്ളാത്തവളുമാണെന്നും മറ്റുമുള്ള ഒരു ധാരണ പൊതുവെ അന്നു നിലവിലുണ്ടായിരുന്നു. 'കൊഴിഞ്ഞില്' എന്നൊരു ഓമന പ്പേരും അക്കാലത്ത് എനിക്കുണ്ടായിരുന്നു. (കൊഴിഞ്ഞല് ഒരു കുറ്റി ഔഷധച്ചെടിയാണ്. പക്ഷേ തണ്ടിന് നല്ല ബലം ഉണ്ട്. അതിൽ ഭാരം വീണാലും ഒടിയാതെ നിൽക്കും. കണ്ടാൽ 'ലുക്ക്' ഇല്ലാത്ത ഒരു ചെടി. എന്റെ ദുഃഖം വായനക്കാർ മനസ്സിലാക്കണം.)

ഞാൻ ചെറിയമ്മാവനെ അതിനുമുന്നേ തന്നെ ഗുരുവായി മനസ്സാ സ്വീകരിച്ചിരുന്നു. കാരണം, സാഹിത്യകാര്യങ്ങളിലും മറ്റു ചില നൂതന 'വിദ്യ'കളിലും (ഇത്തരത്തിൽ പാഠപുസ്തകത്തിൽ കഥാപുസ്തകം വെച്ചു വായിക്കുന്ന വിദ്യയെക്കുറിച്ച് മുൻപ് എഴു തിയത് ഓർക്കുമല്ലോ!) മൂപ്പരാണല്ലോ ഗുരു. അങ്ങനെ ഗുരുവിന് ദക്ഷിണവെച്ച് ഞാൻ ആദ്യമായി ആ ശകടത്തിൽ കൈവെക്കാൻ തന്നെ തീരുമാനിച്ചു.

കാണുന്ന അത്ര എളുപ്പമല്ല ആ ഇരുചക്രമന്നനെ വരിക്കാൻ. സൈക്കിളിൽ കയറിപ്പറ്റാൻ തന്നെ ഞാൻ വല്ലാതെ ബുദ്ധിമുട്ടി. അനിയനും ചെറിയമ്മയും ഇരുവശത്തും ചെറിയമ്മാവൻ പുറകി ലുമായുള്ള കാലാൾപ്പടയുമായി ഒരു യുദ്ധസന്നാഹത്തോടെ ഞാൻ

സൈക്കിൾ യജ്ഞം ആരംഭിച്ചു. കാലുകൾ ഇരുവശത്തേക്കും ഇട്ട് ആദ്യം സൈക്കിൾ കൊണ്ട് നടന്നു. (ഇതൊക്കെ കണ്ടുപിടിച്ചവരെ സമ്മതിക്കണം. വല്ലാത്ത കുന്ത്രാണ്ടം തന്നെ.) പിന്നെ എന്റെ കാലാൾപ്പടയുടെ സഹായത്തോടെ പതുക്കെ ചവിട്ടി നോക്കി. ബാലൻസ് കിട്ടാതെ, നടുക്കടലിൽപ്പെട്ട കപ്പൽപോലെ ഞാനും സൈക്കിളും ആടിയുലഞ്ഞു. കാലാൾപ്പട ഞങ്ങളുടെ (എന്റെയും സൈക്കിളിന്റെയും) ഭാരം താങ്ങിത്താങ്ങി വലഞ്ഞു, ക്ഷീണിച്ചു, കിതച്ചു. മൂന്ന് നാലു ദിവസത്തെ ഭഗീരഥ പ്രയത്നം കൊണ്ട് ആരെങ്കിലും പിന്നിൽ നിന്ന് പിടിച്ചാൽ കഷ്ടി ചവിട്ടാം എന്നായി. എന്നാൽ പിന്നിൽ പിടിച്ചു ബാലൻസ് ചെയ്യുന്നത് ഗുരു തന്നെ ആയിരിക്കണമെന്ന് എനിക്ക് നിർബന്ധമായിരുന്നു. ഇക്കാര്യത്തിൽ അമ്മാവനെ മാത്രമേ എനിക്ക് വിശ്വാസമുണ്ടായിരുന്നുള്ളൂ. ചെറിയമ്മയെയും അനിയനേയും 'വിദഗ്ധർ' ആയി ഞാൻ കണക്കാക്കിയിരുന്നില്ല. മാത്രമല്ല അവർ പാരകളാണ്. ഞാനും അനിയനും തല്ല് കൂടുമ്പോൾ ചെറിയമ്മ അവന്റെ പക്ഷമേ നിൽക്കൂ. രണ്ടുംകൂടി എനിക്ക് എത്ര തല്ല് വാങ്ങിത്തന്നിരിക്കുന്നു, അമ്മയുടെ കയ്യിൽ നിന്ന്. വിശ്വസിക്കാൻ കൊള്ളില്ല! ഉണ്ണീന്നും ചിറ്റേന്നും തേനൊലിക്കും പോലെയാണ് അങ്ങടും ഇങ്ങടും വിളിക്ക്യാ. (ഒരു ചുണ്ണി! ഹും!) അമ്മാവൻ പക്ഷേ അങ്ങനെയല്ല. എന്നോട് ആത്മാർത്ഥ സ്നേഹം ആണ്. അതുകൊണ്ട് സൈക്കിൾ കാര്യത്തിൽ അമ്മാവനെ മാത്രം ഞാൻ വിശ്വസിച്ചു.

ഒരാഴ്ചകൊണ്ട് ഞാൻ നന്നായി ചവിട്ടാൻ പഠിച്ചു. എന്നാൽ അമ്മാവൻ സൈക്കിൾ പിന്നിൽ നിന്ന് പിടിക്കണം. എന്നാലേ ചവിട്ടാൻ പറ്റൂ. മൂപ്പർ കൈ മാറ്റിയാൽ ഉടനെ എന്റെ ബാലൻസ് പോവും. എത്ര ശ്രമിച്ചിട്ടും ഈ 'സിൻഡ്രോം' എന്നെ വിട്ടു പോയില്ല. അമ്മാവൻ തോറ്റു. ഒരുനാൾ കുറേ ദൂരം 'പ്രാക്ടീസ്' ചെയ്യാൻ ഞങ്ങൾ തീരുമാനിച്ചു. ചെറിയമ്മയിലും അനിയനിലും ഇതിനകം ഒരു പുച്ഛവും പരിഹാസവും ഉടലെടുത്തിരുന്നു. നിന്നെക്കൊണ്ട് ഇതിനൊന്നും കൊള്ളില്ല എന്നൊരു ഭാവം. എനിക്ക് വാശിയായി.

അങ്ങനെ റോഡിൽക്കൂടി ഞാൻ സൈക്കിൾ ഓടിച്ചു തുടങ്ങി. പിന്നിൽ അമ്മാവൻ പിടിച്ചിട്ടുണ്ട്. തിരിഞ്ഞു നോക്കാതെ നേരെ മുന്നിലേക്ക് മാത്രം നോക്കി ഓടിക്കാനാണ് നിർദ്ദേശം. ഞാൻ ഗുരുവിനെ പൂർണ്ണമായും അനുസരിച്ചു. ഞാനും സൈക്കിളും മുന്നിലേക്കങ്ങനെ നിർവിഘ്നം പൊയ്ക്കൊണ്ടിരുന്നു. ഗുരു കൂടെ ഉണ്ടല്ലോ. എന്തിനു പേടി? ബുദ്ധം ശരണം ഗച്ഛാമി.

(അധികം വണ്ടികളില്ലാത്ത കാലമാണ്. വീട്ടിനു മുന്നിലെ റോഡിൽ വണ്ടികളുടെ തിരക്കൊന്നുമില്ല. ഓട്ടോറിക്ഷകൾ അക്കാലത്ത്

കേട്ടുകേൾവിയില്ല.) ഞാൻ ആയാസരഹിതമായി ചവിട്ടുകയാണ്. സൈക്കിൾ പൂർണ്ണമായും എനിക്ക് വഴങ്ങിയിരിക്കുന്നു. ഗുരു പിന്നിലുണ്ടല്ലോ. പെട്ടെന്നാണ് ഒരു കാർ റോഡിന്റെ അങ്ങേത്തിരിവിൽ പ്രത്യക്ഷപ്പെട്ടത്. ഒരു നിമിഷം എനിക്ക് അങ്കലാപ്പായി. ഗുരോ... ഞാൻ തിരിഞ്ഞു നോക്കി. ഞെട്ടലോടെ ആ സത്യം ഞാൻ മനസ്സിലാക്കി. ഗുരു പിന്നിലില്ല. ഇത്ര നേരം ഞാൻ തനിയെയാണ് ചവിട്ടിയത്. ചിന്തിക്കാൻ കൂടി വയ്യാത്ത ആ തിരിച്ചറിവിൽ ഞാൻ തീർത്തും പരിഭ്രമിച്ചു. എന്ത് ചെയ്യണം എന്ന് ഓർക്കുന്നതിന് മുന്നേ ഞാൻ സൈക്കിളിൽ നിന്ന് താഴേക്ക് എടുത്തു ചാടിയിരുന്നു. റോഡരുകിലെ കാനയിൽ ആദ്യം ഞാനും ശേഷം സൈക്കിളും ചെന്ന് പതിച്ചു. കാലാൾസംഘം ഓടിയടുത്തു വന്നു. ഗുരുവിനെ ഞാനൊന്ന് നോക്കി. ആ അഗ്നിയിൽ മൂപ്പർ വെന്തു വെണ്ണീറാവാഞ്ഞത് ഭാഗ്യം. ദ്രോണാചാര്യർക്ക് ശേഷം ശിഷ്യനെ(യെ) ചതിച്ച ഒരു ഗുരുവേ ചരിത്രത്തിലുള്ളൂ! (ഏകലവ്യന്റെ കഥ ഓർക്കുക) അത് എന്റെ ചെറിയമ്മാവനാണ്.

എന്റെ കൈ, കാൽ, മുഖം തുടങ്ങിയ അവശ്യവസ്തുക്കളെല്ലാം തന്നെ ഉരഞ്ഞു മുറിഞ്ഞു നാശമായിരുന്നു. ഏകലവ്യന് പെരുവിരലല്ലേ പോയുള്ളൂ. ഇവിടെ ഞാൻ മൊത്തം പഞ്ചറായി.

രാത്രി എനിക്ക് നല്ല പനി വന്നു, പേടി കൊണ്ടോ മുറിവ് കൊണ്ടോ ആവോ. രണ്ടു ദിവസം കൊണ്ട് മുറിവെല്ലാം പഴുത്തു തുടുത്തു. ഒരാഴ്ചയോളം ഞാൻ കിടപ്പുമായി. ഇപ്പോഴും ഉണ്ട് നെറ്റിയിലും കാലിലും അന്ന് വീണുണ്ടായ ആ കലകൾ. അന്ന് വിലക്കിയ സൈക്കിൾ ഞാൻ പിന്നെ ഇന്നേവരെ കൈകൊണ്ടു തൊട്ടിട്ടില്ല.! (നമുക്കു വേണ്ടേയ്!!) എങ്കിലും സൈക്കിൾ ചവിട്ടി മൂളിപ്പാട്ടും പാടി പോകുന്നവരെ കാണുമ്പോൾ ഉള്ളിൽ ഇപ്പോഴും ചെറിയ ഒരസൂയ തോന്നും. അല്ലെങ്കിലും ഇതൊക്കെ ഒരു ഞാണിന്മേൽ കളിയല്ലേ, ജീവിതം പോലെ തന്നെ!

■

മുറ്റത്തെ കറുത്ത മൂവ്വാണ്ടൻ

തറവാട്ടു മുറ്റത്തെ കറുത്ത മൂവ്വാണ്ടൻ ചില്ലറക്കാരനല്ല. ഓരോ നാളികേരത്തിന്റെ അത്രയുണ്ട് ഓരോ മാങ്ങയും. കൂട്ടാൻ വയ്ക്കാനും ഉപ്പിലിടാനും ഒന്നാന്തരം. പക്ഷേ പഴുത്താൽ നിറച്ചും പുഴുവാണ്. ഉയരമില്ലാത്ത മാവാണ്. അതിൽ ഞങ്ങൾ ഒരു കുഞ്ഞി ഊഞ്ഞാൽ കെട്ടി. മാവിൽ കയറി കുട്ടിക്കരണം മറിയാൻ ചെറിയമ്മാവൻ വിദഗ്ധനായിരുന്നു. മാവിൽ മാങ്ങ മൂത്ത് തുടങ്ങിയാൽ അമ്മൂമ്മ കുറേ മാങ്ങാക്കറി (അച്ചാർ) ഉണ്ടാക്കി വെക്കും. കുറേ ചെത്തി ഉണക്കിയും വെയ്ക്കും. മഴക്കാലത്ത് കൂട്ടാനിൽ ഇടാനാണ്.

നാട്ടുമ്പുറത്തിനു ചില പ്രത്യേക രീതിയിലുള്ള സോഷ്യലിസം അന്നേ വശമായിരുന്നു. ബാർട്ടർ സിസ്റ്റവും. ഞങ്ങളുടെ മാവും അതിൽ പെട്ടിരുന്നു. കൂട്ടാൻ വക്കാനും അച്ചാറിടാനും വേണ്ട മാങ്ങകൾ ഞങ്ങളുടെ ഈ മൂവ്വാണ്ടൻ നാട്ടിൽ ഉടനീളം സപ്ലൈ ചെയ്തു. അതുപോലെ കടുമാങ്ങയ്ക്ക് ഷാരത്തെ മാവ്, പഴമാങ്ങ കൂട്ടാന് അയലത്തെ ചന്ദ്രക്കാരൻ മാങ്ങ അങ്ങനെ ഓരോന്നിനും പറ്റിയ ഇനങ്ങൾ പല വീടുകളിലായി നിലകൊണ്ടു. യാതൊരു വൈഷമ്യവും ഇല്ലാതെ ഗ്രാമം ഇതെല്ലാം വീതിച്ചെടുത്തു. (കോണി, കുതിര, മഴു, തോട്ടി എന്നീ ആയുധങ്ങളും സാർവ്വജനീനമായി ഉപയോഗിച്ചു പോന്നു. അവ വീടുവീടാന്തരം സ്വതന്ത്രമായി സഞ്ചരിച്ചു. കാലം അന്ന് സ്വാർത്ഥതയ്ക്ക് ഇന്നത്തെ മാനം കൽപ്പിച്ചു കൊടുത്തിരുന്നില്ല.)

അങ്ങനെയുള്ള ഒരു വെളുപ്പാൻകാലത്താണ് പണിക്കത്ത്യാർ കറുത്ത മൂവ്വാണ്ടൻ തേടി വന്നത്. നാട്ടിലെ സകല ജാതകങ്ങളുടെയും ഉറവിടമായ ജ്യോതിഷവര്യന്റെ മൂപ്പത്തിയാണവർ. കൂട്ടാൻവെക്കാൻ വേണ്ടി മാങ്ങ പൊട്ടിക്കാൻ വന്നതാണ്. കുറച്ചു പരിപ്പും ഒരു മാങ്ങയും ലേശം തേങ്ങയും ചേർന്നാൽ ഒന്നാന്തരം കൂട്ടാനായി. വെളുത്ത കല്ല് വെച്ച മൂക്കുത്തിയും കഴുത്തിൽ ചന്ദ്രമിന്നി പതക്കവും ഇട്ട അവരെ കാണാൻ നല്ല ചന്തമായിരുന്നു. മനുഷ്യരുടെ ഭൂതവും ഭാവിയും ഗണിക്കുന്ന പണിക്കർക്ക് ഗ്രാമഹൃദയങ്ങളിൽ വലിയൊരു സ്ഥാനമുണ്ടായിരുന്നു. താളിയോലയിലും പിന്നീട് ചെറിയ പുസ്തകങ്ങളിലുമായി കുറിച്ചു

തന്നിരുന്ന ജാതകങ്ങൾ അലമാരിയിൽ ഭദ്രമായി ഇരുന്നു. വിഷമ കാലങ്ങളിൽ ഗ്രാമം പരിഹാരകർമ്മങ്ങൾക്കായി അദ്ദേഹത്തെ സമീപിച്ചു. ഗ്രഹങ്ങളുടെ പകിടകളിയിൽ മനുഷ്യന്റെ വർത്തമാന കാലം പകച്ചു നിന്നപ്പോൾ സ്വന്തം കവിടി നിരത്തി അദ്ദേഹം അവരെ ആശ്വസിപ്പിച്ചു പോന്നു. പണിക്കത്ത്യാരാവട്ടെ, നിറഞ്ഞ പുഞ്ചിരിയും ജപിച്ച ചരടും ഒക്കെ ധാരാളമായി ഞങ്ങൾ കുട്ടികൾക്ക് തന്നു. ഞങ്ങൾക്ക് അവരെ വലിയ ഇഷ്ടമായിരുന്നു.

അമ്മയും അമ്മൂമ്മയും അകത്തു പണിത്തിരക്കിലാണ്. പണിക്കത്ത്യാര് കുശലം പറയാൻ അകത്തു കയറി. അവർ വരുമ്പോഴേക്കും മാങ്ങ പൊട്ടിച്ചു തയ്യാറാക്കി വെക്കാം. ചെറിയമ്മ അരിവാൾ എടുത്തു കൊണ്ട് വന്നു. മാങ്ങയെ ലക്ഷ്യമാക്കി എറിഞ്ഞു. അധികം ഉയരത്തിൽ അല്ലാതെ ഇഷ്ടം പോലെ മാങ്ങ നിൽപ്പുണ്ട്. ഒരു മാങ്ങ വീണു. അവൾ വീണ്ടും എറിഞ്ഞു. ഇത്തവണ അരിവാൾ ഉന്നം തെറ്റി വന്ന് വീണത് എന്റെ കയ്യിന്നു മേലാണ്. ആകെ ചോര മയം. വിരലിൽ നിന്നും ചോര ചീറ്റാൻ തുടങ്ങി. തള്ളവിരൽ അപ്പാടെ മുറിഞ്ഞിരിക്കുന്നു. മാംസം മാറി എല്ലു തെളിഞ്ഞിട്ടുണ്ട്. വെള്ളനിറം കാണാം. ചെറിയമ്മ ഉറക്കെ നിലവിളിച്ചു. എനിക്ക് പക്ഷേ വേദന തോന്നുന്നുണ്ടായിരുന്നില്ല. അച്ഛൻ വീട്ടിലില്ല. അടുത്തുള്ള ആരോ കാറ് വിളിച്ചുകൊണ്ട് വന്നു. പഴഞ്ഞി ആശുപത്രിയിൽ പോയി തുന്നലിട്ടു. ഇന്നുമുണ്ട് തള്ളവിരലിൽ ആ പാട്, വിരലിന്റെ കടയ്ക്കൽ ഒരു മുഴയും. വലുതായിട്ടും കാണുമ്പോഴൊക്കെ പണിക്കത്ത്യാര് ആ വിരൽ പിടിച്ചു നോക്കും. "വേദനണ്ടോ ബേബിക്കുട്ട്യേ?"ന്ന് സ്നേഹത്താൽ വിടർന്ന ചിരിയോടെ ചോദിക്കും. നിർമ്മലമായ ചിരി മനസ്സ്!

അടുത്ത വർഷം മുത്തച്ഛൻ ആ മാവ് വെട്ടിക്കളഞ്ഞു. പുരയുടെ ഓടുകൾ മാങ്ങ വീണു പൊട്ടുന്നതായിരുന്നു കാരണം. പിന്നെ ചൊറിയാമ്പുഴു ശല്യവും. നെറ്റിയിലെ പൊട്ടുപോലെ തറവാടിന് ശ്രീത്വം കൊടുത്തിരുന്ന ആ മാവ് ഒരോർമ്മയായി. അതിന്റെ ചില്ലകളിൽ കുട്ടിക്കുരങ്ങന്മാരെപ്പോലെ ചാടിക്കളിച്ചിരുന്ന ഞങ്ങളും കൂടു വെച്ചിരുന്ന പുളിയുറുമ്പൻക്കൂട്ടങ്ങളും തലയാട്ടി ചിരിക്കുന്ന പൂങ്കുലകളും പുള്ളിക്കുയിലുകളും ഊഞ്ഞാലും മാവിൻചോട്ടിലെ ഞങ്ങടെ കുട്ടിപ്പുരയും എങ്ങോ മാഞ്ഞു പോവുകയും ചെയ്തു. കൂട്ടത്തിൽ പണിക്കത്ത്യാരുടെ പാൽച്ചിരിയും ബേബിമോളെ എന്ന വിളിയും...

ഇന്ന്, ഗ്രാമവും ബാല്യവും യൗവനവും കടന്ന് വാർദ്ധക്യത്തിലേക്ക് യാത്ര തിരിച്ചിരിക്കുന്നു. സൗന്ദര്യചിഹ്നങ്ങളെല്ലാം ഒന്നൊന്നായി അതിനേയും വിട്ടൊഴിഞ്ഞു പോയിരിക്കുന്നു. മരണത്തിലേക്കുള്ള പ്രയാണത്തിൽ ഗ്രാമവും കൂട്ട് പോരുകയാണ്. നീ മുന്നിൽ നടക്കൂ. ഞാൻ പുറകെയുണ്ട് എന്ന മട്ടിൽ... ■

കരിങ്കണ്ണ്

കരിങ്കണ്ണ് ഒരു ഭീകരജീവിയായി എന്റെ ജീവിതത്തിൽ കയറിപ്പറ്റിയത് മൂന്നോ നാലോ വയസ്സിലാണ്. അനിയന് പനി വന്നാൽ, അല്ലെങ്കിൽ ഞാനൊന്ന് കല്ല് തട്ടി വീണാൽ, മുത്തശ്ശി പറയുകയായി. ''കണ്ണ് പറ്റീട്ടാ. ഉഴിഞ്ഞു അടുപ്പിലിട്ട്വോളാ.'' നല്ലൊരു ഉടുപ്പിട്ട് അമ്പലത്തിൽ പോവാൻ തുടങ്ങിയാൽ ഉടൻ വരും അമ്മയുടെ വക 'വെലിക്കളച്ചില്.'[1] ''പെണ്ണ് ഒരുങ്ങിക്കെട്ടി ഉള്ള കണ്ണ് മുഴോനും മേടിച്ചുകെട്ടും! വെറുത്യാ നിത്യേനെ ഇങ്ങനെ 'ചടച്ചു ചടച്ചു'[2] വരണേ.'' കരിങ്കണ്ണ് അങ്ങനെ ഒരു വില്ലനായി എന്നെ വെല്ലുവിളിച്ചു കൊണ്ടേയിരുന്നു, ജീവിതം മുഴുവൻ. നിസ്സാരക്കാരനല്ല അവൻ. (ചുണ്ട് കോട്ടിച്ചിരിക്കേണ്ടവർക്ക് ആവാം. അനുഭവത്തിൽ പഠിക്കും.)

ചെറിയ കുട്ടികൾക്ക് കണ്ണ് പറ്റാതിരിക്കാൻ അമ്മമാർ പുള്ളോത്തികളെക്കൊണ്ട് നാവേറു പാടിച്ചു. വീടുകൾതോറും കയറിയിറങ്ങുന്ന പുള്ളുവനും പുള്ളുവത്തിയും. പുള്ളോന്റെ കയ്യിൽ നന്തുണിയും പുള്ളോത്തീടെ കൈയിൽ പുള്ളോർക്കുടവുമാണ് ഉണ്ടാവുക. ഒരു പ്രത്യേക ശബ്ദത്തിൽ, ഈണത്തിൽ പുള്ളോത്തികൾ നാവേറു പാടുന്ന കേൾക്കാൻ നല്ല രസമാണ്. 'ശ്രീമഹാദേവൻ തന്റെ ശ്രീ പുള്ളോർകുടം കൊണ്ട്' എന്ന് തുടങ്ങിക്കൊണ്ട് പാടുന്ന പാട്ടിൽ നമ്മുടെ പേര് എടുത്തു പറയും. 'ബേബിക്കുട്ടീടെ അല്ലെങ്കിൽ ഉണ്ണിക്കുട്ടന്റെ നാവേറു പാടുന്നു' എന്ന്. അത് കേൾക്കുമ്പോൾ എന്തോ ഒരഭിമാനം തോന്നും. ഒരുപക്ഷേ ജീവിതത്തിൽ സ്വന്തം പേര് വേറെ ഒരാൾ എടുത്തു പറയുമ്പോൾ തോന്നുന്ന അഭിമാനം ആദ്യമായി തന്നത് ആ നാവേറു പാട്ടുകൾ തന്നെ ആയിരിക്കാം. പുള്ളുവൻ പാട്ടുകളും നാവേറു പാട്ടുകളും കേൾക്കാൻ എനിക്ക് വല്യ ഇഷ്ടം ആയിരുന്നു.

---

1. വെലിക്കളച്ചിൽ - ചീത്ത പറയൽ
2. ചടയ്ക്കുക - മെലിയുക

അപ്പൊ പറഞ്ഞു വന്നത് കരിങ്കണ്ണിനെക്കുറിച്ചാണ്. പണി നടക്കുന്ന വീടുകൾ, കൊയ്യാറായ പാടങ്ങൾ, നേന്ത്രക്കൃഷിയുള്ള ഞാലുകൾ ഇങ്ങനെ ഒരുവിധം എല്ലാ മേഖലയും ഈ ഭീകരന്റെ പിടിയിലാണ് അന്ന്. വിചാരിച്ചപോലെ വീടിന്റെ പണി തീർന്നില്ലെങ്കിൽ, കൃഷി മോശമായാൽ, എന്തിന് ഒരു തലവേദന വന്നാൽ പോലും കുറ്റം 'കണ്ണിനാണ്'. കരിങ്കണ്ണ് എന്ന സങ്കല്പയാഥാർത്ഥ്യം എല്ലാ അപരാധങ്ങളും ഏറ്റ്, കുരിശിൽ കിടക്കുന്ന യേശുദേവനെപ്പോലെ കുനിഞ്ഞ ശിരസ്സുമായി അങ്ങനെ നിന്നു, ഗ്രാമത്തിന് മുൻപിൽ.

ഈ വില്ലൻ കരിങ്കണ്ണിന്റെ പേരിൽ, നാട്ടിൽ അകറ്റി നിർത്തപ്പെട്ട ഒരാളാണ് ഹംസക്ക. മെലിഞ്ഞു കറുത്ത് ചെറിയ ഞൊണ്ടലുള്ള ഒരു പാവം മനുഷ്യൻ. ഉറക്കെയാണ് സംസാരം, ചെറിയ കൊഞ്ചലോടെ. ഹംസക്ക എന്തു പണിയും ചെയ്യും. അതിൽ ആട് കച്ചോടമാണ് പ്രധാനം. ആട്ടിൻകുട്ടികളെ വാങ്ങി വളർത്തി വലുതാക്കി അറക്കാൻ കൊടുക്കുക. ഇതാണ് പണി.

ഹംസക്കയ്ക്ക് ഭയങ്കര 'കണ്ണാണ്' എന്നാണ് ജനസംസാരം. കിട്ടുണ്ണി നായരടെ കയ്യാലപ്പുറത്ത് കായ്ച്ചു കിടന്നിരുന്ന മത്തങ്ങ നോക്കി "ഇതെന്താ കിട്ടുണ്ണിനായരെ ഇങ്ങടെ പെരപ്പുറത്തൊക്കെ കലം കമഴ്ത്ത്യേക്കണ്ന്ന്" ചോദിച്ചു നാവെടുക്കേണ്ട താമസം സകല മത്തങ്ങ ശിശുക്കളും കെട്ട് പൊട്ടിച്ച് ഓരോന്നായി താഴേക്ക് പോന്നു പോലും.! ഇതുതന്നെയാണ് മാലത്യേമ്മടെ പുളിക്കും സംഭവിച്ചത്. "അമ്മാരടെ പുളിമേ കുരിപ്പ് നെറച്ചും പൊന്തീണ്ടല്ലോ" എന്ന ഹംസക്കയുടെ ആത്മഗതമാണ് നെഞ്ച് വിരിച്ചു നിന്ന പുളി എടുത്തടിച്ച പോലെ ഉണങ്ങാൻ കാരണം എന്നാണ് മാലത്യേമ്മയുടെ ഭാഷ്യം. ഹംസക്ക അറക്കാൻ കൊടുത്ത ആടുകളുടെ ശാപമാണ് മൂപ്പരുടെ കരിങ്കണ്ണ് എന്ന് രഹസ്യമായി ഗ്രാമം പറഞ്ഞു വന്നു. (അറത്തു തിന്നവർക്ക് പാപമില്ല എന്ന കാര്യം പ്രത്യേകം ഓർക്കണം.)

അങ്ങനെയുള്ള ഹംസക്കയാണ് ഒരു കുഞ്ഞിന്റെ ജീവൻ കൊണ്ട് കളിച്ചത്. ഹംസക്ക കല്യാണമൊന്നും കഴിച്ചിട്ടില്ല. സ്വന്തമായി ആകെ ഒരുമ്മ മാത്രമേ ഉള്ളൂ. അവർക്ക് അരിക്കച്ചോടമായിരുന്നു. വയസ്സായി. ഇപ്പൊ കച്ചോടമൊന്നുമില്ല. ഹംസക്ക അല്ലറ ചില്ലറ പണികളൊക്കെ ചെയ്തും ആടിനെ വിറ്റുമൊക്കെ തട്ടിമുട്ടി കുടുംബം പോറ്റി വന്നു. ഹംസക്കയ്ക്ക് കുട്ടികളെ വലിയ ഇഷ്ടമാണ്. ഇഷ്ടം എന്ന് വെച്ചാൽ ജീവൻ തന്നെ. പണിക്കു പോവുന്ന വീടുകളിലെ കുട്ടികൾക്ക് ഐസും കമ്മട്ടമിട്ടായിയുമൊക്കെ ഒരു മടിയുമില്ലാതെ വാങ്ങിക്കൊടുക്കും. ഇക്കാരണത്താൽ ഞങ്ങൾ കുട്ടികൾക്ക് ഹംസക്കയെ വലിയ കാര്യമായിരുന്നു. അങ്ങനെ പണിക്കുപോയ ഒരു വീട്ടിലെ ഒരു കുഞ്ഞു മോളെ ഹംസക്ക കുറച്ചു നേരം കളിപ്പിച്ചതാണ് കാരണം. നല്ല

'വൗസു'ള്ള ആ മുത്തിന് രാത്രി പനി തുടങ്ങി, ഒരു കാരണവുമി ല്ലാതെ. പനി കൂടിക്കൂടി ആശുപത്രിയിൽ കൊണ്ടുപോവേണ്ടി വന്നു. പിറ്റേന്ന് കുഞ്ഞിന്റെ തണുത്ത ശരീരമാണ് തിരിച്ചു വന്നത്. ''ഇന്നലെ ഓന്റെ കളിപ്പിക്കല് കണ്ടപ്പോ തീരുമാനിച്ചതാ! കാലന്റെ കണ്ണ് തന്നെ കാരണം.'' ഇതായിരുന്നു നാട്ടിലെ സംസാരം.

എന്തായാലും ഈ സംഭവത്തിന് ശേഷം ആരും ഹംസക്കയെ പണിക്കു വിളിക്കാതായി. ദൂരെ നിന്ന് ഹംസക്ക വരുന്ന കണ്ടാൽ മതി അമ്മമാർ കുട്ടികളെ ഒളിപ്പിച്ചു വയ്ക്കുന്ന സ്ഥിതിയായി. ഹംസക്കയോട് മിണ്ടുകയോ ഐസ് വാങ്ങി കഴിക്കുകയോ ഒക്കെ മഹാഅപരാധങ്ങളായി. അകാരണമായ ഒരു ഭയം ഹംസക്കയുടെ സാന്നിദ്ധ്യം ഞങ്ങളിൽ നിറച്ചു. പതിയെ ഹംസക്ക വീട്ടിൽ നിന്നും പുറത്തിറങ്ങാതായി. ഞങ്ങൾ ഹംസക്കയെ മറന്നു. വിശ്വാസങ്ങളുടെ തടവുകാരാണല്ലോ നമ്മൾ. ആ തടവ് ഭേദിക്കുക അസാധ്യം.

പിന്നെ എപ്പോഴോ ആരോ പറഞ്ഞറിഞ്ഞു. ഹംസക്കയും ഒപ്പം ഹംസക്കയുടെ 'കണ്ണും' ലോകം വിട്ടുപോയി എന്ന്. കുഞ്ഞുങ്ങളെ അത്ര കണ്ടു സ്നേഹിച്ച ആ ഹൃദയം ഒറ്റപ്പെടലിൽ നുറുങ്ങിപ്പോയി ട്ടുണ്ടാവണം.

പതിവുപോലെ ഗ്രാമം അനുശോചിച്ചു. മുജ്ജന്മ ദുഷ്കൃതം. അല്ലാതെന്താ? എന്നാലും പറയട്ടെ, മനുഷ്യമനസ്സിന്റെ 'കരിങ്കണ്ണ്' ഹൃദയഭേദകമാണ്. അതിൽ നിന്ന് രക്ഷ നേടാൻ 'ഉഴിഞ്ഞു അടു പ്പിൽ ഇട്ടത്' കൊണ്ടോ നാവേറ് പാടിച്ചത് കൊണ്ടോ ഒന്നും ഒരു കാര്യവുമില്ല. സൂക്ഷിച്ചു കൊള്ളുക.

■

ധിം തരികിട തോം...

നാട്ടിൻപുറത്തെ ഒരു പരിഷ്ക്കാരമായിരുന്നു ഡാൻസ് പഠിക്കൽ. അഞ്ചാം ക്ലാസ്സ് വെക്കേഷൻ കാലത്താണ് അമ്മയ്ക്ക് ഈ 'പ്രാന്ത്' കേറുന്നത്. എന്നെയും ചെറിയമ്മയേയും ഡാൻസ് പഠിപ്പിക്കണം. തൊട്ടടുത്ത പൂട്ടിക്കിടക്കുന്ന വീട്ടിൽ ഒരു ടീച്ചർ ഡാൻസ് പഠിപ്പിക്കുന്നുണ്ട്. നാട്ടിലെ കുറെ 'നർത്തകികൾ' അവിടെ പഠിച്ചു അരങ്ങേറിയിട്ടുമുണ്ട്. വെക്കേഷൻ കാലമാണ്, പഠിത്തം മുറുകുന്ന കാലം. അമ്മയുടെ തറവാട്ടിലെ ഒരു താവഴിയിലെ ഒരു ഓപ്പോള് കലാമണ്ഡലത്തിൽ പഠിച്ചിട്ടുണ്ട്. അമ്മയുടെ കല്യാണത്തിന്റെ രാത്രി (അന്നൊക്കെ രാത്രിയാണ് കല്യാണം) അവരുടെ വക' 'പെർഫോമൻസ്' ഉണ്ടായിരുന്നുവത്രെ. എന്തായാലും അമ്മ തീരുമാനിച്ചു. പഠിച്ചേ പറ്റൂ.

മേലനങ്ങേണ്ടി വരുന്ന ഇത്തരം പരിപാടികൾ എനിക്ക് പണ്ടേ തീരെ താല്പര്യമുണ്ടായിരുന്നില്ല. കൈയും കാലും കൊണ്ട് തലങ്ങും വിലങ്ങും പെരുമാറേണ്ട കളിയാണ്. (ഞാൻ എന്റെ നീണ്ട കൈയ്യൊന്ന് നേരെ നിവർത്തിയാൽ അടുത്ത കുട്ടിയുടെ കണ്ണിൽ കൊള്ളും. പറഞ്ഞാൽ മനസ്സിലാവണ്ടേ.) ഞാൻ പാട്ട് പഠിച്ചോളാം എന്ന് പറഞ്ഞു നോക്കി. അടുത്താരും പാട്ട് പഠിപ്പിക്കുന്നില്ല. അതുകൊണ്ട് ഡാൻസ് പഠിച്ചാൽ മതി. സുഗ്രീവാജ്ഞ. എന്ത് ചെയ്യും?

പതിവുപോലെ ചെറിയമ്മ കേട്ടപാടെ ചാടിപ്പുറപ്പെട്ടു. അമിതോത്സാഹം. അവളുടെ സപ്പോർട്ടുണ്ടെങ്കിൽ പിന്നെയും എതിർത്തു നിൽക്കാമായിരുന്നു. ചുരുക്കിപ്പറഞ്ഞാൽ ഡാൻസ് ക്ലാസ്സിനു ചേർന്നു.

മുഴുമണ്ഡലം, അരമണ്ഡലം തുടങ്ങിയ സർക്കസ്സുകളായിരുന്നു ആദ്യം. (കാൽ മണ്ഡലം ഉണ്ടായില്ല, ഭാഗ്യം.) നീളം കൂടിയ എന്റെ കാലുകൾ ഇവയുമായി പൊരുത്തപ്പെടാൻ നന്നേ പാടുപെട്ടു. പതാക, അർദ്ധപതാക തുടങ്ങിയ മുദ്രകളും പഠിച്ചു. കുറച്ചു ദിവസം കൊണ്ട് മണ്ഡലവും പതാകയും വിട്ട്, കളി കാര്യമായിത്തുടങ്ങി. തൈ തൈ ധിത്തിതൈയും മറ്റു പരാക്രമങ്ങളും കടന്ന്, തോടയം, അലാരിപ്പ് തുടങ്ങിയ മേഖലയിലേക്ക് പഠനം വ്യാപിച്ചു. അതോടെ എനിക്ക് കഠിനമായ കാല് കടച്ചിൽ പിടിപെട്ടു. വൈകുന്നേരങ്ങളിൽ കാലിന്റെ

'എല്ല് പൊളിച്ചില്' സഹിക്കാൻ കഴിയാതെ ഞാൻ മോങ്ങിക്കരഞ്ഞു. ഉറങ്ങാൻ പോലും കഴിയാത്ത അസഹ്യ വേദനയായിരുന്നു അത്. ഡാൻസ് പഠിത്തം ഇതോടെ എന്റെ പേടിസ്വപ്നം ആവാൻ തുടങ്ങി.

ചെറിയമ്മ മിടുക്കിയായി പഠിച്ചു. സ്റ്റെപ്പുകൾ അവൾക്ക് അനായാസമായി വഴങ്ങി. അവൾ ഉത്സാഹത്തോടെ പാഠങ്ങൾ പ്രാക്ടീസ് ചെയ്ത് ഉറപ്പിച്ചു. ഞാൻ മനസ്സില്ലാമനസ്സോടെ എന്നും പഠിക്കാൻ പോയി എന്ന് വരുത്തി. ഈ പഠനം കുറേക്കാലം അങ്ങനെ മുന്നോട്ട് പോയി, എന്റെ കാലുവേദനയും. എന്റെ വേദനിക്കുന്ന കാലുകൾ അമ്മ കടുകെണ്ണയിട്ട് ഉഴിഞ്ഞു കൊണ്ടേയിരുന്നു. അച്ഛന്റെ മാസ ബഡ്ജറ്റിൽ ഒരു വലിയ സ്ഥാനം അങ്ങനെ കടുകെണ്ണ പിടിച്ചെടുത്തു. ഉഴിഞ്ഞുഴിഞ്ഞു അമ്മയുടെ കൈയ്യും എന്റെ കാലും ശോഷിച്ചു.

ഇതിനുപുറമെ, വേറൊരു ശിക്ഷ കൂടിയുണ്ടായിരുന്നു. വീട്ടിൽ വരുന്ന അതിഥികൾക്കു മുന്നിലുള്ള പെർഫോമൻസ്. ആര് വീട്ടിൽ വന്നാലും മുത്തശ്ശി പറയുകയായി. ''കുട്ട്യോളേ, ബടെ വരൂ, ഒന്ന് കളിച്ചു കാണിച്ചു കൊടുക്കൂന്ന്.'' പിന്നെ പാട്ടും കളിയും ഒന്നിച്ചു ചെയ്തു കാട്ടണം വിരുന്നുകാരുടെ മുന്നിൽ. അവരാണെങ്കിലോ? യാതൊരു താല്പര്യവും ഇല്ലാതെ അങ്ങനെ നോക്കിയിരിക്കും. എങ്ങനെ വേണ്ടാന്ന് പറയും എന്ന മട്ടിൽ. വെറുതെ ഓരോ നാട്യങ്ങൾ. ഭരതനാട്യവും മോഹിനിയാട്ടവും കണ്ടുപിടിച്ചവരെ ഞാൻ മനസ്സറിഞ്ഞു പ്രാകി.

ആയിടയ്ക്കാണ് ടീച്ചർ പുതിയ ഒരു ഐറ്റം പഠിപ്പിക്കാൻ തുടങ്ങിയത്. കാളിയമർദ്ദനം. കാലിയെ മേച്ചു ഗോപവൃന്ദവുമൊത്തു കൃഷ്ണൻ എന്ന പാട്ട് എനിക്കിഷ്ടമായി. എന്നാൽ ശരീരത്തിന്റെ മേൽഭാഗം വളച്ച് തല പാദത്തിൽ തൊടുവിക്കുന്ന ആ സ്റ്റെപ്പ് എനിക്ക് അത്യന്തം ദുഷ്ക്കരമായിരുന്നു. കുറെ അദ്ധ്വാനിച്ചശേഷം ആദ്യമായി എന്റെ തല പാദത്തിൽ മുട്ടിക്കാൻ സാധിച്ച ആ ധന്യനിമിഷം മറക്കാവതല്ല.

എന്നെ ഡാൻസ് പഠിപ്പിച്ച് കാശും കടുകെണ്ണയും നശിപ്പിക്കുന്നതിൽ അർത്ഥമില്ല എന്ന് മനസ്സിലായപ്പോൾ അമ്മ പരിപാടി നിർത്തി! ചെറിയമ്മ കുറച്ചുനാൾ കൂടി പഠിച്ചു. ദോഷം പറയരുതല്ലോ, ടീച്ചർ പഠിപ്പിച്ച തോടയം, അലാരിപ്പ്, മോഹിനിയാട്ടം തുടങ്ങിയവയുടെ പാട്ടുകൾ ഭംഗിയായി പാടാൻ ഞാൻ പഠിച്ചു.

പിന്നീട് ജീവിതത്തിൽ പലരും എന്നോട് ചോദിച്ചിട്ടുണ്ട് ഡാൻസ് പഠിച്ചിട്ടുണ്ടോ എന്ന്. (എന്തടിസ്ഥാനത്തിലാണോ ആവോ.) അത് കേൾക്കുമ്പോൾ ഞാനൊന്ന് ഊറിച്ചിരിക്കും!

പാൽക്കടലലമേലെ പാമ്പണയിൻ മേലെ
പള്ളി കൊള്ളുന്ന രംഗനാഥനെ ഓർക്കും.

■

എന്റെ ആഭരണപ്പെട്ടി

ചെറുപ്പത്തിലെ എന്റെ ഏറ്റവും വലിയ ആഗ്രഹമായിരുന്നു ഒരു പാലയ്ക്കാ മോതിരം വേണമെന്നത്. (ഇത് മോതിരമല്ല, കുടുക്കിക്കെട്ടി അഥവാ നെക്ലെസ് ആകുന്നു.) അക്കാലത്തെ പരിഷ്ക്കാരികളായിരുന്നു പാലയ്ക്കാ മോതിരം, വേപ്പലൂഷാ, താലിക്കൂട്ടം, കാശുമാല തുടങ്ങിയ കുടുക്കിക്കെട്ടികൾ. ഇതിൽ സൂപ്പർ സ്റ്റാർ സ്റ്റാറ്റസ് പാലയ്ക്കാ മോതിരത്തിന് മാത്രം. മിക്കവാറും വധുക്കളുടെ കഴുത്തിലും മെയിൻ താരം പാലയ്ക്കാ മോതിരം തന്നെ. പച്ച, ചുവപ്പ് തുടങ്ങിയ കല്ലുകൾ പതിച്ച ആ 'ഹാരം' എന്നെ വല്ലാതെ ആകർഷിച്ചു. എന്റെ നീളം കൂടിയ കഴുത്തിന്റെ കുറവ് പാലയ്ക്കാ മോതിരത്തിനു പരിഹരിക്കാൻ കഴിയും എന്ന് ഞാൻ വിശ്വസിച്ചു. അമ്മയ്ക്ക് ആകെ ഉണ്ടായിരുന്ന ഒരാഭരണം വേപ്പലൂഷ ആയിരുന്നു. അതുപക്ഷേ, അമ്മയുടെ കല്ല്യാണഫോട്ടോയിൽ മാത്രമേ ഞാൻ കണ്ടിട്ടുള്ളൂ.

പഠിച്ചു മിടുക്കിയായി ജോലി കിട്ടുമ്പോൾ ഒരു പാലയ്ക്കാ മോതിരം വാങ്ങാൻ തീരുമാനിച്ചു. അത് കഴുത്തിലിട്ട് റോഡിൽക്കൂടി അങ്ങോട്ടും ഇങ്ങോട്ടും നടക്കുന്നത് മനസ്സിൽ കണ്ടു രസിച്ചു. ഈ സ്വപ്നം കാണൽ പരിപാടി ജീവിതം മുഴുവനും എന്നെ പിന്തുടർന്നു. ഭാവനയിൽ ജീവിക്കുക എന്നത് ഒരു ഹരമായി കൊണ്ടുനടന്നു. നേരിൽ സാധിക്കാത്ത പലതും ഇങ്ങനെ സാധിച്ച് ജീവിതം സഫലമാക്കിത്തീർത്തിട്ടുണ്ട്.

പലതരം കല്ലുകളോടും എനിക്ക് കമ്പമായിരുന്നു. പല നിറങ്ങളിൽ തിളങ്ങുന്ന കല്ലുകൾ. എവിടെ നിന്നെങ്കിലും ഒരു മരതകമോ വൈഡൂര്യമോ എന്നെങ്കിലും വീണുകിട്ടും എന്നും ഞാൻ അക്കാലങ്ങളിൽ വിശ്വസിച്ചു. വെള്ളാരംകല്ലുകൾ പെറുക്കി വെച്ച് അവയിൽ വജ്രം തിരയുന്ന പതിവും എനിക്കുണ്ടായിരുന്നു.

തറവാട്ടിലെ രണ്ടാം തട്ടിനു മുകളിൽ ഒരിക്കൽ വിളക്കോ ചെമ്പോ മറ്റോ എടുക്കാൻ അമ്മൂമ്മയോടൊപ്പം പോയപ്പോൾ എനിക്കൊരു

പൊതി കിട്ടി. അതിൽ നിറയെ കല്ലുകളായിരുന്നു. പല നിറത്തിൽ. ചിലത് പച്ച, ചിലത് ഊത നിറത്തിൽ, ഇളം നീല നിറത്തിൽ ഒക്കെ. പൊതിഞ്ഞു പിച്ചളയടുക്കിൽ വെച്ച ആ പൊതി ആരാണ് വെച്ചത് എന്നറിയില്ല എന്നാണ് അമ്മൂമ്മ പറഞ്ഞത്. ഓവൽ ആകൃതിയിൽ ഉണ്ടായിരുന്ന ചില കല്ലുകളിലൊന്ന് എന്നെ വല്ലാതെ ആകർഷിച്ചു. ഇളംനീലയും ശുഭ്രനിറവും കലർന്ന തേജസ്സുള്ള നിറമായിരുന്നു അതിന്. ''അതെനിക്ക് തരുമോ?'' ഞാൻ ചോദിച്ചു. വലുതാവുമ്പോൾ തരാം എന്ന് അമ്മൂമ്മ പറഞ്ഞുവെങ്കിലും ആ വാഗ്ദാനം ഒരിക്കലും പാലിക്കപ്പെടുകയുണ്ടായില്ല.

ആ കല്ലുകൾക്ക് പിന്നീട് എന്തുണ്ടായി എന്നറിയില്ല. പലതവണ ഞാൻ അന്വേഷിച്ചുവെങ്കിലും ഒരു തുമ്പും കിട്ടിയില്ല. വാഗ്ദാനങ്ങൾ അങ്ങനെയാണ്. തരുന്നവർ അത് ഉടനെ മറക്കും, എങ്കിലും ആ പ്രതീക്ഷ ഒരു കെടാവിളക്കായി അങ്ങനെ കത്തിനിൽക്കും, കിട്ടുന്നവരുടെ ഉള്ളിൽ. നിറവേറപ്പെടാതെ കിട്ടിയ ഒരുപാട് വാഗ്ദാനങ്ങൾ ഇപ്പോഴും ഉള്ളിലങ്ങനെ നിൽപ്പുണ്ട്. ഒരു കാർത്തിക രാത്രി പോലെ ചിലപ്പോൾ അവയൊന്നിച്ചു കത്തിജ്ജ്വലിക്കും. കെടുത്തിക്കളയാൻ മനസ്സ് വരില്ല. അതങ്ങനെയാണ്.

ഏഴിൽ പഠിക്കുമ്പോഴാണ് അച്ഛനെനിക്ക് കല്ല് വെച്ച ഒരു മോതിരം വാങ്ങിത്തരുന്നത്. ചുവന്ന സിന്ദൂരനിറമുള്ള കല്ലുകൾ വട്ടത്തിൽ പതിച്ച ഒരു മോതിരം. അതീവ സുന്ദരമായിരുന്നു അത്. എന്റെ നീണ്ട വിരലുകൾക്ക് അത് ഒരു പ്രത്യേക ഭംഗി നൽകി. ഒരു പത്ത് കൊല്ലത്തോളമെങ്കിലും അതെന്റെ മോതിരവിരലിൽ മാറാതെ കിടന്നു. തേഞ്ഞുതേഞ്ഞ് അതറ്റുപോവുംവരെ. (എട്ടാം ക്ലാസ്സിൽ പഠിക്കുമ്പോൾ ഒരു ജില്ലാതല ക്വിസ് മത്സരത്തിൽ പരിചയപ്പെട്ട ഒരു കുട്ടി നാലോ അഞ്ചോ കൊല്ലം കഴിഞ്ഞ് ആകസ്മികമായി കണ്ടപ്പോൾ എന്നെ ഈ മോതിരം കൊണ്ട് തിരിച്ചറിഞ്ഞു എന്ന് പറഞ്ഞാൽ വിശ്വസിക്കുമോ? അത്രയ്ക്കായിരുന്നു അതിന്റെ ഭംഗി.)

സങ്കടപ്പെടുത്തുന്ന ഒരോർമ്മ കൂടിയുണ്ട്. ഒൻപതാം ക്ലാസ്സിൽ പഠിക്കുമ്പോൾ ക്ലാസ്സിൽ ഫസ്റ്റ് ആയതിന് സമ്മാനമായി അച്ഛൻ എനിക്ക് ഒരു കൊടക്കടുക്കൻ അഥവാ ജിമുക്കി വാങ്ങിത്തന്നു. വളരെക്കാലത്തെ എന്റെ ഒരു സ്വപ്നമായിരുന്നു ആ ജിമുക്കികൾ. ഏകാദശിക്ക് അമ്മ ഇമിറ്റേഷന്റെ രണ്ടു ജിമുക്കികൾ അതിന് മുൻപ് വാങ്ങിത്തന്നുവെങ്കിലും അധികകാലം അതെനിക്കിടാൻ സാധിച്ചില്ല. മുക്ക് കാതിൽ ഇടുമ്പോൾ പഴുക്കുന്ന കാതായിരുന്നു എന്റേത്. അച്ഛൻ വാങ്ങിത്തന്ന ജിമുക്കി വളരെ സുന്ദരമായിരുന്നു. അരപ്പവനിൽ, അരികിൽ മുത്തുവെച്ച ജിമുക്കികൾ. ഒരോണക്കാലത്ത്

വാങ്ങിയ അവ ഞാൻ സ്കൂൾ തുറക്കുംവരെ കാതിൽ ഇട്ടില്ല. സ്കൂൾ തുറന്ന ആദ്യ ദിവസം അത് കാതിലിട്ട് കൂട്ടുകാരിയോടൊപ്പം ഞാൻ സ്കൂളിലേക്ക് പോയി. പകുതി വഴിയായപ്പോൾ ഒരു കാതിലെ ജിമുക്കി കാണുന്നില്ല. ശങ്കീരി നന്നായി മുറുക്കി ഇട്ടതാണ്. ഉറപ്പ്. ഞങ്ങൾ വഴി മുഴുവനും തിരഞ്ഞു. എങ്കിലും അത് തിരിച്ചു കിട്ടിയില്ല. കരഞ്ഞു വശംകെട്ട് വീട്ടിൽ എത്തിയ എന്നെ അമ്മയോ അച്ഛനോ തല്ലുകയുണ്ടായില്ല. അത്രയ്ക്കായിരുന്നു എന്റെ സങ്കടം. അച്ഛന്റെ എത്രയോ ദിവസത്തെ അധ്വാനം ആയിരുന്നു ആ ജിമുക്കികൾ. എങ്ങനെ അത് നഷ്ടപ്പെട്ടു എന്ന് ഇന്നും അതിശയമാണ്. അതോർത്താൽ ഇപ്പോഴും കണ്ണുകൾ നിറയും. പിന്നീട് പ്രീഡിഗ്രിക്ക് പഠിക്കുമ്പോൾ അച്ഛൻ വീണ്ടും ഒരു ജോടി ജിമുക്കി എനിക്ക് വാങ്ങിത്തരികയുണ്ടായി. ഇന്നും അതെന്റെ കയ്യിലുണ്ട്.

ചെറുപ്പത്തിൽ കൂടെക്കൂടിയ ഒന്നിനെയും ഞാൻ ഉപേക്ഷിച്ചില്ല. സ്കൂൾക്കാലത്ത് കാതിൽ കയറിയ വെള്ളക്കല്ല് വെച്ച കമ്മൽ തന്നെ ഇപ്പോഴും എന്റെ കാതിൽ. അതിന്റെ തിളക്കം കണ്ട് ബാങ്കിലെ ഒരു ഉദ്യോഗസ്ഥൻ കുറച്ചു വർഷങ്ങൾ മുൻപ് ചോദിച്ചു. ''എന്നമ്മാ ഇത് വൈരമാ.'' എന്ന്! ഇപ്പോഴും കല്ലുകളുടെ തിളക്കത്തിന് കുറവേതുമില്ല. അമേരിക്കൻ ഡയമണ്ട് ആണ് എന്നാണ് അച്ഛൻ പറഞ്ഞു തന്നിട്ടുള്ളത്. വലിയ വിലയുള്ളതൊന്നും അല്ല അത്. എങ്കിലും കാണാൻ നല്ല ഭംഗി തന്നെ. പഴയ ആഭരണപ്പണിയുടെ ഉറപ്പോ ഭംഗിയോ ഒന്നും ഇന്നത്തെ പണികൾക്കില്ല.

ആഭരണങ്ങളോടുള്ള എന്റെ ഇഷ്ടം ഇവയിലൊതുങ്ങി. ജീവിതത്തിൽ ഒരലങ്കാരത്തോടും ആവേശം തോന്നിയില്ല. ഒരുപക്ഷേ ചെറിയ പ്രായത്തിൽ തന്നെ വന്ന ഹൃദ്രോഗം തന്ന ആഘാതമാവാം അതിനു കാരണം എന്ന് ഓർക്കുമ്പോൾ തോന്നാറുണ്ട്. ജീവിതത്തെ ജീവിതത്തിൽ നിന്ന് മാറി നിന്ന് ഒരുതരം നിസ്സംഗതയോടെ കാണാനാണ് അതെന്നെ പഠിപ്പിച്ചത്. പുസ്തകങ്ങൾ മാത്രമേ ആർത്തിയോടെ വാങ്ങിയിട്ടുള്ളൂ. എന്നും.

ചെറുപ്പത്തിൽ സ്വപ്നം കണ്ട പാലയ്ക്കാ മോതിരം എന്തുകൊണ്ടോ ഞാൻ ഒരിക്കലും വാങ്ങുകയുണ്ടായില്ല! എനിക്ക് ഞാൻ തന്നെ കൊടുത്ത പാലിക്കപ്പെടാത്ത വാഗ്ദാനങ്ങളിൽ ഒന്നായി അതും നിലകൊണ്ടു. ചില മോഹങ്ങൾ നടക്കാതെ മനസ്സിൽ കൊണ്ട് നടക്കാനാണ് സുഖം, അല്ലേ?

■

എന്റെ കഥയെഴുത്തിന്റെ കഥ

ഏകാന്തവും വിഷാദപൂർണ്ണവുമായ ഒരു ദിവസമായിരുന്നു അത്. ചെറിയമ്മ എന്നോട് തല്ലുകൂടി മുഖം വീർപ്പിച്ചിരിക്കുന്നു. അനിയൻ എന്ന ഉപഗ്രഹം അവളെ ചുറ്റിപ്പറ്റിത്തന്നെയുണ്ട്. അവർ രണ്ടുപേരും കൂടി ഗുലാൻ കളിക്കാനുള്ള പുറപ്പാടാണ്. ചെറിയമ്മാവൻ സെറ്റ്കാരോടൊപ്പം പതിവ് സർക്കീട്ടിൽ. ഞാൻ മാത്രം കൂട്ടൊന്നും ഇല്ലാതെ ഇങ്ങനെ കാലും തട്ടി നടക്കുന്നു. എന്നെ ആർക്കും വേണ്ട, ആർക്കും. എനിക്കാരുമില്ല. എന്റെ കണ്ണുകൾ നിറഞ്ഞൊഴുകി. അമ്മപോലും അവരുടെ ഭാഗത്താണ്. എന്തൊരു ലോകം.

രാവിലെ അമ്പലക്കുളത്തിൽ വെച്ച് തുടങ്ങിയ ശണ്ഠയാണ് ഈ വിധം ആയിത്തീർന്നത്. മേല് സോപ്പ് തേയ്ക്കുമ്പോൾ അറിയാതെ അവളുടെ കണ്ണിൽ വീണുപോയി. മനപ്പൂർവം അല്ല. അതിന് അവൾ തന്നെയാണ് ആദ്യം തല്ലു കൂടാൻ വന്നത്. എനിക്ക് ദേഷ്യം വന്ന്, ഉണ്ടമറിയം എന്ന അവളുടെ 'മറ്റേ'പ്പേര് ഞാൻ ഉറക്കെ വിളിച്ചത് കുളപ്പുരയിലെ ചെക്കന്മാർ കേട്ടു എന്നാണ് കേസ്. അല്ലെങ്കിലും തീരെ ചെറിയ കാര്യങ്ങൾ മതി അവൾക്ക് മുഖം വീർപ്പിക്കാൻ. വിധി, അമ്മ അവൾക്കനുകൂലമായി വിധിക്കുകയും ചെയ്തു. എനിക്ക് ക്ഷീണവുമായി.

ഞാൻ വെറുതെ അവരുടെ മുന്നിൽക്കൂടി തേരാപാര നടന്നു. ഒരു മൈൻഡ് ഇല്ല രണ്ടിനും. ആവട്ടെ, അല്ലെങ്കിലും കാര്യം വരുമ്പോൾ അവർ അടയും ചക്കരയും തന്നെ. ഞാൻ കൂട്ടത്തിൽ ചേരാത്തവൾ. ഒറ്റപ്പൂരാടം. എനിക്ക് സങ്കടം വന്നു.

സങ്കടങ്ങളിൽ എനിക്കഭയം എന്നും എന്റെ തട്ടിൻപുറമാണ്. അവിടെ എന്റെ സ്വന്തം പെട്ടിയിൽ ഞാൻ ശേഖരിച്ച വസ്തുവകകൾ ഉണ്ട്. വളപ്പൊട്ടുകൾ, വെള്ളാരം കല്ലുകൾ, തീപ്പെട്ടിച്ചിത്രങ്ങൾ ഒക്കെ. വളപ്പൊട്ടുകൾ ഉരുക്കി ഞാൻ ഉണ്ടാക്കിയ മാല, തീപ്പെട്ടിച്ചിത്രങ്ങൾ തരംതിരിച്ച് ഒട്ടിച്ചു വെച്ച പഴയ പുസ്തകം ഇത് രണ്ടും ഞാനാരേയും തൊടീക്കാറില്ല. പിന്നെ എന്റെ കാലിഡോസ്കോപ്പും. അതിൽ വളപ്പൊട്ടിട്ട് പല ഡിസൈൻ നോക്കിയിരുന്നാൽ നേരം പോവുന്നതറിയില്ല. കുറേ

നേരം അതെല്ലാം നോക്കിയിരുന്നു. വെറുതെ. തട്ടിൻപുറത്തെ നരച്ച വെളിച്ചത്തിൽ ജനൽ പിടിച്ചു ഞാൻ റോഡും നോക്കി നിന്നു.

നല്ല കാറ്റ്. വരാന്തയ്ക്ക് മുന്നിലെ പുളിയുടെ മേലെ ഒരു അണ്ണാൻ ചറപറ ചിലക്കുന്നു. ചിലപ്പിനനുസരിച്ച് അതിന്റെ വാൽ താളം പിടിക്കുന്നത് കാണാൻ നല്ല രസം. വാല് പോയാൽ അതിനെ കാണാൻ ഒരു രസോം ഉണ്ടാവില്യ. ഞാനോർത്തു. പുളിയുടെ തുന്നാടിക്കൽ ഒരു കാക്ക കൂട് വെച്ചിരിക്കുണു. മുട്ടകൾ ഉണ്ടോ ആവോ? ചെറിയമ്മാവനോട് കയറി നോക്കാൻ പറയണം. ചിലപ്പോൾ കാക്കയല്ല, കുയിലാവും മുട്ട ഇട്ട് വെക്കുക. അങ്ങനെ ആണെങ്കിൽ മുട്ടയിൽ പുള്ളിക്കുത്ത് ഉണ്ടാവും. അമ്മാവൻ പറഞ്ഞതാണ്. സത്യാണോന്ന് നല്ല നിശ്ചയമില്ല.

മേശപ്പുറത്തെ നോട്ട് ബുക്ക് എന്നെ നോക്കി. ഞാനില്ലേ നിനക്ക് എന്ന മട്ടിൽ. മനോരമ വീക്കിലിയിൽ വരുന്ന ചിത്രങ്ങൾ നോക്കി അതേ പോലെ ഞാൻ വരയ്ക്കാൻ ശ്രമിക്കാറുള്ളത് ഈ നോട്ട് ബുക്കിലാണ്. പെണ്ണുങ്ങളെ വരയ്ക്കാനാണ് എനിക്കിഷ്ടം. വട്ടമുഖവും നിറയെ മുടിയും ഉള്ളവർ. അവർ ഏടുകളിൽ നിന്ന് എന്നെ ഉറ്റു നോക്കുന്നു. ഞാൻ ബുക്കെടുത്ത് വെറുതെ കുത്തിക്കുറിക്കാൻ തുടങ്ങി. എനിക്ക് തോന്നിയതൊക്കെ. ചെറിയമ്മയും അനിയനും അവരുടെ കുനിഷ്ടുകളും ഒക്കെ വിസ്തരിച്ച് എഴുതി. ഇരുന്നിരുന്ന് ഞാൻ ഉറങ്ങിപ്പോയി. ''എന്താടീ കൊഴിഞ്ഞലെ ചെയ്യണ്.'' ചെറിയമ്മയാണ്. ശുണ്ഠി മാറി അവൾ കൂട്ടു കൂടാൻ വന്നിരിക്കുന്നു.

ഇതെന്താ? അവൾ പുസ്തകം എടുത്തു നോക്കി. 'ചേച്ചീ' അവൾ വിളിച്ചു കൂവി. ''അതേയ്, ദാ കൊഴിഞ്ഞല് കഥ എഴുത്യേക്കണൂ.'' എല്ലാരേം കാണിക്കാനായി അവൾ ചടപടാ കോണിയിറങ്ങിപ്പോയി. പിന്നാലെ ഞാനും. എത്ര ശ്രമിച്ചിട്ടും പുസ്തകം അവളുടെ കയ്യിൽ നിന്ന് എനിക്ക് തട്ടിപ്പറിക്കാൻ കഴിഞ്ഞില്ല.

എന്റെ കഥ കണ്ട് അമ്മയും അമ്മൂമ്മയും ചിരിയമർത്തി. കഥയിൽ ചെറിയമ്മ വില്ലൻ (അഥവാ വില്ലത്തി). അനിയൻ ഉപവില്ലൻ! ഞാൻ ദുഃഖപുത്രിയായ നായിക. 'നല്ല കഥ!' ചെറിയമ്മാവൻ മാത്രം പറഞ്ഞു, ''നന്നായിണ്ട്, ഇനീം എഴുതും നീയ്യ്. ഉറപ്പാ.''

ഇങ്ങനെയാണ് കൂട്ടരേ, ഞാൻ 'കഥയെഴുത്തുകാരി' ആയിത്തീർന്നത്. ആയതല്ല ആക്കിയതാണ്, ശരിക്കും. ഇതിൽ എന്റെ തെറ്റുണ്ടോ?

■

ചന്ദ്ര

ഇപ്പോഴാണ് അമ്മ വിളിച്ചു പറഞ്ഞത്.

''നമ്മുടെ ചന്ദ്ര മരിച്ചു പോയി. തലയിലെ ഞെരമ്പു പൊട്ടീട്ടാണത്രെ.'' ചന്ദ്രയെ നിങ്ങൾക്ക് ഇതിനകം പരിചയമായിക്കഴിഞ്ഞിരിക്കും. കഴിഞ്ഞ അദ്ധ്യായങ്ങളിൽ പലപ്പോഴും അവൾ മിന്നിമറഞ്ഞിട്ടുണ്ട്. ചന്ദ്ര! ഞങ്ങളുടെ കളിക്കൂട്ടുകാരി. തറവാട്ടിൽ, അടുക്കളയിൽ സഹായിക്കാൻ അമ്മൂമ്മ കണ്ടെത്തിയതാണ് അവളെ. ജാതിയിൽ താഴ്ന്ന ആളെ അടുക്കളയിൽ കേറ്റിയ കുറ്റത്തിന് ബന്ധുക്കൾ വിധിച്ചപ്പോൾ അമ്മൂമ്മ പറഞ്ഞു. ''ഓള് ന്റെ മോളാ. ആർക്കാ ചേതം?'' അതെ! ചന്ദ്ര അമ്മൂമ്മയുടെ മകളും ഞങ്ങളുടെ കൂട്ടുകാരിയും വീട്ടിലെ അംഗവും ആയിരുന്നു. എല്ലാത്തിനും എല്ലാവർക്കും ചന്ദ്ര വേണം. എന്തിനും.

സീൻ ഒന്ന്:

ഉച്ചതിരിഞ്ഞ നേരമാണ്. കുളത്തിൽ ഒറ്റ മനുഷ്യക്കുഞ്ഞില്ല. വന്യമായ ഒരു നിശ്ശബ്ദതയുണ്ട് ആ നേരത്തിന്. കുളത്തിന്റെ വക്കത്തെ മാവിൻചില്ലകളിൽ കാറ്റ് കൂടുകൂട്ടുന്ന ശബ്ദം.

കുളത്തിലെ കുണ്ടൻ കടവിൽ ചന്ദ്ര തുണി തിരുമ്പുന്നു. ഞങ്ങൾ, ഞാനും ചെറിയമ്മയും തോർത്ത് മുണ്ട് വിടർത്തി മീൻ പിടിക്കുന്നു. മുതിർന്ന ചന്ദ്രയ്ക്ക് കാവലിന്, കുട്ടികളായ ഞങ്ങളെ കൂടെ അയച്ചതാണ് അമ്മൂമ്മ. പെട്ടെന്ന് വലിയൊരു കണ്ണൻ മത്സ്യം ചന്ദ്രയുടെ മിനുത്ത കാലുകളിൽ കുസൃതി കാട്ടാൻ തുടങ്ങി. അവനങ്ങനെ വളഞ്ഞു പുളഞ്ഞു കളിക്കയാണ്. ചന്ദ്ര ഉടുത്തിരുന്ന പാവാട തഞ്ചത്തിൽ താഴ്ത്തി അവനെ പിടികൂടി. ഇപ്പോഴവൻ പാവാടയ്ക്കുള്ളിൽ കിടന്നു പുളയ്ക്കുന്നു. ഞങ്ങൾ ചന്ദ്രയുടെ പാവാട കൂട്ടിപ്പിടിച്ചു. ഊക്കൻ മത്സ്യമാണ്. അവനെ വഴക്കുക എളുപ്പമല്ല. ഉയർത്തിപ്പിടിച്ച പാവാടയുമായി ഞങ്ങൾ മൂന്നുപേരും കൂടി പതുക്കെ കരയ്ക്ക് കയറാൻ നോക്കുന്നു. അപ്പോഴാണ്, അപ്പോൾ മാത്രമാണ് ഞാനത്

ശ്രദ്ധിച്ചത്! ഒരു ചെറുപ്പക്കാരൻ കുളക്കരയിൽ ഞങ്ങളുടെ തത്രപ്പാട് കണ്ടു രസിച്ചു നിൽക്കുന്നു. ചുണ്ടത്ത് പുകയുന്ന ബീഡിയുണ്ട്.

''അയ്യോ, ചന്ദ്രേ, ദാ ഒരാൾ.'' ഞാൻ ഒച്ചവെച്ചതും ചന്ദ്ര പാവാട താഴ്ത്തിയതും കണ്ണൻ മീൻ രക്ഷപ്പെട്ടതും ഒപ്പം.

ആ ഇച്ഛാഭംഗത്തെ ഉറക്കെ ചിരിച്ചു തെറിപ്പിച്ചുകൊണ്ട് ഗോപാലൻ എന്ന അയാൾ കുറ്റിബീഡി വലിച്ചെറിഞ്ഞു നടന്നുപോയി. എനിക്ക് അയാളെ കൊല്ലണം എന്ന് തോന്നി.

സീൻ രണ്ട്:

ചന്ദ്ര വിതുമ്പിക്കരയാണ്. വലിയ കണ്ണുകളിൽ നിന്ന് പെയ്തു പെയ്തു വീഴുന്നു മഴയുടെ മുഴുത്തുരുണ്ട തുള്ളികൾ.

''ചന്ദ്ര എന്തിനാ കരേണേ?'' ഞാനും ചെറിയമ്മയും കരച്ചിലിന് ഐക്യദാർഢ്യം പ്രഖ്യാപിച്ച് അടുത്ത് തന്നെയുണ്ട്.

''ഗോപാലൻ കൈയ്യുമ്മേ പിടിച്ചേനാ?'' ഞാൻ ചോദിച്ചു.

രാവിലെ പിന്നാമ്പുറത്തെ മുറ്റം അടിച്ച് തീർത്ത് ഇടവഴിയിലേക്കുള്ള പടിയുടെ അവിടെ അടിക്കുമ്പോൾ ആണ് അതുണ്ടായത്. വഴിയേ പോയ ഗോപാലൻ ചന്ദ്രേടെ കൈയിൽ പിടിച്ചു. ഞാനും ചെറിയമ്മയും അതിന് സാക്ഷികളാണ്. അപ്പോൾ തുടങ്ങിയ കരച്ചിലാണ്.

''അമ്മൂമ്മയോട് പറയട്ടെ? അവനെ നമ്മക്ക് തല്ലുകൊള്ളിക്കാം.''

ഞാൻ വീണ്ടും പറഞ്ഞു. ചന്ദ്രയുടെ തേങ്ങൽ നിലച്ചു. ''വേണ്ട. പാവല്ലേ.'' കരച്ചിലിനിടയിൽ ചന്ദ്ര പുഞ്ചിരിച്ചത് മാത്രം എനിക്ക് മനസ്സിലായില്ല. മഴ പെയ്യുമ്പോൾ പൊടുന്നനെ വെയിൽ ഉദിച്ചപോലെ പ്രകാശമുള്ള പുഞ്ചിരി.

സീൻ മൂന്ന്:

മുത്തശ്ശിയുടെ ചെറിയോപ്പ തറവാട്ടിൽ താമസിക്കാൻ വന്നിരിക്കുന്നു. നിമിഷകവിയും രസികനുമാണ് ആ അമ്മാമ്മ. ചന്ദ്ര ചായ ഉണ്ടാക്കിക്കൊണ്ടു കൊടുത്തു. ചായ കുടിച്ച് കപ്പ് തിരിച്ചു കൊടുത്തുകൊണ്ട് അമ്മാമ്മ പാടി. ''എങ്കിലും ചന്ദ്രികേ, നമ്മൾ കാണും, സങ്കല്പലോകമല്ലീയുലകം!''

''അമ്മാമേ, എന്നോട് വേണ്ടട്ടോ കളിയാക്കല്.'' രമണനേയും ചന്ദ്രികയേയും അറിയാത്ത ചന്ദ്ര ശുണ്ഠിയെടുക്കുന്നു! ''ഞാൻ അമ്മയോട് (അമ്മൂമ്മ) പറഞ്ഞു കൊടുക്കും.'' എല്ലാർക്കും ഇഷ്ടമായിരുന്നു അവളെ. തറവാട്ടിൽ അവൾ നിറഞ്ഞു നിന്നു, പ്രകാശം പോലെ!

ചന്ദ്രയ്ക്ക് എന്നേക്കാളും ചെറിയമ്മയെക്കാളും മൂന്നോ നാലോ വയസ്സേ കൂടൂ. ഞങ്ങൾ പതിന്നാലുകാരികൾ! ചന്ദ്ര പതിനെട്ടുകാരി. ഞങ്ങൾ ചങ്ങാതികൾ. രഹസ്യം പങ്കിടുന്നവർ. സുന്ദരിയായിരുന്നു ചന്ദ്ര. സദാ മന്ദഹാസം ഒളിച്ചു കളിക്കുന്ന ചുവന്നു മാംസളമായ ചുണ്ടുകൾ. വലിയ, കുറച്ചു ചാരനിറം പൂണ്ട കണ്ണുകൾ. കഴുത്തിലും കവിളിലും പടർന്നു കിടക്കുന്ന ചുണങ്ങ്. ബ്ലൗസ്സിനുള്ളിൽ ഒതുങ്ങാൻ കൂട്ടാക്കാതെ സദാ എത്തിനോക്കുന്ന യൗവനം. ചടുലമായ സംസാരവും രീതികളും. ഇതായിരുന്നു ഞങ്ങളുടെ ചന്ദ്ര. ആ ശബ്ദവും സംസാരവും ദാ, ഇപ്പോഴും കണ്ണടച്ചിരുന്നാൽ എനിക്ക് കേൾക്കാം.

ബേബിക്കുട്ടീ എന്ന വിളിയും ഞങ്ങളുടെ കുസൃതികളും. ''എല്ലാം എല്ലാം ഓർമ്മയുണ്ട്, ഇപ്പോഴും. വ്യക്തതയോടെ. കാലം മാറ്റ് കുറയ്ക്കാത്ത മുത്തുകളായി.

ആ ചന്ദ്രയാണ്, തലയിലെ ഞരമ്പ് പൊട്ടി...

ഓർമ്മ ഒരു ചലച്ചിത്രംപോലെ അടഞ്ഞ കണ്ണുകൾക്ക് മീതെ ചലിക്കുമോ മരിച്ചു പോവുമ്പോൾ? എങ്കിൽ ചന്ദ്രയും ഓർക്കുന്നുണ്ടാവും അതൊക്കെ. മൂന്നു പാവാടക്കാരികൾ പറങ്കിയണ്ടി ചുട്ടുതല്ലിയും പൂവറുത്തും കൊത്തങ്കല്ലാടിയും കളിച്ചു നടന്നത്.

ഓർമ്മകൾ മരിക്കുമോ? മരണം നമുക്കല്ലേയുള്ളൂ. അല്ലേ?

■

'ഹരിശ്രീ ഗണപതയേ നമഃ
അവിഘ്നമസ്തു..'

ഷൊർണൂരിലെ തെരുവുകളിൽ കരിമ്പും പൊരിയും നിറയുന്ന കാലമാണ് നവരാത്രിക്കാലം.

റെയിൽവേ സ്റ്റേഷന്റെ അടുത്തുള്ള തമിഴ്തെരുവുകളിൽ നിറയെ പൂജാ സാമാനങ്ങൾ. പൊരിയും അവിലും മലരും കരിമ്പും സാമ്പ്രാണിയും പൂവും അവിടെ വഴിവക്കുകളിൽ നിരക്കുന്ന കാലം. തമിഴ് പേശുന്ന, കറുത്ത് തടിച്ച കവിളിൽ മഞ്ഞൾ തേച്ച തമിഴത്തികൾ നിരന്നിരുന്നു കച്ചവടം ചെയ്യുന്ന കാണാൻ തന്നെ രസമാണ്. അച്ഛന്റെ കൂടെ ആ തെരുവുകളിൽ കരിമ്പു വാങ്ങാൻ പോവും ഞങ്ങൾ. വലിയ കരിമ്പിൻതണ്ട് തോളിലേറ്റി അവനും പൊരി നിറച്ച പൊതിയും ആയി ഞാനും അച്ഛന്റെ പിന്നാലെ അങ്ങനെ നടക്കും. അവൻ എന്നാൽ അവൻ തന്നെ. എന്റെ പ്രധാന ശത്രു. എന്റെ കുഞ്ഞനിയൻ. ആ തെരുവ് കടന്ന്, അമ്പലക്കുളത്തിനു പിന്നിലെ ചാലും കടന്ന് പാടത്തോട് ചേർന്നുള്ള ചെറിയ വരമ്പും കരിങ്കൽ പതിച്ച ഒരു കയറ്റവും കഴിഞ്ഞു വേണം ഞങ്ങളുടെ വീട്ടിൽ എത്താൻ. അച്ഛന്റെ കൂടെ അങ്ങനെ നടക്കാൻ നല്ല രസമാണ്. ദൂരം അറിയുകയേ ഇല്ല.

പുസ്തകം പൂജയ്ക്ക് വെയ്ക്കുക വീട്ടിൽ തന്നെ. പത്രക്കടലാസ്സിൽ പാഠപുസ്തങ്ങൾ വൃത്തിയായി പൊതിഞ്ഞു മേശമേൽ പൂജയ്ക്ക് വെയ്ക്കും. രണ്ടു കെട്ടുകൾ. ഒന്ന് അവന്റെ, മറ്റൊന്ന് എന്റെയും. ഞാൻ കണക്കിന്റെയും ചരിത്രത്തിന്റെയും പാഠപുസ്തകങ്ങളാണ് പൊതിഞ്ഞു വെയ്ക്കുക. എനിക്ക് ഏറ്റവും ഇഷ്ടം ഉള്ള വിഷയങ്ങൾ. അനിയന് ആ വക നോട്ടം ഒന്നുമില്ല. ഏതെങ്കിലും എടുത്തു തരും. ഞാനത് പൊതിഞ്ഞു പൂജക്ക് വെയ്ക്കും. അച്ഛനാണ് പൂജാരി. പരികർമ്മി അവനും. അവൽ, മലര്, ശർക്കര, കൽക്കണ്ടം, കരിമ്പിൽ തുണ്ടങ്ങൾ എന്നിവയാണ് പൂജാദ്രവ്യങ്ങൾ. 'സർവ മംഗള മംഗല്യേ ശിവേ...' എന്ന ശ്ലോകം ചൊല്ലിയാണ് പൂജ. രാവിലെ കുളി കഴിഞ്ഞ് ചന്ദനം തൊട്ട് ചമ്രം പടിയിട്ട് അങ്ങനെ ഇരിക്കും പൂജയ്ക്ക്.

ഒരിക്കൽ പൂജ കഴിഞ്ഞു വെച്ച വിളക്കിൽ നിന്ന് തീ പടർന്നു മേശയുടെ ഒരു മൂല കത്തിക്കരിഞ്ഞു. ഇപ്പോഴും ഉണ്ട് വീട്ടിൽ കരിഞ്ഞ പാടുമായി ആ മേശ. പഴയ പുസ്തകത്താളിൽ ഇരുന്നുണങ്ങിയ ഒരു പൂവിതൾ പോലെ, മേലത്തെ വിരിപ്പിനുള്ളിൽ ഒളിച്ചിരിക്കുന്നു ആ കരിഞ്ഞ പാടുകൾ...

വെട്ടുകത്തി കൊണ്ടു അമ്മ തുണ്ടമാക്കിത്തരുന്ന കരിമ്പിൽ കഷ്ണങ്ങൾക്ക് നല്ല മധുരമാണ്. വായിലിട്ട് നന്നായി കടിച്ചു ചവക്കണം മധുരമുള്ള നീരിറങ്ങി വരാൻ. ഒലിച്ചിറങ്ങുന്ന കരിമ്പിൻ നീര് നക്കിത്തുടച്ച്, കടിച്ചു ചവച്ചു ഞങ്ങൾ തുപ്പിക്കളഞ്ഞ കരിമ്പിൻ ചണ്ടികൾ, നീര് വറ്റി, ഓർമ്മയുടെ ഏതൊക്കെയോ മൂലകളിൽ ഇപ്പോഴും അങ്ങനെ ചിതറി ചിതറി കിടക്കുന്നു.

പുസ്തകം തൊടരുത്. വായിക്കരുത്. ബുദ്ധി പോവും. മണ്ടനാവും. അതാണ് പൂജവെപ്പിന്റെ നിയമം. കുട്ടികളോട് സ്നേഹമുള്ള ആരോ കണ്ടുപിടിച്ച നിയമം ആവാം. കളിക്കാലോ മതിയാവോളം. ആരും പഠിക്കാൻ പറയില്ല. ഗൃഹപാഠം ചെയ്യണ്ട. അടി കൊള്ളേണ്ട! നല്ല സുഖം.

കളിക്കാൻ മാത്രമുള്ള രണ്ടു ദിവസങ്ങൾ. പക്ഷേ മനോരമയുടേയും വനിതയുടേയും (അക്കാലത്ത് അത് കൊച്ചുകുട്ടികളും വായിച്ചിരുന്നു) കൊതിപ്പിക്കുന്ന മണം സിരകളെ ത്രസിപ്പിക്കും. പിടിച്ചു നിൽക്കാനാവാതെ, ബലഹീനമായ എന്റെ മനസ്സ് രഹസ്യമായി അമ്മ കാണാതെ ആ താളുകൾ തേടിപ്പോവും. വായിക്കും. ബുദ്ധി കുറയുമോ, സരസ്വതി ദേവി കോപിക്കുമോ എന്നിങ്ങനെ ഉള്ള ഉത്കണ്ഠകളിൽ മനസ്സ് വീണുഴറും.

വിജയദശമി നാൾ ഉണക്കലരിയിൽ ഹരിശ്രീ കുറിച്ച് ജീവിതത്തിന്റെ കാവ്യാനുഭവങ്ങൾ ഞങ്ങൾ വീണ്ടെടുക്കും. ഓരോ വിജയദശമിയും പുതിയ ഒരു തുടക്കത്തിലേക്ക് ഞങ്ങളെ ആനയിക്കും.

‘‘അമ്മേ. എന്നെ മണലിൽ കൈ പിടിച്ച് എഴുതിക്കൂ. ഞാൻ മിടുക്കി ആവട്ടെ.’’ വലുതായിട്ടും ചിണുങ്ങുന്ന എന്റെ മകൾ. ‘‘ഞാനും എഴുതാം. എനിക്കും വേണ്ടേ അനുഗ്രഹങ്ങൾ’’ എന്ന് അവളുടെ അച്ഛൻ, ‘‘എടീ അക്ഷരം തെറ്റാതെ പറഞ്ഞു താ...’’ എന്ന് അനിയൻ. ‘‘മോളെ... അവന്റെ കൈപിടിച്ച് എഴുതിക്കൂ’’ എന്ന് അമ്മ...

എവിടെ? നിങ്ങളൊക്കെ?

എനിക്ക് ചുറ്റും പുഞ്ചിരി പൊഴിക്കുന്ന ഓർമ്മകളുടെ ഈ കർപ്പൂര ഗന്ധത്തിൽ, വന്നടുത്തിരിക്കൂ... ഒരിക്കൽ കൂടി ഞാൻ ഒന്ന് ഹരിശ്രീ കുറിക്കട്ടെ.

■

ഒരു മൂക്കുത്തിക്കഥ

കുറേക്കാലത്തിനുശേഷം, കൃത്യമായി പറഞ്ഞാൽ നാല് വർഷങ്ങൾക്കു ശേഷമാണ് സ്വന്തം വീട്ടിൽ കിടന്നുറങ്ങുന്നത്. അതൊരു വല്ലാത്ത സുരക്ഷിതത്വം തന്നെ. എന്റെ വീടിന്റെ മണം, അതെന്റെ മണമാണ്. അതിന്റെ ഓരോ മുക്കിനും മൂലയ്ക്കും എന്റെ ഛായയാണ്. ഏത് ഇരുട്ടിലും തപ്പിത്തടയാതെ വഴിനടത്താൻ കഴിയുന്ന എന്റെ സ്വന്തം ഇടം.

രാത്രി വെറുതെ പഴയ ആൽബങ്ങൾ എടുത്തു നോക്കി. കുട്ടിക്കാലക്കുറുമ്പുകളിലെ കഥാപാത്രങ്ങൾ അതിൽ ചിരിച്ചു നിൽക്കുന്നു. കൂട്ടത്തിൽ ഒരു ചിത്രം, മൂക്കുത്തി ഇട്ട് ചിരിച്ചു നിൽക്കുന്നു രണ്ടു പെൺകിടാങ്ങൾ.

പ്രീഡിഗ്രി വെക്കേഷൻ കാലത്താണ് മൂക്ക് കുത്താൻ ഞങ്ങൾക്ക് മോഹം ഉദിച്ചത്. ഞങ്ങൾ എന്നാൽ ഞാനും ചെറിയമ്മയും തന്നെ. തറവാട്ടിൽ ഒരുവിധം എല്ലാ സ്ത്രീകളും മൂക്ക് കുത്തിയിട്ടുണ്ട്. അമ്മൂമ്മ, മറ്റമ്മ, അച്ഛമ്മ (ഇതിൽ അമ്മൂമ്മയുടെ മൂക്കുത്തി അതിമനോഹരമായിരുന്നു.) അങ്ങനെ എല്ലാവരും. അമ്മ മാത്രമാണ് മൂക്ക് കുത്താത്ത ഒരാൾ. അമ്മ എന്താണാവോ മൂക്ക് കുത്താഞ്ഞത്? അങ്ങനെ തറവാട്ടു പാരമ്പര്യം തുടർന്നു പോവാൻ തീരുമാനിച്ച എന്നെയും ചെറിയമ്മയേയും അമ്മൂമ്മ നിരുപാധികം പിന്തുണച്ചു. അടുത്തുള്ള തട്ടാനെക്കൊണ്ട് ചുവന്ന കല്ല് വെച്ച രണ്ട് സുന്ദരമൂക്കുത്തികൾ പണിയിപ്പിക്കയും ചെയ്തു.

ഒരു കാര്യം പറയണമല്ലോ. ഞങ്ങളുടെ എല്ലാ കുട്ടിക്കുറുമ്പുകളും കുറേയൊക്കെ വകവെച്ചു തന്നിരുന്ന സ്നേഹമയി ആയിരുന്നു എന്റെ അമ്മൂമ്മ. രാത്രി പാതിരയ്ക്ക് മാങ്ങ പെറുക്കാനും, കുട്ടിപ്പുര ഉണ്ടാക്കാനും മുറ്റത്ത് അടുപ്പ് കൂട്ടി പായസം വെക്കാനും ഞങ്ങളുടെ കൂടെ കൂടും. രാത്രി 'കൊട്ടത്തിലാമ്പേ വെള്ളം കോര്യോ, കുട്ട്യോളെ കുളിപ്പിച്ചോ, കൊട്ടത്തിലാമ്പ് കുളിച്ചോ' എന്ന കളി

എനിക്ക് പഠിപ്പിച്ചു തന്നതും അമ്മൂമ്മ തന്നെ. എന്റെ മോൾക്ക് വല്യ ഇഷ്ടമായിരുന്നു ആ കളി. കിടന്ന് കൊണ്ട് മുട്ടിന്മേൽ അവളെ കിടത്തി പതിയെ കാല് പൊക്കി മറിച്ചിടുന്ന ഒരു കളിയാണത്. കുട്ടിക്കാലത്ത് രാത്രി കിടക്കുമ്പോഴാണ് ഞങ്ങൾ കുട്ടികൾ അത് കളിക്കാറ്.

ഫ്ളാഷ് ബാക്ക് കഴിഞ്ഞു. മൂക്കുത്തിയിലേക്ക് വരാം.

നാട്ടിൽ ഒരുവിധം കുഞ്ഞുക്കുട്ടികളുടെ കാതും മങ്കമാരുടെ മൂക്കും കുത്തി പേരെടുത്ത ജാനകിയമ്മ തന്നെയാവണം ഞങ്ങളുടെ മൂക്കും കുത്തേണ്ടത് എന്ന് തീരുമാനിക്കപ്പെട്ടു. ദിവസവും സമയവും പണിക്കർ കുറിച്ച് തന്നു. മൂക്കുത്തി ഞങ്ങൾക്ക് തരാൻ പോവുന്ന അഭൗമസൗന്ദര്യം സ്വപ്നം കണ്ട് ഞങ്ങൾ ആനന്ദവിവശരായി.

മൂക്ക് കുത്തേണ്ട ദിവസം അങ്ങനെ സമാഗതമായി. അമ്മൂമ്മ സമേതരായി ഞങ്ങൾ ജാനകിയമ്മയുടെ വീട്ടിലെത്തി. നല്ല ഉയരവും ഒത്ത വണ്ണവും ഉള്ള പ്രൗഢയായ ഒരു സ്ത്രീ. അതാണ് ജാനകിയമ്മ. ജാനകിയമ്മയുടെ കൈയിലെ, സൂചിയോട് ഉപമിക്കാവുന്ന, മൂക്ക് കുത്താനുള്ള 'ആയുധം' എന്റെ ധൈര്യം മുഴുവൻ ചോർത്തിക്കളഞ്ഞു. കുരിശുകണ്ട ചെകുത്താനെപ്പോലെ മനസ്സ് പിടയ്ക്കാൻ തുടങ്ങി. ധൈര്യശാലിയായ ചെറിയമ്മയുടെ മൂക്കാണ് ആദ്യം കുത്തിയത്. സൂചി പച്ചമാംസത്തിൽ കയറിയിറങ്ങി, ചോര കിനിഞ്ഞു വന്നിട്ടും അവൾ കരയാതെ നിന്നു. മൂക്കുത്തി ചോരയിൽ കുളിച്ചു തുവർത്തി തിളങ്ങി വിളങ്ങി നിന്നു അവളുടെ മുഖത്ത്. അത് എന്നിൽ ചെറിയൊരു ഉത്തേജനം നിറച്ചു. അടുത്തത് എന്റെ ഊഴം. പച്ചിലയെ നോക്കിയാൽ വേദന അറിയില്ല എന്നൊക്കെ പറഞ്ഞു മോഹിപ്പിച്ചുവെങ്കിലും നല്ല ഒന്നാന്തരം വേദനയായിരുന്നു. എങ്കിലും, മൂക്കുത്തി എന്റെ മൂക്കിന് കൊടുക്കാൻ പോകുന്ന 'പ്രാധാന്യം' ഓർത്ത് ഞാൻ വേദന കടിച്ചു പിടിച്ചു നിന്നു. ദോഷം പറയരുതല്ലോ. വീട്ടിൽ വന്നു കണ്ണാടി നോക്കിയപ്പോൾ ഞങ്ങളുടെ മുഖകാന്തി നൂറിരട്ടിയായി വർദ്ധിച്ചു എന്ന് ഞങ്ങൾക്ക് തോന്നി. അത് ഞങ്ങൾക്ക് ചില്ലറ അഭിമാനമല്ല തന്നത്.

മൂക്ക് കുത്തിയതോടെ എല്ലാം ശുഭമായി എന്നും ഞങ്ങൾ 'സുരസുന്ദരികളായി' എന്നുമുള്ള എന്റെ ധാരണ തെറ്റാൻ അധികം നാൾ വേണ്ടി വന്നില്ല. മുഖം കഴുകി തോർത്തുമ്പോൾ സദാ തോർത്ത് മൂക്കുത്തിയിൽ ഉടക്കി വലിക്കുകയും ചോര വരികയും ചെയ്യുക എന്നത് ഒരു നിത്യസംഭവമായി. കുറച്ചുനാൾ കഴിഞ്ഞപ്പോൾ എന്റെ മൂക്കിന്റെ ദളം വീർത്തു വരികയും അസഹ്യമായ വേദന കൊണ്ട് എനിക്ക് ഉറങ്ങാൻ പറ്റാതാവുകയും ചെയ്തു. എങ്ങനെയും ഈ

'ജന്തു'വിനെ മൂക്കിൽനിന്ന് പറിച്ചെറിയുവാനും അങ്ങനെ എന്റെ മൂക്കിന് സ്വാതന്ത്ര്യം പ്രഖ്യാപിക്കുവാനും ഞാൻ കൊതിച്ചു.

ഒടുവിൽ ഒരു വിധത്തിൽ ഞാൻ മൂക്കുത്തി ഊരിമാറ്റുക തന്നെ ചെയ്തു. അതിനകം പഴുത്തു കഴിഞ്ഞിരുന്ന മുറിവ് ചില്ലറ വേദന യല്ല എനിക്ക് തന്നത്. കുറച്ചുനാൾ കൊണ്ട് മുറിവ് ഉണങ്ങി, ദ്വാരം അടഞ്ഞു പോയി. മൂക്കുത്തി ഇല്ലെങ്കിലും ഓർമ്മയ്ക്കായി മൂക്ക് കുത്തിയ പാട് എനിക്ക് സമ്മാനമായി കിട്ടുകയും ചെയ്തു. ഭാഗ്യം കൊണ്ട് ചെറിയമ്മയ്ക്ക് വലിയ പ്രശ്നം ഒന്നും ഉണ്ടായില്ല. അവൾ തറവാടിന്റെ പാരമ്പര്യം നിലനിർത്തിക്കൊണ്ട് 'മൂക്കുത്തിധാരി'യായി തുടർന്നു.

പിന്നീട് മൂക്ക് കുത്താൻ പല തവണ പ്രലോഭനങ്ങൾ ഉണ്ടായി എങ്കിലും പല നൂതനസംവിധാനങ്ങൾ വേദന ഇല്ലാതെ മൂക്കു കുത്താൻ കണ്ടുപിടിക്കപ്പെട്ടു എങ്കിലും ഒരിക്കലും വീണ്ടും ഒരു മൂക്ക് കുത്തൽ ശ്രമം എന്തുകൊണ്ടോ ഞാൻ നടത്തുകയുണ്ടായില്ല. എന്ന് വെച്ച് ഞാനത് മുഴുവനായും തള്ളിക്കളഞ്ഞിട്ടില്ല. ഒരു ചുവന്ന കല്ലുള്ള മൂക്കുത്തി എനിക്കായി എവിടെയോ കാത്തിരിപ്പുണ്ട്. ■

പുഴക്കരയിൽ

അച്ഛന്റെ പറമ്പിൽ വലിയൊരു കുളമുണ്ട്. പണ്ടെന്നോ ആ പറമ്പിൽ ഒരു ഇല്ലമുണ്ടായിരുന്നു എന്നും അവിടത്തെ അന്തർജ്ജനങ്ങൾക്കുവേണ്ടി പണിതതാണ് ആ കുളമെന്നും കേട്ടിട്ടുണ്ട്. പണ്ടുകാലങ്ങളിൽ അങ്ങനെയാണ്. എല്ലാ തറവാട്ടുവീടുകളിലും ഓരോ കുളം ഉണ്ടാവും. ചിലയിടങ്ങളിൽ വാൽക്കിണറും. ആ പറമ്പ് വാങ്ങിയ കാലത്ത് അച്ഛൻ ആ കുളം പുതുക്കിപ്പണിതു. അപ്പോൾ അതിൽ നിന്നും നെല്ലിപ്പലക കിട്ടിയത് ഓർമ്മയുണ്ട്.

കൂട്ടത്തിൽ പറയട്ടെ, ചെറുപ്പത്തിലേ നിധി തേടുന്ന സ്വഭാവക്കാരിയായിരുന്നു ഞാൻ. (ഇപ്പോഴുമതേ. ചെറുപ്പത്തിൽ സ്വർണ്ണനാണയങ്ങളും രത്നക്കല്ലുകളും തേടി നടന്ന ഞാൻ ഇന്ന് മനസ്സുകൊണ്ട് എന്തോ തേടി നടക്കുന്നു. എന്ത് എന്ന് കൃത്യമായി അറിയില്ല എങ്കിലും എന്തോ എപ്പോഴും തേടി തേടി അങ്ങനെ...) ആ പറമ്പിൽ എവിടെയോ നിധി ആ ഇല്ലക്കാർ കുഴിച്ചിട്ടിട്ടുണ്ട് എന്ന് കുട്ടിക്കാലത്ത് ഞാൻ ഉറച്ചു വിശ്വസിച്ചു.

ഈ കുളത്തിന്റെ അതിരിൽക്കൂടി ഒരു പുഴ ഒഴുകുന്നുണ്ട്. (നിങ്ങൾ അതിനെ തോട് എന്നേ വിളിക്കൂ എന്നെനിക്ക് അറിയാം. എനിക്കത് പുഴ തന്നെ.) പുഴയിൽ നിന്ന് വെള്ളം കയറുന്നതുകൊണ്ട് കുളം സദാ നിറഞ്ഞിരിക്കും. കണ്ണനും മൊയ്യും കല്ലുത്തിയും അതിൽ പുളഞ്ഞു കളിക്കും. നീർക്കോലികളും ഒന്നോ രണ്ടോ കരിമൂർഖനും അവർക്ക് കാവലുണ്ട് സദാ...

കുളം നന്നാക്കിയെങ്കിലും ആരെയും അതിൽ നീന്തിക്കുളിക്കാൻ അച്ഛൻ അനുവദിച്ചില്ല. മീനുകൾക്കും ആമ, പാമ്പ് തുടങ്ങിയവർക്കും മാത്രമാണ് പ്രവേശനം അതിലേക്ക്. മനുഷ്യർ ഉപയോഗിക്കുന്ന സോപ്പും മറ്റും ജലജീവികൾക്ക് ഉപദ്രവമാവും എന്ന് കരുതിയാണ്. പണ്ട് കാലങ്ങളിൽ ഇഞ്ചയും താളിയും ആയിരുന്നു മനുഷ്യർ ശരീരം വൃത്തിയാക്കാൻ ഉപയോഗിച്ചിരുന്നത്. ഇന്നിപ്പോൾ

അങ്ങനെ അല്ലല്ലോ. എല്ലാക്കൊല്ലവും അച്ഛൻ അതിലെ മീൻ പിടിക്കാൻ ആർക്കെങ്കിലും കൊടുക്കും, കരാറിൽ.

മിക്കവാറും ഈസ്റ്ററിന്റെ തലേന്നാണ് മീൻ പിടിക്കുക. തൃശ്ശൂരിലെ നസ്രാണികളുടെ പ്രിയപ്പെട്ട മീനാണ് കണ്ണൻ അഥവാ ബ്രാല്. ഞങ്ങളുടെ കണ്ണൻ അവരുടെ ബ്രാലാണ്. നല്ല സ്വാദുള്ള മീനാണത്. തോൽ ഉരിഞ്ഞു കളഞ്ഞില്ല എങ്കിൽ ചേറുചുവയ്ക്കും. വെണ്ണീറു കൂട്ടി നന്നായി ഉരച്ചു കഴുകിയാലും മതി. ഈസ്റ്ററിന്റെ തലേന്ന് ഇങ്ങനെ പിടിക്കുന്ന മീനുകൾ നേരെ ശക്തൻ മാർക്കറ്റിൽ എത്തും. അവിടെ കരാറുകാർ അത് പൊന്നുംവിലയ്ക്ക് വിൽക്കും.

മീൻ പിടിക്കുന്നത് കാണുക രസമാണ്. വലിയൊരു ആൾക്കൂട്ടം കരയിലുണ്ടാവും. 'പറമ്പുടമസ്ഥന്റെ മക്കൾ' എന്ന ഗമയിൽ കൂട്ടത്തിൽ ഞങ്ങളും. മോട്ടോർ പമ്പ് വെച്ച് വെള്ളം വറ്റിച്ചാണ് പിടിക്കുക. വെള്ളം വറ്റാറാവുമ്പോൾ കണ്ണൻ മീനുകൾ പുളഞ്ഞു ചാടും. നാല് ഭാഗത്തു നിന്നും വലയിറക്കി അവരെ കരാറുകാർ കോരിയെടുത്ത് വലിയ ബാരലുകളിൽ പിടിച്ചിടും. വെള്ളം വറ്റിവരുമ്പോൾ പമ്പിന്റെ ഓസിലൂടെ ചെറിയ മീനുകളായ കല്ലുത്തി, പരൽ, പള്ളത്തി തുടങ്ങിയ മീനുകൾ വെള്ളത്തോടൊപ്പം ഒഴുകി പുറത്തു വരും. പറമ്പ് നിറയെ ചാലിലൂടെ കല്ലുത്തിയും പരലും ഒഴുകി നടക്കും. മണ്ണിന്റെ ഗന്ധം, അല്ല അവരുടെ ഗന്ധം ചുറ്റും നിറയും.

മീൻ തപ്പിപ്പിടിക്കുന്ന വിദ്യയും ഞാൻ കണ്ടിട്ടുണ്ട്. മുണ്ടുകൊണ്ട് തറ്റുടുത്ത് വിദഗ്ധർ കുളത്തിലിറങ്ങും. തപ്പിപ്പിടിക്കുന്ന മീനുകളെ കരയിലേക്ക് വലിച്ചെറിയും. വഴുക്കുന്ന കണ്ണനെ എങ്ങനെ അവർ തപ്പിപ്പിടിച്ച് എറിയുന്നു എന്നത് എനിക്ക് അത്ഭുതമാണ്. മൊയ്യ് എന്ന് പേരുള്ള മീശയുള്ള മീൻ കുത്തും. അത് കുത്തിയാൽ വേദന കുറേക്കാലം മാറാതെ നിൽക്കുമത്രെ. രാത്രികാലങ്ങളിലാണ് തപ്പൽ വിദഗ്ധർ കുളത്തിലിറങ്ങി മീൻ തപ്പിപ്പിടിക്കുക. മോഷണം തന്നെ. നഞ്ഞു കലക്കി മീൻ പിടിക്കുന്നവരും ഉണ്ട്. നഞ്ഞു കലക്കിയാൽ മീനുകൾ ചത്തു പൊന്തും. നീലനിറം കേറി ചത്തുമലച്ച് പിറ്റേന്ന് മീനുകൾ കുളത്തിൽ പൊന്തിക്കിടക്കും. അത്കണ്ട് എനിക്ക് സങ്കടം വന്നിട്ടുണ്ട്.

അച്ഛന് കുളത്തിലെ മീനിന്റെ കണക്ക് വരെ അറിയാം. രാവിലെ പറമ്പിൽ പോവുമ്പോൾ നഷ്ടപ്പെട്ട കണ്ണന്മാരുടെ അസാന്നിധ്യം അച്ഛനെ അലട്ടും.

വീട്ടിൽ നെല്ല് പുഴുങ്ങുന്ന ചരുവങ്ങളിൽ കണ്ണന്മാർ പുളഞ്ഞു കളിക്കും കുറേനാൾ. മൂടി പൊക്കുമ്പോൾ അവ പ്രാണരക്ഷാർത്ഥം

പുറത്ത് ചാടും. പാമ്പിനെപ്പോലെ അടുക്കളമുറ്റത്ത് ഇഴഞ്ഞു നടക്കും. കണ്ണനെ കൊല്ലുന്നത് കാണാൻ എനിക്ക് സങ്കടമായിരുന്നു. എങ്കിലും മാങ്ങയും നാളികേരപ്പാലും ചേർത്ത് ചെറിയ ഉള്ളി കാച്ചുന്ന കണ്ണൻ മീൻ കൂട്ടാനെ, ഞങ്ങൾ സ്നേഹിച്ചു. പപ്പടം പോലെ അമ്മ കാച്ചി എടുക്കുന്ന കണ്ണന്റെ നേർത്ത കഷ്ണങ്ങൾ അതീവ രുചികരമായിരുന്നു.

പിന്നെപ്പിന്നെ എന്തോ അസുഖം ബാധിച്ച് കണ്ണൻമീനുകൾ ചത്ത് പൊന്തിത്തുടങ്ങി. ദേഹത്ത് വെളുത്ത വൃണങ്ങളും തെളിഞ്ഞ മുള്ളുകളുമായി അവ ചിലപ്പോൾ വെള്ളത്തിൽ പൊന്തി വന്നു, അർദ്ധപ്രാണനായി. ആരും ആരും കണ്ണനെ കൂട്ടാതെയായി. കുളത്തിലെ മീൻ ആർക്കും വേണ്ടാതെയുമായി. കാലങ്ങളോളം ആരും കുളം പിടിക്കുകയുണ്ടായില്ല. നാട്ടിലെ കുളങ്ങളിലും തോടുകളിലും പാടത്തും ധാരാളമായി കണ്ടിരുന്ന ആ മത്സ്യം എണ്ണത്തിൽ വല്ലാതെ കുറഞ്ഞ്, വംശനാശത്തിന്റെ വക്കത്തെത്തി.

കുളം ഇപ്പോഴുമുണ്ട്. തോടിന്റെ കര കരിങ്കൽ കെട്ടി ഉറപ്പിച്ചിരിക്കുന്നു. തോട്ടിലേക്ക് കാലിട്ട് വെറുതെയിരിക്കാൻ എന്ത് രസം. ദൂരെ എൻ.എച്ചിലൂടെ പോവുന്ന ബസ്സുകൾ തീപ്പെട്ടിക്കൂടുകൾ പോലെ കാണാം. കൊയ്ത്ത് കഴിഞ്ഞ പാടങ്ങളിൽ ദേശാടനപ്പക്ഷികൾ. പറമ്പിലെ തണുത്ത കാറ്റും കൊണ്ടങ്ങനെ എത്ര വേണമെങ്കിലും ഇരിക്കാം. കുളം വെള്ളം നിറഞ്ഞു കിടക്കുന്നു. തെളിഞ്ഞ വെള്ളത്തിൽ ഒരു പട്ട വീണു കിടക്കുന്നു. ഒന്നിനും ഒരു മാറ്റവുമില്ല. വക്കത്തെ കരിന്തെച്ചിയുടെ പൊന്തയും തോട്ടിൻവക്കത്തെ കൈതക്കാടും അങ്ങനെ തന്നെ.

പക്ഷേ, പണ്ടത്തെ കണ്ണനും മൊയ്യും കല്ലുത്തിയും നീർക്കോലികളും എവിടെ? അവരെ മാത്രം കാണാനില്ല. ■

ചേർച്ച

അതിപ്പോ എന്താ ചെയ്യാ? ദാക്ഷായണിക്ക് അയാളെ വേണ്ട. പുടവ കൊടുപ്പിന്റെ അന്ന് രാത്രി തന്നെ അവർ തീരുമാനിച്ചു. നിക്ക് ഇയാള് വേണ്ട.

അന്തസ്സുള്ള നായർ തറവാടുകളിലെ സ്ത്രീകൾക്ക് അങ്ങനെയും ഒരു കാലം ഉണ്ടായിരുന്നു. സ്വന്തം ഇഷ്ടങ്ങൾ, ഇഷ്ടക്കേടുകൾ ഒക്കെ തീരുമാനിക്കാനുള്ള സ്വാതന്ത്ര്യം. വീടും പറമ്പും പാടവും എല്ലാം പ്രാപ്തിയോടെ നോക്കിനടത്താൻ കെൽപ്പുണ്ടായിരുന്ന ഒരു കാലം. ഇഷ്ടപ്പെട്ടയാളെ വേൾക്കാനും ഇഷ്ടമില്ലാത്തയാളെ ഉപേക്ഷിക്കാനുമുള്ള സ്വാതന്ത്ര്യം. ഫെമിനിസം പെൺമനസ്സിന്റെ പടിവാതിൽ ചവിട്ടാത്ത കാലമാണ് അന്ന് എന്നോർക്കണം.

അപ്പൊ പറഞ്ഞുവന്നത് ദാക്ഷായണിക്ക് അയാളെ വേണ്ട. കാര്യം കൊറേ ഭൂസ്വത്തുള്ള ഇല്ലത്തെ നമ്പൂരിയൊക്കെത്തന്നെയാണ്. കാണാനും മോശല്ല. എന്നാലും വേണ്ട. അതന്നെ. വലിയോപ്പയും കുട്ട്യോപ്പയും ആവത് പറഞ്ഞു നോക്കി. ''കുട്ട്യേ, വല്യേ ഇല്ലത്തെ നമ്പൂരാരാണ്. സ്വത്തും അനവധിയാണ്. തറവാടിന്റെ ആസ്തി കൂടാനേ തരള്ളൂ. നീ അത് കണ്ടറിയണം.'' ദാക്ഷായണി ഇളകിയില്ല. ''നിക്ക് വേണ്ട! ആ മൊശകോടനെ.'' അവൾ തീർത്തു പറഞ്ഞു.

അങ്ങനെ, വന്ന അന്നുതന്നെ നമ്പൂരി പടിയിറങ്ങി. ദാക്ഷായണി സ്വയം സ്വാതന്ത്ര്യം പ്രഖ്യാപിക്കയും ചെയ്തു. കൊയ്ത്തും മെതിയും കളപ്പുരയും പത്തായവും കണ്ടും ദാക്ഷായണിയുടെ 'പുടവകൊട' കാണാതെയും ഓരോ വർഷവും വേനലും പടികയറി ഇറങ്ങിപ്പോയി! ദാക്ഷായണി ഒറ്റാംതടിയായി അങ്ങനെ നിന്നു, മൂത്തു, പഴുത്തു. വയസ്സ് മുപ്പതും കഴിഞ്ഞു. ഇതിനിടയ്ക്ക് പലരും സംബന്ധം ആലോചിച്ച് വന്നെങ്കിലും ദാക്ഷായണി പൊടമുറിക്ക് സമ്മതിക്കുകയുണ്ടായില്ല.

ആയിടയ്ക്കാണ് തറവാട്ടിലെ എരുമകളെ നോക്കാൻ അപ്പു നായര് എത്തുന്നത്. വലിയ തറവാടുകളിൽ കൃഷി ആവശ്യത്തിനായി

പോത്തുകളേയും, പാലിനും മോരിനുമായി എരുമകളേയും അക്കാലങ്ങളിൽ വളർത്തിയിരുന്നു. പത്തേറു കന്ന്, ഇരുപതേറു കന്ന് എന്നിങ്ങനെ തറവാടിന്റെ 'ഗരിമ' നിശ്ചയിക്കുന്നതിൽ ആ മിണ്ടാപ്രാണികൾക്ക് അന്നുണ്ടായിരുന്ന സ്ഥാനം ചെറുതല്ല. കയ്യാലയുടേയും തൊഴുത്തിന്റെയും വലുപ്പം പോലും അന്ന് തറവാടുകളുടെ ഗരിമ കൂട്ടിയിരുന്നു. തറവാട്ടുമുറ്റത്തെ നീണ്ട കയ്യാലകളിൽ ആ മിണ്ടാപ്രാണികൾ പ്രൗഢിയോടെ പാർത്തു പോന്നു. കൃഷിയായിരുന്നു അന്ന് മനുഷ്യരുടെ ജീവിതോപാധി. അതുകൊണ്ടാവാം, അതിനോട് ബന്ധപ്പെട്ട എല്ലാത്തിനെയും മനുഷ്യൻ ബഹുമാനിച്ചു പോന്നു.

കാട് കയറിപ്പോയി. അപ്പൊ പറഞ്ഞു വന്നത്, അപ്പു നായരേപ്പറ്റിയാണ്. പോത്തിനേയും കാളയേയും തല്ലാൻ വെള്ളി കെട്ടിയ ഒരു വടി, ഒരു കുറിയ മുണ്ട്, വെളുക്കെയുള്ള ചിരി, മുന്നോട്ട് അല്പം കുനിഞ്ഞ ഉറച്ച ശരീരം. ഇതാണ് അപ്പു നായർ. വയസ്സ് നാല്പതും ശിഷ്ടവും.

(ഇവിടെ ഞാൻ ഒന്ന് ഇടപെടുന്നു, കൂട്ടരേ, അന്തക്കാലത്ത്

പെണ്ണുങ്ങളുടെ മുപ്പതും ആണുങ്ങളുടെ നാല്പതും 'എക്സ്പയറി ഡേറ്റ്' കഴിഞ്ഞ വയസ്സുകൾ ആയിരുന്നു.)

അപ്പു നായരുടെ ഉരുളൻ മസിലുകളോ അതോ ശാന്തപ്രകൃതിയോ എന്താണോ ദാക്ഷായണിയെ ആകർഷിച്ചത്? അത് എന്തു തന്നെ ആയാലും കറുത്ത് ഉയരം കുറഞ്ഞ് ചെറിയ കൂനുള്ള അപ്പു നായരെ നീണ്ടുമെലിഞ്ഞ് സുന്ദരിയായ ദാക്ഷായണി വേട്ടു. ദാക്ഷായണിയുടെ ചോപ്പ് മൂക്കുത്തിക്കല്ല് അപ്പു നായരുടെ കാതിലെ ചോപ്പ് കടുക്കനുമായി കൂട്ട് കൂടി, സ്വകാര്യം പറഞ്ഞു, പരസ്പരം ഭംഗി നോക്കി.

അപ്പു നായർ കൃഷിപ്പണി നോക്കി നടത്തി. തറവാട്ടിൽ, ദാക്ഷായണിക്ക് ഭാഗത്തിൽ കിട്ടിയ അമ്പത് പറ നില (പാടം)ത്തിൽ [1]തവളക്കണ്ണനും ജയയും, ഐ ആർ എട്ടും വിതച്ചു. പുഞ്ചയുണ്ടായിരുന്നതിൽ ഒരു [2]പൂവലും മറ്റിടങ്ങളിൽ രണ്ടു പൂവലും കൃഷി നടത്തി. പറമ്പിലെ ഞാലിൽ, വീട്ടിലേക്ക് വേണ്ട പച്ചക്കറികളൊക്കെ അയാൾ നട്ടുണ്ടാക്കി. ഇതിന് പുറമെ, അടുത്ത പറമ്പുകൾ പാട്ടത്തിനെടുത്ത് അവിടെ നേന്ത്രവാഴ കൃഷി ചെയ്തു. തേക്കും തിരിയും നാടും നനയും തോല് വെട്ടി വളമിടലും എല്ലാം അയാൾ തന്നെ. പോത്തുങ്ങളെ മേയാൻ കൊണ്ട് പോവലും, ചാണകം വാരലും തൊഴുത്ത് കഴുകലും എന്ന് വേണ്ട സകല പണികളും ഒരു മിനിറ്റ് ഒഴിവില്ലാതെ അയാൾ ചെയ്തു പോന്നു. ദാക്ഷായണിയെ വെയിൽ കൊള്ളാനോ മഴ നനയാനോ സമ്മതിക്കാതെ പൊന്നുപോലെ അയാൾ നോക്കി. ദാക്ഷായണി രമണന്റെയും ചന്ദ്രികയുടേയും കവിത ചൊല്ലി നേരം പോക്കി. സന്ധ്യയ്ക്ക് വാലിട്ട് കണ്ണെഴുതി ദീപാരാധന തൊഴാൻ പോയി. ആളുകൾ പുച്ഛത്തോടെ മുഖം കോട്ടിയപ്പോൾ അവൾ അവരെ മന്ദഹാസം കൊണ്ട് നേരിട്ടു. സന്തോഷത്താൽ അവളുടെ മുഖം തിളങ്ങി നിന്നു. ഒന്നും അവൾക്ക് വിഷയമായിരുന്നില്ല.

കാലക്രമത്തിൽ അവർക്ക് നാല് സന്തതികൾ ഉണ്ടായി. പാടത്ത് കൃഷി ഇറക്കിയും വേനലിൽ കായ്കറി നനച്ചുണ്ടാക്കിയും എരുമപ്പാലും തൈരും നെയ്യും ഉണ്ടാക്കി വിറ്റും, അവർ സസുഖം ജീവിച്ചു. അപ്പു നായർ ദാക്ഷായണിയെ 'അവർ' എന്ന് മാത്രം സംബോധന ചെയ്തു. തിരിച്ച് അപ്പു നായരെ, 'അപ്പുനായരേ' എന്ന് സ്നേഹത്തോടെ

---

1. വിവിധ തരം നെല്ലിന്റെ ഇനങ്ങൾ. അക്കാലത്ത് നമ്മുടെ പാടങ്ങളിൽ കൃഷി ചെയ്തു പോന്നവ.
2. പൂവൽ അർത്ഥം തവണ.

തികച്ചും വിളിച്ചു ദാക്ഷായണി. ദാക്ഷായണിയുടെ തീരുമാനങ്ങൾ അപ്പു നായരുടെ അഭിപ്രായങ്ങളായി. അപ്പു നായരുടെ തേര് മുന്നിൽ നിന്ന് തെളിച്ച് ദാക്ഷായണി അയാളുടെ കാവലാളായി. അവർ സന്തോഷത്തോടെ ജീവിച്ചു മരിച്ചു.

കറുത്തു കുനിഞ്ഞ അപ്പു നായരും അയാളെക്കാൾ നീണ്ടു നിവർന്നു വെളുത്തു സുന്ദരിയായ ദാക്ഷായണിയേയും പോലെ ചേർച്ചയുള്ള ദമ്പതികളെ ഞാൻ ജീവിതത്തിൽ വേറെ കണ്ടിട്ടില്ല കൂട്ടരേ.

സത്യമാണ്! ■

കത്തിക്കാത്ത പൂത്തിരി

ഇന്ന് എന്റെ ബാല്യകാല സഖി, എന്റെ ചെറിയമ്മ വിളിച്ചു. വിഷു, ഞങ്ങൾക്ക് ഒരു വിശേഷപ്പെട്ട നൊസ്റ്റാൾജിയ ആണല്ലോ. കുട്ടിക്കാലത്തെ ഞങ്ങളുടെ ഏറ്റവും രസമുള്ള ആഘോഷമായിരുന്നു വിഷു.

മധ്യവേനൽ അവധിക്ക് നാട്ടിൽ മേളിച്ചു നടക്കുന്ന സമയത്തു വരുന്ന ആഘോഷമാണ്. പഠിത്തത്തിന്റെ ഒഴിയാബാധയില്ല. പുസ്തകം എന്ന വസ്തു തൊടുകപോലും വേണ്ട. എന്ത് സുഖം. അടുത്ത ക്ലാസ്സിലേക്ക് പ്രൊമോഷൻ കിട്ടും എന്ന് ഉറപ്പുള്ളതുകൊണ്ട് ആ ടെൻഷനും വേണ്ട! ചെറിയമ്മാവന് മാത്രം ആ കാര്യത്തിൽ അത്ര ഉറപ്പുണ്ടാവാറില്ല.

വിഷുവിന്റെ രണ്ടാഴ്ച മുൻപെങ്കിലും അച്ഛൻ പൂത്തിരി, പടക്കം, മത്താപ്പ്, തലച്ചക്രം, ലാത്തിരി, ലൈറ്റ്, മാലപ്പടക്കം, മേശപ്പൂവ്, ഗുണ്ട് തുടങ്ങിയ 'ഐറ്റംസ്' വാങ്ങിക്കൊണ്ട് വരും. (ഓലപ്പടക്കം മാത്രം സുബ്രുവിന്റെ കടയിൽ നിന്നാണ് വാങ്ങുക.) 'ഹോൾ സെയിൽ' റേറ്റിന് ഏതോ പരിചയക്കാർ വഴിയാണ് വാങ്ങുക. ഒരു പിശുക്കുമില്ലാതെ ധാരാളമായി വാങ്ങും. (ബാക്കി പലതിനും സൂക്ഷിച്ചു ചിലവഴിക്കുന്ന അച്ഛൻ ഇക്കാര്യത്തിൽ എന്തുകൊണ്ട് 'ലിബറൽ' ആയി എന്ന് പിന്നീട് ഞാൻ ആലോചിച്ചിട്ടുണ്ട്.) ഞങ്ങൾ നാല് പേര്, ഞാൻ, അനിയൻ, ചെറിയമ്മ, ചെറിയമ്മാവൻ പടക്കസാമാനങ്ങൾ അടി കൂടാതെ പങ്ക് വെയ്ക്കും. മാലപ്പടക്കവും ഓലപ്പടക്കവും മേശപ്പൂവും തലച്ചക്രവും മുഴുവനോടെ അമ്മാവന് കൊടുക്കും. അത് അപകടം പിടിച്ചവയാണ്. അവനേ അത് കൈകാര്യം ചെയ്യാൻ പറ്റൂ. അവരവരുടെ പങ്ക്, വെയിൽ കൊള്ളിച്ചുണക്കി നല്ല ഉഷാറാക്കി വെയ്ക്കും. ഇടയ്ക്കിടയ്ക്ക് എടുത്തു നോക്കി ഓമനിക്കും. എണ്ണം കൃത്യമല്ലേ എന്ന് തിട്ടപ്പെടുത്തും. (ഇക്കാര്യത്തിൽ ഞങ്ങൾ പരസ്പരം തെല്ലും വിശ്വസിച്ചില്ല.)

വിഷു ദിവസം അതിരാവിലെ ഉണർന്നു കണി കണ്ടാൽ ഉടൻ പടക്കം, പൂത്തിരി ഒക്കെ പ്രയോഗിച്ച് പുതിയ വർഷത്തെ സ്വാഗതം ചെയ്യണം എന്നാണ് വെയ്പ്. പുലർച്ചെ മൂന്നുമണിക്കേ തുടങ്ങും അയല്പക്കങ്ങളിലേ പടക്കം പൊട്ടിക്കൽ. ഗുണ്ടും പൂക്കുറ്റിയും മേശപ്പൂവും വാണവും ഒക്കെയായി അന്തരീക്ഷം കൊഴുത്തിട്ടുണ്ടാവും.

അമ്മ മൂന്ന് മൂന്നരയാവുമ്പോൾ ഉണർന്നു കണി വെയ്ക്കും. കണിക്ക് വേണ്ട സാമാനങ്ങൾ നേരത്തെ ഒരുക്കി വെച്ചിട്ടുണ്ടാവും. വലിയ ഓട്ടുരുളിയിൽ ഉണക്കലരി വിരിച്ച് അതിലാണ് കണി ഒരുക്കുക. അലക്കിയ മുണ്ടും സ്വർണ്ണവും പുത്തൻ നാണയവും കണിവെള്ളരിയും നാളികേരമുറിയിൽ കണ്മഷി, ചാന്ത്, നെല്ല് ഇത്യാദികളും കൊന്നപ്പൂവും വാൽക്കണ്ണാടിയും ഉണ്ടാവും. ഗ്രന്ഥം (രാമായണം) വെക്കുന്ന പതിവില്ല എന്നാണ് ഓർമ്മ.

ഇപ്പോൾ കാണുന്ന മാതിരി, കണി കാണാൻ കൃഷ്ണനെ വെക്കുന്ന പതിവ് അന്നുണ്ടായിരുന്നില്ല. പകരം കണ്ണാടിയാണ് വെയ്ക്കുക. കണി കാണുക, സ്വന്തം മുഖം തന്നെയാണ്. ഏറ്റവും വിശിഷ്ടമായ കണി, സ്വന്തം മുഖമാണ് എന്നാണ് അമ്മ പറയാറ്. നമ്മുടെ പ്രവൃത്തിയും അദ്ധ്വാനവും ചിന്തകളും തന്നെയാണ് നമ്മുടെ വിധി നിർണ്ണയിക്കുന്നത് എന്നാവാം ആ കണികൊണ്ട് ഉദ്ദേശിക്കുന്നത്.

കണികണ്ട് കഴിഞ്ഞ്, പടക്കസാമാനങ്ങളുടെ സ്വന്തം ഓഹരിയുമായി ഞങ്ങൾ നാല് പേർ പരസ്പരം കാത്ത് നോക്കിയിരിക്കും. ആരാദ്യം തുടങ്ങും എന്നതാണ് വിഷയം. സ്വന്തം ഓഹരി ചിലവഴിച്ചു തീർക്കാൻ മടിച്ച് ഞങ്ങൾ അനങ്ങാതെ ഇരിക്കും. ഒടുവിൽ അയലത്തെ ആകർഷണങ്ങളിൽ ഇരിക്കപ്പൊറുതിയില്ലാതെ ചെറിയമ്മാവൻ തുടങ്ങി വെക്കും. അവന്റെ ഓഹരി തീരുംവരെ, ഞാനും ചെറിയമ്മയും അനിയനും പിശുക്കന്മാരായി കുറേശ്ശേ എടുത്തു കത്തിക്കും. സ്വന്തം ശേഖരങ്ങൾ പൊന്നുപോലെ വീണ്ടും ഒളിയിടങ്ങളിൽ പാത്തു വെക്കും.

ഇത്രയും കോപ്പുണ്ടായിട്ടും വിഷു ഒന്നാന്തിയായിട്ട് ഒരു പൂത്തിരി കത്തിക്കാൻ ആരുംല്യേ എന്ന് മുത്തശ്ശി തൊള്ള കൂട്ടാൻ (ചീത്ത പറയാൻ) തുടങ്ങും. എന്നാലും ഞങ്ങൾ അനങ്ങില്ല! സ്വന്തം ശേഖരം തൊട്ടോമനിച്ച് അങ്ങനെ ഇരിക്കും. ഇടയ്ക്ക് ഓരോ പാമ്പിൻ ഗുളികയോ മത്താപ്പോ ലൈറ്റോ ഒക്കെ എടുത്തു കത്തിക്കും. മാലപ്പടക്കം, മേശപ്പൂവ്, തലച്ചക്രം തുടങ്ങിയ 'ഐറ്റംസ്' അമ്മാവന്റെ കസ്റ്റഡിയിൽ ആയതിനാൽ അവനത് ധാരാളമായി എടുത്തു പെരുമാറും.

എന്തിന് പറയുന്നു? വിഷു കഴിഞ്ഞ് നാല് നാൾ കഴിഞ്ഞാലും ഞങ്ങളുടെ ശേഖരത്തിന്റെ വലിയൊരു പങ്ക് പൂത്തിരിയും മറ്റും അപ്പോഴും ബാക്കി ഉണ്ടാവും. വിഷു മടങ്ങും. മഴ തുടങ്ങും. ഒടുവിൽ ആരും കാണാനില്ലാതെ, ഉത്സാഹമോ ആർപ്പോ ഇല്ലാതെ വെറുതെ ഞങ്ങളത് കത്തിച്ചു തീർക്കും.

ഓരോ വിഷുവും ഇങ്ങനെ തന്നെ കടന്നു പോവും. ഞങ്ങളുടെ മത്സരബുദ്ധിയെ കളിയാക്കിച്ചിരിച്ചു കൊണ്ട്.

ഇന്നവൾ വിളിച്ചപ്പോൾ അതൊക്കെ ഓർത്തു പോയി.

ഇപ്പോഴും വ്യത്യാസം ഒന്നുമില്ല. ആരോടൊക്കെയോ മത്സരിച്ച് ജീവിതം പാത്തു വെച്ച്, വേണ്ട നേരത്ത് വേണ്ട പോലെ ആഘോഷിക്കാതെ, പിന്നീടെപ്പോഴോ ഉത്സാഹമോ ആർപ്പോ ഇല്ലാതെ രസഹീനമായി നുണഞ്ഞ്, വെറുതെ എരിച്ചു തീർത്ത്, അങ്ങനെ നടന്നു പോവുന്നു... ഞാനും നിങ്ങളും. ■

മണ്ണാങ്കട്ടയും കരിയിലയും

ഒരു കഥ പറയാൻ തോന്നുണു.

കുറെ പഴക്കമുള്ള കഥയാണ്. മണ്ണാങ്കട്ടയും കരിയിലയും കാശിക്കു പോയ കഥ.

രണ്ടുപേരും ആത്മസുഹൃത്തുക്കളായിരുന്നു. കരിയിലയെ ചവിട്ടിയാൽ മണ്ണാങ്കട്ടയ്ക്ക് നോവും. മണ്ണാങ്കട്ട ആരോടെങ്കിലും മിണ്ടിയാൽ കരിയില മുഖം വീർപ്പിക്കും. ഗാഢമായ സൗഹൃദം, സ്നേഹം.

അങ്ങനെയിരിക്കുമ്പോ, ഒരു നാൾ കരിയിലയ്ക്ക് ഒരാശ! കാശി ഒന്ന് കാണണം. പരമേശ്വരനെ ഒന്ന് കുളിച്ചു തൊഴണം. ഇഷ്ടവസ്തുക്കളിൽ ഏതെങ്കിലും ത്യജിച്ച് മോക്ഷം നേടണം. പറ്റിയാൽ ശിഷ്ടകാലം അവിടെത്തന്നെ അങ്ങ് കൂടണം.

പിറ്റേന്ന് കുളക്കരയിൽ പുന്നാരം പറഞ്ഞിരിക്കുമ്പോൾ കരിയില മണ്ണാങ്കട്ടയോട് പറഞ്ഞു. ''അതേയ്, നിക്കൊരു പൂതി തോന്ന്വ. നമ്മക്ക് രണ്ടാൾക്കും കൂടി ഒന്ന് കാശിക്ക് പോയാലോ? നന്റെ കൈയും പിടിച്ച് അങ്ങനെ പോവാൻ ഒരു കൊതി.!''

മണ്ണാങ്കട്ടയ്ക്ക് ലഹരിയായി. ആത്മസഖി ആദ്യമായി പറഞ്ഞ ആഗ്രഹമാണ്. എങ്ങനെ തട്ടും? മാത്രമല്ല, നാടായ നാടൊക്കെ കണ്ട്, കാഴ്ചകൾ കണ്ട്, അല്ലലില്ലാതെ അങ്ങനെ അങ്ങ് പോവാൻ എന്താവും രസം.

വരുംവരായ്കകൾ ഒന്നും ഓർക്കാതെ, ഓർക്കാൻ കൂട്ടാക്കാതെ, മണ്ണാങ്കട്ട പറഞ്ഞു. ''നമ്മക്ക് നാളെത്തന്നെ പൊറപ്പെടാം. നീയ് ഒരുങ്ങിക്കോ.''

രാത്രി കരിയിലക്കും മണ്ണാങ്കട്ടയ്ക്കും ഉറക്കം വന്നേയില്ല. ഒന്നിച്ചുള്ള യാത്രയുടെ ഉദ്വേഗപൂർണ്ണമായ ജിജ്ഞാസ അവരെ ഉറക്കിയില്ല. നേരം വെളുത്ത് വരുംമുൻപേ അവരുണർന്നു. കുളിച്ചു. തേവരെ

കണ്ടു തൊഴുതു. രണ്ടാളും കുളത്തിന്റെ കരയിൽ സന്ധിച്ചു. കൈകോർത്തുപിടിച്ചു. പതുക്കെ മുന്നോട്ട് നടന്നു.

കാടും പുൽമേടുകളും സമതലങ്ങളും അവരെ കടന്നു പോയി. അവർ ഒന്നും അറിഞ്ഞതേയില്ല. ദൂരം അവരെ കടന്ന് ഒഴുകി പോയ്ക്കൊണ്ടിരുന്നു.

ചിലപ്പോൾ കൊടിയ കാറ്റ്. ചിലപ്പോൾ തിമർക്കുന്ന വർഷം. കാറ്റത്ത് പറന്നു പോവാതെ മണ്ണാങ്കട്ട കരിയിലയെ ചേർത്ത് പിടിച്ചു. മഴയത്ത്, മണ്ണാങ്കട്ട കരിയിലയുടെ മാറിൽ ഒളിച്ചിരുന്നു.

ഇപ്പൊ നിങ്ങൾ ചോദിക്കാൻ പോണ കാര്യം എനിക്കറിയാം. ആ പഴയ കഥയിലെ ചോദ്യല്ലേ? കാറ്റും മഴയും കൂടി വന്നപ്പഴോന്ന്? അല്ലേ? കാറ്റും മഴയും കൂടി വന്നപ്പോൾ അവരൊരു മരപ്പൊത്തിൽ ഒളിച്ചിരുന്ന് വെളിച്ചാക്കി. അതന്നെ. എന്തായാലും പഴയ കഥയിലേപ്പോലെ മണ്ണാങ്കട്ട അലിഞ്ഞു പോയില്ല. കരിയില പാറിയും പോയില്ല. അവർ രണ്ടാളും നടന്നു നടന്ന് ഒടുവിൽ കാശിയിൽ എത്തുക തന്നെ ചെയ്തു. പരമേശ്വരനെ കുളിച്ചു തൊഴുതു. ശിഷ്ടകാലം അവിടെ തന്നെ പാർത്തു. പിന്നെ എപ്പോഴോ മണ്ണടിഞ്ഞു.

ഇതാണ് കഥ. എപ്പോഴും പഴയ കഥ കേട്ടാൽ പോരല്ലോ. കഥയ്ക്കും വേണ്ടേ ഒരു 'യൂ ടേൺ?'

ഈ കഥ ഇങ്ങനെ പറയാനാ എനിക്കിഷ്ടം.

■

പണ്ട് പണ്ടൊരു കാലത്ത്

ഇതൊരു പ്രണയ കഥയാണ്. ഓർമ്മയിലുള്ള, ആദ്യമായി ഞാൻ കണ്ടറിഞ്ഞ ഒരു നാടൻ പ്രണയകഥ.

കഥ നടക്കുന്നത് ഗ്രാമത്തിൽ. എനിക്ക് ഏകദേശം പത്തുവയസ്സുള്ള കാലഘട്ടം. പ്രണയം എന്ന വാക്കുതന്നെ നിഷിദ്ധമായ കാലം. ഇരുൾ മൂടിയ ഇടവഴികളും അമ്പലനടയും ആൽത്തറയും സാക്ഷി നിന്ന അപൂർവ്വരാഗങ്ങൾ ഉണ്ടായിരുന്നിരിക്കാം. ഇല്ലാതെയുമിരിക്കാം.

കഥയിലെ നായിക നീണ്ടുനിവർന്ന ഇരുനിറക്കാരി, അമ്മുക്കുട്ടി. അമ്മയോടൊപ്പം താമസം. അമ്മ നാണിക്കുട്ടി, മുതുകൂനിയ ഒരു വൃദ്ധ. നീണ്ടു ഞാന്ന, തോടയില്ലാത്ത കാതുകൾ മിണ്ടുമ്പോൾ ഊഞ്ഞാലാടിക്കളിക്കുകയും മൂക്കത്തെ മൂക്കുത്തിക്കല്ലുകൾ കരിവിളക്കിലെ ഒറ്റത്തിരിപോലെ മുനിഞ്ഞു കത്തുകയും ചെയ്യുന്ന കാലം.

അമ്മുക്കുട്ടി രാവിലെ പണിക്കു പോവും. ഒന്നരയും മുണ്ടും ബ്ലൗസും തോർത്തും ആണ് വേഷം. കണ്ണുകളിൽ ഓളം വെട്ടുന്ന നിർവികാരത, അതിന്റെ കരകളിൽ വിഷാദത്തിന്റെ കൈതക്കാടുകൾ. സംസാരം നന്നേ കുറവ്. ഞാൻ അവരുടെ സ്വരം കേട്ടിട്ടേയില്ല. (ഇല്ല, ഓർമ്മയിലില്ല.)

ഒരു സുപ്രഭാതത്തിലാണ് നായകൻ കുഞ്ഞ്വാരും ആയി അമ്മുക്കുട്ടി ലോഗ്യത്തിൽ ആണെന്ന വാർത്ത പതുക്കെപ്പതുക്കെ തറവാടിന്റെ അകത്തു കയറി വന്നത്. മുത്തശ്ശി മൂക്കത്തു വിരൽ വെച്ചു. അമ്മയും അമ്മൂമ്മയും കുശുകുശുത്തു. ‘‘അവളോ? ദാപ്പോ നന്നായേ. വേറെ ആരാച്ചാലും നേരാന്ന് നിരീക്ക്യാം. ദ് പ്പൊ അമ്മുക്കുട്ടി? ഒരു മിണ്ടാപ്രാണ്യേല്ലേ ഓള്?’’

‘‘അപ്പൊ കുഞ്ഞ്വാരോ?’’

അമ്മ ചോദിക്കുന്നു. ‘‘അയാള് ഒരു പെണ്ണിന്റെ മോത്തു നോക്കണത് ഞാൻ ഇന്നേവരെ കണ്ടിട്ടില്യ.’’ ഇത്രയേ ഞാൻ കേട്ടുള്ളൂ.

വല്യോരടെ തൊള്ളേലാ പെണ്ണിന്റെ കണ്ണ്ന്ന് പറഞ്ഞ് അമ്മ എന്നെ തല്ലിയോടിച്ചു കളഞ്ഞു.

അമ്മ പറഞ്ഞത് കാര്യാണ്. കുഞ്ഞ്വാര് ഒരാൾടെ മുഖത്ത് നോക്ക ണത് ഞാനും അത് വരെ കണ്ടിരുന്നില്ല. അത്രയേറെ അന്തർമുഖ നാണയാൾ. കുട്ടികളോടുപോലും ഒന്ന് പുഞ്ചിരിക്കുന്നത് ഞാൻ കണ്ടിട്ടില്ല. തെല്ലു കഷണ്ടി കയറിയ തല കുമ്പിട്ട്, പൂഴിയെണ്ണും പോലെയാണ് നടപ്പ്. സംസാരം തീരെക്കുറവ്. അയാൾക്ക് മിണ്ടാൻ പറ്റ്വോ എന്ന് തന്നെ എനിക്ക് സംശയമുണ്ട്.

'ലോഗ്യവിവരം' പതിയെ ലോകത്തേക്കിറങ്ങി. കുഞ്ഞ്വാർക്ക് ഭാര്യയും രണ്ടു കുട്ട്യോളും ഉണ്ട്. അമ്മുക്കുട്ടി പക്ഷേ ഒറ്റാൻ തടി യാണ്. ആരുമാരും ആദ്യം വിശ്വസിച്ചില്ലെങ്കിലും പതിയെ ഗ്രാമം അത് ശരി തന്നെ എന്ന് വിധിച്ചു. വിളിയും ചോദ്യവും വിധിക്കലും ഒക്കെയുണ്ടായി. സ്വതേ കുനിഞ്ഞ നാണിക്കുട്ട്യേമ്മയുടെ മുതുക് ഒന്നുംകൂടി കുനിഞ്ഞു. അമ്മുക്കുട്ടി പടിക്ക് പുറത്തിറങ്ങാതായി. പണിക്കു പോക്ക് നിന്നു. കുളക്കടവിലെ 'സഭകൂടലി'ലെ പ്രധാന വിശേഷമായി ആ പ്രണയകഥ അലയടിച്ചു. എപ്പോൾ എവിടെ വെച്ച് എങ്ങനെ? അതുമാത്രം ആർക്കും ശരിക്കങ്ങോട്ട് തിരിഞ്ഞില്ല. 'ഓള് നെല്ല് കുത്തിക്കാൻ അവന്റോടെ പോക്കില്ലേ? ചെലപ്പോ അങ്ങനെ കൂടീതാവും. അല്ലെങ്കിൽ പാടത്തോ, കല്ല് വെട്ടാമടയിലോ കുണ്ടൻ എടോഴീലോ... എങ്ങനെ വേണച്ചാലും ആവാലോ!' സ്വന്തം മനോ ധർമ്മം എല്ലാവരും വേണ്ടുവോളം പ്രയോഗിച്ചു. സ്നേഹത്തിനുണ്ടോ തട്ടും തടവും? അതങ്ങനെ തനിയെ മുളയ്ക്കും. ഇലയും പൂവും വിരിയും. കായ്ക്കും. പഴുത്ത കായ്കൾ നിലത്ത് വീണ് ഉണങ്ങിപ്പോവു കയും കാലന്തരത്തിൽ മണ്ണിൽ ചേരുകയും ചെയ്യും. ജീവിതത്തെ മനോമോഹനമാക്കുന്ന പ്രണയത്തിന് അതിനപ്പുറം എന്ത് അസ്തി ത്വമാണുള്ളത്?

പലരും പലതും പറഞ്ഞു. കുണ്ടൻ വെട്ടോഴീലെ ഒഴിഞ്ഞ സത്ര പ്പുരയിൽ, വലിയാലിന്റെ പുറകിലെ ഇരുട്ട് മൂടിയ തോട്ടപ്പറമ്പിൽ, കുളത്തിലെ ആനക്കടവിന്റെ മറവിൽ. ഭാവനയനുസരിച്ച് ഓരോരു ത്തരും സമാഗമം വിലയിരുത്തി.

കുഞ്ഞ്വാരുടെ മീശയില്ലാത്ത മുഖം നീലിച്ചു നീലിച്ചു വന്നു. സ്വതേ കുനിഞ്ഞ മുഖം ഒന്നുകൂടി കുനിഞ്ഞ് ഭൂമിയെ തൊട്ടു. കണ്ണുകളിലെ സങ്കടക്കടലിൽ വേലിയേറ്റവും ഇറക്കവും ഉണ്ടായി. ചില നേരത്ത് വന്യമായ ശാന്തതയും! ദയനീയമായ കാഴ്ചകൾ. അമ്മുക്കുട്ടിയെ നാട് കടത്തുക എന്ന അന്ത്യവിധിയിലേക്ക് ഗ്രാമം എത്തിപ്പെടുകയും

ദൂരെ, അറിയാത്ത ഒരിടത്തേക്ക് അവർ യാത്രയാവുകയും ചെയ്തു എന്നത് ഓർമ്മയുണ്ട്. നാടു കടത്തുക എന്നത് തത്ത്വത്തിൽ പറഞ്ഞ താണ്. കുത്തുവാക്കുകൾ, ഒഴിവാക്കലുകൾ, പുച്ഛം കലർന്ന കാറി ത്തുപ്പലുകൾ. ഇതൊക്കെ നാടുകടത്തലിനേക്കാൾ എത്ര ശക്തമാ യ തിരസ്ക്കരണമാണ്. അവർക്ക് വേറെ എന്ത് മാർഗ്ഗമാണ് ഉണ്ടാ യിരുന്നിരിക്കുക?

കുഞ്ഞ്വാര് മരണംവരെ കുനിഞ്ഞ ശിരസ്സുമായി നടന്നു. ഒരക്ഷര ത്തെറ്റ് പോലെ ഗ്രാമം അയാളെ തിരുത്തിക്കൊണ്ടിരുന്നു. ഒരു സിനിമാക്കഥയിലെ വില്ലന്റെ പരിവേഷം അയാൾ മരിക്കുംവരെ, ഞാൻ മുതിരുംവരെ അയാൾക്ക് കൊടുത്തിരുന്നതും ഓർമ്മയുണ്ട്. (ഈ കഥ ഓർക്കുമ്പോഴൊക്കെ അങ്ങനെ കരുതിയതിൽ പശ്ചാ ത്താപം തോന്നാറുണ്ട്.) കല്യാണങ്ങൾക്കോ, മറ്റ് ആണ്ടറ്തികൾക്കോ (ആഘോഷം) അപൂർവ്വമായി കാണുമ്പോൾ പോലും ഗ്രാമം അയാൾക്ക് നേരെ വിരൽച്ചൂണ്ടും. 'അറീല്യേ, നൊമ്മടെ...'

അമ്മുക്കുട്ടി എങ്ങനെയാവും കാലം കഴിച്ചിരിക്കുക എന്നും ഞാൻ ഓർത്തു നോക്കാറുണ്ട്. അവർ വിവാഹിതയാവുന്നതും കുട്ടി കൾക്കിടയിൽ ഉല്ലസിക്കുന്നതും ഭാവനയിൽ കാണാറുമുണ്ട്. അതി നുള്ള സാധ്യത തുലോം തുച്ഛമാണെങ്കിൽപ്പോലും.

മഴയിൽ കുതിർന്നു മുളയ്ക്കുന്ന വിത്തുകൾ, സൂര്യനെ എത്തി പ്പിടിക്കാൻ വേണ്ടി വളരുന്ന ചെടികൾ, ആത്മഹർഷത്തിൽ പൂത്തുല യുന്ന മരങ്ങൾ, ആർക്കാണ് അവയെ തടയാനാവുക?

പ്രണയം മറ്റൊന്നും കാംക്ഷിക്കുന്നില്ല, പ്രണയികളെ അല്ലാതെ.

■

മരിച്ചിട്ടും മരിക്കാത്തവൾ

എന്റെ ജനനത്തിന് മുൻപ് തന്നെ, എനിക്ക് കിട്ടേണ്ടിയിരുന്ന വാത്സല്യം മുഴുവൻ കവർന്നെടുത്ത ഒരാളെപ്പറ്റിയാണ് ഈ എഴുത്ത്.

അതെ, ഇതൊരു കത്താണ്. അങ്ങേ ലോകത്ത് എത്തുമെന്നും, ഇത് വായിക്കപ്പെടുമെന്നും ഉള്ള പ്രതീക്ഷയിൽ എഴുതുന്നത്.

കാലങ്ങളായി ഞാൻ പലപ്പോഴായി കരുതിവെച്ച സങ്കടം, അമർഷം, സ്നേഹം, ദുഃഖം ഒന്നിച്ച് ഞാൻ അയയ്ക്കുന്നു, എവിടെയോ എന്നെ വാത്സല്യത്തോടെ ഉറ്റു നോക്കിയിരിക്കുന്ന എന്റെ ചെറിയമ്മയ്ക്ക്! ഗീതച്ചെറിയമ്മയ്ക്ക്! എന്റെ പേരിന്റെ യഥാർത്ഥ അവകാശിക്ക്.

എന്റെ അമ്മയുടെ പതിനേഴാം വയസ്സിലാണ്, അമ്മ വിവാഹിതയായത്. അച്ഛന് അന്ന് ഇരുപത്തിരണ്ട് വയസ്സ്. ആ കാലത്ത് അമ്മയ്ക്ക് രണ്ടു അനിയന്മാരും ഒരനിയത്തിയും ഉണ്ടായിരുന്നു. ഒരനിയന് പത്തു വയസ്സ്. അതിന് താഴെ അനിയത്തി നാല് വയസ്സ്, അതിനും താഴെയുള്ള അനിയന് രണ്ടു വയസ്സ്. അമ്മയാണ് ഒരു പരിധിവരെ അവരെയൊക്കെ വളർത്തിയിരുന്നത്! അന്നത്തെക്കാലം അങ്ങനെയായിരുന്നു, എല്ലാ വീടുകളിലും. അമ്മയുടെ ഇളയ അനിയത്തിക്ക്, നാല് വയസ്സുകാരിക്ക് അമ്മ തന്നെയായിരുന്നു അമ്മ. അവളെ കുളിപ്പിക്കുന്നതും ഊട്ടുന്നതും ഉറക്കുന്നതും എല്ലാം അമ്മ തന്നെ. അവളുടെ പേരാണ് ഗീത രമേശ്വരി.

അമ്മയെ കല്യാണം കഴിക്കാൻ വന്നയാളെ അവൾ അച്ഛനായിത്തന്നെ കണ്ടു. അച്ഛനും അവൾ മകൾ തന്നെയായിരുന്നു. എന്റെ അച്ഛന്റെയും അമ്മയുടെയും മൂത്ത മകളായി, ആ വാത്സല്യം മുഴുവൻ അനുഭവിച്ച് അവരുടെ ഓമനയായിത്തീർന്നു, അവൾ, എന്റെ ചെറിയമ്മ.

വിവാഹം കഴിഞ്ഞ്, അമ്മ അച്ഛന്റെ ജോലി സ്ഥലമായ കണ്ണൂരിൽ പോയപ്പോൾ അവളും കൂടെപ്പോയി! അച്ഛന്റെ ഒപ്പം ആന കളിച്ചും

അച്ഛനെ എണ്ണ തേപ്പിച്ചും കുളിക്കുമ്പോൾ പുറം തേച്ച് കൊടുത്തും അങ്ങനെ അങ്ങനെ എല്ലാത്തിനും അവളുണ്ടായിരുന്നു. വല്യേട്ടാ എന്നാണ് അവൾ അച്ഛനെ വിളിച്ചത്. ആ വിളി എന്റെ അമ്മ തുടർന്നു പോരുന്നു, ഇന്നും.

എന്നെ നാല് മാസം ഗർഭം ധരിച്ചിരിക്കുന്ന സമയത്ത് അമ്മ അവളോടൊപ്പം നാട്ടിലേക്ക് പോന്നു, വിശ്രമത്തിന്. ചേച്ചിയുടെ വയറ്റിലെ കണ്മണിയെ, എന്നെ, അവൾ ഒരുപാട് സ്നേഹിച്ചിരുന്നു എന്നും ഞാൻ അവളുടെ മാത്രമാണെന്നും വയറ്റത്ത് മുഖം ചേർത്ത് അവൾ എന്നോട് ഒത്തിരി സംസാരിക്കാറുണ്ടായിരുന്നു എന്നും അമ്മ പറഞ്ഞു കേട്ടിട്ടുണ്ട്. വാവ, പെൺകുട്ടി തന്നെ ആയിരിക്കും എന്ന് അവൾക്ക് ഉറപ്പുണ്ടായിരുന്നത്രെ! എനിക്കായി 'സ്വപ്ന' എന്ന പേരും അവൾ കണ്ടെത്തി വെച്ചിരുന്നു. അമ്മയുടെ വീർത്തു വരുന്ന വയറിൽ നിന്നും ഞാൻ പുറത്തു വരുന്നതും കാത്ത് അവളിരുന്നു. ഉണ്ണിയെ കുളിപ്പിക്കാനും കണ്ണെഴുതാനും ഉള്ള അവകാശം നേരത്തെ തന്നെ അമ്മയോട് ഉറപ്പാക്കിക്കൊണ്ട്.

ആയിടയ്ക്കാണ് അവളുടെ ദേഹത്ത് ചെറിയ നീര് പ്രത്യക്ഷപ്പെട്ടത്. മണൽ (മീസിൽസ്) വന്നു മാറിയിരുന്നു അവൾക്ക്. ഒരാഴ്ചയോളം വൈദ്യന്റെ മരുന്നും കഴിച്ചിരുന്നു. ഒരുനാൾ ഉച്ചയൂണ് കഴിഞ്ഞിരിക്കുന്ന സമയത്ത് അവൾ അമ്മയോട് ഒരു കടലാസ് എടുക്കാനും അച്ഛന് ഒരു കത്തെഴുതാനും പറയുന്നു. അതിങ്ങനെയായിരുന്നു.

എന്റെ വല്യേട്ടന്,

'എനിക്ക് വല്യേട്ടനെ കാണണം. വരുമ്പോൾ കുപ്പിവളയും ചുവന്ന റിബ്ബണും കൊണ്ടോരണം. പുതിയ ഉടുപ്പും' അമ്മ അവൾ പറഞ്ഞ പ്രകാരം എഴുതി. കവറിലിട്ടു. ഒട്ടിച്ചു. അടുത്തുള്ള തപാൽ പെട്ടിയിലിട്ടു.'

വെയിലാറിത്തുടങ്ങിയ നേരത്ത് അവൾക്ക് വല്ലാത്ത ദാഹം തുടങ്ങിയത്രെ. വെള്ളം എത്ര കുടിച്ചിട്ടും അടങ്ങാത്ത ദാഹം. പരവേശം. സന്ധ്യ മയങ്ങിയതുകൊണ്ട് വൈദ്യരെ വിളിച്ചു കാണിച്ചു. ശരീരത്തിൽ പൊന്തിയ മണൽ ഉള്ളിലേക്ക് വലിച്ചു എന്നും ഇനി ആശുപത്രിയിൽ കൊണ്ടുപോവുകയേ മാർഗ്ഗമുള്ളൂ എന്നും വൈദ്യർ പറഞ്ഞുവത്രെ. പിറ്റേന്ന് രാവിലെ ആശുപത്രിയിൽ കൊണ്ടുപോവാൻ തീരുമാനമായി. പക്ഷേ, അന്ന് രാത്രി അവൾ മരിച്ചു. ഒരു കാരണവും ഇല്ലാതെ. അച്ഛന് ഇന്നും മനസ്താപമാണ്. അച്ഛൻ സ്ഥലത്ത് ഉണ്ടായിരുന്നുവെങ്കിൽ അവളെ അങ്ങനെ മരണത്തിന് വിട്ടുകൊടുക്കില്ലായിരുന്നു എന്ന്.

അവൾ മരിച്ച് നാല് മാസം കഴിഞ്ഞ് ഞാൻ ജനിച്ചു. മൂത്ത മകൾ നഷ്ടപ്പെട്ട ഒരച്ഛന്റെയും അമ്മയുടെയും മൂത്ത മകളായി. എനിക്കവർ ഗീത എന്നു തന്നെ പേരിട്ടു. പക്ഷേ ഒരിക്കലും അങ്ങനെ വിളിക്കയുണ്ടായില്ല. അവൾക്ക് പകരമായി എന്നെ കാണാൻ അവർക്ക് ഒരിക്കലും കഴിഞ്ഞിട്ടുണ്ടാവില്ല. അവരെന്നെ ബേബി എന്ന് വിളിച്ചു. ഇന്നും എനിക്ക് എന്റെ പേര് ബേബി തന്നെ. ഗീത എന്ന പേരുകാരി എവിടെയോ ഒളിച്ചിരിക്കുന്നു, എന്നിലും എനിക്ക് ചുറ്റുമുള്ളവരിലും.

എന്റെ അച്ഛനും അമ്മയും എന്നെ ചെറുപ്പത്തിൽ അധികമൊന്നും ലാളിച്ച ഓർമ്മയില്ല എനിക്ക്. എനിക്ക് കിട്ടേണ്ടിയിരുന്ന വാത്സല്യം ആരോ തട്ടിയെടുത്ത പോലെ. ഒരോമനയെ നഷ്ടപ്പെട്ട വേദന അവരെ നിർമമരാക്കിയിരിക്കാം. ഇന്നും എന്റെ അമ്മയുടെ കണ്ണീരുണ്ട് അവൾക്കു വേണ്ടി.

എന്നിൽ നിറഞ്ഞു നിൽക്കുന്ന, എന്റെ ലോകം തന്നെ സ്വന്തമാക്കിയ, എന്നെ ഒരുപാട് സ്നേഹിക്കയും എന്നെ കാണാൻ കാത്തുനിൽക്കാതെ കൈ വിടുവിച്ചു പോവുകയും ചെയ്ത എന്റെ ചെറിയമ്മയെ ഞാൻ കാണാറുണ്ട്, പിണക്കമുണ്ടെങ്കിലും. എന്റെ ജനനം, ജീവിതം എല്ലാം ആ നിഴലിൽ മറഞ്ഞു പോയല്ലോ.

എങ്കിലുംഎങ്കിലും എന്റെ ചെറിയമ്മയെ ഞാൻ അതിരറ്റു സ്നേഹിക്കുന്നു, നഷ്ടബോധത്തോടെ... പരസ്പരം കൈ നീട്ടി, എന്നാൽ തൊടാനാവാതെ, പരസ്പരം ചേർന്നു നിന്ന് എന്നാൽ കൈകോർക്കാനാവാതെയുള്ള യാത്രയാണല്ലോ ഞങ്ങളുടേത്, മരണംവരെ. ■

ഒരു കഥ, ഒരു നുണക്കഥ

ഇന്ന് ഞാനൊരു കഥ പറയാം.

ഒരു നാട്ടിൻപുറം.

നാട്ടിലെ സമ്പന്നമായ ഒരു തറവാട്ടിൽ, അമ്മാവന്മാരുടെ ഓമനയായി (മരുമക്കത്തായ സമ്പ്രദായമാണ്) ഒരു പെൺകുട്ടി. അതിസുന്ദരി. നാട്ടിലെ അക്കാലത്തെ റോമിയോകളുടെ ഡ്രീം ഗേൾ. അവൾ പത്താംക്ലാസ്സിലെത്തി നിൽക്കുന്നു. പഠിത്തത്തിൽ മിടുക്കനായ ഒരു ബന്ധു പഠിക്കാൻ മണ്ടിയായ അവൾക്ക് ട്യൂഷൻ എടുക്കുന്നു. അവർ പ്രണയബദ്ധരാവുന്നു. പ്രണയത്തിന്റെ ചേദനകൾ മനസ്സിന്റേത് മാത്രം അല്ലല്ലോ. അവൾ ഗർഭിണിയാവുന്നു. ഒരു നിലയ്ക്കും നിൽക്കക്കള്ളിയില്ലാത്ത കാമുകൻ അവളെ വിധിയുടെ ആഴിയിലേക്ക് തള്ളിയിട്ടിട്ട് നാട് വിടുന്നു.

കഥ അടുത്ത ഘട്ടത്തിലേക്ക്.

പഴയ കാലമാണ്. പിഴച്ചുപോയ പെൺകിടാവിന് ഭ്രഷ്ട് ആണ് കൽപ്പിക്കേണ്ടത്. പക്ഷേ പടിയടച്ച് പിണ്ഡം വെക്കാൻ അമ്മാവന്മാർക്ക് മനസ്സു വന്നില്ല. ഒറ്റ മരുമകളല്ലേ. ആരെയെങ്കിലും കണ്ടെത്തി അവളെ ഏൽപ്പിക്കണം. തറവാട് മാനംകെടാതെ നോക്കണം. ആരായാലും വേണ്ടില്ല. അങ്ങനെ സുന്ദരിയും ഗർഭിണിയും ആയ അവളെ കൈയ്യേൽക്കാൻ ഒരാൾ തയ്യാറായി. പരമദരിദ്രനായ അയാൾക്ക് മുന്നിൽ ഗതിയില്ലാതെ നിശ്ശബ്ദയായി അവൾ തല കുനിച്ചു കൊടുത്തു. അമ്മാവന്മാർക്ക് ആശ്വാസമായി. അഭിമാനം പോയില്ലല്ലോ. ഇനി അവളായി അവളുടെ പാടായി. പെഴച്ചു പോയവൾ അതിന്റെ ഫലം തന്നത്താൻ അനുഭവിക്കട്ടെ. ആരും അവളെ തിരിഞ്ഞുനോക്കിയില്ല. സുഖസൗകര്യങ്ങളുടെ മടിയിൽ നിന്ന് ദാരിദ്ര്യത്തിന്റെ ചുഴിയിലേക്ക് അവളുടെ ജീവിതം എടുത്തെറിയപ്പെട്ടു, അവൾ ഒരനാഥയായി. ഭർത്താവുണ്ട്. അയാൾക്ക് വരുമാനമോ കൃഷിയോ തറവാട്ടു മഹിമയോ ഇല്ല. ഇരതേടി കൊണ്ടുവന്നു കൊടുക്കാൻ കെൽപ്പും ഇല്ല! എന്തുചെയ്യാൻ?

അവൾ ഒരു മകളെ പ്രസവിച്ചു. കാലം കൊണ്ട് അവർക്ക് വേറെയും കുട്ടികളുണ്ടായി. ദാരിദ്ര്യത്തിന്റെ ചൂടിൽ അവൾ മെലിഞ്ഞുണങ്ങി.! സൗന്ദര്യത്തിന്റെ എല്ലാ ചിഹ്നങ്ങളും അവളെ വിട്ടൊഴിഞ്ഞു പോയി. സമൃദ്ധിയുടേയും സൗന്ദര്യത്തിന്റേയും നാളുകൾ വേറെ ഏതോ ജന്മത്തിലേത് എന്ന പോലെ, വിദൂരമായ ഒരു ഓർമ്മ മാത്രമായി. മുരടിച്ചുപോയ ജീവിതം വിധിയുടെ വാതിൽക്കൽ ഒരു നേരത്തെ അന്നത്തിനായി കൈ നീട്ടി നിന്നു. മരണംവരേയും അത് അങ്ങനെ തന്നെ തുടരുകയും ചെയ്തു.

കഥ വീണ്ടും തുടരുകയാണ്.

നാട് വിട്ട കാമുകൻ പുറംനാട്ടിൽ പോയി. എവിടെയൊക്കെയോ ജോലി ചെയ്തു. പതിയെ പച്ച പിടിച്ചു. പണക്കാരനായി. നല്ലൊരു സ്ഥാപനത്തിലെ ഉയർന്ന പദവിവരെ എത്തിപ്പറ്റി. വലിയൊരു തറ വാട്ടിൽ നിന്ന് ഒത്തൊരു വിവാഹവും കഴിച്ചു. കുട്ടികളുണ്ടായില്ല എന്നൊരു കുറവ് മാത്രം.

കാലം പിന്നെയും കുറേ കടന്നു പോയി. വാർദ്ധക്യത്തിൽ വിശ്രമ ജീവിതത്തിന് നായകൻ നാട്ടിൽ തിരിച്ചെത്തുന്നു. ആഡംബരത്തിന് നടുവിൽ ജീവിക്കുന്നു. സ്വന്തം മകളെ, തന്റെ തൽസ്വരൂപത്തെ അംഗീകരിക്കാൻ ഒരിക്കലും അയാൾ കൂട്ടാക്കിയില്ല. പ്രതാപിയായ ആ അച്ഛന്റെ മുന്നിൽ കൊടും ദാരിദ്ര്യത്തിൽ മകൾ ജീവിച്ചു.

കഥ തീർന്നു.

കൂട്ടരേ,

പണ്ട് വേതാളം വിക്രമാദിത്യനോട് ചോദിച്ച പോലെ ചില ചോദ്യ ങ്ങൾ ഞാൻ നിങ്ങളോട് ചോദിക്കട്ടെ?

1. ഒരേ തെറ്റിന് രണ്ടു വ്യക്തികളോട് ദൈവം രണ്ട് നിലപാട് എടുക്കുന്നത് എന്തുകൊണ്ട്?

2. പ്രണയത്തിൽപ്പെട്ടു എന്ന ഒറ്റക്കാരണത്തിന് ജീവിതം ബലി കൊടുത്ത് നിസ്സഹായയായി ദാരിദ്ര്യമുണ്ട് കടന്നുപോയ ഒരു സ്ത്രീയോട് ഏത് അർത്ഥത്തിലാണ് ദൈവം നീതി പുലർത്തിയത്?

3. സമ്പന്നനായ ഒരച്ഛന്റെ ഏകമകൾ ദാരിദ്ര്യത്തിന്റെ പടുകുഴി യിൽ ഇഴയുന്നത് എന്ത് ന്യായം?

ശരിയുത്തരം പറഞ്ഞാൽ രക്ഷയുണ്ട്. ഇല്ലെങ്കിൽ വീണ്ടും ഞാൻ വരും. ഇത്തരം ഉത്തരമില്ലാത്ത ചോദ്യങ്ങളുമായി. ■

ഒരു മരംകേറിയുടെ ഓർമ്മകൾ

മാമ്പഴക്കാലമാണ്.

എവിടെയും മാവുകൾ കായ്ച്ച് നിൽക്കുന്നു. കായ്ച്ചു നിൽക്കുന്ന മാവുകൾ ലഹരി തരുന്ന ഒരു കാഴ്ചയാണ്. ചിലത് കുലകുലയായി. ചിലത് നീണ്ട ഞെട്ടോടെ കാറ്റിൽ ഊഞ്ഞാലാടി. ചിലത് ചെറിയ പന്തുകൾ പോലെ. പച്ച, നീല, ചുവപ്പ്, തുടുത്ത് ആഭയോടെ. പീതം പുതച്ച മാമ്പഴങ്ങൾ നമ്മുടെ മാവുകളിൽ അധികം കണ്ടിട്ടില്ല.

തറവാട്ടിൽ രണ്ടു വലിയ ഗോമാവുകൾ ഉണ്ടായിരുന്നു. പടർന്നു പന്തലിച്ച് ആകാശം തൊട്ട് നിൽക്കുന്ന കൂറ്റൻ മാവുകൾ. തറവാടിന്റെ പ്രൗഢി കൂട്ടി അങ്ങനെ തലയുയർത്തിപ്പിടിച്ച ആ മാവുകളിൽ നിറയെ മാമ്പഴം. കൊച്ചു നക്ഷത്രങ്ങൾ പോലെ.

ഇടവപ്പാതി പെയ്യാൻ തുടങ്ങുമ്പോഴാണ് മാങ്ങ പഴുക്കാൻ തുടങ്ങുക. ഇടിയും മഴയും ഉള്ള രാവുകളിൽ, പുലർകാലങ്ങളിൽ, മാങ്ങ ഞെട്ടറ്റു വീഴുന്ന ശബ്ദം കേൾക്കാം, തെക്കിനിയിൽ കിടന്നാൽ. പുലരാൻ ക്ഷമയില്ലാതെ ഞാൻ അമ്മൂമ്മയെ വിളിച്ചുണർത്തും. ടോർച്ചും തെളിച്ച് ഞാനും അമ്മൂമ്മയും മാമ്പഴം പെറുക്കിക്കൂട്ടും. ചിലപ്പോൾ ഒരു കുട്ട നിറയെ. പഴുത്തു വീഴുന്ന ഗോമാങ്ങകൾക്ക് അത്ര സ്വാദ് ഒന്നുമില്ല. രാവിലെ പുലർന്നാൽ ചെറിയമ്മയും മാമ്പഴം പെറുക്കാൻ ഇറങ്ങും. അവളെ തോല്പിക്കാൻ മാത്രമാണ് പാതിരയ്ക്കുള്ള ഈ മാങ്ങ പെറുക്കൽ. അതിന് കൂട്ട് വന്നിരുന്ന അമ്മൂമ്മയുടെ വാത്സല്യം ഞാൻ വേണ്ടവണ്ണം തിരിച്ചറിഞ്ഞിരുന്നോ? ഇല്ല. നഷ്ടപ്പെടുമ്പോൾ, മനസ്സ് ശൂന്യമാവുമ്പോൾ, ഒരിക്കൽ കൂടി കിട്ടിയിരുന്നെങ്കിൽ എന്നാശിച്ചു പോവുന്ന ഒന്ന്. വാത്സല്യം.

പഴുത്ത മാങ്ങകൾക്ക് മത്തുപിടിപ്പിക്കുന്ന മണമാണ്. മധുരവും പുളിയും ഉപ്പും കലർന്ന മാദകമായ ഗന്ധം. അച്ഛന്റെ പറമ്പിലെ നീലൻ മാവിൽ നിലംമുട്ടിക്കിടക്കുന്ന മാങ്ങകൾ മൂക്കുമ്പോൾ പൊട്ടിച്ച് വൈക്കോൽ കുണ്ടയ്ക്കുള്ളിൽ പൂഴ്ത്തിവെക്കും. ചാണകം മെഴുകിയ മുളക്കുട്ടകളിൽ വൈക്കോൽ ഇട്ട് അതിൽ പഴുക്കാൻ വെക്കുകയും

ചെയ്യും. ആ കുട്ട തുറക്കുമ്പോൾ.. ഹാ.. ഓർക്കാൻ വയ്യ! (അതേ, ബാക്കി ഒന്നും കാണാൻ പറ്റൂല സാറേ.) ജീവിതത്തിൽ മറക്കാൻ പറ്റാത്ത ഗന്ധങ്ങളിൽ ഒന്ന്. ഗന്ധങ്ങൾക്കും ഉണ്ട് നൊസ്റ്റാൾജിയ. ഓർമ്മകൾക്ക് മാത്രമൊന്നുമല്ല.

അച്ഛന്റെ പറമ്പിൽ ഇല്ലാത്ത മാവുകളില്ല. ഒരു മൃഗശാലയിലെന്ന പോലെ അവിടെ പല ജാതി മാവുകൾ കൊമ്പ് കുലുക്കി നിന്നു. പലതും നാട്ടിൽ കാണാത്ത തരം. പേരയ്ക്കമാവ്, മയിൽപ്പീലി, മുട്ടിക്കുടിയൻ, ചന്ദ്രക്കാരൻ, മൽഗോവ, നീലം എന്നുവേണ്ട മാവുകളുടെ ഒരു കാഴ്ചബംഗ്ലാവ് തന്നെ ആയിരുന്നു അവിടം. മുത്തച്ഛൻ എവിടെ നിന്നൊക്കെയോ ശേഖരിച്ചു കൊണ്ടു വന്ന് നട്ടുണ്ടാക്കിയതാണത്രെ എല്ലാം. ആളൊരു രസികൻ തന്നെ ആയിരുന്നിരിക്കണം.

മാങ്ങകളിൽ എനിക്ക് ഏറ്റവും ഇഷ്ടം പ്രിയോർ തന്നെ. മാമ്പഴത്തിന്റെ രാജാവ് അൽഫോൻസയും മൽഗോവയും ആണ് എന്നാണ് പറച്ചിലെങ്കിലും എന്റെ ഹീറോ പ്രിയോർ തന്നെ. പിന്നെ മനംകവർന്നവൻ ഒരു ഇത്തിരി കുഞ്ഞനാണ്. മുട്ടിക്കുടിയൻ എന്നും പേരുള്ള തേൻമാമ്പഴം. അവനെ അങ്ങനെ കൈയിൽ എടുത്ത്, ഒന്ന് ഓമനിച്ച്, കുറച്ചു നേരം ചുമരിൽ മുട്ടിച്ചു മുട്ടിച്ചു പതം വരുത്തി, പതിയെ ഞെട്ട് കളഞ്ഞ്, അങ്ങനെ മുട്ടിക്കുടിച്ചു രസിക്കുമ്പോൾ കിട്ടുന്ന ആനന്ദം. മധുരം. മനസ്സിനെ മയക്കുന്ന സുഗന്ധം. എന്താ പറയുക. ഒരുനൂറു വരാഹനും കിട നിൽക്കില്ല... കൂട്ടാൻ വെക്കാനും കറി ഉണ്ടാക്കാനും ചെത്തി ഉപ്പിലിടാനും മൂക്കുമ്പോൾ പൂളി, ഉപ്പും മുളകും കൂട്ടി തിന്നാനും മൂവാണ്ടൻ തന്നെയാണ് കേമൻ.

ഇവിടെ, ഇങ്ങു ദൂരെ എന്റെ ബാൽക്കണിയിൽ നിന്ന് നോക്കിയാൽ വഴിയരികിൽ അടിമുടി കായ്ച്ചു നിൽക്കുന്ന ഒരു മാവ് കാണാം. ബൾബ് പോലെ തൂങ്ങിക്കിടക്കുന്ന മാങ്ങകൾ. പഴുത്തു ചുവന്നു തുടങ്ങിയിരിക്കുന്നു. എങ്കിലും ഒന്ന് പോലും ആരും പൊട്ടിച്ചെടുക്കാത്തത് എന്താവോ? അപരിചിതമായ ഈ നാട്ടിൽ, വെയിലും മഴയും പോലും എന്നെ ഒരന്യയെ എന്നപോൽ അറച്ചു നോക്കുമ്പോൾ, എന്റെ ഓർമ്മകളിൽ സ്വർണ്ണമണികൾ പോലെ തിളങ്ങി നിൽക്കുന്നു, എന്റെ ബാല്യം. മാവുകളിൽ പൊത്തിപ്പിടിച്ചു കയറി, കൊമ്പിലിരുന്ന് കാലാട്ടുന്ന എന്നെ ആരോ പുറകിൽ നിന്ന് വിളിക്കുന്നു. 'മരംകേറീ...'

അതെ, ഞാൻ ഒന്നാന്തരം ഒരു മരംകേറിയായിരുന്നു. ■

നിക്ക് വഴി തെറ്റിയ കഥ

ഇത് എന്റെ കുട്ടിക്കാല കഥയല്ല. വലുതായിട്ടും കുട്ടി തന്നെ ആയിരുന്ന ഒരു കാലത്തെ കഥയാണ്. കേട്ടു കൊള്ളുക.

''ങ്ങക്ക് എപ്പളെങ്കിലും വഴി തെറ്റീണ്ടോ കൂട്ടരേ, ഇല്ല്യാലേ, ന്നാ നിയ്ക്ക് തെറ്റീണ്ട്! കേട്ടോള്വ..''

ഈ കഥ തൊടങ്ങണത് അടുത്ത പൊറത്തൊന്നും അല്ല! അനവധി കൊല്ലങ്ങള് പിന്നാക്കം തൊട്ട് തൊടങ്ങണം! അച്ഛമ്മ, അതായത് ന്റെ മുത്തച്ഛന്റെ അമ്മ, (ചെലോരു മുത്താച്ചീന്നും വിളിച്ചീര്ന്നു.) പണ്ട് തൊട്ടേ അമ്മൂമ്മോട് പറേണ ഒരു കാര്യണ്ട്! ''തങ്കേ, നീ പെങ്കുട്ട്യോളെ ങ്ങനെ അഴിച്ചു വിടര്ത്, വഴിതെറ്റി പൂവുംന്ന്.''

'നവയൗവനവും വന്ന് നാൾതോറും വളരുന്ന' പ്രായത്തിലൊന്ന്വല്ല, അതിലും ഒക്കെ എത്രയോ മുമ്പത്തെ കാര്യാ ഈ പറച്ചില്. ഞാനും ചെറ്യേമ്മേം ഹാഫ് പാവാടട്ട് മേടാസ് കളിക്കണ കാലത്ത്. (അല്ലാപ്പൊ, ഞങ്ങളെന്താ പയ്ക്കളോറ്റ്യാണോ വഴി തെറ്റാൻന്ന് ഞങ്ങള് കുശുകുശുക്കേം ചെയ്യും.)

അങ്ങനെ വഴി തെറ്റാണ്ടേ വളർന്നു വളർന്നു, നിക്ക് പഠിപ്പൊക്കെ കഴിഞ്ഞു ജോലീം കിട്ട്യേ കാലത്ത്, കല്യാണോം കഴിഞ്ഞടക്ക്ണു, ബടെ ഒന്ന്വല്ല, അങ്ങ് ഇന്ദ്രപുരീല്, ഒരീസം എനിക്ക് വഴി തെറ്റി! ഒരു ഒന്നൊന്നര തെറ്റലായിരുന്നു അത്.

കഥ കേട്ടോളൂ...

കഥ നടക്കണത് ഒരു മഞ്ഞു കാലത്താണ്. നല്ല തണുപ്പും മഞ്ഞും കോടയും ഒക്കേള്ള ഒരു ഡിസംബർ മാസത്തില്. ഞാനന്ന് ഗ്രേറ്റർ കൈലാഷിലും കണവൻ നെഹ്റു പ്ലേസിലും ആണ് ജോലി നോക്കണത്. ശ്ശി ദൂരൊന്നുംല്യ അങ്ങ്ട്. നേരെ നടന്നാ ഒരു രണ്ടുരണ്ടര കിലോമീറ്റർ ദൂരെള്ളൂ രണ്ടു സ്ഥലങ്ങളും തമ്മില്.

ഒരീസം ഒരു നാല് നാലര നേരത്ത് മൂപ്പര്ടെ ഒരു ഫോൺ. (ഓഫീസ് ഫോണിലേക്കാണ് ട്ടോ. അന്നീ മൊബൈലും കുന്തോം ഒന്നും

ഇല്ല്യ.) അപ്പൊ മൂപ്പര് വിളിച്ചിട്ട് പറയാണ്. ''നീ ഓഫീസ് വിട്ടാ നേരെ ഇങ്ങട്ട് പോരെ, ഊണ് പൊറത്തുന്ന് ആവാം, നമ്മക്ക് ഒന്നിച്ചു പോവാം ന്ന്.'' നല്ല ഒരു രാത്രിയൂണ് തരാവണ കാര്യല്ലേ, ഞാൻ ഒട്ടും അമാന്തല്യാതെ അങ്ങ്ട് സമ്മതിച്ചു. പല പ്രാവശ്യം മൂപ്പര്ടെ കൂടെ പോയിട്ട്ള്ള സ്ഥലാണ്. വഴി മനസ്സിലാവാൻ ഞാൻ അട യാളോം നോക്കി വെച്ച്ണ്ട്. പിന്നെന്താ പേടിക്കാൻ?

ഈ നെഹ്റു പ്ലേസ്ന്ന് പറഞ്ഞാ വല്ല്യോരു സ്ഥലാ. നെറച്ചും വല്യ വല്യ കെട്ടിടങ്ങളും അതിലൊക്കെ പല പലേ ഓഫീസോളും. വഴിതെറ്റാൻ എളുപ്പം. അതോണ്ട് ഞാൻ ഒരു അടയാളം മുൻപന്നെ നോക്കി വെച്ചേടക്കുണു. ജോഷിടെ ഓഫീസിനു അടുത്തുള്ള ഒരു മാനം മുട്ടണ കെട്ടിടത്തിന്റെ മോളില് ഒരു വല്യ ബലൂൺ, ഈ പന്ത് പോലത്തെ ഒന്ന്, അങ്ങനെ കാറ്റത്ത് ആടി നിൽക്ക്ണ്ട്. എത്ര ദൂരെന്ന് നോക്കിയാലും അത് കാണാം. അതാണ് അടയാളം.

അപ്പൊ പറഞ്ഞപോലെ ഞാൻ അഞ്ചരയ്ക്ക് ഓഫീസ്ന്ന് എറങ്ങി. കഷ്ടി പതിനഞ്ചു മിനിറ്റിന്റെ വഴിയാണ്. വേഗം ബസ്സും കിട്ടി. കുറച്ചു കഴിഞ്ഞപ്പോ ദേ ബസ്സ് വഴി മാറുണു. കൽക്കാജി വഴി ചുറ്റിപ്പോണ ബസ്സാത്രെ അത്. നിക്കിണ്ടോ അത് നിശ്ശള്ളൂ?

ബസ് വളഞ്ഞു വളഞ്ഞു പോയി, ഒപ്പം നേരോം ഇരുട്ടായി! മഞ്ഞുകാലല്ലേ! അവടെ കോട വന്നു മൂടി വേഗം രാത്രി ആവും. എന്തിന് പറേണൂ, നെഹ്റു പ്ളേസിൽ എത്തുമ്പോഴേക്കും രാത്രി ഏഴു മണി. കുരാക്കൂരിരുട്ട്. ഞാൻ ബസ് എറങ്ങി അടയാളം നോക്കി. അപ്പോളല്ലെ കളി മനസ്സിലാവണത്. എവിടുന്നു നോക്ക്യാലും ബലൂൺ കാണാണ്ട്! ദാപ്പോ നന്നായെ.

വഴി പെഴച്ചടക്കണൂന്ന് നിക്ക് ബോദ്ധ്യായി. ആകെ പരോശായി. കയ്യും കാലും ഒന്നും ഓടാണ്ടെ ആയി. എന്താ ചെയ്യാ. ഇന്റെ കഷ്ട കാലം. ന്നാലും നോക്വന്നെ. അതിലേം ഇതിലേം ഒക്കെ പോയിട്ടും ജോഷീടെ ഓഫീസ് കാണാല്യ കൂട്ടരേ. ഡൽഹീല് വല്യ പരിചയം ഒന്നും ആയിട്ടില്യ. ചോയ്ക്കാനും പറയാനും ഒന്നും വല്യ പിടീല്യ. ഹിന്ദി ഭാഷയും അത്രയ്ക്ക് വശായിട്ടില്യ. ബസ്റ്റോപ്പ് ആണെങ്കി കാണാനൂല്യ. സർവത്ര ഇരുട്ടും.

എന്താപ്പോ ചെയ്യാന്ന് ഒരു പിടീല്യാണ്ട് എലി പായും പോലെ അങ്ങടും ഇങ്ങടും പാഞ്ഞു കളിക്ക്യന്നെ. കൊറച്ചു കഴിഞ്ഞപ്പോ ഇന്റെ ദേഹം ഒക്കെ ങട് തളർന്നു. ഇപ്പൊ വീഴും ന്നായി. അപ്പോണ്ട് ഒരാള് എന്നെ വട്ടം പിടിക്കുണു.

ആരാ? നമ്മടെ ആളെന്നെ. മൂപ്പര് എന്നെ കാണാണ്ടെ നോക്കി നടക്കായിരുന്നു. (മൂപ്പര് പിന്നെ പറയാ, നീ ബലൂണ് നോക്കി വഴി

കണ്ട്പിടിക്കണേക്കാൾ എളുപ്പായി നീളംകോലി ആയോണ്ട് നിന്നെ കണ്ടുപിടിക്കാൻ ന്ന്! ഹും!) ഇന്നെക്കാളും പേടിച്ചടക്കുണു. അങ്ങനെ ഭാഗ്യം കൊണ്ട് കൊഴപ്പന്നൂല്യാണ്ടെ ഞാൻ രക്ഷപ്പെട്ടു കൂട്ടരേ. ഇന്നിപ്പോ ഈ കഥ പറയാനും പറ്റി. ന്നാലും ഞാൻ അടയാളം വെച്ച ബലൂണ് ഇന്നെ ഇങ്ങനെ ചതിക്കുംന്ന് ഞാൻണ്ടോ നിരീച്ചു?

ഓരോ അബദ്ധം പറ്റണതേയ്.

അല്ല പിന്നെ!

ഇതാണ് നൊമ്മടെ നാട്ടിലെ ഭാഷ. ഈ ഭാഷകൊണ്ട് മാത്രം എന്നെ സ്നേഹിച്ച കുറേപ്പേരുണ്ട്. ഈ കഥ അവർക്ക് സമർപ്പിക്കുന്നു. ■

ഒരു ക്രൂരകൃത്യത്തിന്റെ കഥ

ചെറിയാച്ചന്റെ ക്രൂരകൃത്യങ്ങൾ എന്നൊരു സിനിമയുണ്ട്. അടൂർ ഭാസിയാണ് നായകൻ. സിനിമ ഞാൻ കണ്ടിട്ടില്ല.

ജീവിതത്തിൽ ഞാൻ ചെയ്ത ഏറ്റവും വലിയ ക്രൂരകൃത്യത്തെക്കുറിച്ചാണ് ഈ കഥ.

(കഥ നടക്കുന്നത് ഗ്രാമത്തിൽ തന്നെ.! നഗരജീവിതത്തിൽ ക്രൂരതയ്ക്ക് വലിയ സ്ഥാനമില്ല. നന്മ, തിന്മ എന്നീ വകഭേദങ്ങൾ അവിടങ്ങളിൽ അത്ര പ്രസക്തവുമല്ല. അവനവന് ഉതകുന്നത് നന്മ. അല്ലാത്തതൊക്കെയും തിന്മ എന്ന പൊതുതത്ത്വമാണ് അവിടങ്ങളിൽ പ്രസക്തം.)

ഞങ്ങളുടെ വീടിന്റെ നേരെ മുന്നിൽ റോഡാണ്. അതിനപ്പുറത്തെ ഒരു കൊച്ചുവീട്ടിൽ വന്ന പുതിയ താമസക്കാർ, തീരെ നിശ്ശബ്ദനായ ജോസഫും ഭാര്യ മേരിയും. കൂടെ ജോസഫിന്റെ അമ്മയും ഉണ്ട്. പുതുതായി കല്യാണം കഴിഞ്ഞ ദമ്പതിമാരായിരുന്നു അവർ. മേരി അതിസുന്ദരി. വെളുത്തു ചുവന്നു മെലിഞ്ഞ് അവർ ശരിക്കും കന്യാമറിയത്തെ ഓർമ്മിപ്പിച്ചു. നീണ്ടു സുന്ദരമായ മുഖം. ചുവന്ന ചുണ്ടുകൾ. പ്രസന്നഭാവം. എപ്പോഴും പുഞ്ചിരിക്കുന്ന അവരെ നോക്കിയിരിക്കുക എനിക്ക് വളരെ ഇഷ്ടമായിരുന്നു. വാ തോരാതെ നാടൻ ശൈലിയിൽ അവർ സംസാരിക്കുന്നത് കേൾക്കാനും.

നിശ്ശബ്ദനും അന്തർമുഖനുമായ ജോസഫും നിർത്താതെ സംസാരിക്കുന്ന മേരിയും! ദൈവം ചേർക്കേണ്ടവരെ ചേർക്കുന്നു! അല്ലേ? എന്റെ കൗമാരകാലങ്ങൾ കഴിയുംവരെ അവർ ആ വീട്ടിൽ താമസിച്ചു. പിന്നെ അടുത്ത് എവിടെയോ വീട് മാറിപ്പോയി.

എങ്കിലും ഹോസ്റ്റലിൽ നിന്ന് നാട്ടിൽ വരുന്ന കാലത്ത്, എപ്പോഴെങ്കിലും എവിടെയെങ്കിലുംവച്ച് കാണുമ്പോൾ അവർ എന്നെ ബേബിക്കുട്ടീ എന്ന് വിളിച്ചു. ആ വിളി ഞാനെന്നും ഇഷ്ടപ്പെട്ടിരുന്നു. എന്റെ അസ്തിത്വം അന്നും ഇന്നും അത് തന്നെ. ബേബി.

ഒരിക്കൽ നാട്ടിൽ വന്നപ്പോൾ അമ്മ പറഞ്ഞു, മേരിയുടെ മൂത്ത മകൾക്ക് ബ്ലഡ് ക്യാൻസർ ആണെന്ന് കേൾക്കുന്നു എന്ന്. ഗ്രാമത്തിൽ അങ്ങനെയാണ്. എല്ലാ വാർത്തകളും കേൾവിയിൽ തുടങ്ങുന്നു. അത് പടർന്ന് പടർന്ന് ഗ്രാമത്തെ ഒന്നായി വിഴുങ്ങുന്നു. അത് വെറുതെയുള്ള കേൾവി എന്ന് തന്നെ ഞാൻ വിശ്വസിച്ചു. ഏതോ ഒരു വരവിൽ അസുഖം ഭേദമായി എന്നുകേട്ട് എനിക്ക് സന്തോഷം തോന്നുകയും ചെയ്തു. കുറേക്കാലത്തേക്ക് ഞാൻ മേരിയെ കാണുകയോ കേൾക്കുകയോ ഉണ്ടായില്ല.

ഏറെ നാളുകൾക്കുശേഷം നാട്ടിൽ വന്ന സമയത്ത് അമ്മ പറഞ്ഞു, ആ കുട്ടിക്ക് അസുഖം കലശലാണെന്നും ഒന്ന് പോയി കാണണം എന്നും. ഞാനും അമ്മയും കൂടി പോയി. വാടക വീടാണ്. പഴകിയ ഒരു കൊച്ചുവീട്. അതിലെ ഒരേയൊരു കിടപ്പ് മുറിയിൽ കട്ടിലിൽ ഒരു പെൺകുട്ടി ചമ്രം പടിയിട്ട് ഇരിക്കുന്നു. ഒരിരുപതു വയസ്സ് പ്രായം. സുന്ദരമെങ്കിലും നിർവികാരമായ മുഖം. ശൂന്യമായ നോട്ടം. ആളുകൾ, ഒരുപാട് പേർ ആ വാതിൽക്കൽ വന്ന് എത്തിനോക്കിപ്പോവുന്നു. മൃഗശാലയിലെ കൂട്ടിലേക്ക് എന്ന പോലെ. ചിലർ കുറച്ചു നോട്ടുകൾ, ചിലർ കുറച്ച് ഭക്ഷണം അങ്ങനെ എന്തൊക്കെയോ മേരിയെ ഏല്പിക്കുന്നു. നിസ്സഹായതയോടെ മേരി അതെല്ലാം സ്വീകരിക്കുന്നു. വരുന്നവർ പോകുന്നവരോട് കുശുകുശുക്കുന്നു.

മുറിയുടെ വാതിൽക്കൽ വന്നു മറയുന്ന സഹതാപം നിറഞ്ഞ മുഖങ്ങൾ അവൾ ശ്രദ്ധിക്കുന്നതേ ഉണ്ടായിരുന്നില്ല. ഗ്രാമം മുഴുവനും ഊഴമിട്ട് ആ വാതിൽക്കൽ കാഴ്ച കണ്ടുനിന്നു. അവരിൽ ഒരാളായി ഞാനും.

പിറ്റേന്ന് ആ കുട്ടി മരിച്ചു.

ഒരു വിശേഷപ്പെട്ട കാഴ്ച കാണാനെന്നപോലെ അവിടെ പോയതും ലോകം വിട്ടുപോവാറായ ഒരാത്മാവിനെ അനുതാപത്തോടെയെങ്കിലും അങ്ങനെ അപരിചിതയായി നോക്കി നിന്നതും മരണത്തിനു തൊട്ടു മുൻപുള്ള അവളുടെ നിമിഷങ്ങളിൽ ഒരു മുൻവിചാരവും വിവേകവും ഇല്ലാതെ ആക്രമിച്ചു കയറിയതുമാണ് കൂട്ടരേ, ഞാൻ ജീവിതത്തിൽ ചെയ്ത ഏറ്റവും വലിയ ക്രൂരകൃത്യം!

ഒറ്റയ്ക്ക് ഒരു കട്ടിലിൽ മരണം കാത്തിരിക്കുന്ന ഓരോമനമുഖം ഹൃദയത്തിന്റെ ആൽബം തുറക്കുമ്പോഴൊക്കെ പുച്ഛത്തോടെ എന്നെ നോക്കും. ഞാനപ്പോൾ തീരെ ചെറുതാവും. ഒരു അണുവിനോളം. ■

ശ്രീരാമജയം

മനസ്സ് നൊന്തുവിളിച്ചാൽ കേൾക്കാത്ത ദൈവങ്ങൾ ഇല്ല എന്ന് കേട്ടിട്ടില്ലേ? മനുഷ്യന്റെ ഏത് വിളിയാവും ദൈവം ഏറ്റവും വില വെക്കുക? അത് വിശപ്പിന്റെ വിളി തന്നെ ആവണം. ഈ കഥ കേൾക്കൂ.

കടവല്ലൂർ എന്ന എന്റെ നാട്ടിലെ തേവർ ശ്രീരാമനാണ്. ആയിരത്തിൽപ്പരം വർഷം പഴക്കം ഉള്ളതാണ് ഗ്രാമത്തിലെ ശ്രീരാമസ്വാമി ക്ഷേത്രം. ഭീമന്റെ മകൻ ഘടോൽകചൻ തന്റെ ഗദ താഴ്ത്തിയ ഇടമാണത്രെ ഘടോൽകചപുരം. ഇത് പിന്നീട് ലോപിച്ചു കടവല്ലൂർ ആയി എന്ന് ഐതിഹ്യം. എന്തായാലും കടവല്ലൂർ എന്ന ഞങ്ങളുടെ ഗ്രാമം, ചുറ്റുമുള്ള ഭൂനിരപ്പിൽ നിന്ന് കുറച്ചുതാഴ്ന്നു സ്ഥിതി ചെയ്യുന്നു എന്നത് ഭൂമിശാസ്ത്രപരമായി ശരിയാണ്.

വളരെ പുരാതനമായ, ഞങ്ങളുടെ ഗ്രാമക്ഷേത്രത്തിന് ഒട്ടേറെ പ്രത്യേകതകൾ ഉണ്ട്. ചരിത്രപരമായും നിർമാണശൈലി കൊണ്ടും. വിശാലമായ അതിന്റെ പ്രദക്ഷിണ വഴി എന്റെ കൗമാര കുതൂഹലങ്ങൾ നിറഞ്ഞ ഇടമാണ്, ഇന്നും എന്റെ ദൗർബല്യവും. ഇക്കാലത്ത് അപൂർവ്വമായ വാൽക്കിണറും അമ്പലവളപ്പിൽ ഉണ്ട്. പ്രസിദ്ധമായ അന്യോന്യം എന്ന വേദ പരീക്ഷ നടക്കുന്നതും ഞങ്ങളുടെ ഗ്രാമക്ഷേത്രത്തിൽ തന്നെ.

ഇത്രയും ആമുഖം.

ഇനി കഥയിലേക്ക് വരാം.

ശ്രീരാമസ്വാമിയെ മനം നൊന്തുവിളിച്ചാൽ വിളിപ്പുറത്താണ് എന്നത് ഗ്രാമത്തിന് മുഴുവൻ ദൃഷ്ടാന്തമാണ്. അതിരാവിലെ കുളിക്കാൻ പോകുന്ന ഭക്തർക്ക് കൂട്ട് പോവുന്നത് മുതൽ ഒരുപാട് കഥകൾ ഗ്രാമത്തിൽ പഴയ തലമുറ ഞങ്ങൾക്ക് കൈമാറിത്തന്നിരിക്കുന്നു. എന്റെ ഒരു സുഹൃത്ത് അതിലുമപരി എന്റെ അനിയനും കൂടിയായ മനു പറഞ്ഞ കഥയാണിത്.

അവന്റെ ചെറുപ്പകാലം. അഞ്ചിലോ ആറിലോ പഠിക്കുന്നു. വറുതിയുടെ നാളുകൾ ആണ്. പശുവിനെ വളർത്തി പാൽ വിറ്റും പാടത്ത് പണിചെയ്തും ഒക്കെയാണ് ഗ്രാമത്തിൽ പൊതുവെയുള്ള ജീവിതം. കൊയ്ത് കഴിഞ്ഞ് അഞ്ചോ ആറോ മാസം കഴിയുമ്പോൾ ഗ്രാമത്തിലെ മിക്കവാറും പത്തായങ്ങൾ കാലിയാവും. പിന്നെ മുണ്ട് മുറുക്കി ഉടുത്ത് ഗ്രാമം വറുതി നേരിടും, അഭിമാനത്തോടെ.

അങ്ങനെയുള്ള ഒരു വറുതിക്കാലം. ഉച്ചയ്ക്ക് സ്കൂൾ വിട്ടു വന്നപ്പോൾ വീട്ടിൽ അമ്മയില്ല. പശുവിന് കൊടുക്കാൻ പാടത്ത് പുല്ല് ചെത്താൻ പോയിരിക്കുന്നു. കുറച്ചു കാത്തു. വരുന്ന ലക്ഷണം കാണാനില്ല. അടുക്കളയിൽ പാത്രങ്ങളെല്ലാം കാലി.

വിശന്നിട്ടു കണ്ണ് കാണാനില്ല. മനുവും അനിയനും അമ്മയെ തേടി ഇറങ്ങി, പാടത്തേക്ക്. വിശക്കുമ്പോൾ അമ്മയല്ലാതെ മറ്റഭയമേത്?

വീട്ടിൽനിന്ന് റോഡ് മുറിച്ചുകടന്ന് ഒരു കുണ്ടനിടവഴി താണ്ടി അമ്പലവും കുളവും കടന്നു വേണം പാടത്തെത്താൻ. ഏതാണ്ട് രണ്ട് നാഴിക ദൂരമുണ്ട്. കുണ്ടനിടവഴി വളരെ വിജനവും നിഗൂഢവുമായ ഒരിടമാണ്. പകൽ പോലും ഇരുട്ട് നിറഞ്ഞ ഇടുങ്ങിയ ഒരിടവഴി. രണ്ടുഭാഗത്തും ഉയർന്നു നിൽക്കുന്ന പറമ്പുകൾ. ആ വഴിയിൽ ആകെയുള്ളത് ഒരു തറവാടാണ്. പടിപ്പുരയും കന്നാലികൾക്ക് കയറി പോവാനുള്ള ഒരു നടവഴിയുമുള്ള ആ തറവാടിനും ഒരു നിഗൂഢതയുണ്ടായിരുന്നു. പകൽപോലും മനുഷ്യർ നടക്കാത്ത ഒരു വഴിയാണത്. അമ്പലത്തിലെ ഏകാദശി ഉത്സവത്തിന് മാത്രമാണ് അവിടെ ആൾപ്പെരുമാറ്റം ഉണ്ടാവുക.

അങ്ങനെയുള്ള വഴിയിലൂടെ അമ്മയെ അന്വേഷിച്ചു പോവുമ്പോഴാണ് അവരുടെ, അതായത് മനുവിന്റെയും അനിയന്റെയും കണ്ണിൽ അത് പെടുന്നത്. ഉയർന്നു നിൽക്കുന്ന ആ പറമ്പിലെ പ്ലാവിൽ നിറയെ പഴുത്ത ചക്കകൾ. ഉയരത്തിലാണ്. എങ്ങനെ കിട്ടാൻ? മൂത്തു പഴുത്ത ചക്കയുടെ സുഗന്ധം മാത്രം വായുവിൽ. വിശപ്പിനെ ഏറ്റവും ആകർഷിക്കുക ഗന്ധങ്ങളാണ്, അല്ലേ? ആളിക്കത്തുന്ന വിശപ്പിനെ ഒന്നുകൂടി ഉത്തേജിപ്പിച്ച ആ പഴുത്ത ചക്കകൾ നോക്കി മനു പ്രാർത്ഥിച്ചുവത്രെ. ശ്രീരാമസ്വാമി, രണ്ടു ചക്ക വീഴ്ത്തിത്തരണേ, വിശന്നിട്ടാണേ എന്ന്.

വീഴാത്ത ചക്കയ്ക്ക് കാത്തുനിൽക്കാതെ അവർ അമ്മയെ തേടി പാടത്തേക്ക് പോയി. അമ്മ വഴിയേ വരുന്നുണ്ടായിരുന്നു. തിരികെ പ്ലാവിൻചുവട്ടിൽ എത്തിയപ്പോൾ, വഴിയിൽ രണ്ടു പഴുത്ത ചക്കകൾ ആരോ വെട്ടി വെച്ചത് പോലെ. അവരെ കാത്ത്. അത്ര ഉയരത്തിൽ

നിന്ന് താഴെ വീണാൽ ചിതറി തെറിക്കേണ്ട പഴുത്ത ചക്കകൾ എങ്ങനെ കേടുകൂടാതെ വീണു? അറിയില്ല. അത്രയും സ്വാദോടെ പഴുത്ത ചക്ക അതിനു ശേഷം കഴിച്ചിട്ടില്ല എന്ന് മനുവിന്റ സാക്ഷ്യം.

നമ്മുടെ മനോവിചാരങ്ങൾ, വേദനകൾ, ചോദനകൾ, സങ്കടങ്ങൾ എല്ലാം എല്ലാം കണ്ടറിയുന്ന അദൃശ്യനായ ഒരാൾ. ദൈവം! ഞങ്ങളുടെ ഗ്രാമത്തിന് അത് ശ്രീരാമസ്വാമിയാണ്. ഗ്രാമത്തിന്റെ എല്ലാ വീഴ്ചകളും ഉയർച്ചകളും ഞങ്ങൾ പങ്ക് വെയ്ക്കുന്നതും ആ കാൽക്കൽ തന്നെ. ■

ഒറ്റ മൈന

ഈ മൈനക്കഥ ഇന്നോ ഇന്നലെയോ തുടങ്ങിയതല്ല. എന്റെ രണ്ടാം ക്ലാസ്സ് മുതൽ മൈന എന്നെ വിടാതെ പിടികൂടിയതാണ്. പറഞ്ഞു വന്നത് ഇന്ന് രാവിലെ ടെറസ്സിൽ നടക്കാനിറങ്ങിയതാണ്. ഒറ്റയടിക്ക് നാനൂറിൽ എത്തിയ കൊളസ്ട്രോൾ ഒരു മാസം കൊണ്ട് ഇരുനൂറ് ആക്കണം എന്ന ഡോക്ടറുടെ സുഗ്രീവാജ്ഞ (എത്ര നല്ല നടക്കാത്ത സ്വപ്നം) വല്ലപ്പോഴുമൊക്കെ ശിരസ്സാവഹിക്കാൻ വേണ്ടി ഇറങ്ങിത്തിരിച്ചതാണ്. ടെറസ്സിൽ ചെന്നു കയറിയതും ദാ ഒരൊറ്റ മൈന എന്നെ നോക്കി കുണുങ്ങിച്ചിരിച്ചോണ്ട് നിൽക്കുണൂ.

കിളികൾക്ക് കുടിക്കാൻ വെച്ച വെള്ളത്തിൽ മുങ്ങിക്കുളിച്ച് തൂവലും ചിക്കി നിൽക്കാണ് സുന്ദരി! ഞാനൊന്ന് ചുറ്റും നോക്കി. കുളി സീൻ കാണാൻ വല്ല മൈനപൂവാലനും വന്നുണ്ടോന്ന്. രണ്ടു മൈനകളെ ഒന്നിച്ചു കണ്ടാൽ അന്നത്തെ ദിവസം ശുഭമാവും മിഠായി കിട്ടും എന്നൊക്കെ രണ്ടാം ക്ലാസ്സിൽ വെച്ച് എലിസബത്ത് പറഞ്ഞു തന്നത് ഇപ്പോഴും നല്ല ഓർമ്മയാണ്. ഒറ്റ മൈനയെ കണ്ടാൽ സങ്കടം ഉറപ്പ്. അത് അച്ഛന്റെ ചൂരൽ കഷായമോ കേട്ടെഴുത്തിനു പൂജ്യം കിട്ടുന്നതോ എന്തുമാവാം.

എലിസബത്ത് ഒന്ന് മുതൽ നാല് വരെ എന്റെ അടുത്തിരുന്ന് പഠിച്ച കൂട്ടുകാരിയാണ്. പഴയ പൂമ്പാറ്റ, ബാലരമ തുടങ്ങിയ പുസ്തകങ്ങൾ ക്ലാസ്സിൽ കൊണ്ട് വന്നു കാണിച്ചു കൊതിപ്പിക്കുകയും വായിക്കാൻ തരാതിരിക്കുകയും ചെയ്യുമെങ്കിലും ഇതുപോലുള്ള 'ഭീകരസത്യ'ങ്ങൾ എനിക്ക് പഠിപ്പിച്ചു തന്നത് അവളാണ്. ഒറ്റ മൈനയെ കണ്ടാൽ. തീർന്നു. ആകെ ഒരു പരിഹാരം ഉള്ളത് വേറെ ഒരാളെക്കൂടി കാണിക്കുക എന്നതാണ്. ഞാൻ ടെറസ്സിൽ നിന്ന് ചുറ്റും നോക്കി. ഒരു മനുഷ്യക്കുഞ്ഞു പോലുമില്ല, മൈനയെ വിളിച്ചു കാണിക്കാൻ. കൂർക്കം വലിച്ചുറങ്ങുന്ന കണവനെ ഉണർത്തി കാര്യം പറഞ്ഞു കൊണ്ട് വരാം എന്ന് വെച്ചാൽ അപ്പോഴേക്കും മൈന സുന്ദരി കുളി കഴിഞ്ഞു പോവും! എന്താ ചെയ്യാ?

രണ്ടാം ക്ലാസ്സ് മുതൽ ഏതാണ്ട് പത്താം ക്ലാസ്സ് വരെ ഈ 'മൈന സിൻഡ്രോം' എന്നെ വിടാതെ പിടികൂടിയിരുന്നു. വീട്ടിൽ നിന്നും ഒരു പാടം കടന്നുവേണം സ്കൂളിലെത്താൻ. ഈ പാടം നിറയെ മൈനകൾ കറങ്ങി നടക്കും. മിക്കവാറും ഇണകൾ കൂടിനടക്കുന്ന കൊണ്ട് അവയെ രണ്ടുചേർന്നേ കാണാറുള്ളൂ. എങ്കിലും ഒറ്റ മൈനയെ കാണുമോ എന്ന ചിന്ത എന്റെ സ്കൂൾ യാത്രയെ സദാ ചകിതമാക്കി. സ്കൂൾ വിട്ട് കോളേജിൽ ചേർന്ന കാലത്തെപ്പൊഴോ മൈനകൾ എന്റെ ചിന്തയുടെ കൂടിറങ്ങിപ്പോയി. പുതിയ പേടികൾ ചേക്കേറുമ്പോൾ പഴയ പേടികൾ വഴി മാറണമല്ലോ.

എന്റെ മകൾ സ്കൂളിൽ നിന്ന് ഒരു ദിവസം ഒറ്റ മൈനയുടെ ഭീതിയുമായി പടികയറി വന്നപ്പോഴാണ് ഞാൻ പൊടുന്നനെ മൈന കളെ വീണ്ടും ഓർത്തത്. അവൾ വളരെ വിഷണ്ണയായിരുന്നു. ഒറ്റ മൈനയെ കണ്ടാലുള്ള ആപത്തും ഇരട്ടയെ കണ്ടാലുള്ള സന്തോഷവും അവൾ വിശദീകരിച്ചപ്പോൾ തലമുറകൾ കൈമാറ്റം ചെയ്യുന്ന നിഷ്കളങ്ക ഭീതികൾ ഓർത്ത് ഞാൻ ഊറിച്ചിരിച്ചു.

പിന്നീടങ്ങോട്ട് ഒറ്റമൈനകൾ പലപ്പോഴും ഞങ്ങളുടെ ദിനങ്ങൾ ഉദ്വേഗഭരിതമാക്കുകയും ഇരട്ടമൈനകൾ ഞങ്ങളെ ഉല്ലാസഭരിതരാക്കുകയും ചെയ്തുകൊണ്ടിരുന്നു, ജീവിതത്തിൽ ഉടനീളം.

മൈന സുന്ദരി കുളികഴിഞ്ഞു പോവാറായി. കുണുങ്ങിച്ചിലച്ചു കൊണ്ട് അവൾ ആരെയോ ക്ഷണിക്കയാണ്. അതാ, അപ്പുറത്തെ ടെറസ്സിന്റെ ചുമരിൽ ഒരു മൈനസുന്ദരൻ. ഹാവൂ, സമാധാനമായി! എന്റെ ദിവസം രക്ഷപ്പെട്ടിരിക്കുന്നു. ■

പറങ്കിമാങ്ങകൾ

ഇന്നലെ ഒരു സുഹൃത്ത് അയച്ച ഫോട്ടോയാണ് ഈ കുറിപ്പിനാധാരം. നല്ല തുടുത്ത ഒരു പറങ്കിമാങ്ങയുടെ ഫോട്ടോ. 'ചോരകുടിയൻ' എന്നാണ് ഞങ്ങൾ നാട്ടിൻപുറത്തെ കുട്ടികൾ അതിനെ വിളിക്കാറ്. ചോരപോലെ തുടുത്ത പറങ്കിമാങ്ങകൾ! മഞ്ഞ നിറത്തിലുമുണ്ട് അവ. അവയ്ക്കാണ് കൂടുതൽ മധുരം. മധുരവും ചവർപ്പും കലർന്ന അനിതരസാധാരണമായ രുചി. ചുണ്ടിലൂടെ താടിവരെ ഒലിച്ചെത്തുന്ന നീര്. അത് നാവ് കൊണ്ട് നക്കി വീണ്ടും വീണ്ടും കടിച്ചു പറിച്ച് അങ്ങനെ വേണം പറങ്കിമാങ്ങ തിന്നാൻ. നീര് ഉടുപ്പിൽ ആവാതെ നോക്കണേ. മുറിച്ചാൽക്കൂടി കറ പോവില്ല. അമ്മയുടെ കൈയിൽ നിന്ന് തല്ല് ഉറപ്പ്.

ഗ്രാമത്തിൽ, വീട്ടിൽ നിന്നും കുറേ ദൂരെയാണ് 'പറങ്ക്യാവിൻ' തോപ്പുകൾ. കുട്ടിക്കാലത്ത് ഒരുപാട് തവണ പോയിട്ടുണ്ടെങ്കിലും അങ്ങോട്ടുള്ള വഴി ഞാൻ മറന്നേ പോയിരിക്കുന്നു. കുന്ന് കയറി സ്കൂളിന് പുറകിലെ ഞാവൽമരങ്ങൾക്കുമപ്പുറത്ത് എവിടെയോ അല്ലേ അത്? ആവോ. ഓർമ്മയില്ല. പോകുന്ന വഴിയിൽ നിറയെ ഞാവൽപ്പഴങ്ങൾ പരന്നു കിടപ്പുണ്ടാവും. അത് പെറുക്കിയെടുത്ത് പൊട്ട്യേന ഇല കുമ്പിൾ കുത്തി അതിൽ നിറച്ചെടുക്കും. ഞാവൽപ്പഴം തിന്ന് നാവ് കറക്കും. വായ വയലറ്റ് നിറമാവും.

പറങ്ക്യാവ് തോട്ടത്തിൽ നിറയെ വവ്വാൽ ചപ്പിയ പഴങ്ങൾ വീണു കിടപ്പുണ്ടാവും. അതിന്റെ തുമ്പത്തെ പറങ്കിയണ്ടികൾ ഞങ്ങൾ ഇറുത്തെടുക്കും. സഞ്ചിയിൽ നിറച്ചിടും. പറങ്കിമാവിന് അധികം ഉയരമുണ്ടാവില്ല. ചില്ലകൾ പടർന്നു നിലം മുട്ടി കിടക്കും. ഞങ്ങൾ അതിന്മേൽ കയറിയിരുന്ന് മരം കുലുക്കും. ചടുപിടുന്നനെ എമ്പാടും മാങ്ങകൾ ചിതറി വീഴും. ചോരകുടിയന്മാരും മഞ്ഞക്കുണ്ടന്മാരും തലങ്ങും വിലങ്ങും വീഴും. നീര് നിറഞ്ഞ മാങ്ങകൾ ഞങ്ങൾ കടിച്ചുപറിച്ചു തിന്നും. പറങ്കിമാങ്ങയുടെ നീര് വീണ് ഞങ്ങളുടെ ചുണ്ടും ചിറിയും തുടുക്കും. എത്ര ശ്രദ്ധിച്ചാലും ഉടുപ്പിൽ അത് വീഴാതിരിക്കില്ല. അലക്കുമ്പോൾ തെളിയുന്ന കറ കണ്ട് അമ്മ വടിയെടുക്കും.

അതാരുടെ പറമ്പായിരുന്നു? നിശ്ചയമില്ല. ആരുടേതുമാവാം. അല്ലാതെയുമാവാം. സ്കൂളിൽ പഠിച്ച കഥയിലെ, പറമ്പ് കാക്കുന്ന

ഭൂതത്തെ കുട്ടിക്കാലത്ത് ഒരു പറമ്പിലും ഞങ്ങൾ കണ്ടുമുട്ടുകയുണ്ടായിട്ടില്ല. പെറുക്കിയെടുക്കുന്ന പറങ്കിയണ്ടികൾ ഞങ്ങൾ വീട്ടിൽ കൊണ്ടുവന്നു കൂട്ടി വെക്കും. ഞാനും ചെറിയമ്മയും അനിയനും സ്വന്തം സമ്പാദ്യങ്ങൾ പരസ്പരം കാണാതെ ഒളിച്ചു വെയ്ക്കും. അത്ര വിലയേറിയതായിരുന്നു ആ സമ്പത്തുകൾ.

ചന്ദ്ര (ചന്ദ്ര, തറവാട്ടിൽ അടുക്കളയിൽ സഹായത്തിനുണ്ടായിരുന്നവൾ. ഞങ്ങളേക്കാൾ മൂന്നോ നാലോ വയസ്സേ അധികമുള്ളൂ. അതുകൊണ്ട് തന്നെ ചന്ദ്ര ഞങ്ങൾക്കൊപ്പം ഉണ്ടായിരുന്നു, എല്ലാ കുരുത്തക്കേടുകൾക്കും. ചന്ദ്രയെക്കുറിച്ച് മുൻപ് എഴുതിയിട്ടുണ്ട്. ചന്ദ്ര മരിച്ചു പോയി എന്ന് ഇപ്പോഴും വിശ്വസിക്കാനായിട്ടില്ല.) പറമ്പിലെ ചുള്ളിക്കമ്പുകളും ചപ്പിലയും കൂട്ടി തീയിടും. അത് കനലാകുമ്പോൾ ഞങ്ങൾ സ്വന്തം സമ്പാദ്യത്തിൽ നിന്നും തുല്യമായി എണ്ണിയെടുത്ത അണ്ടികൾ ചുടാനിടും. ചൂടുള്ള കനലിൽ കിടന്നു വേവുന്ന പറങ്കിയണ്ടികൾക്ക് ഒരു മാദക ഗന്ധമാണ്. കൊതി പിടിപ്പിക്കുന്ന ഒരു മണം. ആ മണം ഒത്തിരി ദൂരം സഞ്ചരിക്കും. അയല്പക്കത്തെ കുട്ടികൾ മണം പിടിച്ചെത്തും പങ്ക് പറ്റാൻ. പാകമാവുന്ന പറങ്കിയണ്ടികൾ തീയിൽ കിടന്നു പൊട്ടിത്തെറിക്കും. അവയിൽ നിന്നും ചുണ (അതിന്റെ എണ്ണയാണത്) പുറത്ത് വരും. അത് മുഖത്തോ മേലോ പറ്റിയാൽ പൊള്ളും. പാട് ജന്മത്തു പോവില്ലതാനും.

ചുട്ടെടുത്ത അണ്ടികൾ ഞങ്ങൾ കോല് കൊണ്ട് തോണ്ടി പുറത്തിടും. വല്ലതും തീയിൽ നഷ്ടപ്പെട്ടുവോ എന്ന് എണ്ണിത്തിട്ടപ്പെടുത്തും. ചിലത് പാകത്തിന് വെന്തിരിക്കും. ചിലത് കരിഞ്ഞു കരിക്കട്ടയാവും. കരിഞ്ഞതും കരിയാത്തതുമെല്ലാം കല്ലിൽ വെച്ച് ഞങ്ങൾ പൊട്ടിച്ചെടുക്കും. ഒരെണ്ണം പോലും ഉടയാതെ മുഴുവനോടെ തല്ലിപ്പൊട്ടിച്ചെടുക്കാൻ കഴിയാറില്ല. പൊട്ടിയതും കരിഞ്ഞതും ഒക്കെ ആണെങ്കിലും അവയുടെ രുചിയിൽ ഞങ്ങൾ മതിമറക്കും. ആ സുഗന്ധം ഇപ്പോഴും എനിക്ക് ചുറ്റും നിറയും പോലെ.

തീരെ ചെറിയ കഷ്ണങ്ങളും പൊടിയും ഒക്കെ ശർക്കരയും വറുത്ത പുഴുക്കലരിയും ചേർത്ത് ഉരലിൽ ഇടിച്ച് ചന്ദ്ര അണ്ടിപുട്ട് ഉണ്ടാക്കും. വളരെ സ്വാദിഷ്ടമാണത്. ചെറിയ ഉരുളകളായി ഉരുട്ടി എടുത്ത് അത് ഭരണിയിൽ സൂക്ഷിച്ചു വെക്കും.

ഇത്രയും ഓർമ്മകൾ കൊണ്ടുത്തന്നത് ആ ചിത്രമാണ്. എവിടെയോ വാടിയൊതുങ്ങിക്കിടന്നിരുന്ന ഓർമ്മകൾ പൊടുന്നനെ പെയ്ത മഴയിൽ ഉണർന്നെണീറ്റിരിക്കുന്നു. അവയിൽ തങ്ങി നിൽക്കുന്ന വെള്ളത്തുള്ളികളിൽ എന്റെ കുട്ടിക്കാലം സ്ഫടികം പോലെ മിന്നിത്തിളങ്ങുന്നു. ആ ശോഭ എന്റെ ഹൃദയത്തിലെമ്പാടും പരക്കുന്നു. ഒരു കൊച്ചു കുട്ടിയെപ്പോലെ ഞാൻ ഉത്സാഹഭരിതയാവുന്നു. ഹാ! എത്ര മനോഹരമാണിത്! ■

വരാനുള്ളത്...

ഡ്രോയിങ്ങ് ഹാൾ നിശ്ശബ്ദമായിരുന്നു. വരയ്ക്കാനുള്ള പ്രോബ്ലം തന്ന് സർ പോയിക്കഴിഞ്ഞിരുന്നു. ആദ്യ സെമസ്റ്ററിലെ എൻജിനീയറിങ് ഡ്രോയിങ് ആണ് വിഷയം. ഗോളവും പരബോളയും (അങ്ങനെയും ചിലതുണ്ട്.) ഒക്കെ ഓരോ ആംഗിളിൽ വെട്ടി മുറിച്ചു പ്രൊജക്റ്റ് ചെയ്യുമ്പോൾ കിട്ടുന്ന ആകൃതി കണ്ടുപിടിക്കുന്ന ഒരു വികൃതിയാണ് ആ വിഷയം.

ഞങ്ങൾ മിനി ഡ്രാഫ്റ്ററും സ്കെയിലും പല്ലും നഖവും ഒക്കെ ഉപയോഗിച്ച് വരച്ചു കൊണ്ടിരിക്കുന്നു. പുതിയ കോളേജിൽ പ്രവേശിച്ചിട്ട് ഒരു സെം തികഞ്ഞിട്ടില്ല. എന്നെപ്പോലെ കണക്കിനോടുള്ള അഭിനിവേശം കൊണ്ട് എഞ്ചിനീയറാവാൻ ഇറങ്ങിത്തിരിച്ച വേറെയും ഒരു പറ്റം വിഡ്ഢികളുണ്ട് ക്ലാസ്സിൽ. കണക്കും 'ഈ പഠിത്തവും' തമ്മിൽ വലിയ ചേർച്ചയൊന്നുമില്ല എന്ന് എനിക്ക് ഇതിനോടകം ബോധ്യപ്പെട്ടിരുന്നു. എന്ത് ചെയ്യാം. പെട്ടു പോയില്ലേ? ഇനി കുളിച്ചു കയറുക തന്നെ.

എഞ്ചിനീയറിങ് ഫസ്റ്റ് ആൻഡ് സെക്കന്റ് സെമ്മിലെ കണക്ക്, ടീവി സീരിയലിലെ അമ്മായിയമ്മയെ പോലെയാണ്. ഒരു മെരുക്കവുമില്ല! Vector algebra, complex numbers തുടങ്ങി കണക്കിന്റെ 'ഭീകര വേർഷൻ' ഇതാദ്യമായായിരുന്നു ഞാൻ കാണുന്നത്. PDC യ്ക്ക് Calculus എന്ന നവോഢയെ മാത്രം കണ്ടു പരിചയിച്ച ഞാൻ നാലഞ്ചു തവണ ക്ലോസ്ഡ് ആയ integrals എന്ന ന്യൂറോസിസിൽ തുടങ്ങി (നോറ്റെഷൻ കാണിക്കാനുള്ള വകുപ്പില്ല ഇതിൽ. സോറി) fourier series, greens theorem ഒക്കെ കടന്ന് സൈക്കോസിസ്സിൽ എത്തി നിൽക്കുന്ന ഗണിതത്തെ കണ്ട് അന്തം വിട്ടു നിന്നു.

(അനിയത്തിയെ കാണിച്ച് ചേട്ടത്തിയെ കെട്ടിക്കുന്ന പോലെയാണ് pdc maths കണ്ട് എഞ്ചിനീയറിംഗിന് ചേരുന്നത്. രണ്ടും ഒരു ബന്ധവുമില്ല. എന്തൊരു ചതി.)

അത് പോട്ടെ. അപ്പോൾ ഡ്രോയിങ്ങ് ഹാളിൽ കൈ മെയ്യ് മറന്ന് പരാബോള വരച്ചു കൊണ്ടിരുന്ന എന്റെ അടുത്തേക്ക് രണ്ടു ചേട്ടന്മാർ കടന്നു വന്നു. സീനിയേഴ്സ്. റാഗിംഗ് ചെറിയ തോതിൽ ഒക്കെയുള്ള കാലമാണ്. ഞാൻ ഭവ്യതയോടെ അവരെ നോക്കി. അവർ എന്നെ ആകമാനം ഒന്നു നോക്കി. എന്റെ ഡ്രോയിംഗിനെയും.

ഒരാൾ വെളുത്തു മെലിഞ്ഞു നല്ല ഉയരത്തിൽ ചുരുണ്ട മുടിയും ഒക്കെയായി തരക്കേടില്ലാത്ത ലുക്കിൽ. മറ്റെയാൾ ഇരുനിറത്തിൽ ഉയരം കുറഞ്ഞു കുറുകിയ മട്ടിൽ. രണ്ടു പേരും എന്നെ നോക്കി. ഞാനവരേയും. പെട്ടെന്നാണ് കൂട്ടത്തിൽ കുറുകിയവൻ ചോദിച്ചത്. ''ചെറുപ്പത്തിൽ ധാരാളം പടവലങ്ങ തിന്നിട്ടുണ്ട് ലെ?'' ആദ്യം എനിക്കൊന്നും മനസ്സിലായില്ല! ഈ പടവലങ്ങ എവിടുന്ന് വന്നു! (ഈ 'അന്തക്കേട്' എന്റെ കൂടെപ്പിറപ്പാണ്. എല്ലാം പതുക്കെ മാത്രമേ കത്തൂ) ഇനി എന്റെ പരബോള കണ്ട് ഇവർക്ക് പടവലങ്ങയായി ആണോ തോന്നിയേ? ഹാ കഷ്ടം! പൊടുന്നനെ എനിക്ക് മിന്നി. എന്റെ ഉയരത്തെ കൊള്ളിച്ചാണ് ചോദ്യം. ഞാനയാളെ ഒന്നു സൂക്ഷിച്ചു നോക്കി. ആശാൻ ഗൗരവം വിട്ടിട്ടില്ല. ഈ കുറിയവനാണോ എന്നെ പടവലങ്ങയെന്ന് വിളിച്ചത്. കൊള്ളാം. ഉരല് മദ്ദളത്തിനെ കളിയാക്കിയ പോലെയായി. എനിക്ക് ചിരിയാണ് വന്നത്. ''ഓ, എന്റെ ഉയരം കണ്ട് ചോദിച്ചതാവും ലെ?'' ഞാൻ സാധാരണ മട്ടിലാണ് തിരിച്ചു ചോദിച്ചത്.

കൂട്ടത്തിൽ നെടിയവന്റെ മുഖത്ത് ഒരു വിഷണ്ണത പരന്നത് ഞാൻ ശ്രദ്ധിക്കാതിരുന്നില്ല. അവർ ആ മറുപടി പ്രതീക്ഷിച്ചില്ലെന്ന് തോന്നി. ഞാൻ ചെറുതായി പുഞ്ചിരിച്ചു എന്നാണോർമ്മ. ഒരു നിമിഷം! അവർ രണ്ടു പേരും പൊട്ടിച്ചിരിച്ചു. പിന്നെ സ്വയം പരിചയപ്പെടുത്തി. നെടിയവൻ പറഞ്ഞു. ''ഞാൻ ജോഷി. പ്രീ ഫൈനൽ ഇയർ സിവിൽ. ഇത് ബാബു ആലപ്പാട്. ഞങ്ങൾ ഒരേ ക്ലാസ്സിലാണ്.''

ഇലക്ട്രിക്കൽകാരുടെ ക്ലാസ്സിൽ സിവിലുകാർക്ക് എന്ത് കാര്യം? ഞാൻ മനസ്സിലോർത്തു. (അതെ, ആ ഡയലോഗ് തന്നെ. പോലീസ്സുകാർക്കെന്താ ഈ വീട്ടിൽ കാര്യം?) ''കുട്ടിക്കല്ലേ കഴിഞ്ഞ ഡിസോൺ മത്സരത്തിൽ കഥയ്ക്ക് ഫസ്റ്റ് കിട്ടിയത്?'' നെടിയവൻ ചോദിച്ചു. (ശരിയാണ്. PDC second ഇയറിൽ ഡിസോണിൽ കഥയ്ക്ക് സമ്മാനം കിട്ടിയിരുന്നു.) ''പരിചയപ്പെടാൻ വന്നതാ.'' അപ്പൊ അതാണ് കാര്യം.

ഒരു സൗഹൃദം, തികച്ചും നിഷ്കളങ്കമായ ഒന്ന് അവിടെ തുടങ്ങുകയായിരുന്നു. പിന്നീട് അത് പല വളവുകളും തിരിവുകളും ഒക്കെ കഴിഞ്ഞ് ഒരു കരയ്ക്കെത്തി. (അല്ലെങ്കിലും വരാനുള്ളത് വഴിയിൽ

തങ്ങില്ലല്ലോ. അല്ലേ?) ആ കഥ വഴിയേ പറയാം. നെടിയവൻ പല തവണ ഈ സംഭവത്തെ പ്രതി പിന്നീട് വിഷമം പറഞ്ഞു. എന്റെ കൂളായ ആ മറുപടി പ്രതീക്ഷിച്ചില്ല എന്നും.

കാലത്തെ പറ്റി നമുക്കെന്തറിയാം. ഒരു ചെസ്സ് ബോർഡിലെ നീക്കങ്ങൾ പോലെയാണത്. നമുക്കുള്ള കരുക്കൾ നീക്കുക! ആരോ പറഞ്ഞിട്ടുണ്ട്, ആരെയും നമ്മൾ കണ്ടുമുട്ടുക വെറുതെയല്ല എന്ന്. നമ്മിലേക്ക് കടന്നു വരുന്ന ഓരോരുത്തർക്കും ഓരോ റോളുകളുണ്ട്. അവർക്കോ നമുക്കോ അറിയാത്ത റോളുകൾ. രാജാവോ കാലാളോ കുതിരയൊ ബിഷപ്പോ റൂക്കോ എന്നൊക്കെ കാലത്തിനേ മുൻകൂട്ടി അറിയാൻ കഴിയൂ.

മനസ്സിനക്കരെ എന്ന സിനിമയിലെ അമ്മച്ചി പറഞ്ഞ പോലെ ദൈവം സ്വന്തം ഇഷ്ടം നടപ്പാക്കുമ്പോൾ നമ്മൾ വെറുതെ അങ്ങു നിന്ന് കൊടുത്തേച്ചാ മതി. എനിക്കും ഇക്കാര്യത്തിൽ മറ്റൊന്നും തന്നെ ചെയ്യാനുണ്ടായിരുന്നില്ല! ■

മരണമേ നീ എത്തുന്ന നേരത്ത്

ഒന്ന്

ഏഴാം സെമസ്റ്ററിലാണ് ആ ചുമ എന്നെ പിടികൂടിയത്. പുലർച്ചെ അഞ്ചു മണിയോടെ തുടങ്ങുന്ന വരണ്ട ചുമ സൂര്യൻ ഉദിക്കുവോളം തുടർന്നു. എന്റെ മാത്രമല്ല റൂംമേറ്റ്സിന്റെയും ഉറക്കം അവൻ കളയാൻ തുടങ്ങിയപ്പോൾ ഞാൻ ക്യാമ്പസ്സിൽ തന്നെയുള്ള ഡിസ്പെൻസറിയിലെ ഡോക്ടറെ കാണാൻ തീരുമാനിച്ചു. ഹോസ്റ്റലിന്റെ അടുത്താണത്. ഞാനും കൂട്ടുകാരിയും കൂടി ഡിസ്പെൻസറിയിൽ എത്തി. അവളെ പുറത്തിരുത്തി ഞാൻ അകത്തു കയറി. സ്റ്റെത്ത് വെച്ച് വിശദമായി പരിശോധിച്ചു നോക്കിയശേഷം അദ്ദേഹം എന്നെ സൂക്ഷിച്ചു നോക്കി. ഞങ്ങളുടെ കണ്ണുകൾ കോർത്തു. രണ്ടു പൂച്ചകൾ പരസ്പരം നോക്കുന്ന പോലെ എനിക്ക് തോന്നി.

''എല്ലാം അറിയാലോല്ലെ?'' ആ ചോദ്യം എന്നെ ഒട്ടല്ല അതിശയിപ്പിച്ചത്. ഞാൻ തലയാട്ടി. ''ചുമ സർജറികൊണ്ടേ മാറൂ.'' അദ്ദേഹം പിറുപിറുത്തു. അദ്ദേഹം കുറിച്ചു തന്ന പ്രിസ്ക്രിപ്ഷൻ എന്റെ കയ്യിൽ ചുരുണ്ടിരുന്നു. ''അലർജിയാണ്.'' ഞാൻ കൂട്ടുകാരിയോട് ചിരിച്ചു തള്ളി. ''സാരമില്ല.''

ശേഷമുള്ള രണ്ടു സെമസ്റ്റർകാലം ഞാൻ എന്റെ പ്രഭാതങ്ങൾ ചുമയ്ക്ക് വിട്ടു കൊടുത്തു. അവനെങ്കിലും സന്തോഷമാവട്ടെ, അല്ല പിന്നെ!

ഫൈനൽ പരീക്ഷകൾ കഴിഞ്ഞു. ശ്രീചിത്രയിൽ ഒരു പരിശോധന തീരുമാനിക്കപ്പെട്ടു. അടുത്ത പരീക്ഷണഘട്ടം നേരിടാൻ സമയം ആയെന്ന് ഞാൻ എന്റെ മനസ്സിനോട് പറഞ്ഞു. യേശുദേവന്റെ തിരുവചനം പോലെ അതെന്നോട് തിരിച്ചു പറഞ്ഞു. 'ഭയപ്പെടേണ്ട, ഞാൻ നിന്നോട് കൂടെ ഉണ്ട്' അന്നും ഇന്നും ഇണപിരിയാത്ത ചങ്ങാതിമാരാണ്

ഞങ്ങൾ. ഞാനും മനസ്സും. ഞാൻ ഏറ്റവും അധികം സംസാരിച്ചിട്ടുള്ളത് എന്റെ മനസ്സിനോടുതന്നെ.

ശ്രീചിത്ര ഒരു വലിയ ലോകമാണ്. വേദനിക്കുന്നവരുടെ ലോകം. അവിടെ കുഞ്ഞുകുട്ടികൾ മുതൽ വൃദ്ധർവരെ വിറയ്ക്കുന്ന ഹൃദയവുമായി ചൂളി ഇരിക്കുന്നത് ഞാൻ കണ്ടു.

എന്നാൽ എന്നെപ്പോലെ ആരെയും എനിക്കവിടെ കാണാനായില്ല, ആരെയും തന്നെ. എന്റെ കണ്ണുകൾ നിറഞ്ഞു വന്നു. ഞാൻ അമ്മാമ്മയുടെ വിരലുകൾ മുറുകെ പിടിച്ചു. തുളുമ്പാൻ മടിച്ചുനിന്ന മിഴിനീർ ഒരു നിമിഷം എന്റെ പിടിവിടുവിച്ചു പൊട്ടിയൊഴുകി.

ഒരു സർജറി തന്നെയാണ് സജസ്റ്റ് ചെയ്യപ്പെട്ടത്. തൊട്ടടുത്ത ആഴ്ചയിൽ ഒരു സ്ലോട്ട് ഒഴിവുണ്ടായിരുന്നു. ‘‘അല്ലെങ്കിൽ കുറേ മാസങ്ങൾ കാത്തിരിക്കേണ്ടി വരും. ആറു ദിവസങ്ങൾ. ധൈര്യമുണ്ടോ?’’ പ്രധാന ഡോക്ടർ ആയ നീലകണ്ഠൻ സർ ചോദിച്ചു. ‘‘ഉണ്ട്.’’ ഞാൻ ഉറപ്പിച്ചു പറഞ്ഞു. (ഏകദേശം 31 വർഷങ്ങൾക്ക് മുൻപാണിത്. അന്ന് ഹൃദയശസ്ത്രക്രിയകൾ വളരെ അപൂർവവും അപായസാധ്യത കൂടുതൽ ഉള്ളതുമായിരുന്നു. ഇന്നിപ്പോൾ ഇതൊക്കെ താരതമ്യേന നിസ്സാരം. ഹോസ്റ്റലിൽ എന്റെ കൂടെ ഉണ്ടായിരുന്ന ഒരു കുട്ടിയുടെ ചേച്ചി ഇതേ ശസ്ത്രക്രിയയിൽ മരിച്ചു പോയിരുന്നു അന്ന്. അവരുടെ മൂന്നു വയസ്സുള്ള അമ്മയില്ലാത്ത ഒരു കുട്ടി ഇടയ്ക്കിടെ അവളുടെ കൂടെ ഹോസ്റ്റലിൽ വരാറുണ്ടായിരുന്നു.)

എന്നെ സുഹൃത്തിന്റെ വീട്ടിലാക്കി അമ്മാമ്മ മടങ്ങി, സർജറിക്കുള്ള ഒരുക്കങ്ങൾക്കായി. എനിക്ക് തിരിച്ചു പോയി വരാനുള്ള സമയം ഉണ്ടായിരുന്നില്ല. സർജറിയുടെ രണ്ടുനാൾ മുൻപ് ഹോസ്പിറ്റലിൽ അഡ്മിറ്റ് ആവേണ്ടതുണ്ടായിരുന്നു.

ജീവിതത്തിൽ ഏറ്റവും ശാന്തി അനുഭവിച്ച ദിവസങ്ങൾ ആയിരുന്നു എനിക്കത്. എന്റെ മനസ്സ് തികച്ചും ശാന്തമായി. ഈ ഭൂമിയുടെ, ചുറ്റുമുള്ളവരുടെ, ഭംഗി, നന്മ ഒക്കെ ഏറ്റം ഞാൻ ആസ്വദിച്ചിട്ടുള്ളത് ഈ ദിവസങ്ങളിൽ ആണ്. മരണം മുന്നിൽ വന്നു നിന്ന് പുഞ്ചിരിക്കുമ്പോഴാണ് ലോകത്തിന്റെ മനോഹാരിത നമ്മൾ തിരിച്ചറിയുക. എല്ലാ ദ്വേഷവിചാരങ്ങളും പ്രതീക്ഷകളും നമ്മളിൽ നിന്നും മാഞ്ഞു മാഞ്ഞു പോവുന്നതു കൊണ്ടാവാം അത്.

രതീഷിന്റെ അമ്മ എന്ന് ഞാൻ വിളിച്ചിരുന്ന ചേച്ചി എന്നെ ആ ദിവസങ്ങളിൽ സന്തോഷിപ്പിക്കാൻ ആവതെല്ലാം ചെയ്തു. രുചിയുള്ള ഭക്ഷണം, പാട്ടുകൾ, എനിക്ക് സ്വന്തമായി ഒരു മുറി എല്ലാം എനിക്കായി അവർ ആ വീട്ടിൽ ഒരുക്കി വെച്ചു.

എനിക്ക് ചെയ്യാൻ ഒന്നും തന്നെ ബാക്കിയുണ്ടായിരുന്നില്ല. ജോഷിയെ ഞാൻ വിവരമറിയിച്ചു. (ജോഷി അന്ന് ഡൽഹിയിലാണ്, ജോലി ചെയ്തിരുന്നത്) മരണത്തിന്റെ മുറ്റത്തിരുന്ന് അവസാനമായി ഒരു നീണ്ട കത്തെഴുതി ചേച്ചിയെ ഏല്പിക്കയും ചെയ്തു. ആ കത്തിലെ അക്ഷരങ്ങൾ അവിടവിടെ അഗ്നി വീണു പൊള്ളിയിരുന്നു. ''ഞാൻ തിരിച്ചുവന്നില്ലെങ്കിൽ മാത്രം പോസ്റ്റ് ചെയ്യണം.'' ഞാൻ പറഞ്ഞു. ചേച്ചി എന്നെ കെട്ടിപ്പിടിച്ചു പൊട്ടിക്കരഞ്ഞു.

രണ്ട്

സർജറിക്ക് രക്തം ആവശ്യമായിരുന്നു. അമ്മാമയും പിന്നെ തിരുവനന്തപുരത്തെ എനിക്ക് പരിചയം ഇല്ലാത്ത ആരൊക്കെയോ ആണ് എനിക്ക് രക്തം തന്നത്. കാണുക പോലും ചെയ്യാത്ത ആരോ ഒക്കെയുമായി എനിക്കങ്ങനെ രക്തബന്ധമായി...

വിശാലമായ ഒരു സർജറി വാർഡിന്റെ വാതിൽ എനിക്കായി തുറക്കപ്പെട്ടു. ഞാൻ ലോകത്തോട് യാത്ര പറഞ്ഞ് അവിടേക്ക് വലതുകാൽ വച്ചു കയറി. ചിത്രയിൽ സന്ദർശനത്തിന് വിലക്കുകൾ ഉണ്ട്. By standers ആരെയും അനുവദിക്കയും ഇല്ല. അതുകൊണ്ട് അവിടുത്തെ ഏകാന്തവാസം പൂർണ്ണമായിരുന്നു. അതെനിക്ക് കുറച്ചൊന്നുമല്ല ആശ്വാസം തന്നത്.

വാർഡിൽ ഒരു കൊച്ചു കുട്ടി ഉണ്ടായിരുന്നു. ഒരു നാല് വയസ്സുണ്ടാവും അവന്. അവൻ നിർത്താതെ കരഞ്ഞുകൊണ്ടിരുന്നു. ക്രമേണ ഞാനും അവനും കൂട്ടുകാരായി. ഞങ്ങൾ 'അത്തള പിത്തള' കളിച്ചു സമയം നീക്കി. സർജറിക്കുവേണ്ടിയുള്ള തയ്യാറെടുപ്പുകൾ നടന്ന് കൊണ്ടിരുന്നു. വീട്ടുകാർ വൈകുന്നേരങ്ങളിൽ എന്നെ കാണാൻ വന്നു. രണ്ടു ദിവസങ്ങൾ വേഗം തീർന്നു. വേദനയുടെ ലോകവുമായി ഞാൻ പരിചയപ്പെട്ടു കഴിഞ്ഞിരുന്നു. വയസ്സായ ഒരമ്മച്ചി (അവരുടെ സർജറി കഴിഞ്ഞിരുന്നു എന്നാണ് ഓർമ്മ) എന്റെ തലയിൽ കൈവച്ച് 'നന്മ നിറഞ്ഞ മറിയമേ, സ്വസ്തി!' എന്ന പ്രാർത്ഥന ചൊല്ലിത്തന്നു.

ജനലിനപ്പുറത്ത് ദൂരെ മരച്ചില്ലകളിൽക്കിടയിലൂടെ സൂര്യൻ നൂണ്ട് താഴുന്നത് ഞാൻ നോക്കി നിന്നു. അന്നത്തെ ഇരുട്ടിനും വെളിച്ചമുണ്ടായിരുന്നു. ഞാൻ സ്വസ്ഥമായി ഉറങ്ങി. രാവിലെ പത്ത് മണിക്കാണ് സർജറി പോസ്റ്റ് ചെയ്തിരിക്കുന്നത്. ഏഴ് മണിക്ക് നേഴ്സ് എനിക്ക് പെത്തഡിൻ ഇൻജക്ഷൻ തന്നു. ടെൻഷൻ കുറഞ്ഞു ബിപി എല്ലാം നോർമൽ ആവാനാണ് ഇതെന്ന് തോന്നുന്നു. ഒരു മയക്കം എന്നാൽ ഓർമ്മയുണ്ട് എന്ന ഒരവസ്ഥ. അച്ഛൻ, അമ്മ, അമ്മാമ്മ, വലിയമ്മാവൻ എല്ലാവരെയും ഞാൻ കണ്ടു. യാത്ര മനസ്സു കൊണ്ട് പറഞ്ഞ് ഞാൻ റെഡിയായി.

എട്ട് മണിയായി. ഞാൻ കണ്ണടച്ച് കിടക്കുന്നു. ആരോ എന്റെ കൈയ്യിൽ പിടിക്കുന്നതു പോലെ എനിക്ക് തോന്നി. ഞാൻ കണ്ണ് തുറന്നു. ജോഷി തോളത്തു ഒരു ബാഗുമായി എന്നെ ഉറ്റു നോക്കി നിൽക്കുന്നു. ഒരു സ്വപ്നം പോലെയാണ് എനിക്കത് തോന്നിയത്. (ഡൽഹിയിൽ നിന്ന് അത്ര വേഗം വരിക എളുപ്പമല്ലല്ലോ അന്ന്.)

ജോഷി എന്റെ കൈപിടിച്ചു. ''ഞാൻ പോയിട്ടു വരാം. വരും.'' ഞാൻ പറഞ്ഞു തീരും മുന്നേ എനിക്കുള്ള 'വണ്ടി' വന്നു. തീയേറ്ററിനു ഉള്ളിലേക്ക്. അതിൽ കിടന്നുകൊണ്ട് തിരിഞ്ഞു നോക്കി നോക്കി പോവുമ്പോൾ ദൂരെ എല്ലാവരും ചിരിച്ചു നിൽക്കുന്ന പോലെയാണ് എനിക്ക് തോന്നിയത്. ഞാൻ വരും... വരും... ഞാൻ മന്ത്രിച്ചു കൊണ്ടിരുന്നു...

'അരുത് ചൊല്ലുവാൻ നന്ദി..
കരച്ചിലിൻ അഴിമുഖം
നമ്മൾ കാണാതിരിക്കുക..
സമയമാവുന്നു പോകുവാൻ..
രാത്രി തൻ നിഴലുകൾ
നമ്മൾ പണ്ടേ പിരിഞ്ഞവർ..'

ചുള്ളിക്കാടിന്റെ സന്ദർശനം എന്ന കവിതയിലെ അവസാന വരികൾ ആണിത്. വളരെ സത്യമാണത്. ഭൂമിയിലെ എല്ലാ ബന്ധങ്ങളും ഒടുവിൽ വന്നവസാനിക്കുക ഈ വരികളിലാണ്. അതിനപ്പുറം ജീവിതമില്ല. എന്റെ യാത്രയിലെ ഓരോ യാത്രക്കാരും പിരിഞ്ഞു പോവുമ്പോൾ ഓർക്കാറുണ്ട് ഞാനീ വരികൾ..

മൂന്ന്

സർജറി കഴിഞ്ഞു. തീവ്ര വേദനയോടെയാണെങ്കിലും ജീവിതത്തിലേക്ക് മടങ്ങി എത്തിയത് ഞാൻ അറിഞ്ഞു..

ICUവിലെ ഗന്ധവും യന്ത്രങ്ങളുടെ മൂളലും.. ഇന്ന് ഏതു ദിവസമാണ്? ഞാൻ ആ സിസ്റ്ററോട് ചോദിച്ചു. നല്ല വേദന ഉണ്ടായിരുന്നു. വാരിയെല്ലുകൾ അകത്തി (closed heart) ചെയ്യുന്ന സർജറി ആയിരുന്നതുകൊണ്ട് ഒരൊറ്റ വലിയ മുറിവേ ഉണ്ടായിരുന്നുള്ളൂ. രണ്ടു ദിവസത്തിനു ശേഷം ഞാൻ വാർഡിലേക്ക് തിരിച്ചെത്തി. ഇതിനകം ഡോക്ടറുമായി (Dr.നീലകണ്ഠൻ) നല്ല സൗഹൃദമായി. പ്രൊഫഷണൽ കോളേജുകൾ നിന്നുള്ളവർ ആയിരുന്നല്ലോ ഞങ്ങൾ രണ്ടു പേരും.

വാർഡിലെ സിസ്റ്റർമാർ സ്നേഹമായി പെരുമാറി. ഡൽഹിക്ക് തിരിച്ചു പോവുന്നതിന് മുൻപ് ജോഷി ഒരിക്കൽ കൂടി എന്നെ

കാണാനെത്തി. ''എന്താ മാഷേ, നമുക്ക് ഒപ്പം നടക്കാംലെ...'' സ്വതസിദ്ധമായ ചിരിക്ക് മാറ്റമേതും ഇല്ല. ഗൗരവമുള്ള കാര്യങ്ങൾ പോലും നിസ്സാരവൽക്കരിക്കുന്ന ആ ചിരി ഞങ്ങളുടെ ജീവിതത്തെ ജ്വലിപ്പിച്ചിട്ടുണ്ട് പലപ്പോഴും. എന്നാൽ ചിലപ്പോഴെങ്കിലും ആ നിസ്സാര വൽക്കരണം എനിക്ക് വലിയ അലോസരവും സൃഷ്ടിച്ചിട്ടുണ്ട്. പറയാതെ വയ്യ.

ജോഷി കൊണ്ടുവന്ന ജെംസ് മിഠായിയുടെ വലിയ കുപ്പി (എനിക്ക് ആ മിഠായി വലിയ ഇഷ്ടമാണ്, അന്നും ഇന്നും) ഞാൻ എല്ലാർക്കും പങ്ക് വെച്ചു. തൊട്ടരികിലെ എന്റെ കുഞ്ഞനിയന് ഒരു വലിയ പങ്കും. ''അതാരാ?'' അമ്മച്ചി ചോദിച്ചു. ''കെട്ടാൻ പോണ ആൾ ആണല്ല്യോ?'' ഞാൻ വെറുതെ ചിരിച്ചു.

സർജറി കഴിഞ്ഞു വീട്ടിലെത്തി. ഒരാഴ്ചയോളം അമ്മാമയുടെ വീട്ടിൽ കഴിഞ്ഞു. എന്തെങ്കിലും പ്രശ്നം ഉണ്ടായാൽ ആശുപത്രിയിൽ പോവാനുള്ള എളുപ്പത്തിന് ആയിരുന്നു അത്. അക്കാലത്തു അമ്മായി എന്നെ കുളിപ്പിച്ചു തരിക കൂടി ഉണ്ടായിട്ടുണ്ട്.

എന്റെ നാട്ടിൽ എത്തി രണ്ടു ദിവസം കഴിഞ്ഞപ്പോൾ മുറിവ് ഇൻഫെക്ഷൻ ആയി വീണ്ടും അഡ്മിറ്റ് ആവേണ്ടി വന്നു, പത്തു ദിവസം. ജീവിതത്തിൽ അനുഭവിച്ച ഏറ്റം തീവ്രവേദന അതായിരുന്നു, ഇന്നോളമുള്ളതിൽ. വേദനയ്ക്ക് ഒരു വകതിരിവുമുണ്ടായിട്ടില്ല, എന്റെ ജീവിതത്തിൽ. തല്ലു കൂടുന്ന രണ്ടു കുട്ടികളായി ഞങ്ങളങ്ങനെ തോണ്ടിയും പിച്ചിയും നിന്നു, ഉടനീളം.

എന്റെ റിസൾട്ട് വന്നു. തരക്കേടില്ലാത്ത മാർക്കോടെ ഞാൻ പാസ്സായി. സർജറി മൂലം രക്തയോട്ടം ശരിയായത് കൊണ്ടാവാം എന്റെ തൂക്കം കൂടി. രക്തപ്രസാദമായി. ഞാൻ വളരെ സുന്ദരിയായതായി എനിക്ക് തോന്നി.

കൃഷ്ണന് മാല കെട്ടി ചാർത്തുക, കവിത എഴുതുക എന്നത് മാത്രമാണ് ഞാൻ ആ കാലങ്ങളിൽ ചെയ്തിരുന്നത്. ജോഷി വീണ്ടും നാട്ടിൽ വന്നു. എന്റെ വീട്ടിലും. പൊടുന്നനെ അറിഞ്ഞ ഞങ്ങളുടെ ബന്ധം ചില്ലറ പ്രശ്നങ്ങളല്ല ഉണ്ടാക്കിയത്. ജാതി... മതം... ഇരു വീട്ടിലും ബന്ധുക്കളിലും. ഇരുവശത്തും ഉള്ളവരുടെ എതിർപ്പുകൾ കണക്കാക്കാതെ ഞങ്ങൾ വിവാഹിതരാവാൻ തന്നെ തീരുമാനിച്ചു. പ്രണയം ഒന്നും കാംക്ഷിക്കുന്നില്ല. പ്രണയികളെ അല്ലാതെ.

മതംമാറ്റം തുടങ്ങിയ പ്രഹസനങ്ങൾ ഒഴിവാക്കപ്പെടേണ്ടതാണ് എന്നായിരുന്നു ജോഷിയുടെ എന്നത്തേയും പ്രത്യയശാസ്ത്രം (എന്റെയും) ഇന്നും അതിനു മാറ്റം വന്നിട്ടില്ല. മതത്തിന് മനുഷ്യജീവിതത്തിൽ കാര്യമായി എന്തെങ്കിലും ചെയ്യാൻ ഉണ്ടെന്ന് ഇതുവരെ തോന്നിയിട്ടു മില്ല. (ദൈവത്തിന്റെ കാര്യം അല്ല കേട്ടോ.)

കാലം എന്നത് എന്റെ ആരാധനാപാത്രമാണ് എന്നും. അതിന്റെ ഒഴുക്കിൽ മിനുസപ്പെടാത്ത കല്ലുകൾ ഒന്നുമില്ല. ഉൾച്ചുഴികളും മലരികളും സ്വന്തം കൈകൊണ്ടത് തഴുകി ശമിപ്പിക്കും. ബന്ധങ്ങളും! കാലാന്തരത്തിൽ ബന്ധുക്കളുടെ എതിർപ്പുകൾ ശമിച്ചുരുകി പോയി.

വാൽക്കഷ്ണം : എന്റെ സർജറി നടത്തിയ ഡോ. നീലകണ്ഠൻ സാറിനെ 27 വർഷങ്ങൾക്ക് ശേഷം ഞാൻ വീണ്ടും കണ്ടു. തൃശ്ശൂർ വെസ്റ്റ് ഫോർട്ട് ഹോസ്പിറ്റലിലെ കിടക്കയിൽ വെച്ച്. എന്റെ മെഡിക്കൽ ഹിസ്റ്ററി റെക്കോർഡ് കണ്ട സിസ്റ്റർ വിവരം അറിയിച്ച്, അദ്ദേഹം എന്നെ കാണാൻ വന്നു. ആ ഹോസ്പിറ്റലിന്റെ ഡയറക്ടർ ആയിരുന്നു അപ്പോൾ അദ്ദേഹം. ആ കൂടിക്കാഴ്ച ഞങ്ങളെ ഇരുവരേയും സന്തോഷിപ്പിച്ചു. രക്ഷകനും രക്ഷിക്കപ്പെട്ടവനും. Its all your will power! ഡോക്ടർ അഭിനന്ദനപൂർവം പറഞ്ഞു. (ജീവിതത്തിൽ എനിക്ക് കിട്ടിയ ഏറ്റവും വലിയ അഭിനന്ദനം)

ചിത്രയിലെ അന്നത്തെ സർജറിക്ക് അദ്ദേഹം കണ്ട ആയുസ്സ് 15 വർഷം ആയിരുന്നു. അത് കഴിഞ്ഞ് വീണ്ടും കുറച്ചു കൂടി വലിയ ഒന്ന് (valves replacement) ചെയ്യേണ്ടി വരും എന്നായിരുന്നു അദ്ദേഹം അന്ന് പറഞ്ഞിരുന്നത്. ഇന്നും ഞാനത് ചെയ്തിട്ടില്ല. 'പിന്നെ', എന്നാണ് അതിനോടുള്ള എന്റെ മറുപടി. പിന്നെ എന്ന വാക്കിന് നമ്മുടെയൊക്കെ ജീവിതത്തിൽ വലിയ പ്രസക്തിയുണ്ട്. അല്ലേ?

വലിയ ആരോഗ്യപ്രശ്നങ്ങൾ ഒന്നും തരാതെ കടന്നു പോയ കാലത്തിനു നന്ദി. എന്റെ കുടുംബത്തെ എല്ലാ അർത്ഥത്തിലും പിന്തുണയ്ക്കാൻ എനിക്ക് തുണയായി നിന്ന ദൈവത്തിനും നന്ദി!

ഇതാണ് എന്റെ, അല്ല ഞങ്ങളുടെ കഥ. ■

ഭയപ്പെടേണ്ട!
ഞാൻ നിന്നോട് കൂടെയുണ്ട്

ഒന്ന്

ജീവിതം ആഹ്ലാദകരമായിരുന്നു. അതങ്ങനെ ഞങ്ങൾക്ക് ചുറ്റും നിറഞ്ഞു നിന്നു. ഞങ്ങൾ നിരന്തരം ഇണങ്ങുകയും പിണങ്ങുകയും ചെയ്തു. ലോകം ഞങ്ങൾക്ക് മാത്രം ഉള്ളതായി. മഴയത്ത് ചെളി വെള്ളം തെറിപ്പിച്ചു നടക്കുന്ന അലസരായ രണ്ടു കുട്ടികളെപ്പോലെ കൈ കോർത്തു പിടിച്ച് ഞങ്ങൾ ആഹ്ലാദം തെറിപ്പിച്ചു നടന്നു.

ഡൽഹിയിൽനിന്നും മദ്രാസിലേക്ക് ജീവിതം പറിച്ചു നടുമ്പോൾ എന്റെ വയറ്റിൽ മോൾക്ക് ആറുമാസം പ്രായമായിരുന്നു. ഒന്നും പേടിക്കാനില്ല! ഡൽഹിയിലെ ഡോ. ഡോണ പറഞ്ഞു. മദ്രാസ്സിൽ ഏതെങ്കിലും നല്ല ഗൈനക്കോളജിസ്റ്റിനെ കാണണം.

മദ്രാസ് നഗരം ഞങ്ങളെ കൈനീട്ടി സ്വീകരിച്ചു. ഞങ്ങൾക്ക് താമസിക്കാൻ അണ്ണാനഗറിൽ ചെറിയൊരു വീട് ജോഷി ഒരുക്കി യിരുന്നു. ആശ്ചര്യം എന്ന് പറയട്ടെ, എന്റെ കുട്ടിക്കാലത്ത് സ്വന്തം പോലെ എന്നെ സ്നേഹിച്ച കുടുംബത്തെ അയൽപക്കമായി കിട്ടി. ദൈവം നേരത്തെ കരുതി വെച്ച സാന്ത്വനമാണ് അതെന്ന് എനിക്ക പ്പോൾ മനസ്സിലായില്ല. അവന്റെ മുന്നൊരുക്കങ്ങൾ എത്ര കൃത്യം.

ബാബൂന്റമ്മയും കുറുപ്പേട്ടനും എന്നെ ആരതി ഉഴിഞ്ഞു വരവേറ്റു പുതിയ വീട്ടിലേക്ക്. എനിക്ക് വേണ്ടുന്നതെല്ലാം അവർ ആ വീട്ടിൽ കരുതിയിരുന്നു. ഒരു സഹായിയെ അടക്കം. ജോഷിയുടെ ഓഫീസ് ദൂരെ ആയിരുന്നു. രാവിലെ പോയാൽ രാത്രി ആവും മടങ്ങി എത്താൻ. എങ്കിലും വയറ്റുകണ്ണിയെ നോക്കാൻ അമ്മയെ പോലെ ഒരാൾ ഉണ്ടല്ലോ എന്ന ആശ്വാസമാണ് ആ താമസം തന്നത്.

ചെന്നൈയിലെ ഏറ്റവും നല്ല ഗൈനക്കോളജിസ്റ്റിനെയാണ് ഞങ്ങൾ കണ്ടത്. ഡോ. മണിമേഖല. മദിരാശിയിലെ അന്നത്തെ ഏറ്റവും പ്രശസ്തയായിരുന്നു അവർ, ആ മേഖലയിൽ.

''കുഴപ്പം ഏതുമില്ല.'' ഡോക്ടർ പറഞ്ഞു. ''എങ്കിലും ഒരു കാർഡിയോളജിസ്റ്റിനെ കാണണം. ഒപ്പീനിയൻ എടുക്കണം.'' അവർ പറഞ്ഞു. വിജയാ ഹോസ്പിറ്റലിലെ പ്രശസ്തനായ ഡോ. സോളമൻ വിക്ടർ എന്ന ഹൃദ്രോഗവിദഗ്ദ്ധനെ കാണാൻ ഞങ്ങൾ അപ്പോയ്ന്റ്മെന്റ് എടുത്തു. വിധി അടുത്ത തുറുപ്പു ചീട്ട് തയ്യാറാക്കി വെച്ച് ഞങ്ങളുടെ കളി പരിഹാസപൂർവം നോക്കി ഇരിക്കുന്നത് ഞങ്ങളേതുമറിഞ്ഞില്ല.

ഡോക്ടർ സോളമൻ വിക്ടറിന്റെ വീട്ടിൽ പരിശോധന കാത്തിരിക്കുമ്പോൾ വീണ്ടും ഞാൻ കണ്ടു. സുന്ദരമായ ആ രൂപം. കരുണ വഴിയുന്ന കണ്ണുകൾ. കുരിശിൽ കിടന്നപ്പോഴും മനുഷ്യർക്കുവേണ്ടി പ്രാർത്ഥിച്ച യേശുദേവന്റെ രൂപം. അതെന്നോട് മന്ത്രിച്ചു. ''ഭയപ്പെടേണ്ട, ഞാൻ നിന്നോട് കൂടെയുണ്ട്.'' എന്നെ ഒരുപാട് സ്വാധീനിക്കുകയും ആശ്വസിപ്പിക്കുകയും ചെയ്തിട്ടുള്ള വരികൾ... ''ഭയപ്പെടേണ്ട...''

ഡോക്ടർ എന്റെ പഴയ റിപ്പോർട്ടുകൾ കണ്ണോടിച്ചു നോക്കി. എന്റെ ഹൃദയം താളത്തിൽ തന്നെയോ എന്ന് സ്റ്റെത്ത് വെച്ച് നോക്കി, അദ്ദേഹം പറഞ്ഞു. ''ഒരു ഡീറ്റെയിൽ ചെക്ക് അപ്പ് വേണം. ഒരു കളർ എക്കോ ഡോപ്ലർ ടെസ്റ്റ് ചെയ്യണം.'' ആദ്യമായി ആയിരുന്നു ഞാൻ ആ ടെസ്റ്റിനെ കുറിച്ചു കേൾക്കുന്നത്. മദിരാശിയിൽ ആ ടെസ്റ്റ് നടത്തുന്ന ഒരേ ഒരു ടെസ്റ്റിംഗ് സെന്റർ മാത്രമേ അന്നുള്ളൂ. ഞങ്ങൾ അവിടെ എത്തി. ജീവിതത്തിൽ പിന്നീട് എന്റെ സന്തത സഹചാരി ആയി മാറിയ എക്കോ എന്ന ടെസ്റ്റ് ചെയ്യാൻ.

എന്റെ മനസ്സ് ശാന്തമായിരുന്നു.

അഗ്നിപരീക്ഷണങ്ങളുടെ അടുത്ത ഘട്ടം കാത്തിരുന്നത് ഞാൻ എങ്ങനെ അറിയാൻ?

രണ്ട്

എക്കോ ടെസ്റ്റിന് പോവുമ്പോൾ എന്റെ മനസ്സ് ശാന്തമായിരുന്നു. ഒന്നുമില്ല എനിക്ക്. അത് ഉറപ്പുവരുത്തേണ്ട കടമ ഡോക്ടർക്കുണ്ട്. അതിനാണ് ഈ പരീക്ഷ. എന്റെ കുഞ്ഞ് വയറ്റിലിരുന്നു ചിരിക്കുന്നത് ഞാൻ അറിഞ്ഞു. ഞാൻ അവളെ തലോടി. മനസ്സ് കൊണ്ട് ഉമ്മവെച്ചു, ആയിരം വട്ടം.

എക്കോ ടെസ്റ്റ് കഴിഞ്ഞു, കളർ ഡോപ്ലർ ആയിരുന്നു അത്. റിപ്പോർട്ട് വാങ്ങി വീണ്ടും ഡോ. സോളമൻ വിക്ടറെ കാണാൻ പോയി. തിരക്കൊഴിയാൻ ഞങ്ങൾ കാത്തിരുന്നു. ഡോക്ടർ റിപ്പോർട്ട് നോക്കി, വിശദമായി. കുറേനേരം നിശ്ശബ്ദനായി ഇരുന്നു. പിന്നെ എന്നോട് പുറത്തിരിക്കാൻ പറഞ്ഞു. എന്റെ ഉള്ളിൽ ഒരു അപായമണി മുഴങ്ങി. എന്റെ മോൾ ഉള്ളിൽ കൈകാൽ കുടഞ്ഞു. ഞാൻ അവളെ വയറ്റിൽ കൈവെച്ചു ആശ്വസിപ്പിച്ചു.

''ഒരു സർജറി ഉടനെ വേണം.'' അതാണ് ഡോക്ടർ സോളമൻ വിക്ടറിന്റെ നിർദ്ദേശം. ജോഷി പതിയെ പറഞ്ഞു. ''അത് ചെയ്യാത്ത പക്ഷം പ്രസവം ഞാൻ അതിജീവിച്ചു എന്ന് വരില്ല. മോൾക്ക് എന്റെ വയറ്റിൽ പ്രായം ആറു കഴിഞ്ഞ് ഏഴു മാസത്തോട് അടുക്കുന്നു. അബോർഷൻ ആ ഘട്ടത്തിൽ ആപൽക്കരമാണ്.'' ഡോക്ടർ പറഞ്ഞു. ''അതുകൊണ്ട് കുഞ്ഞിന് കൃത്രിമ ശ്വാസോച്ഛ്വാസം കൊടുത്തുവേണം ശസ്ത്രക്രിയ ചെയ്യാൻ. ചിത്രയിലെ സർജറികൊണ്ട് ഹൃദയത്തിന് കാര്യമായ പുരോഗതി ഉണ്ടായിട്ടില്ല.''

ജീവിതം തളിർത്തു വരുന്നേയുള്ളൂ. ഉള്ളിൽ കൈകാൽ ഇളക്കി കളിക്കുന്ന കുഞ്ഞോമന. ഒരു ഹാർട്ട് സർജറി, അതിന്റെ മെഡിക്കേഷൻ, Artificial Respiration, ഇതെല്ലാം എന്റെ കുഞ്ഞ് എങ്ങനെ താങ്ങും? അതവളുടെ ശാരീരികവും മാനസികവുമായ ആരോഗ്യത്തെ ബാധിക്കില്ലേ? ആഴമുള്ള കിണറ്റിൽ വീണുപോയ മനസ്സിന് പിടിച്ചു നിൽക്കാൻ ഒരു പുൽനാമ്പു പോലും കാണാനായില്ല. ജീവിച്ചു മതിയാവാത്ത രണ്ടുപേർ. അലസമായി കൈകൾ കോർത്ത് ലോകം കാണാൻ ഇറങ്ങിത്തിരിച്ചവർ. വഴി നഷ്ടപ്പെട്ട കുട്ടികളായി നിസ്സഹായരായി ഇവിടെ ഇങ്ങനെ.

എനിക്ക് ഒരുവിധ ആരോഗ്യപ്രശ്നങ്ങളും ഉണ്ടായിരുന്നില്ല. ജോഷിയുടെ പഴയ ഒരു അനുഭവവും അതിൽ ഒരു സെക്കന്റ് മെഡിക്കൽ ഒപ്പീനിയനുണ്ടായ നിർണ്ണായകസ്ഥാനവും കണക്കിലെടുത്തു ഒരു സെക്കന്റ് മെഡിക്കൽ ഒപ്പീനിയൻ തേടാൻ ഞങ്ങൾ തീരുമാനിച്ചു. ചിത്രയിലെ സർജറി ഗുണം ചെയ്തില്ല എന്ന് ഡോക്ടർ പറഞ്ഞത് എനിക്ക് വിശ്വാസമായിരുന്നില്ല.

എന്റെ കുഞ്ഞിനെ മരുന്നുകൾക്കോ സർജറിക്കോ ഇട്ടുകൊടുക്കാതെ അവളെ ആരോഗ്യവതിയായി ഈ ഭൂമിയിൽ കൊണ്ടുവരേണ്ടതാണ് എന്റെ നിയോഗം. എന്റെ വിരൽത്തുമ്പുകൾ ദൈവത്തിന്റെ കൈകളിൽ ഭദ്രമായിരുന്നു. എന്റെ ഓമന എന്റെയുള്ളിലും.

നമ്മുടെ വരുംനാളുകളെക്കുറിച്ച് കുറെയൊക്കെ ദൈവം നമ്മൾക്ക് അടയാളപ്പെടുത്തിത്തരും. വരാൻ പോകുന്നത് നല്ലതോ ചീത്തയോ എന്ന് ഓരോ നിമിത്തങ്ങൾ, ചില സൂചനകൾ, തോന്നലുകൾ, ജീവിതത്തിൽ ഉടനീളം എനിക്കുണ്ടായിട്ടുണ്ട്.

ഡോക്ടർ തനികാചലം എന്ന ദൈവതുല്യനെക്കുറിച്ചാണ് ഇനി പറയാനുള്ളത്. വളരെ തിരക്കുള്ള ഒരു ഡോക്ടർ ആണ് അദ്ദേഹം. കാണാൻ ഒരു മാസം മുമ്പെങ്കിലും ബുക്ക് ചെയ്യണം. അതിനുള്ള സമയം ഇല്ലല്ലോ.

ജോഷി അടുത്തദിവസം അദ്ദേഹത്തിന്റെ വീട്ടിൽ പോയി. അദ്ദേഹം ഉണ്ടായിരുന്നില്ല. അദ്ദേഹത്തിന്റെ ഭാര്യയോട് കഥകൾ എല്ലാം പറഞ്ഞു.

ദൈവം തന്റെ പ്രതിരൂപങ്ങളായി അവതരിക്കുന്ന കഥ ഞാൻ മുൻപ് പറഞ്ഞിട്ടില്ലേ? അവർ പറഞ്ഞു. ''കുട്ടി, നാളെ വൈഫിനെക്കൂട്ടി വരൂ. ഡോക്ടറെ തീർച്ചയായും കാണാം.''

പിറ്റേന്ന് രാവിലെ ഞങ്ങൾ ഡോക്ടറെ കണ്ടു. ഒരു അപ്പോയ്ന്റ്മെന്റും ഇല്ലാതെ. അദ്ദേഹം ചിത്രയിലെ റിപ്പോർട്ടുകൾ എല്ലാം നോക്കി. എന്നെ പരിശോധിച്ചു. (ഡോ. സോളമൻ വിക്ടറെ കണ്ട കാര്യം ഞങ്ങൾ പറഞ്ഞില്ല.) കളർ ഡോപ്ലർ സ്കാൻ എടുക്കാൻ നിർദ്ദേശിച്ചു. വീണ്ടും അതേ സ്കാനിംഗ് സെന്ററിലേക്ക്. ഡോ. ഇളങ്കോ ആണ് നേരത്തെ സ്കാൻ ചെയ്തിരുന്നത്. ഡോ. സോളമൻ സർജറി നിർദ്ദേശിച്ച കാര്യം ഞങ്ങൾ അദ്ദേഹത്തോട് പറഞ്ഞു. സ്കാൻ റിപ്പോർട്ട് വിശദമായി നോക്കിയശേഷം അദ്ദേഹം പറഞ്ഞു. ''ഡോ. തനികാചലം ഒരു സർജറി നിർദ്ദേശിക്കാൻ സാധ്യതയില്ല. മാത്രമല്ല വീണ്ടും സ്കാൻ ചെയ്യാതെ മുൻപത്തെ അതേ റിപ്പോർട്ട് ഡോ. തനികാചലത്തിന്റെ പേരിലാക്കിത്തരികയും ചെയ്തു.''

റിപ്പോർട്ട് കണ്ട് ഡോക്ടർ തനികാചലം പറഞ്ഞു. ''ചിത്രയിലെ സർജറി കാര്യമായ പുരോഗതി ഉണ്ടാക്കിയിട്ടില്ല. എന്നാൽ ഈ കുട്ടിക്ക് Symptoms ഒട്ടുമില്ല. അതുകൊണ്ട് ഒന്നും പേടിക്കാനില്ല.'' അദ്ദേഹം എന്റെ പുറത്ത് തട്ടി. You are perfectly alright. But ensure regular heart check ups and presence of a cardiologist in labour room.

Pregnancy advanced ആയതുകൊണ്ട് ഡോക്ടർ സർജറി ഒഴിവാക്കിയതാണോ എന്നായിരുന്നു ജോഷിയുടെ ആകുലത. ജോഷി അതെടുത്തു ചോദിച്ചു. ''അല്ല.'' ഡോക്ടർ പറഞ്ഞു. ''രോഗത്തെ അല്ല രോഗിയെ ആണ് ചികിത്സിക്കേണ്ടത്. രോഗലക്ഷണങ്ങൾ ഇല്ല എന്നത് മനോബലമാവാം, ആരോഗ്യപരമാവാം. She will perfectly undergo the delivery. ദൈവത്തോട് നന്ദി പറയുക.'' അദ്ദേഹം പറഞ്ഞു. അത് ദൈവവചനം ആയി വിശ്വസിച്ച് ഞങ്ങൾ തിരിച്ചു പോന്നു. ദൈവത്തിന്റെ പ്രതിരൂപമല്ല ദൈവം തന്നെ ആയിരുന്നു ഞങ്ങൾക്ക് അദ്ദേഹം. (ഡോ. തനികാചലത്തിന് പിൽക്കാലത്ത് പത്മശ്രീ പുരസ്കാരം ലഭിച്ചു.)

എന്റെ ജീവിതത്തിലെ ദൈവത്തിന്റെ പങ്ക് അതു തന്നെയായിരുന്നു. ഒരിക്കലും എന്റെ അസുഖം Symptomatic ആയില്ല. അത് എന്റെ മനോബലത്തേക്കാൾ, ദൈവത്തിന്റെ ഇടപെടൽ ആണെന്ന് ഞാൻ വിശ്വസിക്കുന്നു. എന്റെ അസുഖത്തെ ഞാൻ ഒരിക്കലും അംഗീകരിച്ചിട്ടില്ല ഇന്നും. എന്റെ ഉള്ളിലേക്ക് കടന്നുവരാൻ അനുവദിക്കാതെ ഞാൻ അതിനെ പടിക്ക് പുറത്ത് നിർത്തിയിരിക്കുന്നു. എന്നേക്കുമായി. യഥാർത്ഥമായി ജീവിക്കാനുള്ള എന്റെ ഉൽക്കടമായ

ആഗ്രഹമായിരിക്കാം അത്. ഒരു രോഗി എന്ന് സ്വയം വിശ്വസിക്കാൻ, മറ്റുള്ളവർ എന്നെ അങ്ങനെ കാണാൻ, ഞാൻ ഒരിക്കലും ഇഷ്ടപ്പെട്ടില്ല. അനുവദിച്ചില്ല.

അത്യുന്നതങ്ങളിൽ ദൈവത്തിന് സ്തുതി. ഭൂമിയിൽ സന്മനസ്സ് ഉള്ളവർക്ക് സമാധാനം.

മൂന്ന്

'Heaven and earth shall pass away...
But my words shall not pass...'

ഡോക്ടർ തനികാചലത്തിനെ ഞാൻ പൂർണ്ണമായും വിശ്വസിച്ചു. അദ്ദേഹം തന്നെ ആയിരുന്നു എന്റെ ദൈവവും. ഓരോ ഘട്ടത്തിലും അദ്ദേഹം എന്നിൽ ആത്മവിശ്വാസം നിറച്ചു.

ഡോക്ടർ മണിമേഖല മദ്രാസിലെ ഏറ്റവും പ്രശസ്തയായ ഗൈനക്കോളജിസ്റ്റ് ആയിരുന്നു. വളരെ സ്നേഹമുള്ള, പാൽ പുഞ്ചിരിയുള്ള സുന്ദരിയും കുലീനയും ആയിരുന്നു ആ ഡോക്ടറമ്മ. സർവീസിൽ നിന്ന് റിട്ടയർ ആയശേഷം അവർ നടത്തിയിരുന്ന കുമരൻസ് എന്ന ആശുപത്രിയിൽ ആയിരുന്നു എന്റെ ശേഷമുള്ള പരിശോധനകൾ. ഒരു തരത്തിലും ഡോക്ടർ എനിക്ക് ടെൻഷൻ തന്നില്ല. ഇതെല്ലാം നിസ്സാരം എന്ന ഭാവം അവർ എനിക്ക് മുന്നിൽ സദാ സൂക്ഷിച്ചു. എന്നാൽ അത്യധികം ശ്രദ്ധ എന്റെ കാര്യത്തിൽ അവർക്ക് ഉണ്ടായിരുന്നു. അവരുടെ സദാ ചിരിക്കുന്ന മുഖം ഇതെഴുതുമ്പോൾ എന്റെ മുന്നിലുണ്ട്. ഇക്കാലത്ത് ആ സ്നേഹം പ്രതീക്ഷിക്കാമോ? സംശയമാണ്. അന്ന് മനുഷ്യത്വം, സ്നേഹം എല്ലാം മുന്നിട്ട് നിന്നു. പണത്തിന് ഇത്രയേറെ പ്രസക്തി മനുഷ്യജീവിതത്തിൽ വന്നു തുടങ്ങിയിരുന്നില്ല.

ആ കാലങ്ങളിൽ എന്റെ വിശപ്പ് വല്ലാതെ കൂടി. എനിക്ക് സദാ വിശപ്പായിരുന്നു. വെറും രണ്ടോ മൂന്നോ ഇഡ്ഢലി പ്രാതൽ ആയി കഴിച്ചിരുന്ന ഞാൻ എട്ടും പത്തുംവരെ കഴിച്ച ദിവസങ്ങൾ ഉണ്ട്. ഐസ് ക്രീം ആയിരുന്നു എന്റെ ഇഷ്ടഭക്ഷണം. ഭക്ഷണം കഴിച്ചും ബാബുവിന്റെ അമ്മയുടെയും ഹൗസ് ഓണർ ചേച്ചിയുടെയും സ്നേഹശുശ്രൂഷ ആസ്വദിച്ചും ദിവസങ്ങൾ കടന്നു പോയി. സത്യസന്ധമായ സ്നേഹം. അത് എത്ര ശക്തമാണ്. അതിന് ഏത് മഞ്ഞുമലകളും നീക്കി മാറ്റാൻ കഴിയും, നിഷ്പ്രയാസം. എന്റെ അനുഭവമാണത്. അത് പലപ്പോഴും വേണ്ടുവോളം ആസ്വദിക്കാൻ എനിക്ക്

അവസരം കിട്ടിയിട്ടുണ്ട്. രക്തബന്ധങ്ങളേക്കാൾ വിലയുണ്ടതിന്. വൈകുന്നേരങ്ങളിൽ ഞാനും ജോഷിയും നടക്കാൻ പോയി. തമിഴ് തെരുവുകളിൽ മുല്ലയുടെ മണവും കനകാംബരത്തിന്റെ ചുവപ്പും നിറഞ്ഞു നിന്നു. എനിക്ക് കനകാംബരം വലിയ ഇഷ്ടമായിരുന്നു. ചേച്ചി എനിക്ക് എന്നും പൂമാല കെട്ടിത്തന്നു. ഗർഭകാലസൗന്ദര്യം എന്നിൽ നിറഞ്ഞു വന്നു. കണ്ണ് തട്ടാതിരിക്കാൻ ബാബുന്റെ അമ്മ എന്നെ എന്നും ആരതി ഉഴിഞ്ഞു.

ഞാൻ സദാ സമയവും പ്രാർത്ഥിച്ചു കൊണ്ടിരുന്നു. ലോകം കാണാൻ വെമ്പി നിൽക്കുന്ന എന്റെ ഓമനയ്ക്ക് വേണ്ടി. ഞാൻ ബൈബിൾ വായിച്ചു തുടങ്ങിയത് ഈ ഘട്ടത്തിലാണ്. Heaven and earth shall pass away! But my words shall not pass! ഈ വാചകങ്ങൾ എന്നെ വല്ലാതെ സ്വാധീനിച്ചു. ജോഷിയുടെ ഒരു ഓഫീസ് സുഹൃത്ത് ഒരു നൊവേന പ്രാർത്ഥന പഠിപ്പിച്ചു തന്നിരുന്നു. Oh! Jesus! who said ask and you shall recieve, seek and you shall find, knock and it shall be opened to you...എന്ന് തുടങ്ങുന്ന മധ്യസ്ഥ പ്രാർത്ഥന ഞാൻ മുടങ്ങാതെ ചൊല്ലി. സന്ധ്യയ്ക്ക് കൃഷ്ണനാമം ജപിച്ചു. കൃഷ്ണനും ക്രിസ്തുവും എന്റെ ഇടം വലം നിന്നു, എന്റെ ഓമന യ്ക്കു കാവലായി.

വളരെ സന്തോഷം അനുഭവിച്ച നാളുകൾ ആയിരുന്നു അത്. ജോഷി ഉള്ളിലെ പരിഭ്രാന്തികൾ ഞാൻ അറിയാതെ നോക്കി. ഡോക്ടർ ഡേറ്റ് പറഞ്ഞ ദിവസം ഭാരത് ബന്ദ് ആയിരുന്നു. അതുകൊണ്ട് പ്രത്യേകിച്ച് അസുഖം ഒന്നും ഇല്ലാതിരുന്നിട്ടും തലേദിവസം ഞാൻ ഹോസ്പിറ്റലിൽ അഡ്മിറ്റ് ആയി. എന്നാൽ പിറ്റേന്ന് അതിരാവിലെ എനിക്ക് വേദന തുടങ്ങി.

ഇവിടെ എടുത്തു പറയേണ്ട ഒരു സംഭവം ഉണ്ട്. ഏതാണ്ട് പുലർച്ചെ മൂന്നരമണിക്കാണ് എനിക്ക് വേദന വരുന്നത്. അതേസമയത്ത് ജോഷിക്ക് വിചിത്രമായ ഒരനുഭവം ഉണ്ടായി. ഞാനും അമ്മയും ആശുപത്രിയിൽ ആയിരുന്നു. ജോഷിയും അച്ഛനും വീട്ടിലും. (ഇതെഴു തണമോ എന്ന് ഞാൻ പല തവണ ആലോചിച്ചു. എഴുതാം എന്ന് തോന്നി.) അതിങ്ങനെയാണ്!

ഉറക്കത്തിൽ കാറ്റ് ശക്തിയായി വീശുന്നതായും ആരോ തട്ടി വിളിക്കുന്നതായും കക്ഷിക്ക് തോന്നിയത്രെ. മുറി മുഴുവൻ കറങ്ങുന്ന പോലുള്ള ഒരു വിചിത്ര വിഭ്രാന്തി തോന്നി. വല്ലായ്മയോടെ ഉണർന്ന് എണീറ്റയുടൻ ഹൗസ് ഓണർ വാതിൽ മുട്ടി. ഹോസ്പിറ്റലിൽ നിന്ന് വിളിച്ച വിവരം പറയാൻ. ആ കാലങ്ങളിൽ ഞങ്ങൾ അത്രയേറെ പ്രാർത്ഥിച്ചിരുന്നു. ചെറുപ്പത്തിൽ ഞാൻ ചൊല്ലുന്ന നാമങ്ങൾക്കൊപ്പം എല്ലാ ക്രിസ്തീയ പ്രാർത്ഥനകളും എനിക്ക് മനപ്പാഠവുമായിരുന്നു.

ഹോസ്പിറ്റലിൽ ജോഷി, അമ്മ, അച്ഛൻ എല്ലാവരും ഉണ്ടായിരുന്നു. തമാശ പറഞ്ഞും ചിരിച്ചും എല്ലാവരും എന്റെ ചുറ്റും. എനിക്ക് ഒട്ടും പേടി ഉണ്ടായിരുന്നില്ല. വേദന ഇടയ്ക്കിടെ വന്നുകൊണ്ടിരുന്നു. ഇതൊന്നും അല്ല, ഇതിലും വലിയ വേദന വരും. അമ്മ പറഞ്ഞു. ഞാൻ ആ വേദന സഹിക്കാൻ സ്വയം സജ്ജയായി. കൃഷ്ണാ എന്ന് ഞാൻ നിരന്തരം വിളിച്ചു കൊണ്ടിരുന്നു. എനിക്ക് എന്നും സഹായമായി നിന്ന എന്റെ തോഴൻ, കൃഷ്ണൻ. വേദന കൂടി വന്നു, ഇടവേളകൾ കുറഞ്ഞും. ഇതിനിടയിൽ ഡോക്ടറമ്മ പല തവണ വന്നു.

പ്രസവിക്കുന്നതിന് വെറും അഞ്ചു മിനിറ്റ് മുൻപാണ് എന്നെ ലേബർ റൂമിൽ കൊണ്ടുപോയത്. അതുവരെ എന്നെ സ്നേഹിക്കുന്നവരുടെ നടുവിൽ സന്തോഷമായി, സ്വതന്ത്രയായി ഇരിക്കാൻ അവരെന്നെ അനുവദിച്ചു. അതാണ് എനിക്ക് കിട്ടിയ ഭാഗ്യം. അതായിരുന്നു അവർ എനിക്ക് തന്ന സൈക്കോളോജിക്കൽ ട്രീറ്റ്മെന്റും.

ലേബർ റൂമിൽ ഡോക്ടറമ്മ, കാർഡിയോളോജിസ്റ്റ്, നഴ്സ്മാർ ഒക്കെ ഉണ്ടായിരുന്നു. ഞാൻ കൃഷ്ണനെ വിളിച്ചുകൊണ്ടേയിരുന്നു. സമ്പൂർണ്ണവും ശാന്തവും നിർമ്മലവുമായ ആ അപരാഹ്നവേളയിൽ എന്റെ മകൾ ഈ ഭൂമിയിലേക്ക് വന്നു. തികച്ചും നോർമൽ ആയ ഡെലിവറി. അവളുടെ വെയിറ്റ് 4.05 kg! You are having a huge baby. Cardiologist പറഞ്ഞു. അദ്ദേഹം അവളെ എന്റെ കൈകളിൽ വെച്ചുതന്നു. ചുവന്നു തുടുത്ത ഒരു റോസാപ്പൂ പോലെ അവൾ. എന്റെ മകൾ!

ഒരു ഡോക്ടർ ഒരു ഡോക്ടർ ആവുന്നത് എപ്പോൾ എന്നതിന് ഉദാഹരണമാണിത്. എല്ലാ റിസ്കും ഏറ്റെടുത്ത് ശാന്തയായി ഒരമ്മയെ പോലെ ഡോക്ടറമ്മ കൂടെ നിന്നു. മാനസികമായി ഒരു സമ്മർദ്ദവും തരാതെ... അങ്ങനെ ആയിരിക്കണം ഡോക്ടർമാർ. അല്ലേ?

ഡോക്ടറമ്മ ഇപ്പോഴും ഉണ്ട്. ആരോഗ്യവതിയായി ഇരിക്കുന്നു. ഞങ്ങൾ പോയി കണ്ടിരുന്നു. കഥകൾ പറഞ്ഞ് ഓർമ്മിപ്പിച്ചപ്പോൾ, മോളുടെ കല്യാണഫോട്ടോ കാണിച്ചു കൊടുത്തപ്പോൾ അവർക്ക് സന്തോഷമായി. അവർ ജീവൻ കൊടുത്ത കുഞ്ഞ് വലുതായി, മിടുക്കിയായി ഇരിക്കുന്നു. അവരുടെ കാരുണ്യം കൊണ്ടു മാത്രം.

വാൽക്കഷ്ണം: കൂട്ടുകാരെ, പ്രതിസന്ധികൾ അലമാലകൾപോലെ വരുന്നതും നമ്മുടെ തോണി ആടി ഉലയുന്നതും വീണ്ടും കടൽ ശാന്തമാവുന്നതും ഇതെല്ലാം കൂടിച്ചേർന്നതുമായ കളിയാട്ടമാണ് ജീവിതം എന്ന സന്ദേശമേ ഞാൻ കടന്നുപോയ ഈ അനുഭവങ്ങൾ കൊണ്ട് ഉദ്ദേശിച്ചുള്ളൂ. വളരെ നിർമമമായാണ് ഞാൻ എഴുതുന്നത്.

കഴിഞ്ഞു പോയതിൽ ദുഃഖം ഏതുമില്ല. ജീവിതത്തിൽ ഉണ്ടായിട്ടുള്ള സുഖദുഃഖങ്ങൾ മാറിനിന്ന് കാണുമ്പോൾ ചിലപ്പോൾ ഒന്ന് വിതുമ്പുകയോ പുഞ്ചിരിക്കയോ ഒക്കെ ചെയ്തേക്കാം. എന്നാൽ വികാരവിചാരങ്ങളുടെ ലാഭേച്ഛ തെല്ലുമില്ലെനിക്ക്. കുന്നു കയറി വരുന്നവനേ ദൂരക്കാഴ്ചകളുടെ ഭംഗി ആസ്വദിക്കാനാവൂ. ജീവിതവും അങ്ങനെ തന്നെ.

ഓർമ്മകളുടെ കാണാക്കനികൾ തേടി പോവുമ്പോൾ ഒരു കാര്യം വ്യക്തം, ഒരുപാട് നല്ല മനസ്സുകളുടെ ദാനമാണ് ഈ ജീവിതം. നമ്മൾ ഓരോരുത്തരുടെയും ജീവിതം. പടവുകൾ കയറിക്കയറി പോവുമ്പോൾ ആ പടവുകൾ നമുക്കു വേണ്ടി നിർമ്മിച്ചവരെ മറന്നു പോവാതിരിക്കട്ടെ. ■

റംലയും പരീക്കുട്ടിയും

ഒരു സായാഹ്നമായിരുന്നു അത്. പുറത്ത് കനം വെയ്ക്കുന്ന മഴയുടെ ആശങ്കയിലേക്കാണ് അവർ കയറി വന്നത്. ആകെ നനഞ്ഞു കുതിർന്ന്, എന്നാൽ നനയാത്ത വിടർന്ന ഒരു ചിരിയോടെ...

അവരെന്റെ cabin door തള്ളി തുറന്ന് അകത്തു വന്നു. ഞാൻ ഇരിക്കാൻ പറഞ്ഞു. ‘‘ആകെ നനഞ്ഞു മേഡം. ബേജാറായി. അതാ ഓടി വന്ന്...’’

‘‘ഇരിക്കൂ. സാരല്യ.’’ ഞാൻ പറഞ്ഞു. ഞാൻ ജനിച്ചു വളർന്ന നാടിനു തൊട്ടു കിടക്കുന്ന സ്ഥലം. അവിടെ ആയിരുന്നു എനിക്കപ്പോൾ ഉദ്യോഗം.

അവർ മടിയോടെ ഇരുന്നു. നനഞ്ഞ നോട്ടീസ് എനിക്ക് നീട്ടി. സ്വർണ പണയം പുതുക്കാൻ ഉള്ള നോട്ടീസ് ആണ്.

‘‘സ്വർണ്ണം പണയം വെച്ചത് പുതുക്കണെല്ലോ.’’ അവർ ചെറുതായി പുഞ്ചിരിച്ചു. ‘‘പലിശ അടച്ചാ പോരേ മേഡം? എന്റേല് അതെള്ളൂ.’’

‘‘മതി.’’ ഞാൻ പറഞ്ഞു.

പുറത്ത് മഴ കനക്കുന്നു. മഴ കൊണ്ടാവാം കാണാൻ വേറെ ആരും കാത്തിരിക്കുന്നില്ല. തികച്ചും സ്വാതന്ത്ര്യം.

അവർ സംസാരിച്ചു തുടങ്ങി. ‘‘വീട്ടിൽ ഒറ്റയ്ക്കാണ്. മൂന്ന് പെൺ കുട്ടികൾ. മൂന്നു പേരെയും പലഹാരം ഉണ്ടാക്കിയും പത്തിരി ചുട്ടും കെട്ടിച്ചു വിട്ടു. ഇപ്പൊ ഒറ്റയ്ക്ക്.’’

‘‘കെട്ടിയോൻ?’’ ഞാൻ അവരോട് ചോദിച്ചു. ‘‘ദുബായ്‌ലാണ്. പത്തു കൊല്ലായി കണ്ടിട്ട്. അവിടെ പെട്ടുപോയി മേഡം.’’ അവരുടെ കണ്ണുകൾ നിറഞ്ഞൊഴുകി.

ഭർത്താവ് കടൽ കടന്നതും പല ജോലികൾ ചെയ്തു വീടുണ്ടാക്കി യതും ഒടുവിൽ എങ്ങനെയോ ആരുടെയോ കടക്കാരനായി അവിടെ പെട്ട് പോയതും അവർ പറഞ്ഞു. ‘‘മക്കളുടെ കല്യാണം ഒറ്റയ്ക്ക്

ആരും തുണയില്ലാതെ നടത്തി. പത്ത് വർഷമായി നാട്ടിൽ വന്നിട്ട്. ദിവസവും വിളിക്കും. ഇനി അമ്പതിനായിരം രൂപ കൂടി കടമുണ്ട്. അത് തീർത്ത് അടുത്ത പെരുന്നാളിന് വരും.''

അവരുടെ വാക്കുകളിൽ ഒരു കാമുകിയുടെ വിവശത. എനിക്ക് അവരോട് അസൂയ തോന്നി. ''അമ്പതിനായിരം ഉണ്ടെങ്കിൽ വരാൻ പറ്റ്വോ?'' ഞാൻ അവരോടു ചോദിച്ചു. നോമ്പ് കാലമാണ്. ഈ പെരുന്നാളിന് അയാൾക്ക് വരാൻ കഴിഞ്ഞെങ്കിൽ! അതാണ് ഞാൻ ഓർത്തത്. ''വിളിച്ചു ചോദിക്കൂ റംല.'' ഞാൻ പറഞ്ഞു. ''അത് മതിയാവുമെങ്കിൽ നമുക്ക് വഴിയുണ്ടാക്കാം.''

നോമ്പ് തുറക്കേണ്ട നേരം അടുക്കുന്നു. റംല പോയി.

പിറ്റേന്ന് മുതൽ ഞാൻ അവരെ കാത്തിരിപ്പായി. അവരെനിക്ക് കറുത്തമ്മയും പരീക്കുട്ടിയും ആയി. അവരെ കൂട്ടിച്ചേർക്കാൻ എന്തുകൊണ്ടോ എനിക്കാവേശമായി.

ഒരാഴ്ച കഴിഞ്ഞ് റംല വന്നു. ഞാൻ രാവിലെ തിരക്കിലായിരുന്നു. ക്യാബിന് പുറത്ത് കുറേ ഏറെ പേർ കാത്തിരിക്കുന്നു. റംലയോട് പുറത്തിരിക്കാൻ കൈ കാണിച്ച് ഞാൻ അക്ഷമയോടെ തിരക്കൊഴിച്ചു.

റംല ചിരിയുള്ള സങ്കടത്തോടെ കയറി വന്നു. ''ഞാൻ ചോയ്ച്ചു മേഡം. ഇനിയും കടം കൂട്ടണ്ട എന്നാണ് മൂപ്പര് പറേണ്. അടുത്ത കൊല്ലം പെരുന്നാളിന് വരാംന്ന്.''

''റംല, അത് വലിയ കടം ഒന്നും അല്ല. മാസം ഒരു അഞ്ഞൂറ് ഉറുപ്പിക അടച്ചാ മതി.'' ഞാൻ പിന്നെയും പറഞ്ഞു. റംല എനിക്ക് ഒരു പൊതി നീട്ടി. ''അരീരം ആണ്. മേഡം തിന്നോക്കൂ, നോമ്പിന്റെ പലഹാരം ആണ്.''

ഞാൻ അത് തുറന്നു നോക്കി. ചെറിയ അരിയുണ്ടകൾ.

പിന്നീട് പല തവണ റംല വന്നു. ദീർഘനേരം സംസാരിച്ചു. ഞങ്ങൾ സുഹൃത്തുക്കളായി. നിനച്ചിരിക്കാതെയാണ് എനിക്ക് ട്രാൻസ്ഫർ വന്നത്. ബാംഗ്ലൂർക്ക്. ആ ആഴ്ച തന്നെ ജോയിൻ ചെയ്യണം. ആരോടും യാത്ര പറയാൻ പോലും സമയമില്ലാതെ ഞാൻ യാത്രയായി..

ബാംഗ്ലൂർ നഗരത്തിലെ ജീവിതത്തിൽ ഞാൻ റംലയെ മാത്രമല്ല പലതും പലരെയും മറന്നു. രണ്ടു കൊല്ലം കഴിഞ്ഞിരിക്കും. എന്റെ മൊബൈലിലേക്ക് ഒരു മെസ്സേജ് വന്നു. കോണ്ടാക്ടിൽ ഇല്ലാത്ത ഒരു നമ്പർ. അക്ഷരത്തെറ്റുകളോടെ ഉള്ള ടൈപ്പിങ്. ''എന്നെ ഓർമ്മയുണ്ടോ? ഞാൻ റംല. മൂപ്പര് വന്നു. മേഡത്തിനോട് പറയണം തോന്നി.''

ആരെക്കൊണ്ടോ ടൈപ്പ് ചെയ്ത് അയപ്പിച്ചതാണ്. പ്രൊഫൈൽ പിക്ചറിൽ റംലയോടൊപ്പം ചിരിച്ചുകൊണ്ട് നിൽക്കുന്നു കുറച്ചു വയസ്സായ ഒരു പരീക്കുട്ടി.

നോമ്പ് കാലമായിരിക്കുന്നു. ഞാനോർത്തു.

തിരക്കുകൾ ശാന്തമായപ്പോൾ ഞാൻ ആ നമ്പറിൽ വിളിച്ചു. ''മേഡം, ഓറ് വന്നുട്ടാ... മേഡത്തിനെ കാണിക്കണം ന്ന് ന്ടാറ്ന്നു.'' റംല പറഞ്ഞു.

''ഞാൻ കണ്ടൂലോ റംല. പരീക്കുട്ടിയും കറുത്തമ്മയും.'' ഞാൻ പറഞ്ഞു.

റംല കരയുകയായിരുന്നു. എന്തുകൊണ്ടോ എനിക്കും സങ്കടം വന്നു. ■

യേശുവിന്റെ മുഖം

അയാൾക്ക് യേശുവിന്റെ മുഖമായിരുന്നു.

അസാധാരണമാംവിധം നീണ്ട തെല്ലു കൂമ്പിയ കണ്ണുകൾ. നീണ്ട താടിരോമങ്ങൾ. പുറകിലേക്ക് ചീന്തി ഒതുക്കിയ മുടി. അലൗകികമായ ഭാവം. യേശു തന്നെ.

ഞാൻ അയാളെ ശ്രദ്ധിച്ചു. കുറച്ചു നേരമായി വെയിറ്റ് ചെയ്തു ഇരിക്കുന്നു, ഉള്ളിലേക്ക് സാകൂതം നോക്കിക്കൊണ്ട്. ഞാൻ അയാളെ കൈകാട്ടി ഉള്ളിലേക്ക് വിളിച്ചു. ''എന്താ, എന്നെ കാണാനാണോ?''

അയാൾ തലയാട്ടി. യേശു എന്നെ കാണാൻ വന്നിരിക്കുന്നു, എന്റെ ക്യാബിനിൽ.

''ഞാൻ ജോയിയാണ്. ഇന്നലെ എന്നെ വിളിച്ചിരുന്നു.'' ഓഹ്.. ജോയ്... PMRY ലോൺ അടയ്ക്കാത്ത പാർട്ടി.

ആ ബ്രാഞ്ചിൽ ഞാൻ ജോയിൻ ചെയ്തിട്ട് ഏകദേശം ആറു മാസം ആയിരുന്നു. ആകെയുള്ള നാല് കോടി ലോണുകളിൽ പകുതി യോളം കിട്ടാക്കടം. 2010ലെ കാര്യമാണ്. അന്ന് കിട്ടാക്കടം അങ്ങനെ വിഭാഗീകരിക്കേണ്ട ചുമതല മാനേജർക്ക് മാത്രം. (ഇന്നത് കമ്പ്യൂട്ടർ തന്നത്താൻ ചെയ്യുന്നു.) അതുകൊണ്ട് ഒരു ഗുണമുണ്ട്. മോശം ലോണുകൾ പലതും പുറംമോടിയിൽ നല്ലവരായി നിലനിൽക്കും. പറഞ്ഞു വന്നത് ആ ബ്രാഞ്ചിൽ 50% ലോണും മോശം വകയായിരുന്നു, കാഴ്ചയിൽ അങ്ങനെ അല്ലെങ്കിലും.

ലോൺ തിരിച്ചു പിടിക്കൽ, കിട്ടാക്കടത്തിന് കേസ് കൊടുക്കൽ, ജപ്തി ചെയ്യൽ, ഒത്തു തീർപ്പിന് ശ്രമിക്കൽ ഇതൊക്കെ ആയിരുന്നു അവിടെ എന്റെ പ്രധാന പണികൾ.

('ഈ ജാതകകാരൻ/കാരി കോടതി കയറും' എന്ന എന്റെ ജാതകവിധി അന്വർത്ഥമായത് ആ ബ്രാഞ്ചിൽ വെച്ചാണ്. ഞാൻ തന്നെ കൊടുത്തു എഴുപതോളം കേസുകൾ.)

കഥയിൽ നിന്ന് മാറിപോയി... സോറി.

അപ്പോൾ മുന്നിൽ യേശുദേവൻ! ജോയി. 'സ്ത്രീയെ, എനിക്കും നിനക്കും തമ്മിലെന്ത്' എന്ന ഭാവം. "ജോയി ഇരിക്കൂ." ഞാൻ പറഞ്ഞു.

"മാഡം, ലോൺ ഞാൻ അടയ്ക്കില്ല. നിങ്ങള് എന്തൂട്ടാച്ചാ ചെയ്യ്..." യേശുദേവൻ എന്റെ കണ്ണിൽ നോക്കി പറഞ്ഞു. ജോയിക്ക് ശില്പ കലയാണ് ജോലി. കുഴിമാടങ്ങളിലെ മാർബിൾ കുരിശിൽ, കല്ലറകളിൽ ഒക്കെ മരിച്ചവരുടെ പേര്, രൂപം ഒക്കെ കൊത്തുക. യേശു മരപ്പണി ചെയ്തു, ജോയി കൊത്തുപണിയും.

"നല്ലോണം ഒന്ന് വീശാൻള്ള കാശ് പോലും കിട്ടണില്ല. ഭാര്യേം മൂന്ന് പിള്ളേരും പഷ്ണ്യന്നെ. എങ്ങന്യാ മാഡം ലോൺ അടക്യാ?" യേശുവിന്റെ കണ്ണുകൾ നനഞ്ഞു.

ഞാൻ ജോയിയെ കാണുന്നുണ്ടായിരുന്നില്ല. കണ്ടത് മുഴുവൻ യേശുവിനെ. ഉയിർപ്പിനുശേഷം അവനുണ്ടായ പ്രാരബ്ധങ്ങളെ... വെള്ളം വീഞ്ഞാക്കാൻ അവൻ മറന്നു പോയതിനെ... അവന്റെ ചാട്ടവാറടികളെ... ഒക്കെ ഞാൻ ഓർത്തുകൊണ്ടിരുന്നു.

"മേഡം പറ... ഞാൻ എന്തൂട്ടാ ചെയ്യണ്ടേ? നിക്ക് വേറെ പണ്യൊന്നും അറീല്യ."

"മീൻ പിടിക്കാനും ആട് മേയ്ക്കാനും മരപ്പണി ചെയ്യാനും അറി യില്ലേ?" ഞാൻ ശബ്ദമില്ലാതെ ചോദിച്ചത് ജോയി കേട്ട് കാണില്ല.

"മേഡം എന്തെങ്കിലും ചെയ്തരണം. അല്ലാണ്ടെ അടയ്ക്കാൻ പറ്റില്യ."

ആ ബ്രാഞ്ചിൽ നിന്ന് പോരുന്നവരെ പലപ്പോഴും അയാൾ വന്നു. യേശുവിന്റെ ശാന്തമായ മുഖം ഞാൻ പല തവണ കണ്ടു. എന്തു കൊണ്ടോ ജോയിയെ ഒരു വെറും മനുഷ്യനായി കാണാൻ എനിക്ക് കഴിഞ്ഞിട്ടില്ല. അയാൾ എന്നെ നിരന്തരം യേശുവിനെ ഓർമിപ്പിച്ചു കൊണ്ടേയിരുന്നു. നോക്കിൽ, ഇരുപ്പിൽ, നടപ്പിൽ. പക്ഷേ വാക്കിൽ മാത്രം കറ കളഞ്ഞ തൃശ്ശൂർ ഭാഷ. അതെന്നെ തെല്ലൊന്നും അല്ല നിരാശപ്പെടുത്തിയത്.

നിങ്ങൾക്ക് യേശുവിന്റെ മുഖം ആണെന്ന് ഒരിക്കലും ഞാൻ അയാളോട് പറയുകയുണ്ടായില്ല. പറയണം എന്നുണ്ടായിരുന്നെ ങ്കിലും.

എങ്കിലും യേശുവിനെക്കുറിച്ചുള്ള ഏത് സിനിമയിലെ നായക നേക്കാളും യേശുവാകാൻ യോഗ്യൻ അയാൾ തന്നെയാണെന്ന് എനിക്കുറപ്പുണ്ട്. അന്നും ഇന്നും. ദൈവം സ്വന്തം പ്രതിഛായയിൽ മനുഷ്യനെ സൃഷ്ടിച്ചു എന്ന് പറഞ്ഞു വെച്ചത് എത്ര ശരി. ■

കുടിയനായ പുത്രൻ

തൽക്കാലം നമുക്ക് അയാളെ അനിലൻ എന്ന് വിളിക്കാം..

കഥയിലേക്ക് കടക്കും മുൻപ് ചെറിയൊരു കഥനം ആവശ്യമായി തോന്നുന്നു അന്നത്തെ ബ്രാഞ്ചിലെ പരിതസ്ഥിതിയെക്കുറിച്ച്. ബാങ്കുകൾ സമയാസമയങ്ങളിൽ ചില വായ്പ നയങ്ങൾ കൊണ്ട് വരും. തീരെ ദീർഘവീക്ഷണം ഇല്ലാത്ത ശുഷ്ക്കമായ പദ്ധതികൾ. സാധാരണമനസ്ക്കരായ നമ്മെ അതിശയിപ്പിക്കും, ഇത് തകർന്നു തരിപ്പണം ആവില്ലേ എന്ന് രണ്ടാമതൊന്നാലോചിക്കാതെ തോന്നിപ്പിക്കും ഈ 'അത്യുഗ്രൻ' പദ്ധതികൾ. നമ്മുടെ പ്രതീക്ഷയെ നൂറു ശതമാനം സഫലീകരിച്ചുകൊണ്ട് അത് പൊട്ടി പാളീസാവുകയും ചെയ്യും. കുറ്റം പദ്ധതി വിഭാവനം ചെയ്തവർക്കോ നടപ്പിലാക്കിയവർക്കോ അല്ല. അത് ശിരസ്സാ വഹിച്ചു ലോൺ കൊടുക്കുന്ന പാവം മാനേജർമാർക്ക് മാത്രം.

മാനേജ്മെന്റിന് ഇത്തരം 'ഉഗാണ്ടൻ' ഐഡിയകൾ എവിടെ നിന്ന് കിട്ടുന്നു എന്ന് ഞാൻ പലവട്ടം തല പുകച്ചിട്ടുണ്ട്. പിൽക്കാലത്ത് ഉയർന്ന ഓഫീസുകളിൽ ജോലി ചെയ്യേണ്ടി വന്നപ്പോൾ അതിന് ഉത്തരവും കിട്ടിയിട്ടുണ്ട്. (ഒരു വിവാദത്തിന് ചന്തുവിന്റെ ജീവിതം ഇനിയും ബാക്കിയില്ല മക്കളേ. അതുകൊണ്ട് ആ 'ഉത്തരങ്ങൾ' ഒഴിവാക്കുന്നു!)

അതവിടെ നിൽക്കട്ടെ. അങ്ങനെ വന്ന ഒരു പദ്ധതിയുടെ ഭാഗമായി ബ്രാഞ്ചിലെ എന്റെ മുൻഗാമി അതായത് മുൻ മാനേജർ (പാവം. അദ്ദേഹത്തിന് ആ രക്തത്തിൽ പങ്കില്ല. ചില പദ്ധതികൾ അങ്ങനെ ആണ്. ലോൺ കൊടുത്തേ പറ്റൂ, ടാർജറ്റ് എത്തുവോളം.) കൊടുത്ത പത്തു മുന്നൂറ് ലോണുകൾ എട്ടു നിലയിൽ പൊട്ടി നിൽക്കുന്ന അവസരം. അപ്പോഴാണ് പുതിയ മാനേജർ എന്ന ഞാൻ ബ്രാഞ്ചിലേക്ക് വലതുകാൽ വെച്ച് കയറി വരുന്നത്. അതിൽ ഒന്നാണ് മേൽപ്പറഞ്ഞ അനിലന്റെ ലോൺ. വെറും രണ്ടു ലക്ഷം രൂപ. ഒരു വളരെ

ചെറിയ തുന്നൽക്കടയ്ക്ക്. (സംഭവം നടക്കുന്നത് ഏതാണ്ട് പത്തു വർഷം മുൻപ്. പൈസയുടെ മൂല്യം വായനക്കാർ കണക്കിൽ എടുക്കുമല്ലോ.)

അനിലന്റെ ലോൺ ഏകദേശം ഊർദ്ധ്വൻ വലിച്ചു കിടക്കുന്ന സ്ഥിതിയിൽ ആയിരുന്നു. ഇനി അന്ത്യകൂദാശ കൊടുക്കുകയേ വേണ്ടൂ. അതിന്റെ ഭാഗമായി അനിലനും ഗ്യാരണ്ടർക്കും ലീഗൽ നോട്ടീസ് അയച്ചു. ആ നോട്ടീസും പിടിച്ച് കലിതുള്ളിയാണ് അനിലന്റെ വരവ്.

''നിങ്ങൾ ആരാന്നാ വിചാരം? ഒരു നോട്ടീസ് കൊണ്ടൊന്നും ഞാൻ പേടിക്കില്ല. നീ (സംബോധന ശ്രദ്ധിക്കുക, നീ!!) ഓർത്തോ.''

ഒരു പീക്കിരി പയ്യൻ. കൂടിയാൽ മുപ്പതു വയസ്സ് കാണും. മൂക്കറ്റം കുടിച്ചിട്ടുണ്ട്. ആടിയാടി ആണ് നിൽപ്പ്.

എനിക്ക് ഭയം തോന്നാതിരുന്നില്ല. ബോധമില്ല ഒട്ടുംതന്നെ. 'ഉന്നെ കൊന്ന്, ഉൻ രക്തത്തെ കുടിപ്പേൻ' എന്ന മട്ടിൽ ഉള്ള നിൽപ്പ്.

''അനിലൻ ഇരിക്കൂ.'' ഞാൻ അനുനയിപ്പിക്കാൻ നോക്കി. അതിന് അനിലൻ മറുപടിയായി പറഞ്ഞത് ഒരു തെറിയാണ്. ഞാൻ ഓഫീസറെ ക്യാബിനിലേക്ക് വിളിച്ചു. ഞങ്ങൾ പറഞ്ഞ ഓരോന്നിനും അനിലൻ 'ശുദ്ധ മലയാളത്തിൽ' മറുപടി പറഞ്ഞു കൊണ്ടിരുന്നു.

ഒടുവിൽ തോറ്റ്, പൊലീസിനെ വിളിക്കും എന്ന് ഭീഷണിപ്പെടുത്തി ഒരു തരത്തിൽ ഞങ്ങൾ അയാളെ പറഞ്ഞു വിട്ടു. പിറ്റേന്ന് അനിലൻ വീണ്ടും വന്നു. കൂടെ ഗ്യാരണ്ടറും ഉണ്ട്. (ആ പദ്ധതി അങ്ങനെ ആയിരുന്നു. പരസ്പരം അങ്ങോട്ടും ഇങ്ങോട്ടും ജാമ്യം.) ഇപ്പോൾ ശാന്തൻ. ''മേഡം, എനിക്ക് വേണ്ടിട്ട് എടുത്തതല്ല. ഇവിടുണ്ടായിരുന്ന സാർ നിർബന്ധിച്ചു തന്നതാ. അമ്പതിനായിരം വില ഇല്ലാത്ത എന്റെ കടയ്ക്ക് ആരെങ്കിലും രണ്ടു ലക്ഷം തരോ? ദിവസോം ആള് കടേല് വന്ന് പൈസ വാങ്ങി ഇവിടെ കൊണ്ടോന്ന് അടയ്ക്കും ന്നൊക്കെ പറഞ്ഞിട്ട്, ആരും അങ്ങ്ട് വരാറില്ല. എന്നിട്ടിപ്പോ നിങ്ങള് ഇത് ഒന്നിച്ച് അടയ്ക്കാൻ പറേണത് എവിടുത്തെ മര്യാദ്യാ?''

തികച്ചും ന്യായമായ ചോദ്യം.

അടയ്ക്കാത്തതിന്റെ, കേസിന്റെ ഒക്കെ ഭവിഷ്യത്തുകൾ ഞാൻ അനിലനെ പറഞ്ഞു മനസ്സിലാക്കാൻ ശ്രമിച്ചു. കൂടാതെ സ്വന്തം ലോൺ അടച്ചു തീർത്ത ഗ്യാരണ്ടർ കൂട്ടത്തിൽ പെട്ടുപോവുകയും ചെയ്യും. ആ ഒരൊറ്റക്കാരണം കൊണ്ട് അനിലൻ തണുത്തു.

ഭാര്യവീട്ടിലെ ഷെയർ വിറ്റ് പൈസ കിട്ടിയാൽ ലോൺ അടച്ചു തീർക്കാം എന്ന വാഗ്ദാനവും തന്നു. ഒറ്റ തവണ തീർപ്പ് പദ്ധതിയിൽ

നല്ലൊരു settlement അനിലനു കിട്ടുകയും ചെയ്തു. പലതവണ ബ്രാഞ്ചിൽ അനിലൻ വന്നു പോയി. പലപ്പോഴും മദ്യത്തിന്റെ രൂക്ഷ മണം എന്റെ ക്യാബിനിൽ നിറഞ്ഞു. ഞാൻ മുഖം ചുളിക്കുമ്പോൾ അനിലൻ വായ പൊത്തി കുനിഞ്ഞിരിക്കും. ജീവിതത്തിലെ നിരാശ കളെ, എത്താൻ കഴിയാതിരുന്ന ഇടങ്ങളെക്കുറിച്ച് വെറുതെ പരാതി പറയും. കുടിയെ ന്യായീകരിക്കും.

ലോൺ അടച്ചു തീർത്ത് അനിലൻ എന്റെ അടുത്ത് വന്നു. ‘‘മേഡ ത്തിന് എന്തെങ്കിലും തയ്ച്ചു തരണെങ്കി പറഞ്ഞോ. ചെയ്തരാട്ടാ. ഞാൻ ഒന്നാന്തരം തയ്യക്കാരനാ.’’

ഞാൻ കൈകൾ കൂപ്പി.

‘‘അനിലൻ കുടി നിർത്ത്വോ? നിർത്തിയാ സന്തോഷം.’’ ഞാൻ പറഞ്ഞു. ‘‘ചെറിയ പ്രായല്ലേ? ഇങ്ങനെ ആയാൽ...’’ അനിലന്റെ കണ്ണുകൾ നിറഞ്ഞു.

അനിലൻ ഇറങ്ങി നടന്നു. അനിലൻ കുടി നിർത്തിയോ? അറി യില്ല. പിന്നെ ഞാൻ അനിലനെ കണ്ടിട്ടില്ല.

ദേഷ്യം, കോപം ഒക്കെ നിയന്ത്രിക്കാൻ പറ്റാത്ത മനസ്സുള്ളവർ, പെട്ടെന്ന് react ചെയ്യുന്നവർ, പൊട്ടിത്തെറിക്കുന്നവർ, ഒന്നും കുഴപ്പ ക്കാർ ആയിരിക്കില്ല. സംസാരിക്കാൻ ക്ഷമ കാണിച്ചാൽ അവർ നമുക്ക് മുന്നിൽ ഹൃദയം തുറന്നിടും. അനുസരണയുള്ള ആട്ടിൻകുട്ടി കളെപോലെ ശാന്തരാവുന്ന എത്രയോ പേരെ ഞാൻ കണ്ടു. എത്രയോ സൗഹൃദങ്ങൾ കിട്ടി. ഓർമ്മക്കുറവിൽ ഒരുപാടു മുഖങ്ങൾ ഞാൻ മറന്നു പോയിരിക്കാം.

ഔദ്യോഗിക ജീവിതത്തിൽ ആകെ സംതൃപ്തി തന്നിട്ടുള്ളത് ആ മുഖങ്ങൾ മാത്രമാണ്. സ്നേഹം വഴിയുന്ന മുഖങ്ങൾ. കൊഴിഞ്ഞു പോയി എങ്കിലും വിരൽപ്പാടുകൾ മറവിയുടെ പൊടിവീണു മറഞ്ഞു കിടപ്പാണെങ്കിലും എന്നിൽ എവിടെയോ ഇപ്പോഴും നിങ്ങളുണ്ടല്ലോ. ■

ബെന്യാമൻ എന്ന ബെന്നി

ബെന്യാമൻ എന്നായിരുന്നു അവന്റെ പേര്. അതായിരുന്നു എന്നെ സംബന്ധിച്ചുള്ള കൗതുകവും. ബെന്യാമിനും ആടുജീവിതവും അത്രയേറെ സ്വാധീനിച്ച ഒരു കാലത്തായിരുന്നു ഞാൻ അവനെ പരിചയപ്പെട്ടത്.

"മേഡം, എനിക്ക് ലോൺ തന്നേ പറ്റൂ." വാശി പിടിക്കും പോലെയുള്ള സംസാരം. അമ്മേ എനിക്ക് അത് വാങ്ങിത്തരൂ എന്ന് ആരോ എന്റെ ഉള്ളിൽ ഇരുന്നു ശഠിക്കും പോലെ.

"നോക്കട്ടെ." ഞാൻ ഉറപ്പൊന്നും പറഞ്ഞില്ല. "ഞാൻ വന്നു നോക്കീട്ടു പറയാം."

അവന് വലിയ ഉത്സാഹമായിരുന്നു, സംസാരിക്കാൻ. അര മണിക്കൂർ കൊണ്ട് സ്വന്തം ജീവിതം അവൻ അതിനകം എനിക്ക് മുന്നിൽ തുറന്നു കഴിഞ്ഞിരുന്നു. ഒരു ജർമ്മൻ ഛായ കലർന്ന അവന്റെ മുഖവും ചുരുണ്ട മുടിയും ഏതോ ഗ്രീക്ക് കഥാപാത്രങ്ങളെ ഓർമ്മിപ്പിക്കും പോലെ.

"ഞങ്ങള് ജൂതന്മാരാ മേഡം. അതാ ഈ പേര്." അവൻ പറഞ്ഞു.

"ഈ പേര് മുൻപ് ഒരാൾക്കേ ഞാൻ കേട്ടിട്ടുള്ളൂ. അതുതന്നെ തൂലികാനാമം!"

"ആ എഴുത്തുകാരനെ ഓർത്തിട്ടെങ്കിലും എനിക്ക് ലോൺ താ മേഡം." അവൻ നിഷ്ക്കളങ്കമായി ചിരിച്ചു. "ഇല്ലെങ്കിൽ എനിക്ക് നിൽക്കക്കള്ളി ഇല്ലാതാവും." വലിയ വീട്ടിലാണവൻ ജനിച്ചത്. വീട്ടിലെ ഏക ആൺ തരി. മൂന്ന് പെങ്ങന്മാർ കെട്ടിച്ച വീടുകളിൽ അന്തസ്സായി കഴിയുന്നു. ജോലിക്കാരായിരുന്ന അച്ഛനമ്മമാർ വിശ്രമജീവിതത്തിൽ. പല ബിസിനസ്സുകൾക്കായി പൈസ കുറെ കളഞ്ഞ, അനുസരണയില്ലാതെ, സ്വന്തം ഇഷ്ടത്തിനു പാവപ്പെട്ട ഒരു പെൺകുട്ടിയെ കല്യാണം കഴിച്ച മുടിയനായ പുത്രൻ.

ഇപ്പോൾ ഭാര്യയും മൂന്ന് കുഞ്ഞികുട്ടികളുമായി ഭാര്യ വീട്ടിൽ. ഇതായിരുന്നു ബെന്യാമൻ. പല ജോലികൾ, ബിസിനസ്സുകൾ. അവസാനം ഇത്.

''മേഡം, ഇത് അടിപൊളി പ്രോഡക്റ്റ് ആണ്. നടൻ ശ്രീനിവാസൻ ഒക്കെ ഉണ്ട് പരസ്യത്തിൽ.'' അവൻ എന്തൊക്കെയോ booklets എന്നെ കാണിച്ചു. Handle പിടിപ്പിച്ച ജൈവ മൺപാത്രങ്ങൾ. അതിന്റെ നിർമ്മാണവും വിപണനവും. അതായിരുന്നു അവന്റെ അവസാന ശ്രമം.

പറക്കമുറ്റാത്ത മൂന്നു കുട്ടികൾ. ഏറ്റവും ഇളയതിന് കഷ്ടി ഒരു വയസ്സ്. ഭാര്യ. നിലയില്ലാത്ത ജീവിതം. സ്നേഹിച്ച പെണ്ണിനുവേണ്ടി അവൻ വലിച്ചെറിഞ്ഞ ജീവിതസുഖങ്ങൾ. അതെല്ലാം ഞാനോർത്തു. അവന്റെ 'യൂണിറ്റ്' ഞാൻ പോയി നോക്കി. വളരെ ചെറിയ ഒരു സ്ഥലം. എല്ലാം അവൻ സ്വയം ചെയ്യുന്നു. ഒരു വലിയ ചൂള. അനേകം വിറകുകെട്ടുകൾ. ''നീ ശെരിക്ക് അടയ്ക്കോ ബെന്യാമാ?'' ഞാൻ ചോദിച്ചു.

''മാഡം എന്നെ ബെന്നിന്ന് വിളിക്ക്യോ? അങ്ങനെ വിളിച്ചാ മതി.''

ഞാൻ അവന് ലോൺ കൊടുത്തു. യൂണിറ്റിന് അനുസരിച്ച്. ഒരിക്കൽ അവൻ ഭാര്യയും കുഞ്ഞുങ്ങളുമായി വന്നു. വലിയ കണ്ണുകളുള്ള സാധുവായ ഒരു പെൺകുട്ടി.

അവന്റെ ബിസിനസ് പച്ച പിടിച്ചു. ലോൺ അവൻ കൃത്യമായി അടച്ചുകൊണ്ടിരുന്നു.

പൊടുന്നനെയാണ് അവൻ കടന്നുവരിക. പെട്ടെന്ന് വീശുന്ന കാറ്റു പോലെ. ''മേഡം, ഞാൻ രക്ഷപ്പെടും ട്ടാ. നന്നായി പോണുണ്ട്.'' അവൻ പറയും. ''നിന്റെ ചട്ടിയിൽ ഇന്ന് ആരൊക്കെ കൂട്ടാൻ വെച്ചു ബെന്നി?'' ഞാൻ ചിരിയോടെ ചോദിക്കും.''

ആ ബ്രാഞ്ച് വിടുംവരെയും മുടക്കമില്ലാതെ അവൻ ലോൺ അടച്ചുകൊണ്ടിരുന്നു. ആ കൊല്ലം എനിക്ക് അവിടെ നിന്നും മാറ്റമായി, വേറൊരു ബ്രാഞ്ചിലേക്ക്, കുറച്ചു ദൂരെ.

പുതിയ മേച്ചിൽപ്പുറങ്ങൾ കാണുമ്പോൾ, പഴയത് മറന്നുപോവുന്ന കാലിക്കൂട്ടങ്ങൾ പോലെയാണ് മനുഷ്യർ. ഞാനും. ബെന്യാമനെ ഞാൻ മറന്നു കഴിഞ്ഞിരുന്നു.

പെട്ടെന്ന് ഒരു ദിവസം പഴയ ബ്രാഞ്ചിൽ നിന്ന് ഒരു വിളി വന്നു. അവിടത്തെ മാനേജർ ആണ്. ''ഗീതേ, ആ ബെന്യാമന്റെ ഫോൺ നമ്പർ ഉണ്ടോ? അയാൾ ലോൺ അടയ്ക്കുന്നില്ല, മൂന്നു മാസമായി.''

എന്റെ കയ്യിൽ ബാങ്കിൽ തന്ന നമ്പർ അല്ലാതെ വേറെ നമ്പർ ഒന്നും ഉണ്ടായിരുന്നില്ല.

രണ്ടു ദിവസം കഴിഞ്ഞ് മാനേജർ സുഹൃത്ത് വീണ്ടും വിളിച്ചു. ''ബെന്യാമൻ മരിച്ചു പോയി ഗീത. ബൈക്ക് ആക്സിഡന്റ് ആയിരുന്നു. ഇപ്പോഴാണ് അറിഞ്ഞത്.'' എനിക്കൊന്നും പറയാനുണ്ടായിരുന്നില്ല.

ബെന്യാമൻ എന്ന ബെന്നിക്ക് അങ്ങനെ മരിക്കാൻ കഴിയില്ലല്ലോ. ബെന്യാമൻ വെറുതെ ചിരിക്കുകയാണ്, ഒരു മൺപാത്രം പോലെ ഉടഞ്ഞു പോയ ജീവന്റെ ഏതോ കരയിലിരുന്ന്. ■

മുഖം പത്മദളാകാരം

പല മലയാള എഴുത്തുകാരുടെയും എഴുത്തുകൾ ഞാൻ പരിചയപ്പെട്ടിട്ടുള്ളത് വളരെ യാദൃച്ഛികമായിട്ടാണ്. ആനുകാലികങ്ങളിൽ ഒരു കഥ വായിച്ച് ഇഷ്ടപ്പെട്ടാൽ അവരെ തേടിപ്പിടിച്ചു വായിക്കുന്നതാണ് എന്റെ രീതി. അങ്ങനെ തേടിപ്പിടിച്ചു ഞാൻ വായിച്ചിട്ടുള്ള ആളാണ് സി വി ശ്രീരാമൻ.

അദ്ദേഹത്തിന്റെ 'മുഖം പത്മദളാകാരം' എന്ന കഥയ്ക്ക് പകരം വെയ്ക്കാവുന്ന ചെറുകഥകൾ മലയാളത്തിൽ അധികം ഇല്ല തന്നെ. (ഒരുപാട് വായിച്ചിരുന്ന എന്റെ യൗവനകാലത്ത് എനിക്ക് ഒരു ചിന്തയുണ്ടായിരുന്നു. എഴുത്തുകാർ സ്വർഗലോകത്തെ കിന്നരന്മാരോ മാലാഖമാരോ ആണെന്നും അവരുടെ മനസ്സ് അങ്ങേ അറ്റം വിശുദ്ധമാണെന്നും, ഈ ഭൂമിയിലെ കന്മഷമേതും അവരെ ബാധിച്ചിട്ടില്ല എന്നും. പിന്നീട് പലരുടെയും അവകാശവാദങ്ങൾ, പ്രസ്താവനകൾ തൊഴുത്തിൽക്കുത്തുകളുടെ കഥകൾ ആ ധാരണ മാറ്റി തന്നു. മനുഷ്യർ വെറും മനുഷ്യർ മാത്രം എന്ന് ഞാൻ പഠിച്ചു.)

അപ്പോൾ പറഞ്ഞു വന്നത് സി.വി. ശ്രീരാമന്റെ കഥകളെക്കുറിച്ച്. അസാധ്യവും സത്യസന്ധവുമായ എഴുത്ത്. അതിൽ ജാടയോ അഹങ്കാരമോ ഇല്ല. മലയാളത്തിലെ ഏറ്റവും മികച്ച കഥാകൃത്തുകളിൽ ഒരാളായിരുന്നിട്ടും ഒരിക്കലും അദ്ദേഹം അങ്ങനെ ഒരവകാശവാദം പറഞ്ഞിട്ടില്ല, മറ്റു ചിലരെപോലെ. ഹരിയേട്ടനും (E. Harikumar) അർഹിക്കുന്ന അംഗീകാരം കിട്ടാതെ പോയ ഒരാൾ ആണെന്ന് തോന്നിയിട്ടുണ്ട്.

'മുഖം പത്മദളാകാരം' എന്ന കഥയോളം നന്നായി സ്ത്രീയെ define ചെയ്യുന്ന ഒരു കഥ വേറെ മലയാളത്തിൽ ഉണ്ടോ എന്ന് സംശയമാണ്. വളരെ കുലീനയും സൗമ്യയും ആയി തോന്നിയ ഒരു സ്ത്രീയെ അടുത്ത് പരിചയപ്പെടാൻ ഇട വന്നപ്പോൾ, അവർ ജയിൽ ശിക്ഷ അനുഭവിച്ചു പുറത്തിറങ്ങിയ ഒരാളാണ് എന്നതല്ല, അവർ

എത്രത്തോളം വലിയ ഒരു കുറ്റവാളിയാണ്, നിഷ്ഠൂരയായ കൊലയാളിയാണ് എന്ന് തിരിച്ചറിയുന്നതാണ് ആ കഥ. അതിന്റെ ഭംഗി പറഞ്ഞു ഫലിപ്പിക്കാൻ ഞാൻ ആളല്ല. വായിച്ചു തന്നെ അറിയുക.

അദ്ദേഹത്തിന്റെ കഥകളിൽ എനിക്കേറ്റവും ഇഷ്ടം ആ കഥ തന്നെ. അത് കഴിഞ്ഞേ ഉള്ളൂ 'പുറംകാഴ്ചകൾ' പോലും. അങ്ങനെ ഞാൻ അദ്ദേഹത്തിന്റെ കഥകളിൽ അഭിരമിച്ചിരുന്ന കാലം. അന്ന് ഞാൻ കുന്നംകുളം ബ്രാഞ്ചിലാണ്. SB കൗണ്ടറിൽ ഇരിക്കുന്നു. ഒരു ഉച്ച തിരിഞ്ഞ സമയം.

''ഈ പാസ്ബുക്ക് ഒന്ന് പതിച്ചു തരൂ.'' ഒരു പതിഞ്ഞ ശബ്ദം. ഞാൻ തല ഉയർത്തി നോക്കി. ഞെട്ടലിൽ ഒന്ന് കൂടി നോക്കി. അതെ. ആൾ അത് തന്നെ. എനിക്ക് ശ്വാസംമുട്ടി പോയി. ഞാൻ അറിയാതെ എഴുന്നേറ്റു നിന്നു.

''സാർ...'' എനിക്ക് വാക്കുകൾ കിട്ടിയില്ല. അദ്ദേഹം മൃദുവായി ചിരിച്ചു. ''വായിക്കോ?'' ഒറ്റ ചോദ്യം.

ഞാൻ തലയാട്ടി. എനിക്ക് കൂടുതൽ ഒന്നും തന്നെ പറയാൻ കഴിഞ്ഞില്ല.

മെലിഞ്ഞ രൂപം. സാധാരണമായ വേഷവിധാനങ്ങൾ. കട്ടിക്കണ്ണട. പിന്നെയും അദ്ദേഹം വന്നു. ഞാൻ എനിക്കിഷ്ടപ്പെട്ട കഥകളെക്കുറിച്ച്, കഥാപാത്രങ്ങളെകുറിച്ച് ആവേശത്തോടെ സംസാരിച്ചു.

ഒരു കാര്യം എനിക്ക് മനസ്സിലായിട്ടുണ്ട്. എഴുത്തുകാർക്ക് അവരുടെ കഥകളെ വായിക്കുന്നവരെ വലിയ ഇഷ്ടമാണ്. അതെക്കുറിച്ച് സംസാരിക്കുമ്പോൾ അവർക്ക് ആഹ്ലാദമാണ്. സ്വന്തം കുഞ്ഞുങ്ങളെക്കുറിച്ച് എന്ന പോലെ.

ആ ബ്രാഞ്ചിൽ നിന്ന് പോകുന്നവരെയും ഇടയ്ക്ക് കാണുമ്പോൾ അദ്ദേഹം കഥകളെക്കുറിച്ച്, അതിന്റെ സാഹചര്യങ്ങളെക്കുറിച്ച് സംസാരിച്ചു.

ബാങ്കിൽ 'വായിക്കുന്നവർ' ഉണ്ട് എന്നത് ഒരത്ഭുതം പോലെ ആയിരുന്നു അദ്ദേഹത്തിന് എന്നെനിക്ക് തോന്നിയിട്ടുണ്ട്. കഥാലോകവും ഔദ്യോഗിക ലോകം പോലെ തന്നെ. നന്നായി എഴുതിയതുകൊണ്ട് മാത്രം കാര്യമൊന്നും ഇല്ല. മാർക്കറ്റിംഗ് പ്രധാനം തന്നെ. സ്വയം മാർക്കറ്റ് ചെയ്യാൻ അറിയാത്തവർ എത്രയോ വലിയവർ പ്രതിഭാധനർ പിന്തള്ളപ്പെട്ടു പോവുന്നു. പ്രായേണ ശുഷ്കമാനസർ വലിയവരായി തീരുന്നു.

അല്ലെങ്കിലും, വലുത് ചെറുത് എന്നതിന്റെ മാനദണ്ഡങ്ങൾ എത്ര അർത്ഥരഹിതമാണ്. അല്ലേ?

■

അവർ വ്യത്യസ്തയായിരുന്നു

വളരെ കഷ്ടപ്പെട്ട് കിട്ടിയ വീടായിരുന്നു അത്.

താഴെ ഉടമസ്ഥൻ, ഭാര്യ, മകൾ, അമ്മ എന്നിവർ താമസിക്കുന്നു. മുകളിൽ ഞങ്ങൾ. റോഡിനോട് വളരെ അടുത്ത്. യാത്രസൗകര്യം ഉണ്ട്. സ്വസ്ഥം. നല്ല അന്തരീക്ഷം. മോൾ രണ്ടിൽ പഠിക്കയാണ്. ഉച്ചവരെയേ സ്കൂൾ ഉള്ളൂ. വൈകീട്ട് ഞാൻ ഓടിക്കിതച്ചു എത്തും വരെ അവൾക്ക് കൂട്ടായി അവരുണ്ടാവും. ഇതൊക്കെ ആയിരുന്നു 'plus points...'

എന്നെ ആകർഷിച്ചത് ആ അമ്മയാണ്. ഐശ്വര്യം വഴിയുന്ന മുഖവും നിർമലമായ ചിരിയുമായി ഒരമ്മ. ആദ്യ കാഴ്ചയിൽ അവരെന്നെ കീഴടക്കി. എന്തോ ഒരു സ്വാതന്ത്രഭാവം അവരുടെ കണ്ണുകളിൽ തിളങ്ങി. സ്ത്രീത്വം ആഘോഷിച്ച അവരുടെ യൗവനം ആ കണ്ണുകളിൽ കണ്ടു. അവർ എപ്പോഴും ചിരിച്ചു. അല്ല, ചിരിയിൽ കൊത്തിയ ഒരു മുഖം എന്നാണ് പറയേണ്ടത്.

വളരെ സ്നേഹമുള്ള ഒരു കുടുംബം, നല്ല അയൽക്കാർ ആയിരുന്നു അവർ. അവരുടെ മകൾ എന്റെ മകളുടെ ചങ്ങാതിയായി. അവർ ഒരുമിച്ചു ഉണ്ടു, ഉറങ്ങി. സുരക്ഷിതമായ മനസ്സോടെ ഞാൻ ജോലിക്ക് പോയി വന്നു. ജോഷി അന്ന് ഒരുപാട് ദൂരെയാണ് ജോലി ചെയ്തിരുന്നത്.

അമ്മയ്ക്ക് മനസ്സിന് ചെറിയ പ്രശ്നം ഉണ്ട് എന്നവർ സൂചിപ്പിച്ചിരുന്നു. എന്നാൽ എനിക്കൊരിക്കലും അങ്ങനെ തോന്നിയില്ല. അവരുടെ സ്വാതന്ത്രമായ ചിന്തകൾ, നിലപാടുകൾ, വീക്ഷണങ്ങൾ അങ്ങനെ തോന്നിപ്പിക്കുന്നതായിരുന്നു, മറ്റുള്ളവരെ സംബന്ധിച്ച്. അതായിരുന്നു സത്യം..

അപൂർവമായി അവർ മുകളിൽ കയറി വന്നു. വളരെ ഏറെ സംസാരിച്ചു. അവരുടെ വിഷയങ്ങൾ വിസ്തൃതവും ആശ്ചര്യം ഉണ്ടാക്കുന്നതുമായിരുന്നു. പ്രണയത്തെക്കുറിച്ച്, ദാമ്പത്യത്തെക്കുറിച്ച്,

തുറന്നു സംസാരിക്കുന്ന ആ എൺപതുകാരിയെ ഞാൻ എന്ന മുപ്പതുകാരി കൗതുകത്തോടെ കേട്ടിരുന്നു. അവരുടെ ചിന്തകൾ എന്നെ വിസ്മയിപ്പിക്കയും സംശയിപ്പിക്കയും ചെയ്തു. മനസ്സിൽ കഥകൾ എഴുതിയിരുന്ന എന്നിലെ കഥാകാരി മനസ്സിൽ തന്നെ പല തവണ എഴുതുകയും മായ്ക്കുകയും ചെയ്തു, പല ചിത്രങ്ങൾ...

ആ കുടുംബം പലപ്പോഴും യാത്ര പോവും. അപ്പോൾ അവർ ഒറ്റയ്ക്കാവും. അടുത്ത് വേറെ മക്കൾ ഒക്കെയുണ്ട്. മുകളിൽ ഞങ്ങളും. ആ അവസരങ്ങളിൽ ഭക്ഷണം പകർന്നു എടുത്തു വയ്ക്കും അവർക്ക്. അതിൽ അവർക്കേറ്റവും ഇഷ്ടം എന്റെ മുരിങ്ങയില കൂട്ടാൻ ആയിരുന്നു. പരിപ്പ് ചേർത്തു നാളികേരം അരച്ച് ഉണ്ടാക്കുന്ന ആ വള്ളുവനാടൻ കറി അവർക്ക് പ്രിയപ്പെട്ടതായി. ഇപ്പോഴും അതുണ്ടാക്കുമ്പോൾ അവരുടെ മുഖം ഓർക്കാറുണ്ട്.

ഞങ്ങളുടെ വീട് പണി നടക്കുന്ന സമയം ആയിരുന്നു അത്. വീട് പണി കഴിഞ്ഞ് അങ്ങോട്ട് മാറുന്ന നാളുകളിൽ അവർ പലപ്പോഴും ചോദിച്ചു. ''ഇനിപ്പോ എന്നെങ്കിലും വരുവാ? വരണം.''

താമസം മാറിയിട്ടും ഞാൻ ഇടയ്ക്ക് അവരെ കാണാൻ പോയി. പലപ്പോഴും പരസ്പര ബന്ധം ഇല്ലാതെ അവർ പറഞ്ഞ കാര്യങ്ങൾ ചേർത്തു വയ്ക്കുമ്പോൾ കാലത്തിനു ദഹിക്കാത്ത ചില തിരിച്ചറിവുകൾ എനിക്ക് കിട്ടി. കുട്ടിക്കാലത്തു ബിൽഡിംഗ് ബ്ലോക്ക്സ് വെച്ച് വീടുണ്ടാക്കുന്ന പോലെ ആയിരുന്നു അത്. ചിതറിക്കിടക്കുന്ന കട്ടകൾ ചേർത്തു ചേർത്തു വയ്ക്കുമ്പോൾ കിട്ടുന്ന മനോഹരമായ നിർമിതികൾ!

അങ്ങോട്ടുള്ള എന്റെ സന്ദർശനങ്ങൾ കുറഞ്ഞു കുറഞ്ഞു വന്നു. ജീവിതം ഒരു വണ്ടിക്കാളയെ പോലെ വലിച്ചു കൊണ്ട് നടക്കേണ്ടി വരുന്ന ചില കാലങ്ങൾ എല്ലാർക്കും ഉണ്ടല്ലോ. എനിക്കും അങ്ങനെ തന്നെ. എന്റെ, ജോഷിയുടെ സ്ഥലംമാറ്റങ്ങൾ ഒട്ടല്ല ഞങ്ങളെ വലച്ചിട്ടുള്ളത്.

വർഷങ്ങൾ രണ്ടോ മൂന്നോ കൊഴിഞ്ഞു കാണും. ഒരിക്കൽ അവിടെ ഒരു കല്യാണത്തിന് പോയപ്പോൾ ഞാൻ അവരെ കാണാൻ പോയി. കാര്യമായ മാറ്റം ഇല്ല, ശരീരത്തിന്. പക്ഷേ മനസ്സ് എവിടേക്കോ പാറി പോയിരിക്കുന്നു. ''ഗീതയ്ക്ക് സങ്കടം ആവും. അമ്മ ആരെയും തിരിച്ചറിയില്ല.'' അവർ പറഞ്ഞു. ''സാരമില്ല, ഒന്ന് കാണാമല്ലോ.'' ഞാൻ പോയി.

ഒരു ചെറിയ മുറിയിൽ അവർ ഒറ്റയ്ക്കായിരുന്നു. ബോധമില്ലായ്മയിൽ എന്തൊക്കെയോ അവർ പിറുപിറുത്തുകൊണ്ടിരുന്നു.

“അമ്മേ... എന്നെ ഓർമ്മയുണ്ടോ...” ഞാൻ ആ കട്ടിലിന്റെ ഒരറ്റത്ത് ഇരുന്നു. അവർ വെറുതെ ചിരിച്ചു. ഒരന്തമില്ലാത്ത ചിരി. എങ്കിലും പ്രസാദത്തിന് കുറവ് ഏതുമില്ല. “എന്നെ അറിയോ? ഓർമ്മയുണ്ടോ?” ഞാൻ വീണ്ടും.

“എന്താ, എനിക്ക് ഗീതേ കണ്ടാ അറിയില്ലേ? അത്ര അന്തക്കേട് ആയോ എനിക്ക്.” അവർ എന്റെ കണ്ണുകളിലേക്ക് നോക്കി ചിരിച്ചു. ചുറ്റുമുള്ള ലോകത്തിന്റെ ഭ്രാന്ത് നിനക്കും വന്നോ എന്ന് ചോദിക്കാതെ ചോദിക്കും പോലെ.

ഞാൻ അങ്ങനെ വെറുതെ ഇരുന്നു, കുറേ നേരം. പോരാൻ എഴുന്നേറ്റപ്പോൾ അവർ പറഞ്ഞു. “ഗീത പോയ ശേഷം മുരിങ്ങടെ ഇല കൂട്ടിട്ടേ ഇല്ല.”

“ഞാൻ കൊണ്ടരാം അമ്മേ...” ഒരിക്കലും പാലിക്കപ്പെടില്ല എന്ന് ഉറപ്പുള്ള ഒരു വാഗ്ദാനം. അതങ്ങനെയാണ്.

ഒരിക്കലും പാലിക്കില്ല എന്ന് ഉറപ്പുള്ള വാഗ്ദാനങ്ങൾ കൊടുക്കാൻ പലപ്പോഴും മടിയുണ്ടാവാറില്ല നമുക്ക്. നിസ്സാരമായി നമുക്ക് കിട്ടുന്ന അത്തരം വാഗ്ദാനങ്ങൾ ജീവിതം മുഴുവൻ ചിലപ്പോൾ നമ്മൾ ഓർത്ത് വെയ്ക്കും എങ്കിലും.

പിന്നീടൊരിക്കലും ഞാൻ അവരെ കണ്ടില്ല. മരിച്ചുപോയത് അറിഞ്ഞതുമില്ല. മറ്റുള്ളവർ മരിക്കുന്നത് നമ്മൾ ആ മരണം അംഗീകരിക്കുമ്പോൾ മാത്രം. അതുവരെ അവർ ജീവിച്ചിരിക്കും നമ്മുടെ ഉള്ളിൽ. ചിലത് ഇടയ്ക്കങ്ങനെ ഓർമ്മിപ്പിച്ചു കൊണ്ട്. ■

ഡിവൈ.എസ്.പിയുടെ പെങ്ങൾ

നല്ല തിരക്കുള്ള ഒരു ദിവസം. പുറത്ത് ചെരുപ്പിന്റെ ഒരു കൂന തന്നെയുണ്ട്. (വടക്കോട്ട് അങ്ങനെയാണ്. ആരും ചെരുപ്പിട്ട് ബാങ്കിന്റെ അകത്തു കയറില്ല.)

ഒതുക്കത്തോടെയാണ് അവർ കേബിനുള്ളിൽ കയറി വന്നത്. നൈറ്റി വീട്ടിൽ തയ്ച്ചു കൊണ്ടു നടന്നു വിൽക്കുന്ന ഒരു സംരംഭം ഉണ്ട്. അതിന് ഒരു ലോൺ വേണം. കുറച്ചു നേരം അവരോടു സംസാരിച്ചപ്പോൾ അവർക്ക് തയ്യലുമായി ഒരു ബന്ധവും ഇല്ലല്ലോ എന്നെനിക്ക് തോന്നി. തയ്ക്കുന്ന കണക്ക്, വിൽക്കുന്ന ഇടങ്ങൾ എന്നിവ ഒരു പൊരുത്തക്കേട് പോലെ. എങ്കിലും സ്വന്തമായി പണി എടുത്തു ജീവിക്കാൻ ആഗ്രഹിച്ചുവന്ന ഒരു സ്ത്രീയെ വെറുതെ മടക്കി അയയ്ക്കാൻ മനസ്സ് വന്നില്ല. ''ഞാൻ വന്നു നോക്കിയിട്ട് പറയാം.'' ഞാൻ പറഞ്ഞു നിർത്തി. രണ്ടു ദിവസം കഴിഞ്ഞു അവിടെ ചെല്ലാം എന്ന് ഏൽക്കുകയും ചെയ്തു.

അവർ പോയി കുറച്ചു കഴിഞ്ഞപ്പോൾ ആണ് എന്റെ ഒരു സീനിയർ ലേഡി സ്റ്റാഫ് അടുത്ത് വന്നത്. ''മാഡം, അവർ സ്ഥലം ഡി.വൈ.എസ്. പിയുടെ പെങ്ങളാണ്. ലോൺ കൊടുത്തില്ലെങ്കിൽ പ്രശ്നം ആവും.''

പൊലീസിന്റെ പെങ്ങൾ എന്നത് ലോൺ കൊടുക്കുന്നതിനുള്ള ഒരു മാനദണ്ഡം ആയി തോന്നാഞ്ഞതുകൊണ്ട് ഞാൻ അത് കാര്യമാക്കിയില്ല. ''പോയി നോക്കട്ടെ. ബിസിനസ് ഉണ്ടോ എന്നറിയാതെ തീരുമാനിക്ക വയ്യല്ലോ.'' ഞാൻ പറഞ്ഞു.

ഉച്ച തിരിഞ്ഞു കാണും. എനിക്ക് ലാൻഡ് ലൈനിൽ ഒരു കോൾ വന്നു. ''ഞാൻ സ്ഥലം (സ്ഥലപേര് തൽക്കാലം എഴുതുന്നില്ല) ഡി. വൈ.എസ്.പി ആണ്. (അദ്ദേഹത്തെ നമുക്ക് X എന്ന് വിളിക്കാം.) എന്റെ പെങ്ങൾ അവിടെ ഒരു ലോണിന് വന്നിരുന്നു. നിങ്ങൾ പോയി നോക്കണം എന്നൊക്കെ പറഞ്ഞതായി അറിഞ്ഞു. നാളെ തന്നെ ലോൺ കൊടുത്തിരിക്കണം.'' 'ആജ്ഞയാണ്. മയം തീരെ ഇല്ലാത്ത സംസാരം. തികഞ്ഞ പൊലീസ് മുറ.'

എനിക്ക് ആദ്യം അമ്പരപ്പും പിന്നെ അരിശവും തോന്നി. ഇതെന്താ വെള്ളരിക്കപെട്ടണമോ? പൊലീസുകാരുടെ സൗകര്യത്തിന് ലോൺ

കൊടുക്കാനാണോ ബാങ്കുകൾ! ഒന്ന് പരിചയപ്പെടാൻ പോലും മര്യാദ കാണിക്കാതെ പൊലീസ് മുറയിൽ ഭീഷണിപ്പെടുത്തിയ ആ ഡി.വൈ. എസ്.പിയെ (അതൊരു വലിയ തസ്തികയാണല്ലോ. തീർച്ചയായും കുറച്ചു മാന്യത പ്രതീക്ഷിച്ചതിൽ തെറ്റുണ്ടോ?) ഒന്ന് കാണണം എന്ന് എനിക്ക് തോന്നി. മാത്രമല്ല ലോൺ കൊടുക്കാനുള്ള എന്റെ മാത്രം അധികാരത്തിൽ 'അദ്ദേഹം' കൈ കടത്തിയത് എനിക്ക് തീരെ അവഗണിക്കാനോ പരിഗണിക്കാനോ കഴിഞ്ഞതുമില്ല. എന്റെ മസ്സ് തീർത്തും കലുഷമായി.

വൈകീട്ട് വീട്ടിൽ തിരിച്ചെത്തിയിട്ടും ആ ചിന്ത എന്നെ വിട്ടു പോയില്ല. ഒരു സർക്കാർ ഉദ്യോഗസ്ഥൻ, അതും ഒരു പദവിയിൽ ഉള്ള ഓഫീസർ അത്തരത്തിൽ പെരുമാറുമോ? ഞാൻ ഉണ്ടായ സംഭവങ്ങൾ ജോഷിയുമായി പങ്കു വെച്ചു.

കേട്ടപാതി കേൾക്കാത്ത പാതി ജോഷി പറഞ്ഞു. ഒരിക്കലും ഒരു ഓഫീസർ അങ്ങനെ പെരുമാറാൻ ഇടയില്ല. മൂപ്പർ പരിചയം ഉള്ള ഒരു ഡി.വൈ.എസ്.പിയെ വിളിച്ച് പ്രസ്തുത സ്ഥലത്തെ (എന്നു വെച്ചാൽ എന്നെ ഭീഷണിപ്പെടുത്തിയ) ഡി.വൈ.എസ്.പിയുടെ ഫോൺ നമ്പർ സംഘടിപ്പിക്കയും ചെയ്തു. ധൈര്യമായി വിളിക്ക് എന്ന വാക്കിന്റെ ധൈര്യത്തിൽ ഞാൻ ആ നമ്പറിൽ വിളിച്ചു.

അപ്പുറത്തു എന്നോട് സംസാരിച്ചത് എന്നെ ഭീഷണിപ്പെടുത്തിയ ആൾ ആയിരുന്നില്ല, ആ സ്വരമേ അല്ല. മറിച്ച് വടക്കൻ ഭാഷ സംസാരിക്കുന്ന വളരെ മാന്യനായ ഒരാൾ. ഞാൻ ഉണ്ടായ സംഭവങ്ങൾ വള്ളി പുള്ളി വിടാതെ അദ്ദേഹത്തോട് പറഞ്ഞു. അദ്ദേഹം അങ്ങനെ ഒരു കാര്യം അറിഞ്ഞുപോലും ഉണ്ടായിരുന്നില്ല. മാത്രമല്ല അദ്ദേഹത്തിന് പെങ്ങന്മാരെ ഇല്ല എന്ന് ചിരിയോടെ പറയുകയും ചെയ്തു. 'കടുവയെ പിടിച്ച കിടുവയോ. ഞാൻ നാളെ തന്നെ അന്വേഷിക്കാം.' അദ്ദേഹം പറഞ്ഞു. ഞാൻ ആ സ്ത്രീയുടെ അഡ്രസ്, ഫോൺ നമ്പർ ഒക്കെ കൊടുക്കുകയും ചെയ്തു.

പിറ്റേന്ന് ഉച്ചയ്ക്ക് സ്ഥലത്തെ യഥാർത്ഥ ഡി.വൈ.എസ്.പി വീണ്ടും എന്നെ വിളിച്ചു. അവരെ സ്റ്റേഷനിൽ വരുത്തിയിരുന്നു എന്നും ലോൺ കിട്ടാൻ വേണ്ടി ഒരു ചെറിയ ബുദ്ധി കാണിച്ചതാണെന്നും പറഞ്ഞു. കൂട്ടത്തിൽ അർഹത ഉണ്ടെങ്കിൽ അവർക്ക് ലോൺ കൊടുക്കണം എന്നൊരു ശുപാർശയും അദ്ദേഹം ചെയ്തു.

എങ്കിലും 'അങ്കമാലിയിലെ പ്രധാനമന്ത്രി എന്റെ അമ്മാവൻ' ആണെന്ന് പറഞ്ഞ ആ വല്യ പുള്ളിക്ക് ലോൺ കൊടുക്കാൻ എനിക്ക് തോന്നിയില്ല. ഞാൻ കൊടുത്തുമില്ല. പക്ഷേ ഞാൻ ഏറ്റവും വിശ്വസിക്കുന്ന എന്റെ സ്റ്റാഫിൽ ഒരാൾ ചേർന്നു കളിച്ച ആ നാടകം എനിക്ക് ഉണ്ടാക്കിയ വേദനയും അസ്വസ്ഥതയും ഏറെക്കാലം എന്നെ വിട്ടു പോവാതെ നിന്നു. ■

നോട്ട് നിരോധനം, ഒരു ഫ്ളാഷ് ബാക്ക്

കുറച്ചു പൊട്ടത്തരവും മുൻപിൻ നോക്കാതെ എന്തും വിശ്വസിക്കുന്ന വളുമായ അമ്മയെ ഫൂൾ ആക്കാൻ മോള് ഇന്ന് ഒപ്പിച്ച തമാശയിൽ നിന്നാണ് ഈ ഓർമ്മയുടെ തുടക്കം.

"അമ്മേ, അഞ്ഞൂറിന്റെ നോട്ട് നിരോധിച്ചു." ഇതാ ലൈവ് ന്യൂസ്. ഒരു മാത്ര ഒന്ന് ഞെട്ടി ഞാൻ ന്യൂസിലേക്ക് ഊളയിട്ടു. അവളുടെ പൊട്ടിച്ചിരിയിൽ മുഖംകോട്ടി ഞാൻ ദേഷ്യം കാട്ടിയെങ്കിലും അതെന്നെ നാല് വർഷം പിന്നിലേക്ക് ഉരുട്ടിക്കൊണ്ട് പോയി. അഞ്ഞൂറിന്റെയും ആയിരത്തിന്റെയും നോട്ടുകൾ 'legal tender nahi rahega' എന്ന് പ്രധാനമന്ത്രി പ്രഖ്യാപിച്ച ആ രാത്രിയിലേക്ക്.

അനിയനാണ് വിളിച്ചു പറഞ്ഞത്. "ഡീ, ദാ, ടീവി ഓൺ ചെയ്തോ, നിനക്ക് പണി വരുണുണ്ട്ന്ന്." ആദ്യം വിശ്വസിക്കാൻ കഴിഞ്ഞില്ല! പിന്നെ വേവലാതിയായി. എന്തുചെയ്യും? NRE ബെൽറ്റിൽ ഉള്ള 'റൂറൽ' ബ്രാഞ്ച് ആണ്. രാവിലെ സ്വതവേ പൂരത്തിന്റെ തിരക്കാണ് കൗണ്ടറുകളിൽ. നല്ലവരെങ്കിലും അധികം പഠിക്കാത്ത ആളുകൾ.

"എങ്ങനെ ഞാൻ...?"

രാവിലെ നേരത്തെ പുറപ്പെട്ടു. വടക്കൻ പാട്ടിലെ ആരോമൽ ചേകവരുടെ ഒരുക്കം പോലെ കച്ച മുറുക്കി, ഉറുമി മിനുക്കി. ബ്രാഞ്ചിൽ എത്തുമ്പോൾ ഏകദേശം എട്ടര. അപ്പോഴേ 'Queue' ആയിട്ടുണ്ട്. മാനേജരെ ബഹുമാനപൂർവം കരുതുന്ന ജനങ്ങളാണ്. നൂറു ചോദ്യങ്ങൾ. ഉത്തരമില്ലാത്തത്.

അന്ന് പബ്ലിക് ഡീലിംഗ്സ് ഇല്ലാത്തതുകൊണ്ട് അറിയാവുന്ന ഉത്തരങ്ങൾ കൊണ്ട് ഞാനും കൂട്ടുകാരും അവരെ നേരിട്ടു. പിറ്റേന്ന് മുതൽ പ്രതീക്ഷിക്കാവുന്ന തൃശ്ശൂർപൂരവും വെടിക്കെട്ടും കുടമാറ്റവും എങ്ങനെ നേരിടണം എന്ന് ഞങ്ങൾ കൂടിയിരുന്നു പ്ലാൻ ചെയ്തു. ഓരോരുത്തർ എന്തൊക്കെ, എങ്ങനെയൊക്കെ ചെയ്യണം എന്ന്

തീരുമാനിച്ചു. ഒരു കുടുംബം പോലെയായിരുന്നു ഞങ്ങൾ. അതാണ് ഞങ്ങൾക്ക് തുണയായതും.

പിറ്റേന്ന് മുതൽ ബ്രാഞ്ച് ജനസമുദ്രമായി. നോട്ട് കൊടുക്കാനും വാങ്ങാനും ഉന്തും തള്ളും ശ്വാസം കിട്ടാത്ത അവസ്ഥയും. അവസാനം ഞാൻ പൊലീസിനെ വിളിച്ചു. അവർ രണ്ടു പൊലീസുകാർ വന്നു. കാക്കിക്ക് മുന്നിൽ ജനം കുറച്ചെങ്കിലും ശാന്തരായി നിന്നു.

രണ്ടായിരത്തിന്റെ നോട്ട് കയ്യിൽപ്പിടിച്ച് 'കുട്ട്യേ ഇത് എന്താ ചെയ്യണ്ടേ' എന്ന് ചോദിക്കുന്ന മുത്തശ്ശി, സ്പെഷ്യൽ സർവീസ് കിട്ടാത്തതിൽ പരിഭവിക്കയും പിണങ്ങുകയും ചെയ്ത സ്നേഹിതർ, എന്നാലും കടവല്ലൂർക്കാരി ആയിട്ട് അവളൊന്നു മൈൻഡ് ചെയ്തില്ല എന്ന് ചില ബന്ധുക്കൾ. ഇങ്ങനെ ഡിമോണിറ്റൈസേഷൻ തന്ന സമ്പാദ്യങ്ങൾ ചില്ലറയല്ല.

എല്ലാ ദിവസവും രാത്രി പത്തോ പന്ത്രണ്ടോ മണിക്ക് ക്യാഷ് ടാലി ആക്കുംവരെ എന്റെ നെഞ്ച് എരിഞ്ഞുകൊണ്ടേയിരുന്നു. ഞങ്ങളുടെ പ്ലാനിങ്ങ് മികവും എന്റെ സഹപ്രവർത്തകരുടെ കൂട്ടായ്മയും മിടുക്കും കൊണ്ട് ഒരു രൂപ പോലും വ്യത്യാസം വന്നില്ല. പല ബ്രാഞ്ചുകളിലും അമ്പതിനായിരമോ അതിലധികമോ ഒക്കെ ആയിരുന്നു 'difference'കൾ.

ഇതിനിടെ സ്വന്തം കല്യാണനിശ്ചയം കഴിഞ്ഞയുടൻ പന്തലിൽ നിന്ന് ബസ് കയറി ബ്രാഞ്ചിൽ എത്തിയ മഞ്ജു, ഏക മരുമകളുടെ കല്യാണത്തിന് പോകണോ എന്ന് ഹൃദയമില്ലാതെ ചോദിച്ച എന്നോട് വെളുക്കെച്ചിരിച്ചു നിന്ന വിജയകുമാർ സാർ, സംസാരശേഷിയും കേൾവിയും ഇല്ലെങ്കിലും ക്യാഷ് കൗണ്ടറുകളിൽ ഒന്ന് ശ്രദ്ധയോടെ മിടുക്കോടെ കൈകാര്യം ചെയ്ത അനിൽ... ഇവരെല്ലാം താരങ്ങൾ.

മാസ്റ്റർപീസ് ഇതൊന്നുമല്ല.

നോട്ട് നിരോധനത്തിന്റെ പത്താംനാൾ അതുവരെ ശേഖരിച്ച നോട്ടുകൾ, ചെസ്റ്റിൽ കൊണ്ടുപോയി അടച്ചാലേ ഇനി ക്യാഷ് തരൂ എന്ന അറിയിപ്പ് വന്നു. പത്ത് കോടിയോളം രൂപയുണ്ട്. നിരോധിച്ചതെങ്കിലും validity ഉള്ള നോട്ടുകളാണ്. നിയമം അനുസരിച്ച് കൊണ്ടുപോകാൻ പാടില്ലതാനും. പക്ഷേ എന്ത് ചെയ്യാൻ? ഞാൻ 'കാവൽ പൊലീസിൽ' ഒരാളെ വിളിച്ചു. ''നമുക്ക് കുറച്ച് ക്യാഷ് ഗുരുവായൂർ ചെസ്റ്റിൽ കൊണ്ടോയി അടയ്ക്കണം.'' ''അതിനെന്താ മേഡം, ഞാൻ വരാം. വണ്ടി വിളിച്ചോളൂ'' എന്നായി പയ്യൻ പൊലീസ്. പത്തു കോടി രൂപയാണ് കൊണ്ടുപോകേണ്ടത് എന്ന് അറിഞ്ഞതോടെ പൊലീസിനും ചെറിയ പേടി പോലെ.

വലിയ ഡിക്കിയുള്ള കാർ വിളിച്ചു. 12 പെട്ടികൾ ബന്തവസ്സായി കാറിൽ കേറ്റി. ഇവിടെയാണ് പൊലീസിന്റെ prudence ഞാൻ

കണ്ടറിഞ്ഞത്. കാറിൽ കയറിയ ഉടൻ നമ്മുടെ പയ്യൻ പൊലീസ് ഞാൻ ഒഴികെ എല്ലാരുടെയും മൊബൈൽ വാങ്ങി കൈയിൽ വെച്ചു. കാറിന്റെ താക്കോലും. കുന്നംകുളം അങ്ങാടിയിൽ നല്ല ട്രാഫിക് ജാം ഉള്ള റോഡ് ഉണ്ട്. അവിടെ പുറത്തിറങ്ങി ആളുകളെയും വാഹനങ്ങളെയും വകഞ്ഞു മാറ്റി ഞങ്ങൾക്ക് വഴി കാണിച്ചു ആ പൊലീസുകാരൻ. കേരള പൊലീസിനോട് അത്രയേറെ മതിപ്പ് തോന്നിപ്പോയി അന്ന്. ചെസ്റ്റിൽ എത്തി ക്യാഷ് കൈമാറുംവരെ അദ്ദേഹം കാണിച്ച കരുതൽ മറക്കവയ്യ.

അതുപോലെ ഒരുപാട് പേരുണ്ട്. രാത്രി പന്ത്രണ്ടിനും ഒന്നിനും ഒക്കെ കവലയിൽ KSRTCയിൽ വന്നിറങ്ങുമ്പോൾ അനുഭാവത്തോടെ വീട്ടിൽ കൊണ്ടുവിട്ടിരുന്ന ഓട്ടോറിക്ഷക്കാർ, എന്തിനും താങ്ങായി നിന്ന നാട്ടിലെ 'യൂത്തന്മാർ' അങ്ങനെ അങ്ങനെ...

എല്ലാം ഓർമ വന്നു ഇന്ന്... കടന്നുപോയത് ഒരഗ്നികുണ്ഡമാണെങ്കിലും തിരിഞ്ഞു നോക്കുമ്പോൾ കാണുന്നത് സ്നേഹത്തിന്റെ, സൗഹൃദത്തിന്റെ, കൂട്ടായ്മയുടെ തെളിനീരുറവകൾ. ■

കാലാന്തരം

വിമാനത്താവളത്തിൽനിന്ന് പുറത്തിറങ്ങുമ്പോൾ വളരെ വൈകിയിരുന്നു. പുറത്ത് കോച്ചുന്ന തണുപ്പ്. ഡൽഹിയിലെ തണുപ്പിന് പറയത്തക്ക മാറ്റമൊന്നുമില്ല. ചൂടുള്ള ഒരു തണുപ്പാണത്. അന്നും ഇന്നും. വർഷങ്ങൾക്ക് മുൻപ് ഡൽഹി റെയിൽവേ സ്റ്റേഷനിൽ അന്തംവിട്ട് പതറി നിന്ന ഒരു പെൺകുട്ടിയെ ഓർമ്മ വന്നു. വിരലുകൾ ചേർത്ത് പിടിച്ച് പേടിക്കണ്ട എന്ന മട്ടിൽ ചിരിക്കുന്ന ഒരു ചെറുപ്പക്കാരനെയും.

ഡൽഹിയുടെ രാത്രി വീഥികൾ വിജനമായിരുന്നു. ഫ്ളാറ്റിന് മുന്നിൽ വണ്ടി നിന്നപ്പോൾ എവിടെയൊ പാല പൂത്ത മണം. ഗ്രാമത്തിന്റെ മണം.

''അമ്മ സ്വപ്നം കാണ്വാണോ?''

മകൾ ഭൂമിയിലേക്ക് വിളിച്ചുണർത്തി.

ഫ്ളാറ്റ് വലുതായിരുന്നു. വലിയ ജനലുകൾ. നല്ല വായുസഞ്ചാരമുള്ള വലിയ മുറികൾ. നീണ്ട ബാൽക്കണിക്കപ്പുറം പന്തലിച്ചു നിൽക്കുന്ന പേരറിയാത്ത മരങ്ങൾ.

ദൂരെ ഏതോ പഴയ കോട്ടയുടെ മതിൽക്കെട്ട്.

ഗ്രീൻ പാർക്കിലെ ഒരു വലിയ വീടിന്റെ ഒന്നാം നിലയിലുള്ള ഒരൊറ്റ മുറിയും ഇടുങ്ങിയ അടുക്കളയും അവൾക്കോർമ്മ വന്നു. തണുപ്പ് കാലത്ത് തണുപ്പും ചൂട് കാലത്ത് ചൂടും വന്നു നിറയുന്ന ഒരിടം. അവളുടെ ആദ്യത്തെ വീട്.

''അമ്മേ, എന്തൊക്കെ സാധനങ്ങൾ വാങ്ങണം? എല്ലാം ഓൺലൈനിൽ ഓർഡർ ചെയ്യാം. പച്ചക്കറിവരെ.''

എന്തൊക്കെയാണ് വേണ്ടത്? അവളോർത്തു. ഒരു കൊച്ചുകട്ടിലും ഒരു മണ്ണെണ്ണ സ്റ്റൗവും മതിയായിരുന്നു ജീവിതം സ്വർഗ്ഗമാക്കാൻ അന്ന്.

അവൾ പറഞ്ഞ സാധനങ്ങൾ ഒന്നൊന്നായി മകൾ ഓർഡർ ചെയ്തു. ഒരു വീട്, വീടാവാൻ ഇക്കാലത്ത് എത്ര എളുപ്പം.

പണ്ട് മരം കോച്ചുന്ന തണുപ്പത്ത് രാത്രിസിനിമ കണ്ട്, ഒരു പാക്കറ്റ് ബ്രഡ്ഡും വാങ്ങി നടക്കുമ്പോൾ കണ്ട സ്വപ്നങ്ങളിലൂടെ സഞ്ചരിച്ച് സഞ്ചരിച്ച് ഇന്നീ കാണുന്ന വർത്തമാനത്തിലെത്താൻ എത്ര ദൂരം താണ്ടിക്കാണും? വെറുതെ ഓർത്തു നോക്കി.

''അമ്മേ, യൂ ട്യൂബ് ഉണ്ടല്ലോ, കുക്കിംഗ് ഒന്നും ഒരു പ്രശ്നമല്ല. ഏത് സ്റ്റൈലും ഉണ്ടാക്കാം.''

മണ്ണെണ്ണ സ്റ്റൗവിന് മുന്നിൽ എട്ടും പൊട്ടും തിരിയാതെ പകച്ചു നിന്ന ഒരു ചെറുപ്പക്കാരി ഉള്ളിലിരുന്നു ചിരിക്കുന്നു. ആദ്യമായി ഇഡ്ഡലി ഉണ്ടാക്കിയത് ഓർക്കുന്നോ? കുക്കറിൽ മൂന്നു വിസിൽ കൊടുത്ത് പായസമായ ഇഡ്ഡലി! ഉപ്പിടാൻ മറന്നുപോയ കട്ലറ്റ്! അങ്ങനെയങ്ങനെ എന്തൊക്കെ പരീക്ഷണങ്ങൾ!!!

മകൾ ഒതുക്കത്തോടെ എല്ലാം ചെയ്യുന്നത് അവൾ കൗതുക ത്തോടെ കണ്ടു. പരിചയക്കുറവിന്റെ അപാകതകളില്ലാതെ എത്ര ഭംഗിയായാണ് അവൾ വീടുണ്ടാക്കുന്നത്. പാകത വന്ന ഒരു കുടുംബി നിയെ പോലെ.

അന്ന്, തിരിയാൻ പോലും സ്ഥലമില്ലാത്ത കൊച്ചു മുറിയിൽ ആകെ അലങ്കാരമായുണ്ടായിരുന്നത് ഒരു കറുത്ത കൃഷ്ണവിഗ്രഹം മാത്രം. ഒരു കൊച്ചു ഫ്രിഡ്ജ്. രണ്ടു കസേരകൾ. പിന്നെ ഭാവിയെ ഉറ്റു നോക്കി കൈപിടിച്ച് നടന്ന നിഷ്കളങ്കരായ ഒരു പെൺകുട്ടിയും ചെറുപ്പക്കാരനും. ജീവൻ തുടിക്കുന്ന നാളുകൾ. കാഴ്ചകളെല്ലാം ചേതോഹരം. കാൽപ്പാടുകൾ ഹൃദ്യം.

കാലത്തിന്റെ നൂൽപ്പാലത്തിലൂടെ തെന്നിവീഴാതെ അവൾ സഞ്ച രിച്ച ദൂരങ്ങൾ, മുതൽക്കൂട്ടിയ അനുഭവങ്ങൾ, ഒക്കെ ഒരു നിമിഷ നേരംകൊണ്ട് മകൾ താണ്ടുന്ന കണ്ട് അവൾ അതിശയപ്പെട്ടു നിന്നു.

ആ പഴയ പെൺകുട്ടിയെപോലെ.

■

കൂട്ടുകാരനോട് ഒരു വാക്ക്

"കൂട്ടുകാരാ, ഞെരിയുന്ന കൈവിരൽ
കോർത്തു ഞാൻ നിന്റെ തേരുരുൾ കാക്കിലും
ഓർത്തു വയ്ക്കില്ലൊരിക്കലും ആ കടം."

വിജയലക്ഷ്മിയുടെ (ബാലചന്ദ്രൻ ചുള്ളിക്കാടിന്റെ ഭാര്യ) ഏതോ ഒരു കവിതയിലെ വരികളാണിത്!

കോളേജിൽ പഠിക്കുമ്പോൾ ഞാൻ വായിച്ച ഒരു കവിത. ജീവിതത്തിലെ പല സന്ദർഭങ്ങളിലും ഞാൻ ഓർത്തിട്ടുള്ള വരികൾ.

എന്റെ തറവാട്ടിൽ ആദ്യമായി ജോലിക്ക് പോയ സ്ത്രീ ഞാനാണ്. എന്റെ അമ്മ, അമ്മായിമാർ, ചെറിയമ്മ തുടങ്ങി എല്ലാവരുംതന്നെ വീടുകൾക്കുള്ളിൽ ഒതുങ്ങി. അവർ വീട് പരിപാലിച്ചും പാചകം ചെയ്തും പ്രായംചെന്നവരെ ശുശ്രൂഷിച്ചും ജീവിച്ചുപോന്നു. അമ്മയ്ക്ക് പത്താംക്ലാസ്സിൽ തരക്കേടില്ലാത്ത മാർക്കുണ്ട്. TTCക്ക് പോയി ഒരു ടീച്ചർ ആവാനായിരുന്നു അമ്മയുടെ മോഹം. പക്ഷേ താഴെയുള്ള കുട്ടികളെ നോക്കേണ്ടതുകൊണ്ടും കൃഷിയല്ലാതെ മറ്റു വരുമാന മാർഗങ്ങൾ ഇല്ലാതെയിരുന്നതുകൊണ്ടും അമ്മയ്ക്ക് TTCക്ക് പോവാൻ സാധിച്ചില്ല. പതിനേഴു വയസ്സിൽ അമ്മ വിവാഹിതയാവുകയും ചെയ്തു.

എന്റെയും അനിയന്റെയും പഠിത്തക്കാര്യങ്ങളിൽ അമ്മ നന്നായി ശ്രദ്ധിച്ചു. എല്ലാ ആഴ്ചയും സ്കൂളിൽ വരികയും ടീച്ചർമാരോട് ഞങ്ങളുടെ പഠിത്തക്കാര്യങ്ങൾ ചോദിച്ചു മനസ്സിലാക്കുകയും ചെയ്തു. ക്ലാസ്സിൽ ഇരിക്കുമ്പോൾ അമ്മ സ്കൂളിന്റെ കുന്ന് കയറി വരുന്നത് കാണാം. പേടികൊണ്ട് മുട്ടിടിച്ചു തുടങ്ങും അപ്പോൾ. ടീച്ചർമാർ എന്തെങ്കിലും മോശം അഭിപ്രായം പറഞ്ഞാൽ ചുട്ട അടി ഉറപ്പാണ്. അമ്മയാണ് പ്രധാനമായും ഞങ്ങളെ ചിട്ട പഠിപ്പിക്കുകയും നല്ല അടി തരികയും ചെയ്തിട്ടുള്ളത്. അച്ഛൻ സൗഹാർദ്ദപരമായി കാര്യങ്ങൾ തീർപ്പാക്കി. കുഞ്ഞിലെതന്നെ, പാചകമടക്കം സകല വീട്ടുജോലികളും അമ്മ എന്നെയും അനിയനേയും പഠിപ്പിച്ചു.

ഞാൻ ജോലി ചെയ്യുന്നതിൽ ഏറ്റവും അഭിമാനിച്ചത് എന്റെ അമ്മയാണ്. പലതരം പൊടികൾ പൊടിച്ചു തന്നും അച്ചാർ, കാളൻ

തുടങ്ങിയവ ഉണ്ടാക്കി ഫ്രിഡ്ജിൽ വെച്ചു തന്നും വല്ലപ്പോഴുമൊക്കെ കൂടെ വന്നു താമസിച്ചും അമ്മ എന്റെ ജോലികൾ ലഘൂകരിക്കാൻ പരമാവധി ശ്രമിച്ചു. എന്നാൽ കുടുംബത്തിന്റെ ആരോഗ്യം, അവരുടെ ഭക്ഷണമൊക്കെ വിട്ടുവീഴ്ചയില്ലാതെ പരിപാലിക്കണം എന്ന് അമ്മ നിരന്തരം എന്നെ ഓർമ്മിപ്പിക്കുകയും ചെയ്തു. അത് ഞാൻ തികച്ചും പാലിച്ചു പോന്നിട്ടുണ്ട്, ഇന്നുവരേയും. ആരോഗ്യകാരണങ്ങളാൽ എനിക്ക് ജോലി ഉപേക്ഷിക്കേണ്ടി വന്നപ്പോൾ, നന്നായിയെന്ന് എന്നോട് പറഞ്ഞെങ്കിലും അമ്മയുടെ ഉള്ളിൽ സങ്കടമുള്ളത് ഞാൻ കണ്ടു.

രാവിലെ നാലുമണിക്കുണർന്ന് നിറുത്താതെ പണിയുന്ന അമ്മയെ ക്കണ്ട് ഞാൻ വളർന്നു. അമ്മയ്ക്ക് പല അഭിരുചികളും ഉണ്ടായിരുന്നു. മറ്റുള്ളവരെ അസ്സലായി അനുകരിക്കും. നല്ല വായനയുണ്ട്. ഭാഷയിൽ നല്ല അവബോധമുണ്ട്. ഞങ്ങൾ സ്വന്തമായി ഒരു വീട് ഉണ്ടാക്കിയപ്പോൾ, സിവിൽ എഞ്ചിനീയർ ആയ എന്റെ ഭർത്താവിനോളം തന്നെ കിട പിടിക്കുന്ന പല 'ഐഡിയ'കളും അമ്മയുടേതായിരുന്നു. നല്ല പ്രസരിപ്പുള്ള, എന്തും ചെയ്യാൻ ഉത്സാഹമുള്ള എന്റെ അമ്മയ്ക്ക്, തുടർന്നു പഠിക്കാൻ കഴിഞ്ഞിരുന്നുവെങ്കിൽ നല്ല ഉയരത്തിൽ എത്താൻ കഴിഞ്ഞേനേയെന്ന് പലപ്പോഴും എനിക്ക് തോന്നാറുണ്ട്.

പറഞ്ഞു വന്നത്, ഞാൻ കണ്ടിട്ടുള്ള എല്ലാ സ്ത്രീകളും എന്തെങ്കിലും പ്രത്യേക കഴിവുകൾ ഉള്ളവരായിരുന്നു. അസാധ്യമായ, എന്നാൽ അറിയപ്പെടാത്ത കഴിവുകൾ, ബുദ്ധിപരമായ അഭിപ്രായങ്ങൾ, നിർദ്ദേശങ്ങൾ, ഉത്തരങ്ങൾ, പോംവഴികളൊക്കെ അവരിലുണ്ട്, ഓരോരുത്തരിലും.

സ്വന്തം സാന്നിദ്ധ്യം അദൃശ്യമാക്കി, തികഞ്ഞ മേന്മയോടെ അരങ്ങിന് പിന്നിൽനിന്ന് അവർ കുടുംബത്തിന്റെ തേര് തെളിക്കുന്നു.

സന്ദിഗ്ധഘട്ടത്തിൽ, കൈകേയി ദശരഥന്റെ തേർചക്രം തന്റെ കൈവിരൽ തിരുകി രക്ഷിച്ചതുപോലെ, ഞെരിയുന്ന സ്വന്തം വിരലിൽ അവർ കുടുംബം താങ്ങി നിർത്തുന്നു. ഒരവകാശവാദവും അവർ നിരത്തില്ല. ഒരു വരവും ചോദിക്കയുമില്ല. ആ കടം ഓർത്തുവെച്ച് നിങ്ങളുടെ ജീവിതം ദുസ്സഹമാക്കയില്ല.

കുടുംബവും ഉദ്യോഗവും മികവോടെ ഒന്നിച്ച് കൊണ്ടുനടക്കാൻ സ്ത്രീകൾക്ക് മാത്രമേ കഴിയൂ എന്നാണ് എന്റെ പക്ഷം. എങ്കിലും പലപ്പോഴും അവർക്ക് കിട്ടുന്നത് അവഗണന, പുച്ഛം, പരിഹാസം, കുറ്റപ്പെടുത്തൽ ഇവ മാത്രം.

ജീവിതത്തിൽ, ഒരിക്കലെങ്കിലും ഒറ്റപ്പെടൽ അനുഭവിക്കാത്ത ഒരു സ്ത്രീയും ഉണ്ടാവില്ല. ഉണ്ടെന്ന് ആരെങ്കിലും പറഞ്ഞാൽ, അതും അവർ കുടുംബത്തിനു വേണ്ടി പറയുന്ന കണ്ണീർ മറച്ച ഒരു നുണ മാത്രം. അവരോടു പൊറുക്കുക. ■

അമ്മ, അല്ല അമ്മമാർ

എന്റെ അമ്മയ്ക്ക് ഒരു സുഹൃത്തുണ്ടായിരുന്നു. ദേവയാനി എന്നായിരുന്നു അവരുടെ പേര്. എനിക്കവരെ കണ്ട ഓർമ്മയില്ല. ഞാൻ ജനിക്കുന്നതിനു മുൻപോ അതോ എന്റെ ചെറുപ്രായത്തിലോ അവർ ബ്രെയിൻ ട്യൂമർ വന്നു മരിച്ചു പോയി. അമ്മയുടെ വാക്കുകളിലൂടെ സുന്ദരിയായ, എപ്പോഴും ചിരിക്കുന്ന അവരുടെ രൂപം എന്റെ മനസ്സിൽ പതിഞ്ഞു കിടന്നു. അവർക്ക് രണ്ട് ആൺമക്കൾ ആണ്. രണ്ടോ മൂന്നോ വയസ്സിൽ അമ്മ മരിച്ച കുട്ടികൾ. അവർ അച്ഛന്റെ കൂടെ ദൂരെയെവിടെയോ ആണ്. അച്ഛൻ കൊണ്ടുവന്ന പുതിയ അമ്മയോടൊപ്പം.

ഇടയ്ക്ക് അമ്മമ്മയെ കാണാൻ അവർ നാട്ടിൽ വരും. അമ്മ ഇല്ലാത്ത ആ കുട്ടികളെ ഞാൻ സങ്കടത്തോടെ നോക്കി നിൽക്കും. സിൻഡ്രെല്ലയുടെ കഥ വായിക്കുമ്പോൾ ഞാൻ അവരെ ഓർക്കും. അമ്മ കുട്ടിക്കാലത്ത് പറഞ്ഞു തന്ന ആയിരം കഥകളിൽ, അമ്മയില്ലാക്കുട്ടികളുടെ കഥകൾ ഞാൻ അവരുടേതായി സങ്കൽപിക്കും. എന്റെ കണ്ണുകൾ നിറയും.

അമ്മയില്ലാക്കുഞ്ഞുങ്ങൾ എന്റെ സങ്കല്പം എന്ന വികാരലോകത്ത് ചിരിയായും കരച്ചിലായും സങ്കടമായും സ്വപ്നമായും പെയ്തു പെയ്തു നിന്നു, എന്നും. ചിലപ്പോഴെങ്കിലും അമ്മയില്ലാക്കുട്ടിയായി സ്വയം സങ്കല്പിച്ച് ഞാൻ ആ സങ്കടക്കടലിൽ നീന്തി നോക്കിയിട്ടുണ്ട്.

കുറെ വർഷങ്ങൾക്ക് മുൻപാണ് ബെറ്റി മെഹമൂദിയുടെ 'Not with out my daughter' എന്ന പുസ്തകം ഞാൻ വായിക്കുന്നത്. ഒരു അമേരിക്കക്കാരി സ്വന്തം മകൾക്ക് വേണ്ടി നടത്തിയ പോരാട്ടം എന്നെ ആദ്യം വിസ്മയിപ്പിച്ചു. അവരുടെ കഠിനയാത്ര എന്റെയും കൂടി എന്നപോലെയാണ് ഞാൻ ആ പുസ്തകം വായിച്ചു തീർത്തത്. ലോകത്ത് എല്ലായിടത്തും അമ്മമാർ ഒരേപോലെ എന്ന് ആ പുസ്തകം എന്നെ പഠിപ്പിച്ചു.

സ്വന്തം മക്കളെ മാറോടടുക്കിപ്പിടിച്ചു കിടക്കുമ്പോൾ പൂച്ചയും പുലിയും ഒരേ ഭാവക്കാർ. അവരുടെ കണ്ണുകളിൽ അലിവ് മാത്രം. ഒരു സ്ത്രീയുടെ ബന്ധവും ബന്ധനവും അമ്മ എന്ന സ്വത്വം തന്നെയല്ലേ?

അമ്മമാരുടെ നിശ്ശബ്ദമായ ത്യാഗങ്ങൾ തേങ്ങലുകളായി ഈ ലോകം മുഴുവൻ അലയടിക്കുകയാണെന്ന് തോന്നും ചിലപ്പോൾ. മക്കൾ കേൾക്കാതെ പോകുന്ന ആ അലയടികൾ, ദീർഘനിശ്വാസങ്ങൾ, ഈ ഭൂമിയെ ചുട്ടു പൊള്ളിക്കും. ആ വേവ് സഹിക്ക വയ്യാതെ പുഴകളും പൂക്കളും കരിഞ്ഞുണങ്ങും. അങ്ങനെയാവും ഈ ലോകം അവസാനിക്കുക. ഉറപ്പ്!

■

ശാപം കിട്ടിയ മുതലുകൾ

അമ്പലത്തിലേക്കുള്ള വഴിയിലാണ് ആ ഒഴിഞ്ഞ പറമ്പ്. പറമ്പിന് നടുക്കുള്ള വീട് ഇടിഞ്ഞു പൊളിഞ്ഞ് മുക്കാലും വീണുപോയിരിക്കുന്നു. മേപ്പുരയും കഴുക്കോലും അപ്പാടെ നടുവൊടിഞ്ഞു വീണു കിടപ്പാണ്. ഓടുകൾ മിക്കവാറും പൊട്ടിയും കുമ്മായം പൂശിയിരുന്ന ചുമരുകൾ തൊലിയടർന്ന്, ഉള്ളിലെ ചെങ്കല്ലുകൾ കാണുമാറ് എല്ലുന്തിയും നിൽക്കുന്നു. നിറയെ മാറാലയും വേട്ടാളൻ കൂടുകളും പിന്നെ എന്തൊക്കെയോ വള്ളിപ്പടർപ്പുകളും പുരയെ വിഴുങ്ങിത്തുടങ്ങിയിരിക്കുന്നു. കൂനിക്കൂടി ഒടിഞ്ഞുകുത്തി നിൽക്കുന്ന ആ മൺവീട് ആ വഴി പോകുന്നവരെയൊക്കെ ദയനീയമായി നോക്കി, എന്നെ ഒന്ന് ഇടിച്ചുപൊളിച്ചു കളയൂ എന്ന് വിലപിക്കുന്നതായി എനിക്ക് തോന്നാറുണ്ട്.

തൊടിയിൽ മരങ്ങളും ചെടികളും കാട് പിടിച്ചു കിടക്കുന്നു. ഏതൊക്കെയോ പേരറിയാവള്ളികൾ പറമ്പിലാകെ പടർന്നു കിടക്കുകയാണ്. തെക്കേ മൂലയിലെ പ്ലാവിൽ ഇഷ്ടംമാതിരി ചക്കകൾ. മൂത്തതും മൂക്കാത്തതും. വടക്കുപുറത്തെ ഇരുമ്പാപുളിയും നിറയെ കായ്ച്ചു കാണുമോ? കാണണം. അവിടെ പണ്ടൊരു നന്ത്യാർവട്ടം ഉണ്ടായിരുന്നു, ഉണ്ടപ്പൂക്കൾ ഉണ്ടാവുന്ന ഒന്ന്.

ഓരോ തവണയും നാട്ടിൽ വരുമ്പോൾ, അമ്പലത്തിൽ പോവുന്ന വഴി ഞാൻ ഈ പറമ്പ് സാകൂതം നോക്കിനിൽക്കാറുണ്ട്. മൂകമായി എന്തൊക്കെയോ ചില ഓർമ്മകൾ, പരിഭവങ്ങൾ ഏകാന്തതയുടെ നീറ്റലുകൾ എന്നോട് പറയുംപോലെ തോന്നും.

കുട്ടിക്കാലത്ത് ഞാൻ കുറേ ഓടിക്കളിച്ചിട്ടുള്ള പറമ്പാണത്. ആ വീട്ടിലും ചുറ്റുവട്ടത്തുമായി ഞങ്ങൾ സമപ്രായക്കാർ കുറേപ്പേർ ഉണ്ടായിരുന്നു. ഗ്രാമത്തിലെ തയ്യൽക്കാരന്റെ വീടാണത്. ഉമ്മറത്തെ ചായ്പ്പിൽ സദാ ഒരു തയ്യൽ മെഷീൻ നിർത്താതെ ശബ്ദമുണ്ടാക്കുന്നുണ്ടാവും. നിറമുള്ള തുണികൾ തിണ്ണ നിറയെ. നിലത്ത് മുഴുവൻ വെട്ടുതുണികൾ വീണു കിടപ്പുണ്ടാവും. അതിൽ തൊട്ടാൽ അയാൾ, ആ വീടിന്റെ ഉടമസ്ഥൻ, നല്ല ചീത്ത പറയും. ആ വെട്ടുതുണികൾ

കത്തിച്ചാണ് ആ വീട്ടിലെ അടുപ്പ് കത്തിക്കുക. എങ്കിലും ഞങ്ങൾ കുട്ടികൾ, അയാൾ കാണാതെ കുറച്ചു കഷ്ണങ്ങൾ എടുക്കും. തല മുടിയിൽ റിബ്ബൺപോലെ കെട്ടിയിടും.

പറമ്പിലെ ചൂട്ടോ കൊതുമ്പോ മടലോ ഒന്നും അയാൾ ഉപയോഗിക്കില്ല. നാളികേരവും. എല്ലാം വിൽക്കും. കരിയിലയും വെട്ടുതുണിയും കൊണ്ട് അടുപ്പ് കത്തിക്കും. പറമ്പിലെ 'വരായ'കൾ, തയ്പ്പ് കൊണ്ടുള്ള സമ്പാദ്യങ്ങൾ എല്ലാം എല്ലാം അയാൾ കൂട്ടിക്കൂട്ടി വെയ്ക്കും. മക്കളെയെല്ലാം കല്യാണം ചെയ്തയച്ചു. ബാധ്യത യാതൊന്നും തന്നെ ഇല്ല. എങ്കിലും ഉണ്ണാതെയും ഉടുക്കാതെയും അങ്ങനെ കൂട്ടിക്കൂട്ടി...

അയാളോ ഭാര്യയോ നല്ലൊരു വസ്ത്രം ധരിക്കുന്നതോ നല്ല രീതിയിൽ ഭക്ഷണം കഴിക്കുന്നതോ ഞങ്ങൾ ആരുംതന്നെ കണ്ടിട്ടില്ല. മുഷിഞ്ഞ വസ്ത്രത്തിലല്ലാതെ ഞാൻ അയാളെ കണ്ടിട്ടേയില്ല, എന്റെ കുട്ടിക്കാലത്തും അത് കഴിഞ്ഞും.

അങ്ങനെ ഉണ്ണാതേയും ഉടുക്കാതേയും നട്ട് നനച്ചുണ്ടാക്കിയ പറമ്പാണ് ഇന്നിങ്ങനെ ഒരു അനാഥപ്രേതം പോലെ കിടക്കുന്നത്. മക്കൾ, മക്കളുടെ മക്കൾ എല്ലാവരും ഉണ്ടായിരുന്നു. അവരൊക്കെ എവിടെ? എവിടെയോ എങ്ങനെയോ ഒക്കെ അവർ ഉണ്ടായിരിക്കാം. പക്ഷേ ഒരിക്കലും വിൽക്കാനാവാത്തവിധം എന്തോ ഒരു കടുംകെട്ട് ഈ പറമ്പിനെ ബാധിച്ചിരിക്കുന്നു.

ജീവിതം എന്ന വസന്തം ആഘോഷിക്കുക പോകട്ടെ, നേരെ ചൊവ്വേ ഒന്ന് ജീവിക്കുകപോലും ചെയ്യാതെ കരുതിക്കരുതി വെച്ച സാമ്പാദ്യം ഇങ്ങനെ ആർക്കും ഉതകാതെ നശിച്ചു വീണുപോവുന്നത് അയാൾ കാണുന്നുണ്ടാവുമോ? ഗതി കിട്ടാതെ ആ ആത്മാവ് അവിടെയൊക്കെ ചുറ്റിത്തിരിയുന്നുണ്ടാവുമോ? എവിടെയോ ഒഴുക്ക് നിലച്ചു പോയ കാലത്തിന്റെ നിശ്ചലമായ ഒരു ചിത്രം പോലെ വീർപ്പുമുട്ടി നിൽക്കുന്ന ഈ പറമ്പിന്, ഇതിന്റെ ഏകാന്തതയ്ക്ക് അയാൾ കൂട്ടുണ്ടാവുമോ?

നിറയെ കായ്ച്ചു നിൽക്കുന്ന ആ വരിക്കപ്ലാവിൽനിന്ന് ഒരു ചക്ക ആരും എടുക്കാത്തതെന്തേ? ഉണങ്ങിവീണ കൊട്ടത്തേങ്ങകൾ, തലയുണങ്ങിയ കഴുങ്കുകൾ, കായ്ച്ചു കിടക്കുന്ന മാവും പേരയും...

ശാപം കിട്ടിയ മുതൽ ആർക്ക് വേണം, അല്ലേ? അണ്ണാനും കിളികൾക്കുംപോലും അതറിയാം.

ഓരോ തവണയും ആ പറമ്പ് കണ്ടു മടങ്ങുമ്പോൾ ഞാൻ ഓർക്കും. അടുത്ത തവണ വരുമ്പോൾ ഇതാരെങ്കിലും വാങ്ങി, വെടിപ്പാക്കി, മതിലൊക്കെ മരാമത്ത് ചെയ്തു നന്നാക്കി, വീട് പുതുക്കി, അതങ്ങനെ ചന്തത്തിൽ നിൽപ്പുണ്ടാവും എന്ന്.

എല്ലാത്തിനും ഉണ്ടല്ലോ ഒരവസാനവും തുടക്കവും. ■

പ്രവചനം

ഏകദേശം രണ്ടു കൊല്ലം മുൻപത്തെ കാര്യമാണ്. ഞാൻ ബാംഗ്ലൂരിൽ ജോലി ചെയ്യുന്ന കാലം.

ഡിസംബറിലെ, ഒരു തണുപ്പുള്ള, ഇരുട്ട് വീണ സന്ധ്യയായിരുന്നു അത്. അവധി ദിവസമാണ്. അത്താഴം അടുത്തുള്ള ഉഡുപ്പി ഹോട്ടലിൽ കഴിച്ച് ഞാൻ മടങ്ങി വരുന്നു. നന്നായി ഇരുട്ടിയിരിക്കുന്നു.

മോട്ടോർ ഘടിപ്പിച്ച ഒരു വണ്ടിയിൽ ഇരുന്ന് ഭിക്ഷ യാചിക്കുന്ന ഒരു സ്ത്രീയെ ഞാൻ കണ്ടു. വണ്ടി മുന്നോട്ട് പോവുന്നുണ്ട്. (അതെങ്ങനെ മുന്നോട്ട് പോവുന്നു എന്ന് ഇപ്പോൾ എനിക്ക് ഓർത്തെടുക്കാൻ പറ്റുന്നില്ല.) അവർ അന്ധയായിരുന്നു. എൺപതിനോട് അടുത്ത് പ്രായം. ഉറക്കെ ഭിക്ഷ യാചിച്ചാണ് യാത്ര. വണ്ടിക്ക് മുന്നിൽ തൂക്കിയിട്ട ഒരു സഞ്ചി. അതിൽ പേരയ്ക്ക, മുന്തിരി, കിലുങ്ങുന്ന കുറേ ചില്ലറത്തുട്ടുകൾ, മുഷിഞ്ഞ നോട്ടുകൾ ഇത്രയുമുണ്ട്.

വണ്ടിയുടെ പ്രത്യേകതകൊണ്ടോ അതോ അവരുടെ രീതികൾ കൊണ്ടോ എന്തോ എനിക്ക് ഒരു കൗതുകം തോന്നി. മാത്രമല്ല റോഡ് പണിക്കുവേണ്ടി ഇരുപുറവും വലിയ കാനകൾ കുഴിച്ചിരുന്നതുകൊണ്ട് അന്ധയായ അവരുടെ വണ്ടി അതിൽ വീണുപോവുമോ എന്നെനിക്ക് ഭയവും തോന്നി. മുന്നേ മനസ്സിൽ കണക്ക് കൂട്ടിയ വഴിയിലൂടെ ആവുമല്ലോ അവരുടെ യാത്ര. കാനയാകട്ടെ, ആ ദിവസത്തെ സംഭാവനയാണ്. എന്റെ പ്രതീക്ഷ തെറ്റിയില്ല. എതിരെ വരുന്ന വാഹനത്തിരക്കിൽ അവരുടെ വണ്ടിയുടെ ചക്രങ്ങൾ ഏകദേശം കാനയിലേക്ക് മറിയുകയും വണ്ടിയുടെ ബാലൻസ് തെറ്റുകയും ചെയ്തു. തൊട്ട് പുറകിൽ ഉണ്ടായിരുന്നതുകൊണ്ട് എനിക്കവരെ താങ്ങാൻ ഒത്തു. കാഴ്ച കണ്ട് മറുപുറത്തു നിന്ന് ഒരു പെൺകുട്ടി ഓടി വന്നു. ഞങ്ങൾ വണ്ടിയെയും അവരെയും വലിച്ചു കയറ്റി.

വൃദ്ധയ്ക്ക് മുറിവുകൾ ഒന്നും പറ്റിയിരുന്നില്ല. എങ്കിലും വണ്ടി തരക്കേടില്ലാതെ കേടുവന്നിരുന്നു.

എങ്ങോട്ട് പോകണം എന്ന എന്റെ ചോദ്യത്തിന് അടുത്തുള്ള ബസ്സ്റ്റോപ്പിൽ വിട്ടാൽ മതി എന്നവർ പറഞ്ഞു. ഞാൻ പതിയെ അവരുടെ കൈ പിടിച്ചു നടന്നു.

അവരുടെ വീട് കുറച്ചകലെയാണ്. വീട്ടിൽ മകനും ഭാര്യയും കുഞ്ഞും. കടുത്ത പ്രമേഹം അവരുടെ കാഴ്ച കെടുത്തി. ഇപ്പോൾ ഇങ്ങനെ ഭിക്ഷ എടുത്തു ജീവിക്കുന്നു. ബസ്സ്റ്റോപ്പ് എത്തുംവരെ അവർ കന്നഡത്തിൽ എന്തൊക്കെയോ സംസാരിച്ചു. കന്നഡ കേട്ടാൽ നന്നായി മനസ്സിലാവും. തിരിച്ചു പറയാൻ കഷ്ടി! സ്വല്പ സ്വല്പ ഗൊത്തു! മാത്താട ബരല! അതാണ് എന്റെ അവസ്ഥ.

ബസ്സ്റ്റോപ്പിൽ എത്തിയപ്പോൾ അവർ ഒന്ന് തിരിഞ്ഞു നിന്നു. ജീവനില്ലാത്ത മിഴികൾ ഉയർന്നു. അവരുടെ കാഴ്ചയില്ലാത്ത കണ്ണുകൾ

എന്റെ മുഖത്ത് ഉറച്ചു. അവർ എന്നെ കാണുന്നുണ്ട് എന്നെനിക്ക് തോന്നി.

ഒരു പ്രവചനംപോലെ അവർ പറഞ്ഞു. ''നിനക്ക് ഒരു പെൺകുട്ടി യല്ലേ?'' (ഞാൻ ഒന്നും പറഞ്ഞിട്ടല്ല, ഉറപ്പ്) ''പഠിക്കയല്ലേ? ഇന്നേക്ക് രണ്ട് വർഷത്തിനുള്ളിൽ അവൾക്ക് ലക്ഷ്യം കിട്ടും. നീ നിന്റെ വീട്ടി ലേക്ക് തിരിച്ചുപോവുകയും ചെയ്യും.''

ഞാൻ തരിച്ചുനിൽക്കെ അവർ ബസ് കയറിപ്പോയി. പിറ്റേന്ന് ജോലി കഴിഞ്ഞു വരുമ്പോൾ ഒരാവശ്യവും ഇല്ലാതെ ഞാൻ ആ സ്റ്റോപ്പിൽ ഇറങ്ങുകയും അവരെ തിരയുകയും ചെയ്തു. പിന്നീട് പല തവണ. പക്ഷേ ഒരിക്കൽപ്പോലും അവരെ പിന്നീട് കാണുകയുണ്ടാ യില്ല. ഞാനത് പതിയെ മറന്നുപോവുകയും ചെയ്തു.

അവർ പറഞ്ഞ പോലെ തന്നെ ഞാൻ അപ്രതീക്ഷിതമായി ജോലി ഉപേക്ഷിച്ചു നാട്ടിലേക്ക് പോന്നു. മോള് ലക്ഷ്യം പ്രാപിക്കയും ചെയ്തു. എല്ലാം രണ്ടു വർഷത്തിനുള്ളിൽ.

ആരായിരുന്നു അവർ? കെട്ട കണ്ണുകളിൽ ആത്മാവിന്റെ നിറഞ്ഞ വെളിച്ചത്തിൽ അവർ തന്ന അനുഗ്രഹത്തിന്റെ അടിസ്ഥാനം എന്തായി രുന്നു?

മനുഷ്യരുടെ മനസ്സിന്റെ ദുരൂഹതയെക്കുറിച്ച് ഓർക്കുമ്പോഴൊക്കെ ആദ്യം മനസ്സിൽ ഓടിവരിക അവരുടെ മുഖമാണ്.

ഇന്നും ഞാനവരെ ഓർത്തു. ■

വളർത്തു മരങ്ങൾ

ലാൽ ബാഗിലെ ഒരു സായാഹ്നം..

ഞങ്ങൾ നടക്കുകയായിരുന്നു. ലോകത്തിലെ ഏറ്റവും ഭംഗിയുള്ള വൃക്ഷങ്ങൾ അവിടെയാണ് എന്ന് തോന്നിയിട്ടുണ്ട്. പടർന്നു പന്തലിച്ചു പുഷ്പിച്ചു നിൽക്കുന്ന വൃക്ഷങ്ങൾ. സ്വാതന്ത്രമായി വളർന്നു നിൽക്കുന്ന മരങ്ങൾക്ക് ഒരു പ്രത്യേക ഭംഗിയാണ്. ആത്മവിശ്വാസത്തോടെ തല ഉയർത്തി നിൽക്കുന്നവ. വീടുകളിലെ വളർത്തു മരങ്ങൾ കൂനിക്കൂടി ചില്ലകൾ ഒതുക്കി തല കുനിച്ചു നിൽക്കുന്നത് കാണുമ്പോൾ സങ്കടം ആണ് തോന്നുക.

ഞങ്ങൾ സ്വാതന്ത്ര്യത്തെക്കുറിച്ചാണ് സംസാരിച്ചത് മുഴുവൻ. സ്വാതന്ത്ര്യം. എത്ര ശ്വാസംമുട്ടുന്ന വാക്കാണത്.

വീടുകളിൽ, ഓഫീസുകളിൽ, നിരത്തുകളിൽ എല്ലായിടത്തും ശ്വാസംകിട്ടാതെ ഉഴറി നടക്കുന്ന ആ വാക്ക് ഞാൻ കണ്ടിട്ടുണ്ട്.

സ്വാതന്ത്ര്യം കണ്ടിട്ടുണ്ടോ? അവൾ എന്നോട് ചോദിച്ചു. നോക്കൂ, ആ പനിനീർ പൂക്കളുടെ പൊട്ടിച്ചിരി. ഞങ്ങൾ പനിനീർ പൂക്കളുടെ തോട്ടത്തിന് അരികെ ആയിരുന്നു അപ്പോൾ. ഞാൻ നോക്കി. ജീവിതം ആഘോഷിക്കുന്ന വസന്തം.

ഞങ്ങൾ സ്വതന്ത്രരായിരുന്നു അവിടെ. അതിർവരമ്പുകൾ ഇല്ലാതെ. റോഡിലൂടെ ഞങ്ങൾ ആർത്തു ചിരിച്ചു നടന്നു. പാർലറിൽ ഹെഡ് മസ്സാജ് ചെയ്തു. ബർഗറും പിസയും കഴിച്ചു. ലിപ്സ്റ്റിക്കും അലസ വേഷവും ധരിച്ച് രണ്ടു ജിപ്സികളെ പോലെ ഞങ്ങൾ.

അവളുടെ പൊട്ടിച്ചിരിയുടെ പ്രതിധ്വനി എന്റെ ചുണ്ടുകളിൽ വിരിഞ്ഞു. പാർക്കുകളിലെ സിമന്റ് ബെഞ്ചുകളിൽ ഞങ്ങൾ രഹസ്യങ്ങൾ പങ്കിട്ടു. ആരും ചോദിക്കാനില്ലാതെ ആരോടും ബോധിപ്പിക്കാനില്ലാതെ ഞങ്ങളുടെ ദിവസങ്ങൾ.

പുതുവർഷ രാത്രികൾ.. തണുപ്പു പുതച്ച പ്രഭാതങ്ങൾ. പുസ്തകങ്ങൾ. ടെറസ്സിലെ പിറന്നാൾ ആഘോഷങ്ങൾ. ഫോറം മോളിൽ നിന്ന് അവൾ വാങ്ങി തരുന്ന ഐസ് ക്രീംമും ചൂടുള്ള ബിസ്കറ്റുകളും. പ്രായത്തിന് ചേരാത്ത എനിക്കുള്ള ഉടുപ്പുകളും.

എന്തെല്ലാം ഓർമ്മകൾ...

സ്വാതന്ത്രമായി അവയങ്ങനെ മേഞ്ഞു നടക്കുകയല്ലേ. വളർത്തു മരങ്ങളിൽ ചേക്കേറുന്ന പക്ഷികളെപോലെ.

വേറൊന്നും ചെയ്യാനില്ല. വെറുതെ നോക്കിയിരിക്കുകയല്ലാതെ.

■

അവൾ, എന്റെ മകൾ

മോൾക്ക് അഞ്ചാറു വയസ്സുള്ളപ്പോഴാണ് അവളുടെ ജാതകം എഴുതിയത്. കമ്പ്യൂട്ടർ ജാതകം..

ഇടയ്ക്കിടയ്ക്ക് ഞാനത് എടുത്തു നോക്കും. വെറുതെ.

അതിലെ ഒരു വാചകം അപ്പോഴൊക്കെ മനസ്സിനെ കൊത്തി വലിക്കും. 'ബാല്യത്തിൽതന്നെ അമ്മയെ പിരിയേണ്ടി വരും.' ഇതാണ് ആ വാചകം.

എന്റെ അസുഖത്തിന്റെയും അവളുടെ ജനനത്തിന്റെയും കഥകൾ ഞാൻ മുൻപ് എഴുതിയിട്ടുണ്ട്. അതുകൊണ്ടുതന്നെ ഞാൻ നേരത്തെ മരിച്ചുപോയേക്കാം എന്നും അങ്ങനെ അവൾ ബാല്യത്തിലേ എന്നെ പിരിഞ്ഞേക്കാം എന്നും ഞാൻ അതിനെ വ്യാഖ്യാനിച്ചു. അവൾ വളരും വരെ ആയുസ്സ് തരണേ എന്ന് മാത്രം ആയിരുന്നു ഒരു കാലഘട്ടത്തിൽ എന്റെ പ്രാർത്ഥന.

അസുഖത്തിന്റെ ഒരു അലോസരങ്ങളും ഇല്ലാതെ ജീവിതം മുന്നിലേക്കുതന്നെ പോയി.

പിന്നീട് എന്റെ ജോലിയുടെ പ്രകൃതം ആ പ്രവചനം അന്വർത്ഥമാക്കുന്ന ഒന്നായി എനിക്ക് തോന്നി. രാവിലെ ജോലിയെല്ലാം ഒതുക്കി അവളുടെ കൈ പിടിച്ചു ഞാൻ ഓടും. ഓട്ടോയിൽ അവളെ സ്കൂളിലേക്ക് കയറ്റിവിട്ട് ബസ്സ്റ്റോപ്പിലേക്ക് വീണ്ടുമോടും. പത്തു മണിക്ക് എങ്ങനെയും ബാങ്കിൽ എത്തിയേ മതിയാവൂ. ഉച്ചയ്ക്ക് രണ്ടരയോടെ അവൾ തിരിച്ചെത്തും. ഞാൻ ജോലി കഴിഞ്ഞ് എത്തുംവരെ പിന്നെ വീട്ടിൽ ഒറ്റയ്ക്ക്. ഇടയ്ക്ക് വന്നു പോവുന്ന ഒരു ജോലിക്കാരി. കൂട്ടിന് പുസ്തകങ്ങൾ മാത്രം. അവൾ നല്ല വായനക്കാരിയായി. പിന്നീട് എഴുത്തുകാരിയും.

അവൾ ഒരിക്കലും പരാതി പറഞ്ഞിരുന്നില്ല. വൈകീട്ട് ഓടിക്കിതച്ചു വരുന്ന അമ്മ സാരി മാറാതെ അടുക്കളയിൽ ഒരു യന്ത്രം പോലെ ചലിക്കുന്നത് അവൾ കൗതുകത്തോടെ നോക്കി നിൽക്കും. കൊച്ചുസഹായങ്ങൾ ചെയ്യും ചിലപ്പോൾ.

അവൾക്ക് ഒരു കഥ പറഞ്ഞു കൊടുക്കാനോ വേണ്ടപോലെ കൂടെ ഇരിക്കാനോ സമയം കിട്ടാത്ത ഒരു പാർട്ട് ടൈം അമ്മയായ ഞാൻ.

ജാതകവിധിയുടെ വ്യാഖ്യാനം അങ്ങനെയും ആവാം.

അവൾ ഏഴിൽ പഠിക്കുമ്പോഴാണ്...

ദൈവങ്ങളുടെ ഫോട്ടോ വെച്ച സ്റ്റാൻഡ് ഞാൻ വൃത്തിയാക്കുകയായിരുന്നു. ചെറിയ കടലാസ്തുണ്ടുകൾ എന്റെ കൈയിൽ തടഞ്ഞു. നാലായി മടക്കിയ ചെറിയ കടലാസ്കഷ്ണങ്ങൾ. ഞാനത് നിവർത്തി നോക്കിയപ്പോൾ ചെറിയ കുറിപ്പുകൾ ആണ്. കത്തുകൾ. ദൈവത്തിനോടുള്ള പരാതികൾ, ആഗ്രഹങ്ങൾ, അപേക്ഷകൾ, സ്കൂൾ വിശേഷങ്ങൾ. എല്ലാം ചെറിയ കടലാസ്തുണ്ടുകളായി ദൈവത്തിന്റെ ഫോട്ടോയ്ക്ക് പിന്നിൽ തിരുകിവെച്ചിരിക്കുന്നു.

എന്തെല്ലാം ആണ് അവളതിൽ എഴുതിയിരിക്കുന്നത്. ഒരുവേള എന്നോടോ ജോഷിയോടോ പറയാൻ ഉണ്ടായിരുന്ന കാര്യങ്ങൾ. സമയം ഇല്ലാത്ത അച്ഛനും അമ്മയ്ക്കും പകരം സമയമുള്ള ദൈവം.

അവൾ എഴുത്തുകാരി ആയത് അങ്ങനെയാണ്.

അച്ഛനോടായിരുന്നു അവൾക്ക് കൂടുതൽ അടുപ്പം. പത്താം ക്ലാസ്സിനുശേഷം അവർ രണ്ടുപേരും വീട്ടിൽ തനിച്ച്. ഞാൻ ജോലി സംബന്ധമായി ദൂരെ. പ്ലസ് ടു കഴിഞ്ഞ് അവൾ IITയിൽ പോയി. അഞ്ചു വർഷം അവിടെ.

അച്ഛനായിരുന്നു എന്നും അവളുടെ റോൾ മോഡൽ. എന്നാൽ വലുതായപ്പോൾ, എന്റെ പ്രതിരൂപമായി വളർന്നു വന്നപ്പോൾ അവൾ എനിക്ക് വേണ്ടി അച്ഛനോട് വാദിച്ചു പലപ്പോഴും. ഒരു കൂട്ടുകാരിയെ പോലെ എന്നോട് പിണങ്ങുകയും ഇണങ്ങുകയും ചെയ്തു. അമ്മയ്ക്ക് എന്ന് പറഞ്ഞ് എന്തൊക്കെയോ വാങ്ങിക്കൊണ്ടു വന്നു. ഞാൻ ഒരിക്കൽപോലും ഉപയോഗിച്ചിട്ടില്ലാത്ത ലിപ്സ്റ്റിക്, പെർഫ്യൂം...

കൊച്ചുകുട്ടി ആയിരുന്നപ്പോൾ ഗിൽറ്റ് ഉള്ള പൊട്ട് തൊട്ട് അമ്മ സ്കൂളിൽ വന്നാൽ മതി എന്ന് ചിണുങ്ങിയ നിഷ്കളങ്കമാനസം അവൾ എന്നും എനിക്ക് വേണ്ടി സൂക്ഷിച്ചു. ഇന്നോളം.

അവൾ, എന്റെ മകൾ, എന്റെ കൂട്ടുകാരി, ചിലപ്പോഴെങ്കിലും എന്റെ വഴികാട്ടി. ഇതാ ചിറകുകൾ വിരിച്ചു പറന്നുയരാൻ തയ്യാറെടുക്കുന്നു.

ഒറ്റയ്ക്ക്!

ഇനി സൂര്യന്റെ ഉച്ചവെയിൽ അവളെ തളർത്തുകയില്ല. അവളുടെ ചിറകുകൾക്ക് കരുത്തു വന്നിരിക്കുന്നു. അവളുടെ ആകാശം എത്ര ദൂരെ... ദൂരെ...

■

അമ്മയുടെ പൂക്കൾ

എഴുപത്തഞ്ചു വയസുള്ള എന്റെ അമ്മ നന്നായി പൂക്കളുണ്ടാക്കും. പല നിറങ്ങളിൽ പല മാതിരി പൂക്കൾ. റോസ്, സൂര്യകാന്തി, ചെമ്പരത്തി അങ്ങനെ നാനാവിധത്തിൽ... തരത്തിൽ...

ഉച്ചയ്ക്ക് ഊണ് കഴിഞ്ഞ് തളത്തിലിരുന്നു പൂക്കളുണ്ടാക്കുന്ന അമ്മയെ ഞാൻ നോക്കിയിരിക്കുന്നു. ചലച്ചിത്രഗാനങ്ങളുടെ അകമ്പടിയിൽ അമ്മയുടെ ചുളിഞ്ഞ വിരലുകൾ മാന്ത്രികമായി ചലിക്കുന്നു. നിമിഷനേരംകൊണ്ട് ഭംഗിയുള്ള പൂക്കൾ പിറക്കുകയായി. അമ്മ അവയ്ക്ക് ഇലയും തളിരും തണ്ടും വെയ്ക്കുന്നു. മനോഹരമായ ഒരു പൂങ്കുല വിടരുകയായി.

ഒരു ജന്മം മുഴുവൻ ഞങ്ങളെ വഴി നടത്തിയ ആ ക്ഷീണിച്ച വിരലുകൾക്ക് എന്തുതന്നെ വഴങ്ങുകയില്ല? സ്കൂൾ വിട്ടു വരുമ്പോൾ അമ്മ ഉണ്ടാക്കിവെയ്ക്കുന്ന അടയ്ക്കും കൊഴുക്കട്ടയ്ക്കും ഈ ചാരുത തന്നെയല്ലേ ഉണ്ടായിരുന്നത്?

''നോക്ക്, ഭംഗീണ്ടോ?'' അമ്മ നിഷ്കളങ്കമായി ചിരിക്കുന്നു.

വെള്ളം കോരിയും മാവാട്ടിയും അരച്ചും പൊരിച്ചും പാത്രം മോറിയും ഒരു ജീവിതത്തിന്റെ വേവ് മുഴുവനും സഹിച്ച ആ വിരലുകൾ കാണുമ്പോൾ എന്റെ കണ്ണുകൾ നിറയുന്നു. മനസ്സിൽ ചുരക്കുന്നത് വാത്സല്യം ആണെന്ന് ഞാൻ തിരിച്ചറിയുന്നു.

ഒരു പൂ പോലെ അമ്മ മുന്നിൽ ചിരിച്ചു നിൽക്കുന്നു. ■

ഇഷ്ടം

മുഹമ്മദ് അലി വിളിച്ചു. വീണ്ടും. അവസാനമായി എന്നാണ് അയാൾ വിളിച്ചത് എന്ന് ഞാൻ ഓർത്തു നോക്കി. ഒരു കൊല്ലത്തിലും മേലെ ആയിക്കാണും. അതോ രണ്ടു കൊല്ലമോ? ഓർമ്മയില്ല.

ഞാൻ പുതിയ ബ്രാഞ്ചിൽ ജോയിൻ ചെയ്ത് അധികം ആയിരുന്നില്ല. ബ്രാഞ്ച് നല്ലതുതന്നെ. എങ്കിലും കുറച്ചു കിട്ടാക്കടങ്ങൾ, കുടിശ്ശിക നന്നായുള്ള കുറച്ചു കടങ്ങൾ, പ്രധാനമായും KCC ലോണുകൾ ഉള്ള ഒരു ബ്രാഞ്ച് ആയിരുന്നു അത്.

റിക്കവറി (കടം പിരിക്കൽ) എനിക്ക് വലിയ താല്പര്യം ഉള്ള വിഷയമാണ്. അതുകൊണ്ടുതന്നെ പുതിയ ബ്രാഞ്ചിൽ ആദ്യം ആ മേഖലയിൽതന്നെ കൈ വെയ്ക്കാൻ തീരുമാനിച്ചു. ബാക്കി എല്ലാം ഒന്ന് കാൽ നീട്ടി ഇരുന്നിട്ടാവാം. നോട്ടീസുകൾ പലതും അയച്ചിട്ടും തിരിഞ്ഞു നോക്കാത്ത പിന്തിരിപ്പന്മാരെ തപ്പി ഇറങ്ങിയ ഒരു ദിവസം...

നല്ല വെയിൽ ഉള്ള ദിവസം ആയിരുന്നു അന്ന്. പരന്നു കിടക്കുന്ന ആ ഗ്രാമത്തിൽ ഓരോ വീടും തപ്പിക്കണ്ടുപിടിക്കുക എളുപ്പം ആയിരുന്നില്ല. നാടിന്റെ മുക്കും മൂലയും നന്നായി അറിയാവുന്ന പ്യൂൺ കൂടെയുണ്ട്. എന്നിട്ടും ഓരോ വിദ്വാന്മാരെ കണ്ടുപിടിക്കാൻ ഞങ്ങൾ നന്നേ പാടുപെട്ടു.

ഉച്ച നേരമായി. നല്ല വെയിൽ. KCC ലോൺ എടുത്ത്, പുതുക്കാതെ മൊത്തം കുടിശ്ശികയായ മുഹമ്മദ് അലിയുടെ വീടിന്റെ മുന്നിലായിരുന്നു ഞങ്ങൾ. മുൻപിൽ വിശാലമായ പാടം. തരക്കേടില്ലാത്ത ഒരു പറമ്പിലെ പണി തീരാത്ത ഒരു വീട്. രണ്ടു തവണ വിളിച്ചിട്ടും ആരും പുറത്തു വന്നില്ല. അപ്പോഴാണ് വീടിന്റെ വശത്ത് കൂടി ഒരാൾ വന്നത്. കൈയിൽ കൈക്കോട്ടും ആയുധങ്ങളും ഉണ്ട്. ബാങ്കിൽ നിന്നാണ് എന്നും ലോൺ പുതുക്കാഞ്ഞാൽ ജപ്തിയേ നിർവ്വാഹം ഉള്ളൂ എന്നും ഞാൻ പറഞ്ഞു. മുഹമ്മദ് അലി ചിരിച്ചു, ഒട്ടും കൂസൽ

ഇല്ലാതെ. അതെന്നെ വല്ലാതെ അരിശപ്പെടുത്തി. കർക്കശമായി തന്നെ ജപ്തിക്കാര്യം പറഞ്ഞ് ഞാൻ തിരിച്ചു നടന്നു.

രണ്ടു ദിവസം കഴിഞ്ഞ് അയാൾ ബ്രാഞ്ചിൽ വന്നു. സ്വന്തം വിഷമതകൾ, പണി തീരാത്ത വീട് എന്നിങ്ങനെ സങ്കടങ്ങളുടെ ഭാണ്ഡക്കെട്ട് അഴിച്ചു പരാതികൾ നിരത്തി നിരത്തിവെച്ചു. സംസാരം ആത്മാർത്ഥമാണ് എന്ന് തോന്നിയതുകൊണ്ട് ഞാൻ എല്ലാം കേട്ടിരുന്നു. എനിക്ക് ഔദ്യോഗികമായി ചെയ്യാൻ പറ്റുന്ന പരിഹാരം നിർദ്ദേശിക്കുകയും ചെയ്തു. അപ്രകാരം ആ പ്രശ്നം പരിഹരിക്കപ്പെട്ടു.

അതിനു ശേഷവും ഇടയ്ക്ക് മുഹമ്മദ് അലി ബ്രാഞ്ചിൽ വരും. പുറത്തുനിന്ന് കേബിനിലേക്ക് കൈ വീശിക്കാണിക്കും. ഞാനും തലയാട്ടും, ചിരിക്കും. കഴിഞ്ഞു. ഒരു സാധാരണ കസ്റ്റമർ എന്നതിനപ്പുറം ഞാൻ അയാളെ ശ്രദ്ധിച്ചിരുന്നില്ല. ശ്രദ്ധിക്കപ്പെടേണ്ടതായി ഒന്നുംതന്നെ പ്രത്യേകമായി ഉണ്ടായിരുന്നുമില്ല, അയാളിൽ.

ഒരു നാൾ അയാൾ പൊടുന്നനെ എന്റെ കേബിനിൽ കയറി വന്നു. യാതൊരു മുഖവുരയും ഇല്ലാതെ പറഞ്ഞു. ''ങ്ങളെ എനിക്ക് വല്യ ഇഷ്ടാട്ടോ.''

എനിക്ക് ചെറിയ അമ്പരപ്പ് തോന്നി. പിന്നെ പിന്നെ അയാൾ വരുമ്പോൾ എന്തുകൊണ്ടോ ഞാൻ മുഖം കൊടുക്കാതെയായി. മര്യാദ ഇല്ലാതെ ഒരു വാക്ക് പോലും പറഞ്ഞില്ല എങ്കിലും എന്തോ ഒരു ബുദ്ധിമുട്ട്, അയാളെ അഭിമുഖീകരിക്കാൻ!

അയാൾ പിന്നീടും ബ്രാഞ്ചിൽ വന്നു. ഞാൻ മുഖം ഉയർത്തിയാൽ മാത്രം എന്നെ നോക്കി ചിരിച്ചു. അല്ലെങ്കിൽ മിണ്ടാതെ പണം അടച്ച് ഇറങ്ങിപ്പോകും.

പ്രതീക്ഷിക്കാതെ എനിക്ക് ആ ബ്രാഞ്ചിൽനിന്നും സ്ഥലംമാറ്റം ആവുകയും ഞാൻ ബാംഗ്ലൂരിലേക്ക് പോവുകയും ചെയ്തു. ഓരോ പുതിയ ഓഫീസും പുതിയ ജന്മം പോലെയാണ്. പഴയ ബ്രാഞ്ചിനെ ഓർക്കുകകൂടി ചെയ്യാതായ കാലത്ത് പൊടുന്നനെ മുഹമ്മദ് അലി വിളിച്ചു. അയാളുടെ നമ്പർ എന്റെ ഫോണിൽ ഉണ്ടായിരുന്നില്ല. എനിക്ക് പെട്ടെന്ന് ആളെ മനസ്സിലായില്ല.

''ങ്ങള് ഒരു വാക്ക് പറയാണ്ടേ പോയി ലെ.. ഞങ്ങളെ ഒക്കെ മറന്നൂലെ!''

ഒറ്റ ചോദ്യമാണ്. ആ 'ങ്ങള്' വിളി കേട്ടപ്പോൾ എനിക്ക് ആളെ മനസ്സിലായി.

''മുഹമ്മദ് അലി. സുഖമാണോ?'' ഞാൻ ചോദിച്ചു.

"ങ്ങള് ഇല്ലാണ്ടെ ബാങ്കില് പോവാൻ തോന്നണില്യ." അയാൾ പറഞ്ഞു.

എന്ത് പറയേണ്ടൂ എന്നറിയാതെ ഞാൻ ചിരിച്ചു. ലോൺ ഒക്കെ അടയ്ക്കാറില്യേ എന്ന് ലോഹ്യം ചോദിച്ചു.

പിന്നീടും രണ്ടോ മൂന്നോ മാസം കൂടുമ്പോൾ മുഹമ്മദ് അലി വിളിച്ചു. എന്തുകൊണ്ടോ ഞാൻ കോളുകൾ എടുക്കാതെ ആയി പിന്നെ പിന്നെ.

ഇന്നിതാ രണ്ടു വർഷത്തിനപ്പുറം വീണ്ടും മുഹമ്മദ് അലി വിളിച്ചിരിക്കുന്നു. ഒട്ടും പ്രതീക്ഷിക്കാതെ.

'ങ്ങള് ജോലി രാജി വെച്ചു ലെ? എന്തെ ന്റെ ഫോൺ എടുക്കാത്തേ? അസുഖം എങ്ങനെണ്ട്?" ഇങ്ങനെ നൂറു ചോദ്യങ്ങൾ. എല്ലാത്തിനും ക്ഷമയോടെ ഞാൻ ഉത്തരം പറഞ്ഞു. വീട്ടുകാര്യങ്ങൾ, ലോണിന്റെ കാര്യങ്ങൾ എന്നിവയെല്ലാം അന്വേഷിച്ചു. "ങ്ങളെ ഇനി കാണാൻ പറ്റ്വോ?" നിഷ്കളങ്കമായി മുഹമ്മദ് അലി ചോദിക്കുന്നു. "ങ്ങളില്ലാണ്ടേ ഒരു സുഖല്യ ബാങ്ക്."

ഞാൻ ഒന്നും പറഞ്ഞില്ല!

മനുഷ്യബന്ധങ്ങളുടെ ആരാമത്തിൽ എന്തൊക്കെ തരം പൂക്കൾ ആണ് വിരിയുക? ■

എന്റെ വീട്

തൃശ്ശൂരുള്ള ഞങ്ങളുടെ വീടിന്റെ പുറകിൽ ഒരു ചെറിയ കാടാണ്. ആമത്താളും പൊടിയനയും മഞ്ചാടിയും പാലയും മാവും പ്ലാവും നിറഞ്ഞ ഒരു കാട്. നിറയെ കാട്ടുവള്ളികൾ തീർത്ത ഊഞ്ഞാലുകളിൽ മഞ്ഞവാലനും മയിലും കുയിലും ചെമ്പോത്തും ഇരുന്ന് ആടും. പല പാട്ടുകൾ പാടും. ആ കാട് കാണുമ്പോൾ ഞാൻ തറവാട്ടിലെ സർപ്പക്കാവ് ഓർക്കും. സർപ്പങ്ങളുടെ സീൽക്കാരത്തിന് വെറുതെ കാതോർക്കും.

പുലർകാലത്ത് ആ കാടുകളിൽ ഇളംകാറ്റ് അരിച്ചു നടക്കും. ജനലിലൂടെ അതിന്റെ ഒരു പങ്ക് എനിക്കും കിട്ടും. ആർത്തിയോടെ ഞാനത് എന്റെ ഉള്ളിലേക്ക് ആവാഹിക്കും. ഞാനും ആ കാട്ടിലെ ഒരു പക്ഷിയായി മാറുന്നതായും ആ ഊഞ്ഞാൽ വള്ളികളിൽ ആടിപ്പാടുന്നതായും തോന്നും. കാറ്റത്ത് മഞ്ചാടിയുടെ പഴുത്ത പുള്ളിയിലകൾ ചിത്രശലഭങ്ങൾപോലെ പാറി വീഴും, എമ്പാടും. ചിറകുകൾ ഇല്ലാതെ പറന്നുപോവുന്ന ആ ഇലകളാവാൻ, അതുപോലെ തുള്ളിയിളകി പാറിപ്പാറി നടക്കാൻ മനസ്സിനെ ഞാനും അഴിച്ചുവിടും.

മരണത്തിന് മാത്രമല്ല, പ്രകൃതിക്കും നമ്മെ തന്നിലേക്ക് ലയിപ്പിക്കാൻ കഴിവുണ്ട് എന്ന തോന്നൽ ഓരോ പ്രഭാതവും എനിക്ക് സമ്മാനിക്കും.

കഴിഞ്ഞ ഒരാഴ്ച ഞാൻ ഇവിടെ ഒറ്റയ്ക്കായിരുന്നു. ഞാനും എന്റെ വീടും മാത്രം. ഏകാന്തതയിൽ ഞങ്ങൾ രഹസ്യങ്ങൾ പങ്ക് വെയ്ക്കും. എന്നെ എന്തെ തനിച്ചാക്കുന്നു എന്നവൾ എന്നോട് പരിഭവം പറയും. അവളുടെ ഓരോ മുക്കിലും മൂലയിലും കഴിഞ്ഞു പോയ നാളുകളുടെ ഗന്ധം. ഓരോ നിഴലും ഓരോ ഓർമ്മകൾ. കൂടൊഴിഞ്ഞുപോയ കാലത്തിന്റെ ഓർമ്മകൾ. ധൃതിയിൽ പണിയൊതുക്കി, മുടിയൊതുക്കാതെ, വാരിയുടുത്ത സാരിയുമായി ജോലിക്ക്

പോയിരുന്ന ഒരുത്തി. കലഹത്തിനൊടുവിൽ നമ്മൾ ഒന്നല്ലേ എന്ന് പറയാതെ പറഞ്ഞ് ഒരുത്തൻ. അമ്മേ, ഇന്ന് പോവണ്ട എന്ന് കുഞ്ഞിക്കണ്ണ് നിറച്ച് സാരിത്തുമ്പ് പിടിച്ചു വലിച്ച് മകൾ. ഓടി തീർത്ത ദൂരങ്ങൾ ദൂരക്കാഴ്ചകളാവുന്നു. കൊതിച്ചു വാങ്ങിയ വീട്ടുസാമാനങ്ങൾപോലെ ജീവിതവും ജീർണ്ണതയിലേക്ക് യാത്ര തുടങ്ങിയിരിക്കുന്നു.

എന്തിനോ എനിക്ക് കരച്ചിൽ വരുന്നു. ഞാൻ ജീവനോളം സ്നേഹിക്കുന്നു, ഈ വീടിനെ, ഇതിന്റെ നിശ്ശബ്ദമായ, വിടുതലില്ലാത്ത ബന്ധനത്തെ...

■

ഉദ്യാനമോഹിതം

പാർക്കുകൾ എന്നും എന്റെ ദൗർബല്യമായിരുന്നു. ഡൽഹിയിൽ, ബാംഗ്ലൂരിൽ, തിരുവനന്തപുരത്ത്...

ഡൽഹിയിൽ ജീവിതം തുടങ്ങിയ കാലത്ത് ജോഷി എന്നെ ഒരു പാട് പാർക്കുകളിൽ കൊണ്ടുപോയി. ലേയ്ക്ക് പാർക്ക്, ലോധി റോഡിലെ ലോധി ഗാർഡൻ, മുഗൾ റോസ് ഗാർഡൻ എന്നിങ്ങനെ...

വിവാഹം കഴിഞ്ഞ ആദ്യനാളുകളിൽ ഞങ്ങൾ സ്ഥിരം ലെയ്ക്ക് പാർക്കിൽ പോവുമായിരുന്നു. രാത്രിയാവുംവരെ അവിടെ തണുപ്പ് കാഞ്ഞിരുന്ന് അടുത്തുള്ള സൗത്ത് ഇന്ത്യൻ റസ്റ്റോറണ്ടിൽനിന്ന് ദോശ കഴിച്ചു തിരിച്ചു വന്നിരുന്ന സായാഹ്നങ്ങൾ. ഡീർ പാർക്ക് കമിതാക്കളുടെ കേന്ദ്രമായിരുന്നു. എവിടെയും ഇരട്ട മൈനകൾപോലെ അവരിരുന്നു കുറുകുന്നു. ചുറ്റും നടക്കുന്നതൊന്നും അറിയാതെ അവരുടെ മാത്രം ലോകം. ഭൂമിയിൽ സ്വർഗം എന്നൊന്ന് ഉണ്ടെങ്കിൽ അതിവിടെയാണ്. ഇവിടെയാണ് എന്ന് ഉറക്കെ പ്രഖ്യാപിക്കും പോലെ...

ഡൽഹിയിലെ പനിനീർപ്പൂക്കൾക്ക് ഒരു പ്രത്യേക വിശുദ്ധിയാണ്. നമ്മെ നോക്കി എത്ര നിഷ്കളങ്കമായാണ് അവർ ചിരിക്കുക. പല നിറത്തിൽ, തരത്തിൽ. ഒരിക്കൽ അതിലൊരു പൂവ് ഞാൻ മോഷ്ടിച്ചി ട്ടുണ്ട്, കാവൽക്കാരൻ കാണാതെ. ആ പൂവ് മുറിയിൽ ഇരുന്നു വാടി യപ്പോൾ സങ്കടം വന്നു, ചെയ്തതോർത്ത്.

ബാംഗ്ലൂരിൽ എത്തിയപ്പോൾ എന്റെ മനസ്സ് കണ്ടെന്നോണം എവിടെ നോക്കിയാലും പാർക്കുകൾ. വൃത്തിയും വെടിപ്പും ചിട്ടയുമുള്ള പാർക്കുകൾ ബാംഗ്ലൂരിൽ തന്നെ. പൂക്കൾ കുറവാണ് എങ്കിലും നീണ്ടുയർന്നു നിൽക്കുന്ന മരങ്ങൾ അവയ്ക്ക് പ്രൗഢി നൽകുന്നു. അവരുടെ പടർന്നു പന്തലിച്ച ശിഖരങ്ങൾ എന്നെ ആലിംഗനം ചെയ്തെങ്കിൽ എന്ന് ഞാൻ പലവട്ടം കൊതിച്ചിട്ടുണ്ട്. അവരിൽ ചിലതിനോട് എനിക്ക് പ്രണയവും തോന്നിയിട്ടുണ്ട്. മനുഷ്യരോട് മാത്രമല്ല മരങ്ങളോടും എനിക്ക് തോന്നിയിട്ടുണ്ട്, പ്രണയം.

ബാംഗ്ലൂരിലെ കുഞ്ഞൻ പാർക്കുകളും ലാൽ ബാഗും ഞാൻ ഒരുപോലെ ഇഷ്ടപ്പെട്ടു. എന്തുകൊണ്ടോ കബ്ബൺ പാർക്ക് എന്നെ തെല്ലും ആകർഷിച്ചില്ല. നിഗൂഢത തങ്ങിനിൽക്കുന്ന ഒരു യക്ഷിപ്പറമ്പ് പോലെ തോന്നിച്ചു എനിക്കത്. മരണം എവിടെയൊക്കെയോ നിന്നൊളിഞ്ഞു നോക്കുംപോലെ. അവിടത്തെ മരങ്ങൾക്കും അവയുടെ ശിഖരങ്ങൾക്കും വശ്യതയല്ല തോന്നിയിട്ടുള്ളത്. നിഗൂഢതയാണ്. കബ്ബൺ പാർക്കിനെ ഞാൻ വെറുത്തു.

തിരുവനന്തപുരം താമസത്തിൽ എനിക്ക് കൂട്ട് കിട്ടിയത് കനകക്കുന്നു കൊട്ടാരത്തിലെ അരളി മരങ്ങളാണ്. എന്ത് ഭംഗിയാണവയ്ക്ക്! വീടിന് അടുത്തായതുകൊണ്ട് മിക്കവാറും വൈകുന്നേരങ്ങളിൽ ഞാൻ അവിടെ കാറ്റ് കൊണ്ടിരുന്നു, ഒറ്റയ്ക്ക്. പാട്ട് കേട്ടുകൊണ്ട് ആ മരച്ചുവടുകളിൽ അങ്ങനെയിരിക്കാൻ എന്ത് സുഖമാണ്. ഏകാന്തമായ എന്റെ ആ സായാഹ്നങ്ങൾ എന്നും എന്നെ വേട്ടയാടും. നഷ്ടബോധം എന്റെ കണ്ണുകൾ നിറയ്ക്കും. തീർച്ച.

ഇവിടെ, ഡൽഹിയിൽ മകളുടെ ഫ്ളാറ്റിന് മുന്നിലെ കൊച്ച് ഉദ്യാനത്തിൽ ഇരുന്നാണ് ഇതെഴുതുന്നത്. പാലമരങ്ങളാണ് ചുറ്റും. നിറയെ പൂത്തിരിക്കുന്നു. നാട്ടിലെ പാലകളുടെ മത്തു പിടിപ്പിക്കുന്ന ഗന്ധമല്ല അത്. നറുംസുഗന്ധം. ഇവിടുത്തെ തണുപ്പിന് ഈ സുഗന്ധം ആണ് ചേരുക. ഞാൻ വീണ്ടും പ്രണയത്തിലേക്ക് വീഴുന്നു ആ പാല മരങ്ങളുമായി. ഇവരോട് ഇനി എങ്ങനെയാണ് യാത്ര പറയുക? വയ്യെനിക്ക്!

■

ജീവിതത്തിന്റെ കണക്കുകൾ

എന്റെ പിറന്നാൾ ചിങ്ങമാസത്തിലാണ്. നാൾപ്രകാരം നാലാം ഓണത്തിന്. സ്കൂൾ അവധി ആയിരിക്കും. ഒരിക്കൽപ്പോലും പിറന്നാൾ സ്വന്തമായി ആഘോഷിക്കാൻ എനിക്ക് കഴിഞ്ഞിട്ടില്ല. അക്കാലങ്ങളിൽ ഓണത്തിന് പിറ്റേന്ന് മുതൽ ഓണോട്ട് തുടങ്ങും, ബന്ധുവീടുകളിൽ. മിക്കവാറും എന്റെ പിറന്നാൾ ആഘോഷം ഏതെങ്കിലും ബന്ധുവീട്ടിലോ, 'നാലോണ'മായോ അവസാനിക്കും. ഓണത്തിന്റെ ദിവ്യപ്രഭയിൽ ഒടുങ്ങിപ്പോവുന്ന എന്റെ പിറന്നാളിനെപ്പറ്റി പരാതി പറയുമ്പോൾ അമ്മ മൂക്കത്ത് വിരൽ വെയ്ക്കും. ''അയ്യേ, ആരെങ്കിലും ഇങ്ങനെ പിറന്നാളിന് കണക്ക് പറയോ.'' എന്റെ കുഞ്ഞിക്കണ്ണുകൾ നിറച്ചുപോന്ന ഒരു വലിയ സങ്കടത്തിന്റെ കണക്ക് തന്നെയായിരുന്നു അത്, എന്നും. വലുതാവുംവരേയ്ക്കും.

വളരെ വിവാദമുണ്ടാക്കിയ ഒരു വിവാഹമായിരുന്നു എന്റേത്. വ്യത്യസ്ത മതങ്ങൾ! ആചാരങ്ങൾ! രജിസ്റ്റർ ഓഫീസിലെ രണ്ടൊപ്പുകളിൽ വിവാഹം എന്ന കൂദാശ ഒതുങ്ങിപ്പോയപ്പോൾ വീണ്ടും എന്റെ കണ്ണുകൾ നിറഞ്ഞു. കൊട്ടും കുരവയും നിറച്ചുവെച്ച നെല്ലിൽ കുത്തിവെച്ച പൂക്കുലയും ചുവന്ന പട്ടു ചുറ്റി, പൂക്കൾ ചൂടിയ ഒരു സുന്ദരി എന്റെ ഉള്ളിലിരുന്ന് വിങ്ങി. എന്റെ നിറഞ്ഞ കണ്ണുകളിൽ ഉറ്റുനോക്കി സഹയാത്രികൻ പറഞ്ഞതും അതുതന്നെ! നീ ഇങ്ങനെ പറയാതെ.

എന്റെ മകൾ ജനിക്കുംവരെ, അവളെ ഉടലിൽ പേറിയ ഓരോ നിമിഷവും അസുഖത്തിന്റെ ആകുലതകളിൽ ജീവിതം മുങ്ങിത്താണു. ഉദ്വേഗപൂർണ്ണമായ ഒരു കാലമായിരുന്നു അത്. ജീവിതത്തോട് അങ്ങേ അറ്റം ആസക്തി തോന്നിയ ആ കാലത്ത്, ജീവിക്കുമോ മരിക്കുമോ എന്ന ചോദ്യം സദാ വേട്ടയാടിയപ്പോൾ (ആ കാലത്തെപ്പറ്റി മുൻപ് വിശദമായി എഴുതിയിട്ടുണ്ട്.) അമ്മയാവുന്നതിന്റെ സാഫല്യം ഒട്ടുമേ ആസ്വദിക്കാൻ കഴിയാതെ വന്നപ്പോൾ, വീണ്ടും ഞാൻ ദൈവത്തോട്

കണക്ക് പറഞ്ഞു! ഒരാഘോഷവും ബാക്കി വെയ്ക്കാതെ നീ എന്തിനെന്നോട് ഇങ്ങനെ...?

ആഘോഷിക്കേണ്ട ഒന്നുംതന്നെ ജീവിതത്തിന്റെ നല്ല കാലങ്ങളിൽ ആഘോഷിക്കാൻ കഴിഞ്ഞില്ല. അതേസമയം ജീവിതം ആഘോഷപൂർണ്ണമായിരുന്നുതാനും. എന്തൊരു വിരോധാഭാസം!

ഇപ്പൊ മോളുടെ കല്യാണത്തിന്റെ ഒരുക്കങ്ങളിൽ മുഴുകി ഓടി നടക്കുമ്പോൾ കാലം പലിശ സഹിതം എല്ലാ കണക്കും വീട്ടും പോലെ തോന്നുന്നു. അതും ഒരു ഭാഗ്യം.

ജീവിതം എന്നോടും ഞാൻ ജീവിതത്തോടും ഇങ്ങനെ പറഞ്ഞു തീർത്ത കണക്കുകൾ ഒത്തിരിയുണ്ട്. സ്നേഹത്തിന്, സൗഹൃദത്തിന്, കണ്ണീരിന്, കടപ്പാടുകൾക്ക്.. എന്തിനും തീർത്താൽ തീരാത്ത കണക്കുകൾ. പെരുക്കിയും ഹരിച്ചും കിഴിച്ചും ഞാൻ കൂട്ടിത്തീർത്ത കണക്കുകൾ.

ഒരുത്തരവും ഒരിക്കലും ശരിയായില്ല. തെറ്റുമായില്ല. ചിലതിന് ഉത്തരമേ കിട്ടിയിട്ടുമില്ല.

എങ്കിലും കണക്കുപറച്ചിൽ ഞാൻ ഇപ്പോഴും നിർത്തിയിട്ടില്ല. കാലത്തോട്, എന്നോട്, നിങ്ങളോട്.

('ഓണോട്ട്' വടക്കൻ കേരളത്തിലെ ഒരു സമ്പ്രദായമാണ്. ഓണത്തിന് പിറ്റേന്ന് മുതൽ നാലഞ്ചു ദിവസം ഓരോ വീടുകളിൽ ആയുള്ള ഓണാഘോഷം.)

■

ചില നഷ്ടങ്ങൾ

ബാംഗ്ലൂർ ഉദ്യാനങ്ങളുടെ നാടാണല്ലോ. പലതരം പൂമരങ്ങൾ ഞാന വിടെ കണ്ടിട്ടുണ്ട്. പല നിറങ്ങളിൽ പൂക്കൾ ചൂടി നാണിച്ചു നിൽക്കുന്ന നവോഢകൾ. അവരെ അങ്ങനെ നോക്കിനിൽക്കുക എനിക്ക് ആനന്ദമായിരുന്നു.

കോരമംഗളയിൽനിന്ന് ടൗൺഹാൾ വരെയുള്ള ഓഫീസിലേക്കുള്ള നിത്യയാത്രകളിൽ ധാരാളമായി ആസ്വദിച്ചിട്ടുള്ളത് ഈ മരങ്ങളും പൂക്കളും ആണ്. ക്രൈസ്റ്റ് കോളേജ് ക്യാമ്പസ്, നീംഹേൻസ്, ലാൽബാഗ് ഒക്കെ കടന്നുള്ള യാത്രകൾ. സൈഡ് സീറ്റ് കിട്ടുന്ന എ.സി ബസ്സുകളിൽ ഇയർഫോണിൽ പാട്ടുംകേട്ട് ചാഞ്ഞിരുന്നുള്ള യാത്രകൾ. അത്രത്തോളം സുഖമുള്ള മറ്റൊരു യാത്രയുമില്ല ഓർമ്മയിൽ.

വീട്ടിൽനിന്നും ഇറങ്ങി Boschന്റെ ക്യാമ്പസ് കടന്നു ഫോറംമോൾ വഴി വേണം ബസ്സ്റ്റോപ്പിൽ എത്താൻ. ഏകദേശം ഒരു കിലോമീറ്റർ ഉള്ള രാവിലെയും വൈകീട്ടുമുള്ള ഈ നടത്തവും ഞാൻ നന്നേ ആസ്വദിച്ചു. Bosch ക്യാമ്പസ്സിൽ പലതരം പൂമരങ്ങളുണ്ട്. അതിൽ ലൈലാക്കും റോസും കലർന്ന നിറത്തിൽ പൂക്കൾ വിരിയുന്ന ഒരു പ്രത്യേക മരം ഉണ്ടായിരുന്നു. ഒരു ദിവസം പ്രത്യക്ഷമാവുന്ന പൂമൊട്ടുകൾ അടുത്ത ദിവസം പാതി വിരിയും. പിന്നെ ഒരൊറ്റ ദിവസം വിടർന്ന് ചേതോഹരമായി നിൽക്കും. അടുത്ത ദിവസം വാടിക്കൊഴിയുകയും ചെയ്യും. പൂക്കൾച്ചൂടി പീലി വിടർത്തി ഇളംകാറ്റിൽ ചില്ലകളാട്ടി നിൽക്കുന്ന ആ സുന്ദരിക്കുട്ടി എന്നെ വല്ലാതെ ആകർഷിക്കും. അവളെ കാണാനായി മാത്രം ഞാൻ ഓഫീസിൽ നിന്ന് നേരത്തെ ഇറങ്ങും. ഇരുട്ടും മുൻപ് സായാഹ്നത്തിന്റെ ശാന്തതയിൽ അവളെ മതിയാവോളം കാണാൻ വേണ്ടി മാത്രം.

ഒരിക്കൽ പെർമിഷൻ ചോദിച്ചപ്പോൾ എന്റെ സുപ്പീരിയർ എന്നോട് ചോദിച്ചു, എന്തു പറ്റി നേരത്തെ പോവാൻ എന്ന്! (ഇടയ്ക്കിടെ തലചുറ്റലും വീഴ്ചയും പതിവുള്ളതുകൊണ്ട് സഹപ്രവർത്തകർക്ക് എന്നും

എന്റെ കാര്യത്തിൽ വലിയ ശ്രദ്ധ ഉണ്ടായിരുന്നു) ഞാൻ പറഞ്ഞു, ഒരു മരം കാണാനാണ് സർ എന്ന്. രാത്രിയായാൽ കാണാൻ പറ്റില്ല എന്നും നാളേക്ക് വെച്ചാൽ പൂക്കൾ കൊഴിഞ്ഞുപോവും എന്നും പറഞ്ഞപ്പോൾ അദ്ദേഹം ചിരിച്ച ചിരി ഇന്നും ഓർക്കുന്നു.

സാധാരണയിൽനിന്ന് വിപരീതമായി ആകാശം നോക്കി നിൽക്കുന്ന പൂക്കളുമായി ചില മരങ്ങളുണ്ടവിടെ. ഇലകൾ താഴോട്ടും ചുവന്നുതുടുത്ത പൂക്കൾ മേലോട്ടും. മരത്തിന് മീതെ ആകാശത്തേക്ക് വിരൽ ചൂണ്ടി നിൽക്കുന്ന പൂക്കൾ. അനുസരണകെട്ട മക്കളെപ്പോലെ തോന്നിച്ചു അവ. ഇലകൾ നിസ്സഹായയായ അമ്മയെപോലെ താഴോട്ട് തലകുനിച്ച് കൂമ്പി നിൽക്കും. എനിക്ക് പാവം തോന്നിയിട്ടുണ്ട് പലപ്പോഴും.

എന്റെ ഔദ്യോഗികകാലയാത്രകളിൽ മുഴുവൻ ഞാൻ മരങ്ങളുടെ ഭംഗിയാണ് ഏറ്റവും ആസ്വദിച്ചിട്ടുള്ളത്. ഒറ്റപ്പെട്ടു വിതുമ്പി നിൽക്കുന്ന മരങ്ങൾ. അഹന്തയോടെ പടർന്നു പന്തലിച്ചങ്ങനെ ചിലത്. ആഹ്ലാദത്തോടെ ചില്ലകളാട്ടി കുസൃതി കാട്ടി ചിലർ.

ചിലത് വശ്യം,

ചിലതിനു വിഷാദം

മറ്റു ചിലത് എന്തോ രഹസ്യങ്ങൾ ഒളിപ്പിക്കുംപോലെ

അങ്ങനെ അങ്ങനെ...

ജോലി ഉപേക്ഷിക്കുന്ന കാലത്ത് ക്യാൻവാസിൽ മരങ്ങളുടെ വിവിധ ഭാവങ്ങൾ വരച്ചാസ്വദിക്കാൻ ഞാൻ കൊതിച്ചു. പക്ഷേ, വിറയ്ക്കുന്ന എന്റെ വിരലുകൾക്ക് ഒരു ചിത്രവും വഴങ്ങാതെയായിരിക്കുന്നു. ഒന്നും മാറ്റിവെയ്ക്കരുത്. സ്വന്തം തോന്നലുകളെ അപ്പപ്പോൾ പിന്തുടരുക. എന്റെ സാക്ഷ്യം.

നിത്യേന യാത്ര ചെയ്തിരുന്ന വഴികളിലെ ആ മരങ്ങളൊക്കെത്തന്നെയും ഇപ്പോഴും തെളിമയോടെ ഉള്ളിലുണ്ട്, കൂട്ടുകാരെപ്പോലെ! ■

ഭ്രാന്ത്

എനിക്ക് ഒരു പൊടി വട്ടുണ്ട് എന്ന് ഇടയ്ക്ക് തോന്നാറുണ്ട്. ചില പ്രത്യേക ജീവിതദർശനങ്ങളുടെ പേരിൽ കലഹിക്കുമ്പോൾ എന്റെ അടുത്ത കൂട്ടുകാർ അങ്ങനെ പറയാറുണ്ട്. വീട്ടിൽ പിന്നെ സ്ഥിരമുള്ള ഡയലോഗ് ആണത്. ആലോചിച്ചു നോക്കുമ്പോൾ എനിക്ക് തോന്നിയ ഒരു കാര്യമുണ്ട്. ഒരു പൊടി വട്ടുണ്ട് എന്ന് കേൾക്കുമ്പോൾ ഒരു പരിധിവരെ എനിക്ക് സന്തോഷം അല്ലേ തോന്നിയിട്ടുള്ളത് എന്ന്. മറ്റുള്ളവരിൽ നിന്നും വ്യത്യസ്തമായി ചിന്തിക്കുന്നു എന്നൊരു തോന്നൽ ആ പ്രയോഗം ജനിപ്പിക്കുന്നതുകൊണ്ടാവാം അത്. വ്യത്യസ്തതയാണല്ലോ ആത്യന്തികമായി മനുഷ്യൻ കൊതിക്കുന്നത്.

എന്നാൽ ഭ്രാന്ത് എന്ന അവസ്ഥയിൽ മനുഷ്യൻ എങ്ങനെയാവും ലോകത്തെ കാണുക എന്ന് ഞാൻ പലപ്പോഴും ഓർത്തു നോക്കിയിട്ടുണ്ട്. ഇടയ്ക്കൊന്നു പറയട്ടെ, ശ്രദ്ധ ആകർഷിക്കാൻ ചില സമയങ്ങളിൽ ചിലരുടെ മനസ് സ്വയം ഭ്രാന്ത് അഭിനയിക്കും. മനുഷ്യമനസ്സിന്റെ പല വികൃതികളിൽ ഒന്ന്. അതല്ല ഞാൻ ഇവിടെ ഉദ്ദേശിച്ചത്. സ്വയം അറിയാതെ, ആഗ്രഹിക്കാതെ ഭ്രാന്താവസ്ഥയിലേക്ക് വഴുതി വീഴുന്ന മനസ്സും ഇന്ദ്രിയങ്ങളും. അവരെക്കുറിച്ചാണ് ഈ എഴുത്ത്.

എന്റെ വീടിന്റെ തൊട്ടുപിന്നിൽ ഒരു വീടുണ്ടായിരുന്നു. ഉണ്ടായിരുന്നു എന്ന് പറയുമ്പോൾ ഇപ്പോൾ ഇല്ല എന്നർത്ഥം. വിശാലമായ വളപ്പിൽ പൂമുഖവും വടക്കിനിയും ഉള്ള ഒരു വീട്. ഞങ്ങളുടെ അടുക്കളവാതിൽ തുറന്നാൽ അവരുടെ വടക്കിനി കാണാം. അവിടെ തിണ്ണയിൽ സദാ നിരാശപൂണ്ട മുഖവുമായി കൂനിക്കൂടി ഇരിക്കുന്ന ഒരു വൃദ്ധരൂപവും. ഗ്രാമത്തിലെ പൂജാരിയാണത്. ശ്രീരാമനെ കളഭ മണിയിച്ചു തേജസ്വിയാക്കുന്നയാൾ. ഇപ്പോഴും ഒരു ഛായാചിത്രം പോലെ തെളിഞ്ഞു നിൽക്കുന്നു ആ കാഴ്ച. അദ്ദേഹത്തിന്റെ മകനാണ് എന്റെ കഥാപാത്രം.

പറമ്പിലെ മാവിൻചുവട്ടിൽ നീർത്തിയിട്ട ചാരുകസേരയിൽ ഇരുന്ന് ശ്രദ്ധപൂർവം എഴുതുന്ന ഒരാളെ കാണാം. താടിയും മുടിയും നീണ്ട്, മുഷിഞ്ഞ വേഷവും കുളിക്കാത്ത ദേഹവും എണ്ണ കാണാത്ത മുടിയുമായി ഉള്ള അദ്ദേഹത്തെ കണ്ടാൽ ഒരു ആധുനിക സിനിമക്കാരനോ ബുദ്ധിജീവി എഴുത്തുകാരനോ ആണെന്നേ തോന്നൂ. മനസ്സിന്റെ സമനില പാടേ തെറ്റി സൈക്കോസിസിൽ എത്തിനിൽക്കുന്ന ഒരാളോ മെലിഞ്ഞു കുറുകിയ ഈ മനുഷ്യൻ എന്ന് ചിലപ്പോഴെങ്കിലും എനിക്ക് അതിശയം തോന്നിയിട്ടുണ്ട്.

ഭ്രാന്ത് കൂടുമ്പോൾ ഈ ഇരുത്തം നടത്തമാവും. റോഡിലൂടെ അങ്ങോട്ടും ഇങ്ങോട്ടും ദ്രുതഗതിയിൽ ഉള്ള നടത്തം. കൂട്ടത്തിൽ ആരോടോ ചിലപ്പോൾ ഇംഗ്ലീഷിൽ സംസാരം. (പോസ്റ്റൽ ഡിപ്പാർട്ട്മെന്റ് ജോലിക്കാരൻ ആയിരുന്നു ഒരിക്കൽ. അസുഖം നിമിത്തം രാജിവെയ്ക്കേണ്ടി വന്നു.) ഡിപ്പാർട്ട്മെന്റ് നിയമങ്ങൾ clause നമ്പർ സഹിതം ചിലപ്പോൾ മണി മണി ആയി പറയുന്ന കേൾക്കാം. ചിലപ്പോൾ അദൃശ്യനായ ശത്രുവിനെ കേട്ടാൽ അറയ്ക്കുന്ന ചീത്ത വാക്കുകൾ പറഞ്ഞ് ശകാരിക്കുകയുമാവാം. ഉപദ്രവിക്കും എന്ന ഭയം കൊണ്ട് ഞങ്ങളാരും അടുത്ത് പോവില്ല. കണ്ണുകളിലെ തീക്ഷ്ണത ഞങ്ങളെ ഭയങ്കരമായി ഭയപ്പെടുത്തും.

ഭ്രാന്ത് തണുക്കുന്ന സമയങ്ങളിൽ അദ്ദേഹം എണ്ണ തേച്ചു കുളിച്ച് ചീകി ഒതുക്കിയ മുടിയും ഒരു നേരിയ പുഞ്ചിരിയുമായി മാവിൻ ചോട്ടിൽ ഇരുന്ന് എഴുതും. എഴുതും എന്ന് പറയുമ്പോൾ അത് കഥയോ സാഹിത്യമോ എന്ന് കരുതരുത്. കത്തുകളാണത്. പ്രധാനമന്ത്രി, പ്രസിഡന്റ് തുടങ്ങിയവർക്കുള്ള നിവേദനങ്ങൾ. അങ്ങനെ പരസ്പരബന്ധമില്ലാത്ത എന്തൊക്കെയോ ബോധമില്ലാത്ത മനസ്സ് എഴുതി സംതൃപ്തിയടയും. അത് കൃത്യമായ അഡ്രസ്സുകളിൽ അയയ്ക്കുകയും ചെയ്യും.

ഒരിക്കൽ നാട്ടിൽ ബാങ്കിൽ പ്യൂണായി ജോലിയുള്ള ഒരാൾക്ക് പോസ്റ്റ് കാർഡിൽ കൃഷിയുമായി ബന്ധപ്പെട്ട ഒരു കത്തെഴുതിയതും കത്തിലെ കൃഷിസ്ഥലങ്ങളുടെ വ്യാപ്തിയും വരുമാനവും കണ്ട മാനേജർ തന്റെ കീഴിൽ സബ് സ്റ്റാഫ് ആയി ജോലി നോക്കുന്നയാൾ ഒരു ജന്മി ആണ് എന്ന് തെറ്റിദ്ധരിക്കയും അയാളോട് അളവറ്റ ബഹുമാനം കാണിക്കുകയും ചെയ്തതായി ഒരു കഥ കേട്ടിട്ടുണ്ട്.

പത്താംക്ലാസ്സിൽ അന്നു കാലത്ത് നല്ല മാർക്ക് വാങ്ങി പോസ്റ്റ് ഓഫീസിൽ ജോലി നേടി, പിന്നീട് ചിതറിപ്പോയ ചിന്തകളുമായി ജീവിച്ചു മരിച്ചുപോയ ആ മനുഷ്യൻ ചിലപ്പോഴൊക്കെ എന്നെ

നൊമ്പരപ്പെടുത്തിയിട്ടുണ്ട്. ഭ്രാന്ത് എന്ന അവസ്ഥയെ കരുണയോടെ കാണാൻ എന്നെ പാകപ്പെടുത്തിയിട്ടുമുണ്ട്.

ചുറ്റുപാടുകളെ, സമൂഹത്തെ, മനുഷ്യരെ, ഒന്നും ഭയപ്പെടാതെ, സ്വന്തം ശരീരത്തെക്കുറിച്ച് ആകുലപ്പെടാതെ, കഠിനമായ മാനസിക വ്യഥകളിൽ ഹൃദയം നുറുങ്ങാതെ, കണ്ണീരും പുഞ്ചിരിയും, രാവും പകലും തിരിച്ചറിയാതെ, ജീവിതത്തിന്റെ ഒഴുക്കിൽ ആടിയുലഞ്ഞു കൊണ്ടെങ്കിലും നിസ്സംഗമായ, വന്യമായ ഒരു യാത്ര പോവുന്നവർ. ഭ്രാന്തന്മാർ.

ആ യാത്രയും ഹൃദ്യമായിരിക്കാം, യാത്രികർക്ക്. ആർക്കറിയാം?

■

വേവലാതികൾ

ജനിച്ചപ്പോൾ എന്റെ മകൾ ഒരു തക്കിടമുണ്ടത്തി ആയിരുന്നു. നാല് കിലോയിൽ അധികം തൂക്കമുള്ള വെളുത്തു തുടുത്തൊരു കുഞ്ഞ്. തലയിൽ അങ്ങിങ്ങു നാലഞ്ചു ചെമ്പൻ മുടികൾ. എന്റെ മോൾ കഷണ്ടിയാണല്ലോ എന്നാണ് ആദ്യമായി ഞാൻ അവളെക്കുറിച്ച് വേവലാതിപ്പെട്ടത്. എന്റെ അമ്മ പറഞ്ഞു, മുടിയൊക്കെ കാലത്തിൽ വന്നുകൊള്ളും എന്ന്. എനിക്ക് അമ്മയെ വിശ്വാസമായിരുന്നു.

ജനിച്ച് ഒരു മാസം തികയും മുൻപ് അവളെ കൈയിൽ എടുത്ത് വാടകവീടിന്റെ ഇറയത്തിരിക്കുമ്പോൾ അവൾ ആദ്യമായി എന്റെ കണ്ണിൽ നോക്കി പുഞ്ചിരിച്ചു. ദൃഷ്ടി ഉറയ്ക്കാത്ത കുട്ടികൾ അങ്ങനെ ചിരിക്കയില്ല എന്നും അത് എന്റെ മനസ്സിന്റെ വികൃതിയാണെന്നും അമ്മ പറഞ്ഞു തന്നു. എന്റെ കുഞ്ഞിന്റെ ഉറയ്ക്കാത്ത ദൃഷ്ടികൾ എന്നെ വേവലാതിപ്പെടുത്തി.

ഒന്നുരണ്ടു മാസം പ്രായമായപ്പോൾ, കൈകാൽ കുതറി കളിച്ചു തുടങ്ങിയപ്പോൾ അവൾ രണ്ടു കുഞ്ഞിക്കൈകളും ഉയർത്തി പരസ്പരം കൂട്ടിപ്പിടിക്കാൻ ശ്രമിച്ചുകൊണ്ടിരുന്നു. അവൾ സ്വയം കണ്ടെത്തിയ ഒരു കളിയായിരുന്നു അത്. ജീവിതത്തിന്റെ വിരലുകൾ കൂട്ടിപ്പിടിക്കാൻ അവൾക്കാവുമോ എന്ന് പൊടുന്നനെ ഒരു വേവലാതി എന്നെ പൊതിഞ്ഞു.

ചെറുപ്പത്തിൽ അവൾക്ക് ഏറ്റവും ഇഷ്ടപ്പെട്ട കളിപ്പാട്ടം ഒരു കടലാസ്പാമ്പായിരുന്നു. ജോഷി എവിടെ നിന്നോ വാങ്ങിക്കൊണ്ട് വന്നതായിരുന്നു അത്. വളരെ വില കുറഞ്ഞ ഒന്ന്. ആ കടലാസ് പാമ്പിന് ഒരു ചരടും ചക്രവും ഉണ്ടായിരുന്നു. ചരട് വലിക്കുമ്പോൾ പാമ്പ് പാഞ്ഞോടും. കുഞ്ഞിക്കാലുകൾ ഇളക്കി തുള്ളിച്ചാടി അവൾ അതിന്റെ പിന്നാലെ ഓടും. അത് കാണുമ്പോഴൊക്കെ അവളുടെ വഴികളിൽ ഒളിച്ചിരിക്കാൻ ഇടയുള്ള പാമ്പുകൾ എന്നെ വേവലാതിപ്പെടുത്തി.

ഒരിക്കൽ, എടുത്തു നടക്കുമ്പോൾ മതിലിലും ചുവരിലും പറ്റിപ്പിടിച്ചിരിക്കുന്ന, കാഴ്ചയിൽ ഒരു കൂട് പോലെയിരിക്കുന്ന പുഴുവിനെ നോക്കി അവൾ വിളിച്ചു തുള്ളി.

'അമ്മേ, ചുയു ചുയു!' അത് പുഴുതന്നെ എന്ന് ഞാൻ തിരിച്ചറിഞ്ഞു വിസ്മയിച്ചു. അവളുടെ ബുദ്ധിശക്തിക്ക് ദൃഷ്ടി പെടുമോ എന്നായിരുന്നു എന്റെ അപ്പോഴത്തെ വേവലാതി.

എല്ലാം ഇന്നലെ എന്നപോലെ.

അവളുടെ വഴിയിൽ ഓരോ ഇരുളും പുലർന്ന് വെളിച്ചമാവുന്നതും വീണ്ടും ഇരുൾ വന്നു മൂടുമ്പോൾ വെളുക്കുവോളവും എന്തെല്ലാം വേവലാതികൾ.

ജീവിതം വഴി നടന്നു തീരുന്നതും വിളക്കുകൾ മങ്ങി മങ്ങി നിറം കെട്ട് അണയുന്നതും കാണാത്ത ഒരു ലോകത്തിന്റെ പുറംവാതിൽ കാലം മുന്നിൽ തുറന്നുവെച്ച് വിളിക്കുന്നതും ഒന്നും ഞാൻ അറിഞ്ഞില്ലല്ലോ.

എന്റെ ചിന്തയും ദൃഷ്ടിയും അവളിൽ മാത്രമായിരുന്നല്ലോ.

ആ വേവലാതികൾ മാത്രമായിരുന്നല്ലോ എന്റെ ജീവിതം. അല്ല, ഓരോ അമ്മമാരുടെയും ജീവിതം.

■

ഹൃദയത്തിലേക്കുള്ള വഴി

ആണിന്റെ മനസ്സിലേക്കുള്ള എളുപ്പവഴി വയറിലൂടെയാണ് എന്ന് പറഞ്ഞ വിദ്വാൻ ആരാണോ?

ആണിന്റെ എന്നല്ല, ആരുടേയും മനസ്സിലേക്കുള്ള എളുപ്പവഴി വയറിലൂടെയോ നാവിലൂടെയോ ഒക്കെത്തന്നെയാണ് എന്നാണ് എന്റെ അഭിപ്രായം.

കല്യാണം കഴിഞ്ഞകാലത്ത്, ചായ ഉണ്ടാക്കാനും ദോശ ചുടാനും മാത്രമേ എനിക്ക് അറിയാമായിരുന്നുള്ളൂ. ആദ്യമായി ഇഡ്ഡലി ഉണ്ടാക്കിയപ്പോൾ തട്ട് വെച്ച്, കുക്കറിൽ മൂന്നു വിസിൽ കൊടുത്ത ഒരു അത്യുഗ്രൻ പാചകക്കാരിയായിരുന്നു ഞാൻ.

അക്കാലങ്ങളിൽ ഡൽഹിയിലെ ഞങ്ങളുടെ ഒറ്റമുറി ഫ്ളാറ്റിൽ എല്ലാ ഞായറാഴ്ചയും ഞങ്ങളുടെ, പ്രധാനമായും ജോഷിയുടെ, സുഹൃത്തുക്കൾ ഒത്തുകൂടും. മണ്ണെണ്ണ സ്റ്റൗവിൽ ഞാൻ അവർക്ക് വെച്ചുവിളമ്പും. ഉപ്പില്ലാത്ത കട്ലറ്റും വെന്തുടഞ്ഞ മീനും ഒക്കെ ഒരു പരാതിയും ഇല്ലാതെ അകത്താക്കിയിരുന്ന അവരാണ് യഥാർത്ഥത്തിൽ എന്റെ പാചകഗുരുക്കന്മാർ.

പതിയെപ്പതിയെ പാചകം എനിക്ക് വഴങ്ങി, ഞാനതിനെ കീഴടക്കി എന്നുതന്നെ പറയാം.

അച്ചാറുകളും കാളനും ദോശയും ആയിരുന്നു എന്റെ അമ്മയുടെ മാസ്റ്റർപീസുകൾ. ചെത്തുമാങ്ങ, ഉലുവ മാങ്ങ, ആവക്ക, എണ്ണ നാരങ്ങയും നെല്ലിക്കയും എന്ന് വേണ്ട, അമ്മയുടെ കൈയ്ക്ക് വഴങ്ങാത്ത ഒരച്ചാറും ലോകത്തില്ല എന്നാണ് എന്റെ എപ്പോഴത്തെയും വിശ്വാസം. അതുപോലെ, അത്രയേറെ ക്രിസ്പ്പിയും രുചികരവുമായ ഒരു ദോശ ഞാൻ വേറെ കഴിച്ചിട്ടുമില്ല.

ഓരോരുത്തർക്കും ഓരോരോ മാസ്റ്റർപീസുകൾ ദൈവം കരുതി വെച്ചിട്ടുണ്ട് പാചകത്തിൽ എന്നാണ് എന്റെ തിയറി. പൊതുവെയുള്ള സർവേയിൽ എന്റെ മീൻകറിയും മാമ്പഴപ്പുളിശ്ശേരിയും ആണ് പലരുടെയും മനം കവർന്നിട്ടുള്ളത്.

പല സുഹൃത്തുക്കളെയും ഓർക്കുമ്പോൾ ആദ്യം ഓർമ്മ വരിക അവരുടെ പാചകത്തിലെ മാസ്റ്റർപീസുകളാണ്. ജയശ്രീടെ ആവോലി മുളകിട്ടത്, അജിതയുടെ മീൻപീര, ജോഷിയുടെ മട്ടൻകറി, അനുവിന്റെ ചിക്കൻ ബിരിയാണി എന്നിങ്ങനെ ഓരോന്നിന്റെ പേറ്റന്റ് ഓരോരുത്തർക്കും സ്വന്തം.

ചെറുപ്പത്തിൽ ഞങ്ങളുടെ വീടിനടുത്ത് ഒരു മഠമുണ്ടായിരുന്നു. അവിടത്തെ അമ്മ്യാരുണ്ടാക്കുന്ന ചക്കപ്പപ്പടവും കൊണ്ടാട്ടവും ഒരു പ്രത്യേകരുചി ആയിരുന്നു.

പാചകമറിയുന്ന ആണുങ്ങൾ കുറവാണ്. എങ്കിലും അവരുടെ പാചകത്തിന് ഒരു 'ആൺമ' ഉള്ളതായി എനിക്ക് തോന്നിയിട്ടുണ്ട്. കുറച്ചു ബലം പിടിച്ച ചോറും ചൊടി കൂടിയ കൂട്ടാനുകളും.

കറികളിലും പലഹാരങ്ങളിൽപ്പോലും ജാതിയും മതവും സൂക്ഷിക്കുന്നവരാണ് നമ്മൾ മലയാളികൾ. നായന്മാർ പയറും മറ്റും പച്ചമുളക് ചേർത്ത് വെറുതെ വാട്ടി ഉപ്പേരി ഉണ്ടാക്കുമ്പോൾ ഈഴവരും ക്രിസ്ത്യാനികളും അത് വെളുത്തുള്ളിയും ചുവന്നുള്ളിയും മുളകുപൊടിയും ഇട്ട് 'കുത്തിക്കാച്ചുന്നു'. പലഹാരങ്ങളിൽ ഉണ്ണിയപ്പം, നമ്പൂതിരി, നായർ എന്നിവർക്കും ഐനാസ്, വിഷുക്കട്ട തുടങ്ങിയവ 'കീഴ്കുറഞ്ഞവർക്കും' അച്ചപ്പം കുഴലപ്പം ക്രിസ്ത്യാനികൾക്കും പത്തലുകൾ മാപ്പിളമാർക്കും 'reserved' ആണ്. സാമ്പാറും രസവും മുറുക്കും കൊണ്ടാട്ടവും ഒക്കെ തമിഴ് ബ്രാഹ്മണരുടെ സ്വന്തം. അതിൽ എത്ര തൊട്ടുകളിച്ചാലും ആ 'perfection' വരില്ല തന്നെ.

കോളേജ് ഹോസ്റ്റലിൽ അന്നമ്മച്ചേടത്തി വയ്ക്കുന്ന കുടംപുളിയിട്ട അയലക്കറി ജീവിതത്തിൽ ഒരിക്കൽക്കൂടി കഴിച്ചു മരിക്കാൻ പറ്റണേ എന്ന് ചിലപ്പോൾ ഞാൻ പ്രാർത്ഥിച്ചുപോവാറുണ്ട്. ആസ്വദിച്ചു ഭക്ഷണം കഴിക്കാൻ കഴിഞ്ഞില്ലെങ്കിൽ ജീവിച്ചിരുന്നിട്ട് കാര്യമില്ല എന്നാണ് എന്റെ പക്ഷം.

ചില 'പ്രത്യേക കോമ്പോ'കൾ രുചി വർദ്ധിപ്പിക്കും എന്നും ഞാൻ കണ്ടുപിടിച്ചിട്ടുണ്ട്. ഉദാഹരണത്തിന്, ഊണിന്റെ കാര്യത്തിൽ മുരിങ്ങയിലക്കൂട്ടാൻ, തൈര്, കടുമാങ്ങ, ഉള്ളി സാമ്പാറും അയല വറുത്തതും മട്ടൻകറിയും രസവും മത്തി പൊരിച്ചതും മോരുകൂട്ടാനും... അങ്ങനെ അങ്ങനെ.. പലഹാരങ്ങൾക്കും ഉണ്ട് ഈ കോമ്പോ! (വേണ്ട, നിങ്ങൾക്ക് ബോറടിക്കും!)

കാലങ്ങളായുള്ള പാചകപരിചയത്തിൽ രുചികൂട്ടാൻ ഉള്ള 'ഞുണുക്ക് വിദ്യ'കളും തനതായ ചില റെസിപ്പികളും എല്ലാർക്കും സ്വന്തമായി ഉണ്ടാവും. എനിക്കുമുണ്ട്! അത് ഓരോരുത്തർക്കും വ്യത്യസ്തമാവും എന്ന് മാത്രം. രുചിയോടെ ഭക്ഷണം കഴിക്കുകയും കഴിപ്പിക്കുകയും ചെയ്യുക മനുഷ്യകുലത്തിന്റെ അവകാശമാണ്.

അല്ലേ? ■

മരണത്തിന്റെ പ്രകാശം

ജീവിതത്തിന് എന്തെങ്കിലും ഉറപ്പുണ്ടോ? ചിന്തിച്ചു പഴകിയ ഒരു ചോദ്യമാണത്. മരണത്തെക്കുറിച്ച്, അതിന്റെ ആകസ്മികവും അദൃശ്യവുമായ സാന്നിധ്യത്തെക്കുറിച്ച് ഞാൻ ആദ്യം വിസ്മയിച്ചത് ജോർജ് സാർ മരിച്ചപ്പോഴാണ്. എന്റെ മുത്തച്ഛനും അച്ഛമ്മയും മുൻപേ മരിച്ചിരുന്നു എങ്കിലും ആസന്നമൃത്യുവായിരുന്നു അത് രണ്ടും!

ജോർജ് സാർ എന്റെ സഹപ്രവർത്തകനായിരുന്നു. എന്റെ തൊട്ടടുത്ത സീറ്റിൽ ഇരുന്നു പണി എടുത്തിരുന്നയാൾ. രസികനായ ഒരു നാട്ടിൻപുറത്തുകാരൻ. ഞങ്ങൾ തോരാതെ സംസാരിച്ചും തമാശകൾ പറഞ്ഞും ബാങ്കിലെ വിരസത മാറ്റിയിരുന്നു. എന്റെ അച്ഛനോളം പ്രായമുണ്ടായിരുന്ന അദ്ദേഹത്തെ ഞാൻ സുഹൃത്തായി കണ്ടു. ജോലിയിൽ മിടുക്കിയായിരുന്നു എങ്കിലും ഈ വാചകമടി എന്റെ മേലധികാരിയെ പലപ്പോഴും ചൊടിപ്പിച്ചു. ആ ചൊടിപ്പ് ഒരു രസമായി കാണാൻ കഴിഞ്ഞിരുന്നു ആ പ്രായത്തിൽ.

ജോർജ് സാറിന്റെ വീട് ഞങ്ങൾ വാടകയ്ക്ക് താമസിക്കുന്ന വീടിന് അടുത്താണ്. ഒരേ ബസ്സ്റ്റോപ്പ് സ്വന്തമായുള്ളവരായിരുന്നു ഞങ്ങൾ. സ്വന്തപ്പെട്ട ആരോ അടുത്ത് തന്നെയുണ്ട് എന്ന തോന്നൽ അത് തന്നുപോന്നു.

അങ്ങനെയിരിക്കെ ഒരു വിഷുവിനു ഞങ്ങൾ നാട്ടിൽ പോവാനിറങ്ങി. ബസ്സ്റ്റോപ്പിനടുത്ത കടയിൽ നിന്ന് പടക്കം പൂത്തിരി ഒക്കെ വാങ്ങി നിൽക്കുമ്പോഴാണ് സാറിനെ കണ്ടത്. ഞങ്ങളുടെ ഒപ്പം കൂടി, എന്തൊക്കെയോ വാങ്ങി ഞങ്ങളെ ബസ് കയറ്റി അയച്ചാണ് സാർ പോയത്.

വിഷുവിന്റെ പിറ്റേന്ന് ബ്രാഞ്ചിൽ എത്തിയപ്പോൾ സാറിന്റെ മരണവാർത്തയാണ് എന്നെ കാത്തിരുന്നിരുന്നത്. ഒഴിഞ്ഞു കിടന്ന ആ സീറ്റ് കുറെക്കാലത്തോളം എന്നെ വേട്ടയാടി. അവസാനമായി കണ്ട അന്ന് സാറിന്റെ മുഖത്തിന് ഒരു പ്രകാശം ഉണ്ടായിരുന്നില്ലേ

എന്ന് പിന്നീട് ഞാൻ പലപ്പോഴും ആലോചിച്ചിട്ടുണ്ട്. മരണത്തിന്റെ ആ പ്രകാശം. മരണത്തോടടുത്ത മുഖങ്ങളിൽ അത് ഞാൻ കണ്ടിട്ടുണ്ട്, പിന്നീട്. മരണം തന്റെ സാന്നിധ്യം മുൻകൂട്ടി അറിയിക്കും പോലെ, ഇതാ ഞാൻ എത്തിയിരിക്കുന്നു എന്ന്. ഒരുപക്ഷേ മരണമടുക്കുമ്പോൾ, എന്നും കണ്ണാടിയിൽ പരിചിതമായ എന്റെ മുഖത്തും ആ പ്രകാശം വന്നേക്കും, എന്ന് ഞാൻ വിശ്വസിക്കുന്നു. അങ്ങനെ മരണത്തിന്റെ സാന്നിധ്യം ഞാൻ അറിയും.

ഞാൻ ഇല്ലാത്ത എന്റെ വീട് ഞാൻ പലപ്പോഴും സങ്കല്പിച്ചു നോക്കിയിട്ടുണ്ട്. അടുക്കും ചിട്ടയും നഷ്ടപ്പെട്ടു ക്ഷീണിച്ച് അതെന്നെ ദയനീയമായി അന്വേഷിക്കും. അക്കാ, ചേച്ചി എന്നീ നിശ്ശബ്ദമായ വിളികൾ ഞാൻ കേൾക്കും. ഇതൊന്ന് ചെയ്യൂ, അതൊന്ന് ചെയ്യൂ എന്ന എന്റെ അർത്ഥനകൾക്ക് അവർ വെറുതെ കാതോർക്കും. മേശമേൽ എന്റെ കൈപ്പുണ്യം ചേരാത്ത ഭക്ഷണം തണുത്ത് ആറിയിരിക്കും. സദാ മുഴങ്ങുന്ന എന്റെ പഴയ ഗാനങ്ങൾ അവരെ അലോസരപ്പെടുത്തില്ല. എന്റെ ശാസനകൾ അവരെ ഉണർത്തുകയുമില്ല. പതിയെ എല്ലാം മറവിയിലേക്ക് പോവും. ഞാനും..

നന്നേ ചെറുപ്പത്തിൽ ഇരുപത്തിയൊന്നാം വയസ്സിൽ ഹൃദയം ശരിയാക്കാൻ ജീവിതത്തിന്റെ വാതിൽ കടന്നുപോവുമ്പോൾ ഞാൻ തിരിഞ്ഞു നോക്കിയിരുന്നു. കടുത്ത പ്രണയം എന്നെ കീഴടക്കിയിരുന്നു അപ്പോൾ. പ്രണയം തുളുമ്പുന്ന രണ്ടു മിഴികളോട് യാത്ര ചോദിച്ച ആ നിമിഷംതന്നെയായിരുന്നു ജീവിതത്തെ ഏറ്റം സ്നേഹിച്ച മുഹൂർത്തം.!

ജീവിതത്തെ ഏറ്റവും സ്നേഹിക്കുന്ന മുഹൂർത്തത്തിൽ വേണം അത് ഉപേക്ഷിച്ചു പോവാൻ. അല്ലാതെ ജീവിതം മടുക്കുമ്പോഴല്ല.

ശരിയല്ലേ?

■

'ഹരിയേട്ടൻ...'

2016ലെ കാര്യമാണ്.. വീട്ടിൽ ഒറ്റയ്ക്ക് ആയ ഒരു ഉച്ചയ്ക്ക് മനസ്സിലേക്ക് പണ്ട് വായിച്ച ഒരു കഥ കയറി വരുന്നു. ഇ. ഹരികുമാർ എഴുതിയ ഒരു കഥ! ഒരു കൊച്ചുകുട്ടി അടുത്ത വീട്ടിലെ വീട്ടുകാരിയുടെ ഒരു പാവക്കുട്ടി അറിയാതെ പൊട്ടിക്കുന്നതും ആ അപരാധബോധം ഒരുപാട് കാലം പേറുന്നതും ആയ കഥ. ഒരു വാശിക്ക് വീട്ടിലെ പഴയ മുഴുവൻ ആഴ്ചപ്പതിപ്പുകളും കൊല്ലപ്പതിപ്പുകളും ഞാൻ തപ്പി. പൊടി അടിച്ചു വയ്യാതായി. ശ്വാസം മുട്ടി.

ഒരു കൊച്ചു കുഞ്ഞിനെപ്പോലെ എന്റെ മനസ്സ് വാശിപിടിച്ചു ആ കഥയ്ക്കു വേണ്ടി...

പിറ്റേന്ന് ബാങ്കിൽ ക്യാബിനിലെ തിരക്ക് ഒഴിഞ്ഞപ്പോൾ ഞാൻ നെറ്റിൽ തപ്പി. അദ്ദേഹം തന്റെ പുസ്തകങ്ങൾ എല്ലാം ഇടശ്ശേരി പബ്ലിക്കേഷൻസ് എന്ന പേരിൽ കുറെ വാല്യങ്ങൾ ആയി പ്രസിദ്ധീകരിച്ചിരിക്കുന്നു. അന്നുതന്നെ ഓർഡർ അയച്ചു. കാത്തിരുന്നു. പലപ്പോഴായി വായിച്ച ആ കഥകൾ ഒക്കെ ഒന്നിച്ചുകിട്ടാൻ പോവുന്നു.

രണ്ടു ദിവസം കഴിഞ്ഞപ്പോൾ എന്നെ വിളിച്ചു. പുസ്തകങ്ങൾ കിട്ടിയോ എന്നറിയാൻ. ക്ഷീണം നിറഞ്ഞ ശബ്ദം. എന്റെ പ്രിയപ്പെട്ട കഥാകാരൻ. ഉച്ചയ്ക്ക് ഞാൻ തിരിച്ചുവിളിച്ചു. കിട്ടി.

പിന്നെ വായനയായി. ആദ്യം പ്രിയ കഥകൾ. പിന്നെ മുൻപ് വായിക്കാത്തത്. നോവലെറ്റ്, നാടകം, ലേഖനം... അങ്ങനെ എല്ലാം എല്ലാം വായിച്ചു. അദ്ദേഹം എഴുതിയ എല്ലാം... എല്ലാം...

ഓരോ കഥയും ഉണ്ടാക്കിയ സ്വാധീനം, സങ്കടം, ഞാൻ ഉൾക്കൊണ്ട അർത്ഥം എല്ലാം കുറിപ്പാക്കി അദ്ദേഹവുമായി പങ്കുവെച്ചു. വാട്സ് ആപ്പിൽ. സംസാരം കുറവായിരുന്നു. ഒരു സർജറിയെ തുടർന്ന് സംസാരം, വായന എന്നിവ കുറച്ച സമയം ആയിരുന്നു എന്നതുകൊണ്ട്.

ഒരിക്കൽ പറഞ്ഞു, ഈ കുറിപ്പുകൾ ഒക്കെ കൂട്ടി ഒരു പഠനം ആയി എഴുതൂ എന്ന്. ധൈര്യം വന്നില്ല. ആ മഹാപ്രതിഭയ്ക്കു മുന്നിൽ ഞാൻ ആര്?

ആയിടയ്ക്കാണ് എനിക്ക് ബാംഗ്ലൂർക്ക് ട്രാൻസ്ഫർ ആയത്. പുതിയ ചുറ്റുപാടുകൾ, പെട്ടെന്ന് മാറി മറിഞ്ഞ ജീവിതം! അതിനിടയിൽ ആ കണ്ണികൾ മുറിഞ്ഞു പതിയെ...

രണ്ടു ദിവസം മുൻപ് 'ഗുറാമിയുടെ ആശുപത്രി', കൂറകൾ (എന്റെ പ്രിയപ്പെട്ടവയിൽ രണ്ടെണ്ണം) വീണ്ടും വായിച്ചപ്പോൾ ഓർത്തു. ഇനി തൃശ്ശൂരിൽ പോവുമ്പോൾ പോണം. പോയി കാണണം. എന്നെ മനസ്സിലായോന്നു ചോദിക്കണം.

ഇന്നിതാ, കുറച്ചു മുൻപ് ഒരു സുഹൃത്ത് വിളിക്കുന്നു. അറിഞ്ഞോ ഗീതടെ പ്രിയപ്പെട്ട എഴുത്തുകാരൻ പോയി.

എന്ത് പറയണം?

നന്ദി? മാപ്പ്?

സുഖമായി ഉറങ്ങൂ.

മനുഷ്യമനസ്സ് കണ്ടറിഞ്ഞ കഥാകാരാ, എന്റെ മനസ്സും അങ്ങു കണ്ടിരിക്കുമല്ലോ. ■

പൊങ്കാല

കഴിഞ്ഞ വർഷവും ഈ ദിവസം ഉണ്ടായിരുന്നു.

ഉരുകുന്ന ഹൃദയവുമായി ഞാനും ഉണ്ടായിരുന്നു. ജീവിതം അതിന്റെ എല്ലാ ഭംഗിയും നഷ്ടപ്പെട്ട്, എന്നെ വിട്ട് ഏതോ ദേശാടനത്തിന് പോയിക്കഴിഞ്ഞിരുന്നു.

മോൾ സിവിൽ സർവീസസ് ഇന്റർവ്യൂന് തയ്യാറെടുക്കുന്നു. അവൾ കയറുമോ അതോ മുൻപത്തെപോലെ തോറ്റുപോവുമോ? ഊണിലും ഉറക്കത്തിലും എന്റെ ചിന്ത അങ്ങനെ ഉഴറി നടന്നു. ഒട്ടും പ്രതീക്ഷിക്കാതെ ഞാൻ അടിയറവുവെച്ച എന്റെ ജോലി, എന്റെ ഓഫീസ് ദിനങ്ങൾ, തിരക്കുകൾ, എല്ലാം എന്നെ നോക്കി പരിഹസിച്ചു, നിത്യം.

സിവിൽ സർവീസസ് പരീക്ഷയ്ക്ക് തയ്യാറെടുക്കുന്ന കുട്ടികളേക്കാൾ സങ്കടകരമാണ് അച്ഛനമ്മമാരുടെ അവസ്ഥ. മക്കൾക്കൊപ്പം അവരുടെ ചിന്തകൾ ഒരു പെൻഡുലം പോലെ അനുധാവനം ചെയ്യും. വേറൊന്നും ചിന്തിക്കാൻ കഴിയാത്തവണ്ണം.

സങ്കടങ്ങളിൽ ആണല്ലോ ദൈവങ്ങളെ കൂട്ട് പിടിക്കുക.

കഴിഞ്ഞ വർഷത്തെ ഈ ദിവസം ഉരുകുന്ന വെയിലിൽ വിയർപ്പിൽ മുങ്ങി, തളർന്ന്, ഞാനും പൊങ്കാലയിട്ടു, ഭഗവതിക്ക്. എന്റെ കണ്ണീർ വീണു നനഞ്ഞ ആ പൊങ്കാല മനസ്സാ സ്വീകരിച്ച് ആ കൈകൾ എന്റെ മൂർദ്ധാവിൽ അമർന്നു. 'നിന്റെ സങ്കടങ്ങൾ ഇതാ ഈ കണ്ണീരോടൊപ്പം എന്നിലേക്ക്' എന്ന് ആരോ എന്റെ ചെവിയിൽ മന്ത്രിച്ചു.

കൃത്യം ഒരു കൊല്ലം മുൻപ് എനിക്കുണ്ടായിരുന്ന എല്ലാ സങ്കടങ്ങൾക്കും പരിഹാരമായി. സന്തോഷമായോ എന്ന് ആ കണ്ണുകൾ ചോദിക്കാതെ ചോദിക്കുന്നു.

എന്റെ സന്തോഷം നിന്റെ തൃപ്പടിയിൽ...

എന്നും!

■

അവനെ പരീക്ഷിക്കരുത്

ഇരുപത്തൊന്നാം വയസ്സിൽ ചെയ്യേണ്ടി വന്ന ഹൃദയശസ്ത്രക്രിയയെക്കുറിച്ച് മുൻപ് ഞാൻ എഴുതിയിട്ടുണ്ട്. ഹൃദയം എന്നത് ഒരു പ്രത്യേക അസ്തിത്വമായി എന്നെ സംബന്ധിച്ച് മാറിയതിനെക്കുറിച്ചും എഴുതിയിട്ടുണ്ട്.

ആ ഹാർട്ട് സർജറി കഴിഞ്ഞ് വീട്ടിൽ വിശ്രമിച്ചിരുന്ന നാളുകളിൽ ഞാൻ ഒരു പരമഭക്തയായി മാറിയിരുന്നു. കൃഷ്ണനായിരുന്നു എന്റെ ഉപാസനാമൂർത്തി. ലോകത്തിൽ നിന്ന്, മനുഷ്യരിൽ നിന്ന്, ഒക്കെ ഓടി അകലാൻ ഞാൻ കൊതിച്ചിരുന്ന കാലം കൂടിയായിരുന്നു അത്. എന്നാലും ഈ പ്രായത്തിൽ കുട്ടിക്കിതു വന്നല്ലോ എന്ന സഹതാപം ഓരോ മുഖവും വിളിച്ചു പറയുകയും ഞാൻ സകലമുഖങ്ങളെയും വെറുക്കുകയും ചെയ്തു.

ഭക്തി മനുഷ്യന് എങ്ങനെ രക്ഷാസങ്കേതം ആവുന്നു എന്ന് അക്കാലങ്ങളിൽ ഞാൻ മനസ്സിലാക്കി. അതൊരു തുരുത്താണ്. തിരിച്ചു പ്രതികരിക്കാത്ത മൂർത്തികൾക്ക് മുന്നിൽ സ്വയം സമർപ്പിക്കുകയും അതുവഴി കാമാർത്ഥങ്ങളിൽനിന്ന് അകലുകയും ചെയ്യുന്ന ഒരു ജാലവിദ്യയാണത്. അകമഴിഞ്ഞ ഭക്തിയിൽ സ്വയം സമർപ്പിക്കുന്നവരെ കാണുമ്പോൾ ഓർത്തോളൂ. ഉള്ളിൽ അവർ അഗ്നികുണ്ഡങ്ങൾ പേറുന്നുണ്ട് എന്ന്.

അക്കാലത്ത് എന്റെ ഇഷ്ടപ്രാണേശ്വരൻ കൃഷ്ണനായിരുന്നു. ഞാൻ സംസാരിച്ചതും പരാതി പറഞ്ഞതും സ്നേഹിച്ചതും പിണങ്ങിയതും എല്ലാം അവനോട്. രാവിലെ അവന് തുളസിമാല കെട്ടി ചാർത്തുക, തോന്നുമ്പോഴൊക്കെ ഗുരുവായൂർക്ക് ബസ് കയറുകയും ആ പ്രദക്ഷിണവഴികളിൽ മണിക്കൂറുകളോളം സ്വയം നഷ്ടപ്പെടുകയും ചെയ്യുക ഇതെല്ലാമായിരുന്നു അക്കാലത്തെ എന്റെ വിനോദങ്ങൾ. വിനോദം എന്ന് അതിനെ വിളിക്കാമോ എന്നെനിക്ക് സംശയമുണ്ട്. എങ്കിലും അതങ്ങനെ ഇരിക്കട്ടെ.

മാസങ്ങൾകൊണ്ട് ഞാനും കൃഷ്ണനും തമ്മിൽ ഒരു അടിയുറച്ച ബന്ധം ഉണ്ടായി വന്നു. പരസ്പരം പൂർണ്ണമായും അറിയുന്ന ഒരവസ്ഥ! അതങ്ങനെ ഞങ്ങൾക്കിടയിൽ ജ്വലിച്ചുനിന്നു. ഒന്ന് പറയട്ടെ, ആ കാലയളവിൽ ഞാൻ അവനോട് പ്രാർത്ഥിച്ച സകലതും സകലതും തന്നെ, ജീവിതത്തിൽ എനിക്ക് കിട്ടിയിട്ടുണ്ട്. സത്യമാണ്. ജീവിതത്തിന്റെ നാൾവഴികളിൽ ഓരോന്നിലും എനിക്ക് എന്റെ സ്വപ്നങ്ങൾ വീണുകിട്ടുമ്പോൾ ഞാൻ അവനെ ഓർക്കും.

കല്യാണം കഴിഞ്ഞ് ഞാനും ജോഷിയും ഡൽഹിയിൽ താമസം തുടങ്ങിയ കാലം. കൃഷ്ണൻ എനിക്ക് സാധിച്ചുതരാത്ത ഒന്നും തന്നെ ഇല്ല എന്ന സ്വകാര്യ അഹങ്കാരം ഇതിനകം എന്നിൽ അടിയുറച്ചു കഴിഞ്ഞിരുന്നു. അതൊരു ധൈര്യമായി ഞാൻ കൂടെക്കൊണ്ടു നടന്നു.

ഒരിക്കൽ ഷോപ്പിങ്ങിനായി ഞങ്ങൾ കോണാട്ട് പ്ലേസിൽ പോയി. താമസിക്കുന്ന സ്ഥലത്തുനിന്നും ഒരുപാട് ദൂരമുണ്ട്. ഇടയ്ക്കിടെ ട്രാഫിക് സിഗ്നലുകൾ. ട്രാഫിക് സിഗ്നലുകളിൽ കുടുങ്ങി കിടക്കാതെ ആ ദൂരം താണ്ടുക അസാധ്യം. പത്തോ അതിൽ കൂടുതലോ സിഗ്നലുകൾ ഉണ്ട് ആ റൂട്ടിൽ. സാധനങ്ങൾ വാങ്ങുന്നതിനിടയിലാണ് ഒരു ഛർദ്ദി എന്നെ പിടികൂടിയത്. എന്തോ ഭക്ഷണം പിടിക്കാതെ വന്നതാണ്. ഞങ്ങൾ പർച്ചേസ് ഉപേക്ഷിച്ചു വീട്ടിലേക്ക് മടങ്ങാൻ തീരുമാനിച്ചു. ഓട്ടോ വിളിച്ചു. എനിക്ക് വയ്യായ്ക കൂടി വരുന്നു.

ഒരു പരീക്ഷണംപോലെ ഞാൻ ജോഷിയോട് പറഞ്ഞു. എന്റെ കൃഷ്ണന് എന്നോടുള്ള ബന്ധം സത്യമാണെങ്കിൽ ഒരൊറ്റ ട്രാഫിക് സിഗ്നലിൽപോലും പെടാതെ നമ്മൾ വീടെത്തും. അന്നത്തെ ഡൽഹിയുടെ അവസ്ഥയിൽ ഒട്ടും നടക്കാത്ത ഒരു കാര്യം.

എന്നാൽ കൂട്ടരേ, ഒരൊറ്റ സിഗ്നൽപോലും കിട്ടാതെ ഒരിക്കൽപോലും വണ്ടി നിർത്തേണ്ടി വരാതെ, എനിക്ക് തന്നെ വിശ്വസിക്കാൻ കഴിയാതെ ഞങ്ങൾ വീടെത്തി. ഓരോ സിഗ്നലിൽ എത്തുമ്പോഴും സെക്കന്റുകൾ വ്യത്യാസത്തിൽ സിഗ്നൽ ക്ലിയർ ആവുകയോ സിഗ്നൽ ഇല്ലാതെ വരുകയോ ചെയ്ത ആ യാത്ര എന്നെ മാത്രമല്ല ജോഷിയെയും അതിശയിപ്പിച്ചു. അന്ന് ജോഷി എന്നോട് പറഞ്ഞ ഒരു വാചകം പലപ്പോഴും ഞാൻ ഓർക്കാറുണ്ട്. ''ദൈവത്തെ പരീക്ഷിക്കരുത്.'' പിന്നീട് ഒരിക്കലും. ഒരിക്കലുംതന്നെ ഞാൻ അത്തരം പരീക്ഷണങ്ങൾക്ക് മുതിർന്നിട്ടില്ലതാനും.

കാലാന്തരത്തിൽ, ജീവിതത്തിരക്കുകളിൽ, ജീവിതം സമ്മാനിച്ച അഹങ്കാരങ്ങളിൽ, അന്യതാബോധത്തിൽ ഞാൻ കൃഷ്ണനുമായി

ഒരുപാട് അകന്നു പോയി. എങ്കിലും ജീവിതത്തിന്റെ തുടക്കക്കാലങ്ങളിൽ ഞാൻ അവനോട് മന്ത്രിച്ച ആഗ്രഹങ്ങൾ ഓർത്തുവെച്ച് അവൻ അവയെല്ലാം എനിക്കിന്നും സാധിച്ചു തരുന്നു. യഥാർത്ഥ സൗഹൃദം എന്തെന്ന് അവൻ എന്നെ പഠിപ്പിച്ചുകൊണ്ടേയിരിക്കുന്നു. ഇന്നും ഞാനവനെ ഞാനറിയാതെതന്നെ പ്രണയിച്ചുകൊണ്ടിരിക്കുകയും ചെയ്യുന്നു. ■

സ്നേഹിക്കയില്ല ഞാൻ

നാലഞ്ചു ദിവസമായി സ്നേഹം മനസ്സിനെ അലട്ടിക്കൊണ്ടിരിക്കുന്നു. സ്നേഹത്തിന്റെ പല രീതികൾ കാറ്റായും പരുന്തായും പ്രാവായും ഒക്കെ ചുറ്റും തിരിഞ്ഞു കളിക്കുംപോലെ.

''പോ.. പോയി തുലയൂ'' എന്ന് ഉറക്കെ ഉറക്കെ പറഞ്ഞാട്ടി, മനസ്സിന്റെ വഴി അടിച്ചുവാരി വൃത്തിയാക്കുംതോറും വീണ്ടും വീണ്ടും പാറി വീഴുന്ന കരിയിലകൾ. സ്നേഹം!

ഒരിക്കൽ ഒരു യാത്രയിൽ, വെറുതെ സംസാരിച്ച കൂട്ടത്തിൽ ഡ്രൈവർ പറഞ്ഞ സ്നേഹത്തിന്റെ ഒരു നിർവചനമുണ്ട്. ഇപ്പോഴും ഇടയ്ക്കിടെ ഓർമ്മ വരുന്ന ഒന്ന്.

''മനുഷ്യനെ പടച്ചു വിടുമ്പോ തമ്പുരാൻ നമ്മക്ക് കുറച്ചു സ്നേഹം തന്നയയ്ക്കും. ഒരു കള്ളുംകുപ്പി പോലെ. അത് കൂട്ടാനോ കുറയ്ക്കാനോ പറ്റൂല്ല മേഡം. അത് സൂക്ഷിച്ച് ഉപയോഗിച്ചാ അങ്ങോളം എല്ലാർക്കും കൊറേശ്ശേ കൊടുക്കാം. എല്ലാം കൂടി ഒന്നിച്ചു ഒഴിച്ച് കൊടുത്ത് തുലച്ചാ അങ്ങോളം ഒന്നൂല്ലാൻഡ് പോണ്ടി വരും.''

കല്യാണം കഴിഞ്ഞശേഷം മകന്റെ സ്നേഹം കുറഞ്ഞു പോയി എന്ന അമ്മയുടെ പരാതിയോട് അയാളുടെ മറുപടി ആയിരുന്നു അത്!

മനസ്സിന്റെ വിങ്ങലായും നഷ്ടബോധത്തിലേക്കുള്ള യാത്രയായും ജീവിക്കാനുള്ള ടോണിക്ക് ആയും ഒക്കെ ചിത്രീകരിക്കപ്പെടുന്ന സ്നേഹം യഥാർത്ഥത്തിൽ ഇത് വല്ലതുമാണോ?

സ്വയം അംഗീകരിക്കപ്പെടാൻ മനുഷ്യനുള്ള ത്വര മാത്രമല്ലേ സ്നേഹം? അതിനുള്ള ജയിക്കാത്ത യുദ്ധമാണ് ജീവിതം. വ്യക്തികളോട് അല്ലെങ്കിൽ ചാരാചരങ്ങളോട് ബന്ധപ്പെടുത്താതെ, സ്നേഹത്തെ അലൗകികമായി കണ്ട്, ആ മേഘത്തിൽ കയറി യാത്ര ചെയ്തു മറുകര പിടിച്ചവർ ഭാഗ്യവാന്മാർ. ഇവിടെ, സ്നേഹത്തിന്റെ

പേരിൽ ആശയും നിരാശയും യുദ്ധവും സമാധാനവും നയിച്ചു തളർന്നു കളത്തിൽ വീണു പോവുന്നവർ, നമ്മൾ.

ഓഷോയുടെ ദർശനങ്ങളോട് പുച്ഛം ആയിരുന്നു ഒരു കാലത്ത്. പക്ഷേ ജീവിതത്തിന്റെ അവസാന പടവുകളിൽ കാലും നീട്ടി ഇരുന്നു ചിന്തിക്കുമ്പോൾ, കൂട്ടിയും കുറച്ചും ഗുണിച്ചും ഹരിച്ചും നോക്കിയിട്ടും സ്നേഹത്തിന്റെ കണക്കുകൾ കൂട്ടി മുട്ടാതെ വരുമ്പോൾ, ജീവിതത്തിൽ ഇന്നോളം ഉണ്ടായിട്ടുള്ള എല്ലാം ദുഃഖത്തിന്റെയും ഹേതുവായി മാത്രം ഈ സ്വാർത്ഥ വികാരത്തെ തിരിച്ചറിയുമ്പോൾ, ഞാൻ എത്തിച്ചേരുന്നതും ആ ആശയങ്ങളിൽ.

ശക്തനെ ദുർബലനാക്കുന്നതും ദുർബലനെ ശക്തനാക്കുന്നതും സ്നേഹം എന്നൊക്കെ പറയുന്നു എങ്കിലും സ്നേഹത്തിലെ സ്നേഹ രാഹിത്യത്തെക്കുറിച്ച് ഏകദേശം നൂറു കൊല്ലങ്ങൾക്ക് മുൻപ് കാഫ്ക വരച്ചുവച്ച ഒരു കഥയുണ്ട്! രൂപാന്തരം. അതിൽക്കൂടുതലായി സ്നേഹത്തിനുള്ള, അതിന്റെ അർത്ഥമില്ലായ്മയ്ക്കുള്ള നിർവചനം ഇതുവരെ വേറെ കണ്ടിട്ടില്ല. (കഥയുടെ വിശദാംശങ്ങൾ ഇവിടെ പ്രദർശിപ്പിക്കുന്നത് ഏറ്റവും അനൗചിത്യമാണ് എന്നാണ് തോന്നൽ. അതിനു മുതിരുന്നില്ല.)

സ്വയം ബന്ധിക്കാനുള്ള കയർ ആവാതെ നോക്കിയാൽ, സ്ഥിരമായ ഒന്നുമില്ല അതിൽ എന്ന് അവനവനെ ബോധ്യപ്പെടുത്തിയാൽ, ജീവിക്കാനുള്ള ഒരു ത്വരകം മാത്രമാണത്, ജീവിതമല്ല എന്ന് തിരിച്ചറിഞ്ഞാൽ, ഉദയവും അസ്തമയവും തരുന്ന വെറുമൊരു കൗതുകമായി കണ്ടു നിർമ്മമമായി അതിനെ അകറ്റി നിർത്തിയാൽ, ആനന്ദകരമാവും ഈ ജീവിതം.

സ്നേഹത്തേക്കാൾ മുന്നിട്ട് നിൽക്കേണ്ട വികാരം കരുണ തന്നെ. സ്നേഹത്തിൽ നിന്ന് സ്വാർത്ഥത എന്ന എലമെന്റ് എടുത്തു മാറ്റിയാൽ ബാക്കി കിട്ടുന്ന അമൃതമാണല്ലോ അത്. ഒരൊറ്റ മതമുണ്ടുലകിൻ ഉയിരാം... എന്ന വരികൾ കുറിക്കുമ്പോൾ ഉള്ളൂരും ഓർത്തുവെച്ചത് കരുണതന്നെ ആയിരിക്കാം.

ഭൂമിയിൽ സകലതിനേയും കാരുണ്യത്തോടെ മാത്രം നോക്കാൻ കഴിയുന്ന ആ ഒരു ദിവസത്തെ കാത്താണ് എന്റെയും യാത്ര. സ്നേഹത്തിന്റെ എല്ലാ കെട്ടുപാടുകളും അഴിച്ചു വെച്ച് കരുണയുടെ കടലിലേക്ക് അങ്ങനെ കൈകോർത്തു പിടിച്ചു നാം ഒരിക്കൽ നടന്നുപോവുമായിരിക്കും അല്ലേ? ■

മീണ്ടും ഒരു കോവിഡ് കഥ

സത്യം പറഞ്ഞാൽ, ഇന്ന് രാവിലെവരെ ഇതല്ല ഞാൻ ഉദ്ദേശിച്ച തല വാചകം. പിന്നെ ഇപ്പൊ ഒരു ചിന്ന തമിഴത്തി ആണല്ലോ. പ്രതീക്ഷിച്ചപോലെ ഒന്നും നടന്നതുമില്ല. അപ്പൊ പിന്നെ ഇതിരിക്കട്ടെ.

അപ്പൊ പറഞ്ഞു വന്നത്, മിനിഞ്ഞാന്ന് ഉച്ചമുതൽ നമുക്ക് എന്തോ ഒരു ഏനക്കേട്. പുറത്ത് ഇടയ്ക്കിടെ ഇടിവാൾ വെട്ടുന്നപോലെ ഒരു വേദന! നെഞ്ചിന്റെ ഇടതുപക്ഷത്തിന് ഒരു കഴപ്പ്. ശ്വാസം മുട്ടുന്നില്ലേ എന്നൊരു ഡൗട്ട്. 'ഹാർട്ടേ, നീ പണി മുടക്കരുതിപ്പോൾ.' എന്നൊക്കെ ഹൃദയത്തോട് ഞാൻ പറഞ്ഞു നോക്കിയെങ്കിലും അവനൊരു ഇടഞ്ഞ കൊമ്പന്റെ മട്ട്. അവനെ പിണക്കിക്കൂടാ. പണി കിട്ടും. ഞാൻ ജാഗരൂകയായി. സന്ധ്യയോടെ, വലിയ തെറ്റില്ലാത്ത ശ്വാസംമുട്ട് എന്നെ ഉലയ്ക്കാൻ തുടങ്ങി. Chest infection ഇല്ല. കോൾഡ് ഇല്ല. പിന്നെ മുട്ടൽ എപ്പടി? എനിക്ക് ഒരുത്തരം കിട്ടിയില്ല.

രാത്രി, മെത്തയുടെ പതുപതുപ്പ് ശ്വാസത്തെ വരിഞ്ഞു മുറുക്കിയപ്പോൾ ഞാൻ സോഫയിൽ അഭയം തേടി. ഇരുന്നുതന്നെ നേരം വെളുപ്പിച്ചു. കൂട്ടത്തിൽ ജോഷിയും. രാവിലെ കുളിക്കാൻ കയറിയപ്പോൾ ആണ് ശ്വാസംമുട്ട് ഒരു ഭീകരവേർഷനിൽ എത്തി നിൽക്കുകയാണ് എന്ന സത്യം ഞാൻ മനസ്സിലാക്കിയത്.

പുറത്ത് വന്ന ഞാൻ ഉറക്കെ പ്രഖ്യാപിച്ചു. എനിക്ക് കോവിഡ് ടെസ്റ്റ് ചെയ്യണം. എന്തോ പ്രശ്നം തോന്നുന്നു.

(ഒരു ഫ്ളാഷ് ബാക്ക്. ഏകദേശം ഒരു മാസം മുൻപ് ചെന്നൈയിൽ ലാൻഡ് ചെയ്ത അന്ന് മുതൽ ഞാൻ കോവിഡിനെ പ്രകോപിപ്പിച്ചു കൊണ്ടിരിക്കയാണ്. വാടകയ്ക്ക് എടുത്ത ഫ്ളാറ്റിന്റെ ഫർണിഷിങ് ഉൾപ്പെടെ ഉള്ള ജോലികൾക്കായി ജോഷിയോടൊപ്പം ഞാൻ നാട് നീളെ സഞ്ചരിച്ചു. ഓട്ടോയിൽ, ടാക്സിയിൽ, കാൽ നടയായി, ഒക്കെ മുഖംമൂടിയും സാനിറ്ററൈസറും ഒക്കെക്കൊണ്ടാണ് നടപ്പെങ്കിലും

എന്റെ ഈ സ്വൈര്യവിഹാരം കോവിഡേട്ടന് അത്ര പിടിക്കുന്നില്ല എന്ന് എനിക്കുതന്നെ തോന്നിയിരുന്നു. ഒരു കോളേജ് കുമാരിയെ പിന്തുടരുന്ന പൂവാലനെപ്പോലെ അവൻ സദാ എന്റെ പുറകെ ചുറ്റിക്കറങ്ങി. ഞാനാവട്ടെ, അവനെ ഒളികണ്ണിട്ടു നോക്കുകയും മൈൻഡ് ചെയ്യാതെ മുന്നേറുകയും ചെയ്തു.

ഫ്ളാഷ്ബാക്ക് ഓവർ. കമോൺ.)

ലബാസ്നയിൽ ട്രെയിനിങ് കാലത്ത് കോവിഡ് വരുകയും മാറുകയും ചെയ്ത 'പരിജ്ഞാനം' മകൾ പുറത്തെടുത്തു.

ചോദ്യം 1. അമ്മേ! തൊണ്ട വേദന, പനി, ജലദോഷം ഉണ്ടോ?

ഉ: ഇല്ല.

ചോദ്യം നമ്പർ 2:

മണം അറിയുന്നുണ്ടോ?

ഉ : ഉണ്ട്.

(ഘ്രാണശക്തി പരീക്ഷിക്കാൻ പ്രിയതമൻ ഒരു കഷ്ണം സവോള മൂക്കിൽ ഉരസി. ഛെ, എന്തൊരു നാറ്റം.)

"അമ്മയ്ക്ക് കോവിഡ് ഇല്ല." മകൾ പ്രഖ്യാപിച്ചു.

അവസാന പരീക്ഷണമായി ഒന്നുകൂടി പറഞ്ഞു. മൂത്രം glowing yellow ആണോ? ഞാൻ പരീക്ഷിച്ചു നോക്കി. "നല്ല തേങ്കാ തണ്ണി മാതിരി ഇറുക്ക്, കണ്ണേ."

പരീക്ഷണം എല്ലാം വിജയകരമായി പൂർത്തിയാക്കിയെങ്കിലും കോവിഡ് ടെസ്റ്റ് ചെയ്യാൻ ഞങ്ങൾ തീരുമാനിച്ചു. കുറേ അകലെ ആണ് ടെസ്റ്റിംഗ് സെന്റർ. ഉച്ചയ്ക്കാണ് സമയം കിട്ടിയത്. ടെസ്റ്റിന് കൊടുത്തു തിരിച്ചു വരുംവഴി ജോഷി പറഞ്ഞു, ഹോസ്പിറ്റലിൽ ഒന്ന് കയറാം. റിസ്ക് എടുക്കേണ്ട. നല്ല വേദനയും ശ്വാസംമുട്ടും ഉണ്ട്. എന്റെ നിഷേധം കക്ഷി വക വെച്ചില്ല.

എമർജൻസിയിലെ ഡോക്ടർ ഇഴകീറി പരിശോധിച്ചു. ഹാർട്ട് ബീറ്റ് 200നോട് അടുത്ത്! ECG യിൽ variation! (ഇതിലും വലുത് കണ്ടിട്ടുണ്ട്, ഇതൊക്കെ എന്ത്. എന്ന മട്ടിൽ ഞാൻ. മിഥുനം സിനിമ മന്ത്രവാദി സീനിൽ ഇന്നസെന്റിന്റെ നിൽപ്പ് ഓർമ്മയില്ലേ? ഏതാണ്ട് അതുപോലെ.)

"You are on the verge of an attack!" ഡോക്ടർ വീണ്ടും.

എന്തിന് പറയുന്നു. അവർ പണി തുടങ്ങി! എന്റെ ആശുപത്രി പരമ്പരയിലെ മറ്റൊരു അദ്ധ്യായത്തിന് സമയമായി എന്ന് ചുരുക്കം.

ബീറ്റ് കുറയുന്നില്ല എന്ന് പരാതി പറഞ്ഞ ഡോക്ടറോട് ''Do u want it to reach zero?'' എന്ന് ഞാൻ തമാശിച്ചു.

കുറെ നേരത്തെ പ്രയത്നത്തിന് ശേഷം ഹൃദയം പതുക്കെ മെരുങ്ങിത്തുടങ്ങി. പതിയെ എല്ലാം ശാന്തം.

എന്തായാലും ഞാൻ ഇതാ ഇവിടെ ഒരു ആശുപത്രി മുറിയിൽ സുഖമായി ഇരിക്കുന്നു. എല്ലാ പ്രയാസങ്ങളും കുറഞ്ഞു. ഈ എപ്പിസോഡും കുഴപ്പമില്ലാതെ തീർന്നു.

ദൈവത്തിനു സ്തുതി!

ദാ, എന്റെ കോവിഡ് ടെസ്റ്റ് റിസൾട്ട് വന്നു. നെഗറ്റീവ് ആണ്. കോവിഡേട്ടന് ഞാൻ പിടി കൊടുത്തിട്ടില്ല. (ഞാൻ ആരാ മോള്!)

ലാൽസലാം സിനിമയിൽ ഉർവശി നാണിച്ചു പറയുന്ന പോലെ 'ഞാനും കോവിഡ് പോസിറ്റീവ് ആയി' എന്ന തലക്കെട്ട് ഇടേണ്ടി വന്നതുമില്ല.

അപ്പൊ ശരി.

നിർത്തുന്നു. ഡോക്ടർ വരാറായി.

■

സൈലന്റ് നൈറ്റ്... ഹോളി നൈറ്റ്...

രാത്രിക്ക് നല്ല തണുപ്പുണ്ട് ഇപ്പോൾ. ക്രിസ്തുമസ്കാല രാത്രികൾ എല്ലായിടത്തും അങ്ങനെ തന്നെയല്ലെ? ആയിരിക്കും. മഞ്ഞു നിറഞ്ഞ വഴികളിലൂടെ സാന്ത യാത്ര തുടങ്ങിയിരിക്കും ഇപ്പോൾ. വരുന്ന വഴിക്ക് പെട്ടി നിറയ്ക്കാനുള്ള സമ്മാനങ്ങൾ വാങ്ങിച്ചു കൂട്ടുന്നുണ്ടാവും.

മോൾ കുഞ്ഞായിരിക്കുമ്പോൾ ഉള്ള കാര്യമാണ്. സാന്താക്ലോസ് അപ്പൂപ്പൻ ക്രിസ്മസ് സമ്മാനങ്ങളുമായി വരുന്ന കഥ അവൾക്കറിയാം. അലങ്കരിച്ച ക്രിസ്മസ് ട്രീയുടെ ചോട്ടിൽ കുട്ടികൾക്കായി സാന്റാ സമ്മാനങ്ങൾ ഒളിച്ചു വെയ്ക്കും, രാത്രി എല്ലാരും ഉറങ്ങി കിടക്കുമ്പോൾ. മോൾക്ക് വേണ്ടിയും സാന്റാ എല്ലാ കൊല്ലവും സമ്മാനങ്ങൾ കൊണ്ടു വന്നു. തുറക്കുമ്പോൾ നഴ്സറി റൈയിം പാടുന്ന ഒരു ക്രിസ്മസ് കാർഡ് ആണ് സാന്റ അവൾക്ക് കൊടുത്ത ആദ്യത്തെ സമ്മാനം. വളരെ നാളുകളായുള്ള അവളുടെ ആഗ്രഹം ആയിരുന്നു അത്. ക്രിസ്മസ്പുലരിയിൽ, അവൾക്കായി സാന്റ ഒളിപ്പിച്ചുവെച്ച ആദ്യ സമ്മാനം അവളെ കുറച്ചൊന്നുമല്ല സന്തോഷിപ്പിച്ചത്. ആ കാർഡ് ഇന്നും അവളുടെ ശേഖരത്തിൽ ഉണ്ട്. ഓരോ വർഷവും ക്രിസ്മസ് ട്രീയ്ക്കടിയിൽ സാന്റാ അവൾക്കായി സമ്മാനം ഒളിച്ചു വച്ചു. പലതും അവളുടെ നാളുകളായുള്ള ആഗ്രഹങ്ങൾ. അവൾ മുതിരുംവരെ സാന്റ ആ പതിവ് മുടക്കിയില്ല.

നാട്ടിലെ വീട്ടിൽ ഉള്ളപ്പോഴൊക്കെ ഞങ്ങൾ ഗംഭീരമായി ക്രിസ്മസ് ആഘോഷിച്ചു. മുറ്റത്തെ ലോലോലിക്ക മരത്തിൽ അല്ലെങ്കിൽ മാവിൻ കൊമ്പിൽ ട്രീ ഒരുക്കി. ചുവട്ടിലെ പുൽക്കൂട്ടിൽ ഉണ്ണിയീശോ വിരൽ നുണഞ്ഞു കിടന്നു. പശുക്കളും ഇടയന്മാരും രാജാക്കന്മാരും മാലാഖ മാരും വാത്സല്യത്തോടെ അത് നോക്കി നിന്നു. ഉണ്ണിയീശോയുടെ മറിയവും ജോസഫും അഭിമാനത്തോടെ ഇരുവശത്തും. വൈക്കോൽ മേഞ്ഞ കൂട്ടിൽ, കറുകപ്പുൽമെത്തയിൽ കിടക്കുന്ന ഉണ്ണിയീശോയ്ക്ക് എന്തൊരു ചന്തമാണ്. പുൽക്കൂട് ഒരുക്കിയിട്ടും ഒരുക്കിയിട്ടും മതി

വരാതെ ചാഞ്ഞും ചെരിഞ്ഞും നോക്കി അച്ഛനും മകളും. എത്ര നല്ല ഓർമ്മകൾ.

തൃശ്ശൂർ ആഢ്യത്വമുള്ള റോമൻ കത്തോലിക്കരുടെ നഗരമാണ്! ലൂർദ്ദ് പള്ളി, പുത്തൻ പള്ളി എന്നീ ഇടവകക്കാർ പാർക്കുന്ന ഇടങ്ങളിൽ നിറയെ, തല ഉയർത്തി നിൽക്കുന്ന കുലീനമായ വീടുകളാണ്. ക്രിസ്മസ് കാലത്ത് എല്ലാ വീടുകളും അഭൂതപൂർവമായ അലങ്കാരങ്ങളിൽ മുങ്ങി നിൽക്കും. ഇരുട്ടിൽ പലതരത്തിലുള്ള നക്ഷത്ര വെളിച്ചത്തിന്റെ ചാരുതയിൽ അവയുടെ പ്രൗഢി ഇരട്ടിക്കും. കവലകൾ തോറും വലിയ വലിയ പുൽക്കൂടുകൾ. അവയിൽ പല തരത്തിൽ, ക്രമത്തിൽ ഉണ്ണിയീശോ വിരൽ നുണഞ്ഞു കിടക്കും.

രാത്രിയിൽ തണുപ്പ് നിറഞ്ഞ വഴികളുടെ ഇരുവശത്തുമുള്ള ഈ അലങ്കാരമേളങ്ങൾ കണ്ടു നടക്കുക രസമാണ്. നക്ഷത്രദീപങ്ങൾ പാടാതെ പാടും! 'Silent night! Holy night!' ദിവ്യമായ ആ രാത്രിയുടെ ഓർമ്മ വീണ്ടും വീണ്ടും ഉള്ളിൽ വന്നു നിറയും. വാൽനക്ഷത്രം, വഴി കാണിക്കുന്ന ഒരു രാത്രിയും ഇടയന്മാരും ഒരു പുൽത്തൊഴുത്തിൽ നിറവയറുമായി കന്യാമറിയവും പശുക്കളും മാലാഖമാരും ആ അലൗകികമായ ലോകത്ത് അവരോടൊപ്പം ഞാനും തിരുപ്പിറവിക്ക് സാക്ഷികളാവും. രാജാക്കന്മാരുടെ രാജാവായ യേശുദേവൻ ഇതാ ജനിച്ചു വീണിരിക്കുന്നു.

തറവാട്ടിലെ അടുക്കളയിൽ വലിയ മൺചട്ടികളിൽ മീൻ കറി വേവുന്നുണ്ടാവും. ബീഫ് കൊണ്ടുള്ള കട്‌ലറ്റ്, മട്ടൺ കൊണ്ടുള്ള സ്റ്റ്യൂ, പാലപ്പം ഇതാണ് പ്രാതൽ. പുത്തൻ പള്ളിയുടെ കവലയിൽ അമ്മാമ്മമാർ പുലർച്ചെ തന്നെ ചുട്ടു തുടങ്ങും, പാലപ്പത്തിന്റെ കൂമ്പാരങ്ങൾ. പൊതുവെ ക്രിസ്ത്യൻ തറവാടുകളിൽ ആഘോഷങ്ങൾക്ക് ബിരിയാണി നിഷിദ്ധമാണ്. വിഭവങ്ങൾ നിറഞ്ഞ ഉച്ചയൂണ് ആണ് സാധാരണ പതിവ്.

മക്കളും മരുമക്കളും ഒത്തുകൂടുന്ന ക്രിസ്ത്യൻ കുടുംബസദസ്സുകൾ ഒരു തുറന്ന വേദിയായാണ് എനിക്ക് തോന്നിയിട്ടുള്ളത്. എണ്ണത്തിൽ കുറവല്ലാത്ത കൂടപ്പിറപ്പുകൾ പരസ്പരം മറയില്ലാതെ അഭിപ്രായങ്ങളും വിമർശനങ്ങളും പങ്കിടും. പഴയ കഥകൾ പറഞ്ഞു ചിരിക്കും. ചിലപ്പോൾ കരയും. അവർക്കിടയിൽ കൗതുകം നിറച്ച് ഞാൻ ഇരിക്കും. വീട് നിറച്ചും ആളുകൾ. എന്റെ വീട്ടിൽ എനിക്കത് അത്ര ശീലമുള്ള കാര്യമല്ല. ആകെയുള്ളത് ഒരനിയൻ മാത്രം.

പിറ്റേന്ന്, തൃശ്ശൂർ പൂരത്തിന്റെ പിറ്റേന്ന് പരസ്പരം യാത്ര ചൊല്ലി പിരിയുന്ന ഭഗവതിമാരെ ഓർമ്മിപ്പിക്കുമാറ് എല്ലാരും യാത്ര പറഞ്ഞു

പിരിയും. സ്വന്തം ജീവിതത്തിന്റെ പങ്കപ്പാടുകളിലേക്ക്. വീണ്ടും ഒരു പെരുന്നാളിനോ ക്രിസ്മസ്സിനോ ഒത്തുകൂടാം എന്ന ഉറപ്പോടെ...

ഇവിടെ, ചെന്നൈയിൽ, ഒരു ക്രിസ്മസ് നക്ഷത്രംപോലും കാണുന്നില്ല, എവിടെയും. അല്ലെങ്കിലും ജീവിതം ഓർമ്മകളിൽ ആണല്ലോ ജീവിച്ചു തീർക്കേണ്ടത്. അവിടെ കഥാപാത്രങ്ങൾ നിറം മങ്ങുന്നില്ല. കഥാസന്ദർഭങ്ങളും. എല്ലാം ഭദ്രം! എന്റെയുള്ളിൽ.

അത്യുന്നതങ്ങളിൽ ദൈവത്തിന്ന് മഹത്വം!

ഭൂമിയിൽ സന്മനസ്സ് ഉള്ളവർക്ക് സമാധാനം!

എല്ലാ കൂട്ടുകാർക്കും ഹൃദയം നിറഞ്ഞ ക്രിസ്തുമസ് ആശംസകൾ!

■

ജീവിതത്തിന്റെ താക്കോൽ

എന്റെ സ്കൂൾ ജീവിതം ഷൊർണൂരിൽ ആയിരുന്നു. 'ആൾക്കൂട്ടത്തിൽ തനിയെ' എന്ന എം.ടിയുടെ തലക്കെട്ട് ഓർമ്മിപ്പിക്കുമാറ് എനിക്ക് ചുറ്റും നിറയെ മനുഷ്യർ ഉണ്ടായിരുന്നു. സ്നേഹമുള്ള മനുഷ്യർ.

ഞങ്ങളുടെ തൊട്ടടുത്ത വീട്ടിൽ താമസിച്ചിരുന്നത് കുറുപ്പേട്ടനും കുടുംബവുമാണ്. അവർക്ക് അഞ്ച് ആൺമക്കൾ ആയിരുന്നു. പല പ്രായത്തിലുള്ള അഞ്ചുപേർ. പെൺമക്കൾ ഇല്ലാതിരുന്ന അവർ സ്വന്തം മകളെപ്പോലെ എന്നെ സ്നേഹിച്ചു.

എന്റെ അമ്മയ്ക്ക് ഒരു കാര്യപ്പെട്ട അസുഖം പിടിപെട്ടു അനിയനും ഒത്തു നാട്ടിൽ തറവാട്ടിൽ ആയിരുന്നു ഒരുപാട് കാലം. ഞാൻ രണ്ടിലോ മൂന്നിലോ പഠിച്ചിരുന്ന കാലം. സ്കൂൾ മുടങ്ങാതിരിക്കാൻ ഞാനും അച്ഛനും ഷൊർണൂരിൽ തനിയെ താമസിച്ചു വരുന്ന കാലം. ബാബൂന്റെ അമ്മ എന്ന് ഞാൻ വിളിച്ചു പോന്നിരുന്ന കുറുപ്പേട്ടന്റെ ഭാര്യ എനിക്ക് അക്കാലത്ത് സ്വന്തം അമ്മ തന്നെയായി. അവർ എന്നെ കുളിപ്പിക്കയും മുടി കെട്ടിത്തരികയും വീട്ടുജോലികൾ പഠിപ്പിക്കയും ചെയ്തു. വലുതാവുമ്പോൾ അവരുടെ മക്കളിൽ ഏറ്റവും മികച്ചവനെ ക്കൊണ്ട് എന്നെ കല്യാണം കഴിപ്പിച്ച് അവരുടെ സ്വന്തം മകളാക്കുമെന്ന് അവർ എനിക്ക് വാക്ക് തന്നു. അഞ്ചു സുന്ദരന്മാർക്ക് മുന്നിൽ സ്വയം വരമാല്യവുമായി നിൽക്കുന്ന ഒരു രണ്ടാം ക്ലാസുകാരി ഇന്നുമുണ്ട് മനസ്സിൽ.

കാലത്തിന്റെ കടന്നു പോക്കിൽ വാക്കുകൾ വ്യർത്ഥമാവും. കാലം സ്വന്തം ചാരുതകൊണ്ട് ചിത്രങ്ങൾ മാറ്റി എഴുതും. എങ്കിലും കണ്ട സ്വപ്നങ്ങളുടെ പൊട്ടും പൊടിയും എവിടെയെങ്കിലും ഒക്കെ ബാക്കി നിൽക്കും ആ ചിത്രങ്ങളിൽ.

ചെന്നൈയിൽ ജോഷിയോടൊത്ത് എത്തിയ കഥ ഞാൻ പറഞ്ഞി ട്ടുണ്ടല്ലോ. അന്ന് എന്റെ മകൾക്ക് വയറ്റിൽ ആറു മാസം പ്രായം. വളരെ യാദൃച്ഛികമായാണ് ഞാൻ വീണ്ടും കുറുപ്പേട്ടനെയും ബാബുന്റെ അമ്മയെയും കണ്ടുമുട്ടുന്നത്. ജോഷി ഞങ്ങൾക്ക് താമസിക്കാൻ

തിരഞ്ഞെടുത്ത വീടിന്റെ തൊട്ട് അയല്പക്കക്കാരായിരുന്നു അവർ. ജീവിതം സമ്മാനിച്ച 'സർപ്രൈസുകളിൽ' പ്രധാനപ്പെട്ട ഒന്ന്.

വയറ്റുകണ്ണിയായ എന്നെ ബാബൂന്റെ അമ്മ വീണ്ടും സ്വന്തമായി ഏറ്റെടുത്തു. ഒരു മകൾക്കു വേണ്ട ഗർഭകാല ശുശ്രൂഷകൾക്ക് അവർ തെല്ലും കുറവ് വരുത്തിയില്ല. എന്തിനും തയ്യാറായി എന്റെ അഞ്ച് ആങ്ങളമാർ ചുറ്റും നിരന്നു. എനിക്കിഷ്ടപ്പെട്ട ആഹാരം ഉണ്ടാക്കി തന്നും ചിരിപ്പിച്ചും സന്തോഷിപ്പിച്ചും അവർ എന്നെ കൊണ്ടുനടന്നു.

ജീവിതത്തിലെ ഏറ്റവും വലിയ പരീക്ഷണം (ഇതേക്കുറിച്ച് നേരത്തെ വിശദമായി എഴുതിയിട്ടുണ്ട്) നേരിട്ട കാലമായിരുന്നു അത്. ജീവിതം അവസാനിക്കയാണോ അതോ തുടരുമോ, ഇടയ്ക്ക് 'മരണമെത്തുന്ന നേരം' കടന്നുവരുമോ എന്നൊന്നും വേർതിരിച്ച് വ്യക്തമായി കാണാൻ കഴിയാതിരുന്ന ആ കാലം ലഘൂകരിച്ചത് അവരുടെ സാമീപ്യമാണ്. എന്റെ മോളെ ആദ്യമായി കൈയിൽ എടുത്തതും അവർ തന്നെ.

ജീവിതത്തിൽ നമ്മൾ ഉൽക്കടമായി എന്താഗ്രഹിച്ചാലും അത് ഒരു തരത്തിൽ അല്ലെങ്കിൽ മറ്റൊരു തരത്തിൽ കാലം നമുക്ക് കാത്ത് വെയ്ക്കും. ഒരു മകളെപ്പോലെ എന്നെ കരുതുകയും ലാളിക്കയും അവരുടെ സ്വന്തമായി തീരണം എന്ന് ഒരു കാലത്ത് ആഗ്രഹിക്കയും ചെയ്ത അവർക്കും എനിക്കും കാലം അതൊരുക്കി തരിക തന്നെ ചെയ്തു. വേറൊരു തരത്തിൽ.

കാലത്തിന് എല്ലാം അറിയാം, മുൻകൂട്ടി. യാത്രയിൽ കണ്ടുമുട്ടുന്ന ഓരോ കഥാപാത്രങ്ങളുടേയും പ്രസക്തി. സമയമാവുമ്പോൾ മാത്രം വെളിപ്പെടുന്ന ആ രഹസ്യമാണ് ജീവിതത്തിന്റെ താക്കോൽ. കാലത്തിന് മാത്രം സ്വന്തം ആണത്. ആവശ്യം വരുമ്പോൾ തുറക്കാനും അടയ്ക്കാനും കഴിയുക അതിനു മാത്രം.

തീവ്രമായി ആഗ്രഹിക്കുന്ന എന്തിനു വേണ്ടിയും പ്രപഞ്ചം ഗൂഢാലോചന ചെയ്യുമെന്ന് പൗലോ കോലോ പറഞ്ഞത് വെറുതെയൊന്നുമല്ല.

പക്ഷേ പ്രപഞ്ചത്തെക്കാളുപരി അതിൽ പങ്കുകാരൻ കാലം ആണെന്ന് മാത്രം. ■

ഹൃദയബന്ധങ്ങൾ

ബന്ധങ്ങളുടെ ചാരുത എന്നെ എക്കാലത്തും ഭ്രമിപ്പിക്കുകയും കൊതിപ്പിക്കയും ചെയ്തിട്ടുണ്ട്. അതിന്റെ അതിശയകരമായ നിസ്സാരതകൾ, ലളിതവും ശക്തവുമായ തലങ്ങൾ, എന്നാൽ ഒരു വെള്ളക്കുമിളയേക്കാൾ ലോലമായ നിലനിൽപ്പുകൾ ഒക്കെ ഞാൻ തെല്ല് അത്ഭുതത്തോടെ ആണ് നോക്കി കണ്ടിട്ടുള്ളത്.

ബന്ധം എന്ന വാക്കിനു ഒറ്റയ്ക്ക് നിലനില്പില്ലല്ലോ. സ്നേഹബന്ധം, സുഹൃദ്ബന്ധം, ആത്മബന്ധം അങ്ങനെ എന്തെല്ലാം.

കുട്ടിക്കാലത്ത് എന്റെ അയൽപ്പക്കത്ത് ഉണ്ടായിരുന്ന കൃഷ്ണേട്ടനാണ് വിചിത്രബന്ധത്തിന്റെ പേരിൽ എന്നെ വിസ്മയിപ്പിച്ച ആദ്യവ്യക്തി. സ്വന്തമായി അനേകം ആടുകൾ മാത്രമാണ് മൂപ്പർക്ക് ഉണ്ടായിരുന്നത്. എങ്കിലും ആ ആട്ടിൻകൂട്ടത്തിൽ ഒരുപറ്റം മനുഷ്യർ ഉണ്ടെന്നും അവ അമ്മയും ഭാര്യയും കാമുകിയും മക്കളും സഹോദരങ്ങളും ഒക്കെ ആയി കൃഷ്ണേട്ടന്റെ ജന്മം സഫലവും രമ്യവും ആക്കി എന്നും ഞാൻ വിശ്വസിക്കുന്നു. ‘എന്റെ അമ്മിണി’ എന്നോ ‘എന്റെ കുഞ്ഞൂട്ടാ’ എന്നോ ഉള്ള വിളികളിൽ ഒരു കുടുംബനാഥന്റെ ഊഷ്മളത ഞാൻ അന്ന് കണ്ടു നിന്നു.

മനുഷ്യരോട് അടുപ്പമില്ലാതെ തന്നെ, ബന്ധം എന്ന വാക്കിന്റെ എല്ലാ ആസ്വാദ്യതയും അനുഭവിച്ച് കൃഷ്ണേട്ടൻ കടന്നുപോയി.

എന്റെ മുത്തശ്ശിക്ക് ഇളയ മകളോട്, എന്റെ ചിറ്റയോട് അതിരറ്റ സ്നേഹം ആയിരുന്നു. ഊണിലും ഉറക്കത്തിലും അവർ ആ പേര് ഉച്ചരിച്ച് ഞങ്ങളിൽ അസൂയ ജനിപ്പിച്ചു. ഒരമ്മയ്ക്ക് എല്ലാ മക്കളും തുല്യരാണോ? എന്റെ അമ്മയ്ക്ക് രണ്ടു മക്കളും എനിക്ക് ഒരു മകളുമാണ്. ചെന്ന് കയറിയ വീട്ടിൽ ഏഴ് മക്കളുണ്ട്. ആ അമ്മയോട് ഒരിക്കൽ ഞാൻ ഈ ചോദ്യം ചോദിച്ചു. മക്കളിൽ ഏറ്റം അവശരോടാണ് ഒരമ്മയ്ക്ക് ഏറ്റവും സ്നേഹം എന്ന് ആ അമ്മ പറഞ്ഞു. മുൾക്കിരീടം അണിഞ്ഞ് അമ്മയുടെ മടിയിൽ പാതി അടഞ്ഞ മിഴികളോടെ കിടക്കുന്ന മകനെ, മൈക്കിൾ ആഞ്ജലോ മിഴിവുറ്റ ശില്പമാക്കിയത്

(പിയാത്ത) St. Peter's ബസലിക്കയിൽ നേരിൽ കണ്ടപ്പോൾ ഞാൻ അമ്മയെ ഓർത്തു.

സുന്ദരിയും സുന്ദരനും ആയാലേ പ്രേമബന്ധങ്ങൾ ഉണ്ടാവുകയുള്ളൂ. എന്നൊരു തെറ്റിദ്ധാരണ എന്റെ കൗമാരകാലങ്ങളിൽ ഞാൻ പുലർത്തിപ്പോന്നു. ബന്ധങ്ങളിൽ സൗന്ദര്യത്തിനുള്ള തുലോം തുച്ഛമായ ഇടങ്ങൾ ഞാൻ തിരിച്ചറിയാൻ പിന്നെയും വൈകി.

ഒരിളംകാറ്റ് വഹിക്കുന്ന സുഗന്ധംപോലെ അതൊരു അദൃശ്യമായ അനുഭവം ആണെന്ന് എന്നെ പഠിപ്പിക്കാൻ കാലംതന്നെ വേണ്ടിവന്നു. സുന്ദരി അല്ലാത്ത കാമുകിയെ, ഭാര്യയെ, ഒരു പൂ എന്ന പോലെ താലോലിക്കുന്ന കൈകൾ, സുന്ദരൻ അല്ലാത്ത ഭർത്താവിനെ പ്രേമപൂർവ്വം കടാക്ഷിക്കുന്ന കണ്ണുകൾ ഒക്കെ എന്റെ ചിന്തയിൽ വിപ്ലവകരമായ മാറ്റങ്ങൾ വരുത്തി.

മനുഷ്യർ പരസ്പരം ഇഷ്ടപ്പെടുന്നതിന്റെ, സ്നേഹിക്കുന്നതിന്റെ പ്രേരകശക്തി സ്വന്തം പ്രതിഛായയോടുള്ള പ്രതിപത്തിയോ മുജ്ജന്മബന്ധങ്ങളോ ഒക്കെ ആവാം എന്ന് എനിക്ക് തോന്നാറുണ്ട്. ഒരു പ്രത്യേക കാരണവും ഇല്ലാതെ ചിലരോട് തോന്നുന്ന ദൈവികമായ പ്രതിപത്തി ഒരു കടംകഥപോലെ എന്നെ എന്നും കുഴക്കിയിട്ടുണ്ട്. കാണുന്ന കണ്ണുകളിൽ ആണ് കാണപ്പെടുന്നതിന്റെ സൗന്ദര്യം എന്ന് പറഞ്ഞതാര്? ഓർക്കുന്നില്ല. എങ്കിലും വിസ്തൃതവും സുതാര്യവുമായ മനസ്സുകൾ സമതലത്തിലെ പുൽമേടുകൾപോലെ എന്നെ എന്നും ആകർഷിക്കുന്നു. അതിലെ ഇളം പുല്ല് കടിച്ചു നടക്കുന്ന മാനുകളാവാൻ എന്ത് രസം.

കാണുന്നതെന്തും സുന്ദരമായി തോന്നുന്ന ഒരു ജോടി കണ്ണുകൾ ഞാൻ എന്നിൽ തിരഞ്ഞു കൊണ്ടിരിക്കുന്നു. എന്നും. ■

വാർദ്ധക്യം പറയുന്നത്

വാർദ്ധക്യത്തിൽ എത്തിയ കുറേ കൂട്ടുകാർ ഉണ്ടെനിക്ക്. തുറന്നു സംസാരിക്കുന്നവർ. അവരുടെ ജീവിതം ഏറെക്കുറെ എനിക്കറിയാം. രഹസ്യങ്ങൾ, പരസ്യങ്ങൾ ഒക്കെ. വയസ്സാവുമ്പോൾ ഒളിച്ചു വയ്ക്കാൻ ഒന്നും ഇല്ലാതാവും. പ്രായം മുഖാവരണങ്ങൾ അഴിച്ചു കളയും.

ഒരു കഥ പറയുംപോലെ അവരും, കഥ കേൾക്കുംപോലെ ഞാനും, കണ്ടറിഞ്ഞ ജീവിതം.

ഞാൻ അടുത്തറിഞ്ഞ അവർക്ക് ജീവിതത്തിൽ സംതൃപ്തി ഉള്ളതായി തോന്നിയിട്ടില്ല. പകരം നിരാശയാണ് ഉള്ളത്. ജീവിതത്തെ സമീപിച്ച രീതിയിൽ ഉള്ള നിരാശ...

കൈ പിടിച്ചു ജീവിതം മുഴുവൻ നടന്നിട്ടും അയാൾ എന്നെ മനസ്സിലാക്കിയില്ലല്ലോ എന്ന് ചിലർ...

ഇത്രയായിട്ടും അവൾ എന്നോട് ചേർന്ന് നിന്നില്ലല്ലോ എന്ന് ചിലർ..

പൂർണ്ണ തൃപ്തിയോടെ, ആദരവോടെ ആരും ആരെക്കുറിച്ചും പറഞ്ഞു കേട്ടില്ല. ഇങ്ങനെ അല്ല ജീവിക്കേണ്ടിയിരുന്നത് എന്ന് പറയാതെ പറയും പോലെ...

ആശ്രയത്വം മാത്രമാണ് വാർദ്ധക്യത്തിൽ രണ്ടുപേരെ ബന്ധിച്ചു നിർത്തുന്നത് എന്നെനിക്ക് തോന്നാറുണ്ട്. അതിനെ സ്നേഹം എന്ന് വിളിക്കാൻ ആവുമോ?

ഒരു ജീവിതം മുഴുവൻ ഒന്നിച്ച് ഒഴുകി ഒഴുകി നീങ്ങുമ്പോഴും സ്വന്തം ചുഴികളിലും മലരികളിലുംപെട്ട് ഒറ്റപ്പെട്ടു പോവുന്നവർ...

കൈ കോർത്തു കടലിൽ ചെന്ന് പതിക്കുമ്പോഴും കൈ വിടുവിച്ചു കുതറി ഓടാൻ ശ്രമിക്കുന്നവർ...

വെറും മനുഷ്യർ...

■

ചിട്ടകൾ മാറുമ്പോൾ

ചിട്ടകൾ അപ്പാടെ മാറിയിരിക്കുന്നു. രാത്രി തട്ടിട്ട മുറിയുടെ തണുപ്പിൽ ഒരു നോക്കുക്കുത്തി പോലെ ഫാൻ.

കാലങ്ങളായി രാവിലെ എഴുന്നേറ്റയുടൻ അടുക്കളയിൽ അവതരിക്കുന്ന ഞാൻ ഇതാ ഇപ്പോൾ എഴുന്നേറ്റ ഉടൻ നനച്ചു കുളിക്കുന്നു. പൂജാമുറിയിൽ അമ്മ നേരത്തെ എണ്ണീറ്റു കുളിച്ചു വിളക്ക് കൊളുത്തിയിരിക്കുന്നു. കർപ്പൂരത്തിന്റെ സുഗന്ധം.

അമ്പലം അടുത്താണ്. അഞ്ചു മണിക്ക് സംഗീതം ഉയരും. ശുക്ലാംബരധരം വിഷ്ണും... അല്ലെങ്കിൽ ഭാവയാമി രഘുരാമം... എന്റെ മനസ്സ് ചുറ്റമ്പലം പ്രദക്ഷിണം വെച്ചു തുടങ്ങുന്നു അതിനോടൊപ്പം.

കുളിച്ചുവന്ന് വാലിട്ട് കണ്ണെഴുതി ഞാൻ 'കുട്ടി ' ആവുന്നു. അമ്മ ഉണ്ടാക്കി വെച്ച മുക്കുറ്റി ചാന്ത് കൊണ്ട് വലിയ പൊട്ട് കുത്തി കണ്ണാടി നോക്കുമ്പോൾ പരിചയം ഇല്ലാത്ത ഒരാളെ കാണുന്ന അത്ഭുതം. ആരാണ് നീ?

ഇറയത്തെ ഇറ്റു വീഴുന്ന മഴത്തുള്ളികൾ ഞങ്ങളെ നോക്കൂ എന്ന് എന്നെ ക്ഷണിക്കുന്നു. തട്ടിൻപുറത്തെ പക്ഷിക്കൂട്ടിൽ മുട്ടകൾ വിരിഞ്ഞോ എന്ന് നോക്കാൻ പടികൾ കയറുമ്പോൾ, എന്റെ രൂപാന്തരം പൂർണ്ണമാവുന്നു. ഞാൻ ഇപ്പോൾ ബാല്യത്തിലാണ്. ബാക്കി ഒന്നും എനിക്ക് ഓർമ്മയില്ല. ഒന്നും.

താഴെ എഴുപത്തി രണ്ടു കടന്ന അമ്മ വാട്സ്ആപ്പ് വീഡിയോ കോൾ ചെയ്യുന്നു, അനിയനുമായി.

ഞങ്ങളുടെ സഞ്ചാരം എതിർദിശകളിൽ ആണ്. അമ്മ മുന്നോട്ട്. ഞാൻ പിറകോട്ട്. എവിടെ ആവും ഞങ്ങൾ ഇനി കണ്ടുമുട്ടുക?

അമ്മയുടെ യൂട്യൂബ് പാടിക്കൊണ്ടിരിക്കുന്നു.

കണ്ണിൽ കാണ്മതു കളിയായ് മറയും...
കാണാത്തത് നാം എങ്ങനെ അറിയും...

അതെ, കാണാത്തത് നാം എങ്ങനെ അറിയാനാണ്? ■

എന്താണ് സ്നേഹം?

ഈ ചോദ്യം ഈ പ്രപഞ്ചത്തിൽ അലയടിക്കാൻ തുടങ്ങിയത് എന്ന് മുതൽ ആയിരിക്കാം? ജീവന്റെ ഉറവിടം മുതൽക്കൊണ്ട് ആയിരിക്കാം.

വീടിന്റെ പുറത്തുള്ള ചായ്പ്പിൽ മൂന്ന് പൂച്ചക്കുട്ടികൾ. അവരെ മാറോടു ചേർത്ത് അണച്ചുപിടിച്ച് ഒരമ്മ.

ഇന്നലെ കണ്ട ഒരു വീഡിയോവിൽ ഉടമസ്ഥൻ വിറ്റുകളഞ്ഞ കൂട്ടുകാരിയുടെ പിന്നാലെ മൈലുകൾ ഓടി തളർന്ന ഒരു കാളക്കുട്ടൻ!

കൂട്ടുകാർക്ക് ചങ്കു പറിച്ചു കൊടുക്കുന്ന സൗഹൃദങ്ങൾ എത്രയോ കണ്ടു, അനുഭവിച്ചു, ജീവിതത്തിൽ.

പിരിയാൻ കാലമായി എന്ന തിരിച്ചറിവിൽ സഹയാത്രികയുടെ ചുമലിൽ കൈവെച്ച് സഫലമീയാത്ര എന്ന് പറയുന്നു കവി.

അമ്മേ എന്ന ഒറ്റ വിളി കൊണ്ട് സ്നേഹം ചുരത്തി വീഴ്ത്തുന്നു ചില മക്കൾ.

ഇതാണോ, ഇതൊക്കെയാണോ അതിന്റെ നിർവചനങ്ങൾ?

എങ്കിൽ കുറച്ചു ചോദ്യങ്ങൾ ബാക്കിയാണ്.

തിരസ്കാരങ്ങളിൽ മനസ്സ് തകർന്നവർ...

കൂട്ടിയും കിഴിച്ചും കണക്കു നോക്കി സ്നേഹത്തിന് വിലയിട്ടവർ. രൂപാന്തരങ്ങളിൽ സ്വയം നഷ്ടപ്പെട്ട് ബാധ്യതയായവർ...

ഒഴിയാബാധകളെ പുറംപോക്കിൽ തള്ളി ബാധ ഒഴിപ്പിക്കുന്നവർ, ഒഴിപ്പിക്കപ്പെടുന്നവർ...

അവർക്കും ഉണ്ട് പറയാൻ...

സ്നേഹത്തെക്കുറിച്ച്.

എനിക്ക് ഒരു പിടിയും കിട്ടുന്നില്ല.

യഥാർത്ഥത്തിൽ എന്താണ് സ്നേഹത്തിന്റെ നിർവചനം? ■

ഞങ്ങളുടെ വീട്ടിലെ അതിഥികൾ

"നീ നമ്മുടെ വീട്ടിലെ അതിഥികളെക്കുറിച്ച് എഴുതിയില്ലല്ലോ?" പുസ്തകപ്പണിയുടെ തിരക്കിലേക്കാണ് ജോഷിയുടെ പരിഭവം വന്നു വീണത്. "അവരെ മാത്രം നീ വിട്ടുകളഞ്ഞു."

ശരിയാണ്. ഞാൻ ഓർത്തു. അവരെ മാത്രം ഞാൻ വിട്ടുകളഞ്ഞു.

കൂടെ സഞ്ചരിക്കുന്നവർ ഓർമ്മകളാവുന്നത് എങ്ങനെ? ഞാൻ എഴുതിയത് മുഴുവൻ എന്റെ ഓർമ്മകൾ! ഹൃദയത്തെ തൂവൽ പോലെ പൊതിഞ്ഞു പിടിക്കുന്ന ഓർമ്മകൾ. 'അവർ' എന്റെ കൂടെ ത്തന്നെ, എന്നും.

ഏകദേശം ഇരുപത്തിരണ്ടു വർഷങ്ങൾക്ക് മുൻപാണ് ഞങ്ങൾ വീട് പണിതത്. ബാലാരിഷ്ടതകൾ വേണ്ടുവോളം ഉള്ള ഒരു വീട്. വീട്ടിൽ താമസം തുടങ്ങി ഏതാനും ദിവസങ്ങളേ ആയിരുന്നുള്ളൂ. ബാൽക്കണി അടിച്ചു വാരുമ്പോഴൊക്കെ നിലത്ത് ചെറിയ മണ്ണുരുളു കൾ ഞാൻ ശ്രദ്ധിച്ചു. മുകളിലെ സീലിംഗിൽ വേട്ടാളൻ കൂട് പോലെ എന്തോ ഒന്ന്. വന്നു കയറിയില്ല, അതിനു മുൻപ് വേട്ടാളൻ കൂട് വെയ്ക്കാൻ തുടങ്ങി എന്ന് കലഹിച്ച് വാശിയോടെ ഞാനത് ഉടച്ചു കളഞ്ഞു, നിത്യവും.

കുറച്ചു ദിവസങ്ങൾ കഴിഞ്ഞു. ബാൽക്കണിയിലെ കൂട് വെപ്പ് നിന്നു. പകരം അത് കാർ പോർച്ചിലേക്ക് മാറി. നല്ല ഉയരത്തിലുള്ള സിലിംഗിൽ നിന്ന് അതെങ്ങനെ ഉടച്ചു മാറ്റും എന്ന് ഞാൻ വേവ ലാതിപ്പെട്ടു. മകളാണ് പറഞ്ഞത്. അമ്മേ, അത് വേട്ടാളനല്ല, കിളി കളാണ്. ഉച്ചയ്ക്ക് സ്കൂൾ വിട്ടു വരുമ്പോൾ അവൾ കണ്ടിരിക്കുന്നു, മണ്ടയുരുണ്ട രണ്ടു കിളികൾ ചുണ്ടുകൊണ്ട് നനഞ്ഞ ചുവന്ന മണ്ണ് ഉരുട്ടി കൊണ്ടുവന്നു കൂട് വെയ്ക്കുന്നു. എനിക്ക് അതിശയമായി. ആദ്യമായാണ് മണ്ണുകൊണ്ട് കൂട് വെയ്ക്കുന്ന കിളികളെ കാണു ന്നത്. മോൾ സ്കൂൾ വിട്ടു വന്നാൽ, ഞാൻ എത്തുംവരെ ഒറ്റയ്ക്കാണ്. അവൾക്ക് ആ കൂട് കൂട്ടൽ ഏകാന്തതയിലെ കൗതുകമായി. ക്രമേണ ആ കിളികൾ അവളുടെ കൂട്ടുകാരായി.

ഏതാനും ദിവസങ്ങൾകൊണ്ട് കിളികൾ അവരുടെ വീട് പണി മുഴുമിച്ചു. മൺകൂജ നേർ പകുതി മുറിച്ച് സീലിംഗിനോട് ചേർത്ത് ഒട്ടിച്ച പോലെ ഒരു മൺകൂട്! കാണാൻ നല്ല ഭംഗി. ചെറിയ മണ്ണുരുളകൾ കൊണ്ട് മുത്തുപതിപ്പിച്ച ചുമരുകൾ. അകത്തു കടക്കാൻ നീണ്ടു വിസ്താരമുള്ള പ്രവേശനകവാടം. കൂജയുടെ വായ പോലെ. രണ്ടു പേർക്ക് സുഖമായി താമസിക്കാൻ ഒരു കൊച്ചു വീട്.

രാവിലെ ഉണ്ടനും ഉണ്ടിയും (അതാണ് അവർക്കിട്ട പേര്) ഇര തേടാൻ പുറത്ത് പോവും. വൈകീട്ട് അഞ്ചര ആറു മണിയോടെ തിരിച്ചെത്തും. വീട്ടിൽ നിന്ന് ഇറങ്ങുമ്പോഴും തിരികെ എത്തുമ്പോഴും രണ്ടു മൂന്ന് പ്രദക്ഷിണങ്ങളുണ്ട്. അതിന് ശേഷമേ കൂടണയൂ.

ഒരു ദിവസം അവർ രണ്ടുപേരും ഞങ്ങളുടെ വീട്ടിൽ വന്നു. സ്വീകരണമുറിയിൽ. എയർഹോളിലൂടെ രാജകീയമായ ഗൃഹപ്രവേശം. രണ്ടു മൂന്ന് വട്ടം മുറിയിൽ വട്ടം ചുറ്റി, ഞങ്ങളെ ഒരു അപരിചിതത്വവുമില്ലാതെ ഒന്ന് രണ്ടു തവണ നോക്കി അവർ വന്ന വഴിയേ തിരിച്ചു പോയി! നല്ല അയൽക്കാർ.

ക്രമേണ അവർ ഞങ്ങളുടെ വീടിന്റെ ഭാഗമായി. ആഴ്ചയിൽ ഒരു വട്ടമെങ്കിലും അവരെ ഒന്ന് കാണാഞ്ഞാൽ എന്തോപോലെ! മോള് മാത്രം ദിവസവും അവരെ കണ്ടു. കുശലം പറഞ്ഞു. ഒരു ദിവസം മോള് പറഞ്ഞു. ‘‘അമ്മേ, ഇപ്പൊ അച്ഛൻകിളി മാത്രമേ പുറത്ത് പോണുള്ളൂ. അമ്മക്കിളി ഉള്ളിൽ തന്നെ ഇരിപ്പാ. മുട്ട ഇട്ട് അടയിരിക്ക്യാ തോന്നുണു.’’

ഞങ്ങൾ ആകാംക്ഷയോടെ കാത്തിരുന്നു. മൂന്ന് കുഞ്ഞിക്കിളികൾ. അവർ തല പുറത്തേക്കിട്ട് പതുക്കെ വിളിച്ചു. അമ്മൂ, വരൂ... നമുക്ക് കൂട്ടുകാരാവാം.

മോൾക്കായിരുന്നു ഏറ്റവും സന്തോഷം. അച്ഛനും അമ്മയും ഇര തേടി പോവുമ്പോൾ അവൾ അവർക്ക് കവലാളായി. അവർ കൂട്ടുകാരായി. വർഷങ്ങൾ അഞ്ചോ ആറോ കഴിഞ്ഞു. കിളികൾ അവിടെ തന്നെ. കൂടും!

അങ്ങനെയിരിക്കെ, ഞങ്ങൾക്ക് സ്ഥലംമാറ്റമായി. പാലക്കാട്ടേക്ക്. മോളെ അവിടെ കേന്ദ്രീയവിദ്യാലയത്തിൽ ചേർത്തു. ഞങ്ങൾ വീട് പൂട്ടിയിട്ട് അങ്ങോട്ട് താമസം മാറ്റി. മൂന്നാലു വർഷം വീട് അടഞ്ഞു തന്നെ കിടന്നു. മോൾ പത്താം ക്ലാസ്സ് കഴിഞ്ഞ് ഞങ്ങൾ വീണ്ടും തിരിച്ചെത്തി, വീട്ടിലേക്ക്. ഇതിനിടയിൽ, അവധിക്ക് വീട്ടിൽ വരുമ്പോഴെല്ലാം ഞങ്ങൾ ആകാംക്ഷയോടെ നോക്കും, ഞങ്ങളുടെ അതിഥികൾ അവിടെത്തന്നെയില്ലേ എന്ന്. അത്ഭുതമാണ്. കാണാൻ

ആഗ്രഹിക്കുമ്പോഴൊക്കെ, അവധി കഴിഞ്ഞു പോകും മുൻപ് എപ്പോഴെങ്കിലും അവരെത്തും, എയർഹോളിൽകൂടി വീട്ടിനുള്ളിലേക്ക്. ഒന്ന് വട്ടം കറങ്ങി അവരുടെ സാന്നിധ്യം ഉറപ്പ് വരുത്തി തിരികെ പോവും. പേടിക്കണ്ട, ഞങ്ങളുണ്ട്, വീടിന് കാവൽ എന്ന മട്ടിൽ.

വർഷങ്ങൾ ഇരുപത്തിരണ്ട് കഴിഞ്ഞിരിക്കുന്നു. ഞങ്ങൾക്ക് തുടർച്ചയായി ആ വീട്ടിൽ ഒരിക്കലും താമസിക്കാൻ കഴിഞ്ഞിട്ടില്ല, ജോലി സംബന്ധമായ സ്ഥലംമാറ്റങ്ങൾ കൊണ്ട്. ആ വീട്ടിൽ ഞങ്ങൾ അതിഥികളാണ്. ഞങ്ങളുടെ കിളികൾ ആതിഥേയരും.

ആ വീട്ടിൽ വെച്ചാണ് മോളുടെ കല്യാണം നടന്നത്. വീട് പെയിന്റ് ചെയ്യുമ്പോൾ, സീലിംഗ് വൃത്തി ആക്കുമ്പോൾ, കല്യാണത്തിന് പന്തലിടുമ്പോൾ ഒക്കെ ഞങ്ങൾ പ്രത്യേകം കാവൽ നിൽക്കും. അറിയാതെപോലും പണിക്കാർ ആ കൂട് കേടാക്കാതെ നോക്കാൻ. ഓരോരുത്തരോടും ഞങ്ങൾ ആ കഥ പറയും. ഞങ്ങളുടെ അതിഥികളുടെ, അല്ല ആതിഥേയരുടെ കഥ.

ഇപ്പോഴും അവരുണ്ട്! അത് 'അവർ' തന്നെയാണോ? അതോ അവരുടെ തലമുറകളോ? കൈമാറ്റം ചെയ്യപ്പെട്ട ഒരു പ്രതിജ്ഞ പോലെ, ഒരു കാവൽ! പോകുമ്പോൾ, അവിടെ തങ്ങുമ്പോൾ ചിലപ്പോൾ ഞാൻ ഓർക്കും അവരെവിടെ എന്ന്. അന്ന് വൈകുന്നേരം എങ്ങനെയെങ്കിലും അവർ പ്രത്യക്ഷപ്പെടും. വട്ടംചുറ്റി കൂട്ടിനുള്ളിൽ അപ്രത്യക്ഷരാവും. അതങ്ങനെ തുടർന്നു പോവുന്നു. ഇപ്പോഴും.

ആ വീടിന്റെ ഐശ്വര്യം അവരാണ്. മരിക്കുംവരെ, ഈ ഭൂവിൽ നിന്ന് മാഞ്ഞുപോവുംവരെ അവർ കൂട്ടായി ഉണ്ടാവും എന്നും ഉറച്ചു വിശ്വസിക്കുന്നു. നിന്റെ വിശ്വാസം നിന്നെ രക്ഷിക്കട്ടെ എന്നല്ലേ ദൈവവചനം.

പുസ്തകത്തിലെ ഈ അവസാനകുറിപ്പ് അവർക്കായി ഞാൻ സമർപ്പിക്കുന്നു. ഞങ്ങളുടെ കാവൽപ്പക്ഷികൾക്ക്.

■

www.ingramcontent.com/pod-product-compliance
Lightning Source LLC
LaVergne TN
LVHW060220051026
849517LV00005B/1467
9789395878289